વજુ કોટક
હરકિસન મહેતા

ચિત્રલેખા
પ્રકાશન

DOCTOR ROSHANLAL : (Gujarati Novel)
by Vaju Kotak
Harkisan Mehta
2015
ISBN : 978-81-9324-230-8

પૂર્વાર્ધ : વજુ કોટક

ઉત્તરાર્ધ : હરકિસન મહેતા

© પૂર્વાર્ધ : મધુરી કોટક

© ઉત્તરાર્ધ : કલા મહેતા

પ્રથમ આવૃત્તિ : ૧૯૭૨
બીજી આવૃત્તિ : ૧૯૭૫
ત્રીજી આવૃત્તિ : ૧૯૮૧
ચોથી આવૃત્તિ : ૧૯૯૦
પાંચમી આવૃત્તિ: ૨૦૧૫

મુખપૃષ્ઠ
દેવેન્દ્ર બંતપેલ્લીવાર (સૌજન્ય ચિત્રલેખા)

₹ ૩૨૫.૦૦

પ્રકાશક
ચિત્રલેખા
૨૫, અંધેરી ઈન્ડસ્ટ્રિયલ એસ્ટેટ, વીરા દેસાઈ રોડ,
અંધેરી (વેસ્ટ) મુંબઈ - ૪૦૦૦૫૩ ફોન : (૯૧-૨૨) ૬૭૩૦૯૮૯૮
chitralekha.com/books
books@chitralekha.com

ટાઇપ સેટિંગ
અપુર્વ આશર

મુદ્રક
યુનિક ઓફસેટ, અમદાવાદ

મુખ્ય વિક્રેતા

નવભારત સાહિત્ય મંદિર
જૈન દેરાસર પાસે, ગાંધી રોડ, અમદાવાદ-૧ ફોન : (૦૭૯) ૨૨૧૩૯૨૫૩, ૨૨૧૩૨૯૨૧
૨૦૨, પૅલિકન હાઉસ, આશ્રમ રોડ, અમદાવાદ-૯ ફોન : (૦૭૯) ૨૬૫૮૩૭૮૭, ૨૬૫૮૦૩૬૫
E-mail : info@navbharatonline.com Web : www.navbharatonline.com
fb.com/NavbharatSahityaMandir

ટોચકા બીજા માળે, ઈન્દ્રપ્રસ્થ કૉર્પોરેટ હાઉસ, શૅલ પેટ્રોલ પંપ સામે,
વિનસ એટલાન્ટિસ સામે, ૧૦૦ ફૂટ પ્રહ્લાદનગર ગાર્ડન રોડ,
અમદાવાદ ફોન : (૦૭૯) ૬૬૧૭૦૨૬૫ મો. ૯૮૭૯૧ ૧૦૬૫૦

અર્પણ...

અચ્છા પત્રકાર

અને

મૃદુ મિત્ર

સ્વ. હરિશ એસ. બૂચને

હિયારી સ્મૃતિ રૂપે

સર્જનયાત્રાની પચીસી

માણસના જીવનમાં પચીસ વર્ષની યુવાવસ્થા તો એક જ વાર આવે છે, પરંતુ દેવી સરસ્વતીની કૃપાથી કલાકાર પ્રૌઢાવસ્થા વટાવી ગયા પછી પણ પચીસ વર્ષનો મધ્યાહન માણવાનો અવસર આવતો હોય છે. એ છે તેના સર્જનકાળની પચીસી.

છવ્વીસ જૂન ઓગણીસ સો છાસઠના 'ચિત્રલેખા'ના અંકમાં જગ્ગા ડાકુની જીવનકથા 'વેરનાં વળામણાં' શરૂ કરી ત્યારે ગર્ભાવસ્થામાં વિકસતા શિશુની જેમ મને પણ જાણ નહોતી કે મારામાં રહેલા લેખકજીવનો પિંડ બંધાઈ રહ્યો છે. 'વેરનાં વળામણાં' પંદર-સોળ હપ્તાની લેખમાળાને બદલે ૧૦૯ પ્રકરણની નવલકથા બની ગઈ ત્યારે આકસ્મિકપણે નવલકથાકાર બની ગયાનું ભાન થયું.

બસ, ત્યાર પછી વાચકોના પારાવાર પ્રેમપ્રવાહમાં તણાતા રહીને સર્જનની યાત્રા આપોઆપ આગળ વધતી રહી. 'પીળા રૂમાલની ગાંઠ', 'તરસ્યો સંગમ', 'જોગ-સંજોગ' એમ એક પછી એક મુકામો પાર કરી 'જડ ચેતન' અને 'વંશવારસ' સુધીની યાત્રા ખેડી નાખી. તેમાં ક્યારેક વિકટતા અનુભવી, વિઘ્નો આવ્યાં, થાક અને કંટાળાની લાગણી પણ ઘેરી વળી, છતાં જ્યારે જ્યારે કલમ હાથમાં લઈને વાચકોને કલ્પનાચક્ષુ સમક્ષ રાખી દેવી સરસ્વતીનું સ્મરણ કર્યું ત્યારે ત્યારે સંતાપ તથા અજંપો સર્જનલીલાના અનેરા આનંદ અને ઉમંગમાં પલટાઈ જતાં હોવાની અનુભૂતિ થઈ છે.

ચાલીસેક વર્ષ પહેલાં પત્રકાર બન્યો તેનાં પંદર-સોળ વર્ષ પછી નવલકથાકાર તરીકે કલમ ઉપાડી તેનો લાભ એ થયો કે પત્રકારત્વના અનુભવોમાંથી કથાવસ્તુની ઘણી સામગ્રી પ્રાપ્ત થઈ. જાણીતા-અજાણ્યા માણસોના જીવનમાંથી, અખબારોમાં પ્રગટ થતી ઘટના—દુર્ઘટનામાંથી, પૂર્વજન્મ-પુનર્જન્મના સત્ય-અર્ધસત્ય કિસ્સામાંથી, પરકાયા-પ્રવેશ કે દિવ્યદૃષ્ટિ

પુરાણકાળના પ્રસંગોમાંથી કથાને અનુરૂપ જે કાંઈ વસ્તુસામગ્રી સાંપડી તેને માત્ર આધારરૂપ રાખીને કલમયાત્રાને આગળ ધપાવી છે. દરેક પાત્ર વાચકને જીવંત લાગે, પ્રત્યેક પ્રસંગમાં વાચક જકડાતો રહે અને સ્વાભાવિક છતાં અણધાર્યા વળાંક તેને સ્તબ્ધ બનાવી દે એવી શૈલી તથા વાંચતા વાંચતાં વાચકની નજર સમક્ષ પ્રત્યેક દૃશ્ય આકાર લેતું જાય એવી રજૂઆત મારી વિશિષ્ટતા રહી છે...તો વધુ પડતું વર્ણનાત્મક નહીં લખી શકવાની, સંવાદોમાં વધુ પડતી વાચાળતા નહીં લાવવાની અથવા દરેક વાતમાં ઝીણું નહીં કાંતવાની મારી મર્યાદા પણ રહી છે. લાખો વાચકો માટે દરેક સપ્તાહે પ્રગટ થતી અને જકડી રાખતી ક્રમશઃકથા લખવાની સિદ્ધિને હું સરસ્વતીનું વરદાન જ સમજું છું. ઘણાએ મને ગુજરાતીનો બેસ્ટસેલર નવલકથાકાર ગણાવ્યો છે, જે અપરાધ હું સહર્ષ માથે ચડાવું છું.

આપણા પ્રકાશનવ્યવસાયની મર્યાદાને કારણે કોઈપણ લેખકના દળદાર પુસ્તકોનો સેટ એકસાથે લેખકની હયાતીમાં પ્રગટ થવાનું કદાચ આજ સુધી બન્યું નથી. ગુજરાતી પ્રકાશના ઈતિહાસમાં તો ચોક્કસપણે આજ પહેલાં આવું બન્યું નથી.

એટલે જ, સર્જનયાત્રાના પચીસમા વર્ષે મારી સર્વે નવલકથાઓનો રસથાળ વાચકો સમક્ષ ધરવાની ઘટનાને પણ હું મારું અહોભાગ્ય સમજું છું, જેનો યશ પ્રવીણ પુસ્તક ભંડાર-રાજકોટના શ્રી ગોપાલભાઈ પટેલને ઘટે છે.

હા, વાચકોની ચાહના વિના તો એય શક્ય બન્યું ન હોત.

– હરકિસન મહેતા

અક્ષય ત્રીજ

૨૭ એપ્રિલ, ૧૯૯૦

વાર્તાની વાત

માનવદેહમાં દર્દોની વિવિધતાનો કોઈ પાર નથી. બહારથી સંપૂર્ણ તંદુરસ્ત દેખાતા દેહમાં પણ એવાં દર્દો થાય છે કે, ભલભલા નિષ્ણાતો મૂંઝાઈ જાય છે, કારણ કે દર્દનું કારણ એમને મળતું નથી. આવા પ્રસંગોમાં ડૉક્ટરના હાથ હેઠા પડે છે. તેઓ એટલું જ કહે છે કે વિધિની ગતિ કળવી મુશ્કેલ છે. કુદરત હંમેશા માનવબુદ્ધિ સામે ચેલેંજ ફેંકતી આવી છે. એક કોયડાનો ઉકેલ મળે તો એ ઉકેલમાંથી જ કુદરત બીજો કોયડો ઊભો કરે છે ! શરીરને લગતાં દર્દો વિશે અનેક મૂંઝવણો ઊભી છે અને તે ચાલુ જ રહેશે. પણ શરીરની સાથે જે મન જોડાયેલું છે તેની માયાનો કોઈ પાર પામી શક્યું નથી ! શરીર ભલે તંદુરસ્ત હોય પણ મનની વિકૃતિઓના પ્રકોપથી, એવાં માનસિક દર્દો પેદા થાય છે કે જેની આગળ શરીરને લગતાં દર્દો કંઈ વિસાતમાં નથી ! માનસિક વિકૃતિઓના કારણે નાના મોટા અનેક ગુનાઓ થતા જ રહે છે. સાધુ અને સંત જેવા માણસો પણ નાના પ્રકારના માનસિક દર્દોથી ભાગ્યે જ મુક્ત હોય છે. સારા અને ભલા ગણાતા ગૃહસ્થોના જીવનમાં પણ માનસિક વિકૃતિઓને કારણે નાના નાના ગુનાઓની પરંપરા ચાલુ જ હોય છે.

આ ક્રિયા અટકાવી શકાય એવી નથી. પણ કેટલીકવાર પાપ કરવાની વૃત્તિ પ્રચંડ શક્તિ ધારણ કરે છે અને આ શક્તિનું પૂર નીતિના કિનારાઓને ભાંગી નાખે છે ત્યારે આપણે સૌ અજાયબીમાં ગરકાવ થઈ જઈએ છીએ. અને ઘણીવાર બોલી ઊઠીએ છીએ કે, 'અરે ! આવા સંસ્કારી અને જ્ઞાની પુરુષને આ શું સૂઝ્યું ? શું તે આટલી હદ સુધી પહોંચી ગયો !'

અને આવા ઉદ્ગારો પાછળ એ માન્યતા છુપાયેલી છે કે અમુક હદ સુધી માણસો એકબીજાનાં પાપને નિભાવી લે છે અને સમાજનો રથ ચાલુ રાખે છે. પણ જ્યારે કોઈ પાપ મર્યાદા વટાવી જાય છે અને પ્રગટ થાય છે ત્યારે આપણે સૌ ચોંકી ઊઠીએ છીએ. આપણને ખ્યાલ આવે છે માનસિક વિકૃત્તિઓની

કોઈ મર્યાદા નથી અને તેને સમજવા માટે આપણી પાસે કોઈ ચોક્કસ નિયમો નથી.

પણ એવા અનુમાન ઉપર આવી શકાયું છે કે અતિ બુદ્ધિશાળી અને જ્ઞાનની પ્રચંડશક્તિ ધરાવતી કેટલીક વ્યક્તિઓના જીવનમાં અમુક પ્રકારની વિકૃતિઓ જન્મ પામે છે; જ્ઞાનના પ્રભાવે કેટલાક માણસો વિકૃતિને જીતવાનો પ્રયત્ન કરતા હોય છે. મનની નિર્બળતા સામે ઝઝુમતા હોય છે, કારણ કે તેઓ કલ્યાણમાર્ગે જવા માગે છે, પણ કોઈ વખત આસુરીવૃત્તિ એવું તોફાન મચાવી મૂકે છે કે આવી વ્યક્તિઓ મહાન ગુનેગાર તરીકે સમાજે ગોઠવેલા ન્યાયના મેદાનમાં ફેંકાઈ જાય છે ! આવા બનાવો પાછળ કુદરતનો એ ઉપદેશ છે કે પાપી કૃત્યો દ્વારા મેળવેલું સુખ પરિણામે મહાદુઃખ થઈ ઊભું રહે છે !

અહીં આવા જ પ્રકારનો એક સાચો કિસ્સો રજૂ કરવામાં આવે છે કે જેને લીધે એક વખત બંગાળની પ્રજા કમકમી ઊઠી હતી. ગુનાખોરીના ઇતિહાસમાં અદાલતના આંગણે આ કિસ્સાએ ઘણો ખળભળાટ મચાવ્યો હતો. ‘ચિત્રલેખા’ના ચાહક શ્રી વી.પી. (ચંદા) રાણાએ કલકત્તાથી આ કિસ્સાની હકીકત મોકલી છે અને ઇચ્છા પ્રગટ કરી છે કે ‘ચિત્રલેખા’ના વિશાળ વાચકવર્ગ સમક્ષ આ કિસ્સાના આધારે વજુ કોટકે એક ટૂંકી લેખમાળા કથાદૃષ્ટિએ રસભરી રીતે રજૂ કરવી.

આભાર સાથે એમની ઇચ્છાને માન આપવામાં આવે છે અને આ સત્યકથાનો પ્રવાહ નવલકથાની નહેરમાં મહદ્અંશે હકીકતોનું બંધન સ્વીકારીને વહેતી મૂકવામાં આવે છે.

ઑગસ્ટ, ૧૯૫૯ — વજુ કોટક

બાર વર્ષ પછી

૧૯૫૯ની સાલ, નવેમ્બર મહિનો, તા. ૨૭મી, સવારના પાંચ.

ચા પીતાં પીતાં કોટકે પૂછ્યું : 'આજે તારે કમ્પોઝમાં મારી કઈ 'મેટર' જોઈશે !'

એ વખતે 'ચિત્રલેખા'માં કોટકની બે ચાલુ કૉલમ હતી. એક 'આયુર્વેદ અને ઊંટવૈધ' અને બીજી નવલકથા 'ડૉક્ટર રોશનલાલ.'

એ વહેલી ખુશનુમા સવારમાં અમંગળ કલ્પના ક્યાંથી આવે કે કોટક ભલે મને પૂછે પણ એ બંને સિરીઝ પૂરી નહીં કરી શકે ?

....પછી ઘણાં વાચકો-ચાહકોના પત્રો આવતા રહ્યા કે 'ડૉક્ટર રોશનલાલ'ની વાર્તા પૂરી કરો.

મારી પણ અનહદ ઇચ્છા હતી કે નવલકથા પૂરી કરવી જ જોઈએ.

હરકિસનભાઈ મને લેખકોનાં નામ સૂચવતા, પણ હું તેમને તેમનું જ નામ આપતી. એ મલકાતા. જોકે એનો અર્થ હું સમજી જતી. હરકિસનભાઈને એ અરસામાં લાગતું કે આ એમના ગજા બહારની વાત છે અને મને પૂરી શ્રદ્ધા હતી.

આખરે આજે બાર વર્ષ પછી 'ડૉક્ટર રોશનલાલ' પુસ્તક રૂપે પ્રગટ થાય છે. એ પ્રસંગે હરકિસનભાઈનો આભાર માનીશ તો એમને ખોટું લાગશે; છતાં એટલું તો જરૂર કહીશ કે આ કઠિન જવાબદારી એમણે આસાનીથી પાર પાડી છે. વાચકો પણ મારા આ મત સાથે સંમત થશે એવી શ્રદ્ધા છે.

તા. ૧-૫-૭૨

— મધુરી કોટક

૧

કાશ્મીર; શહેર જમ્મુ; સ્થળ, એકાદ માઈલ દૂર; પ્રેમમાં ચકચૂર એવી બે વ્યક્તિઓના દેહમાં યૌવનનું પૂર ઊભરાતું હતું. આથમતા સૂર્યના પ્રકાશમાં, ૧૮ વર્ષની અનુરાધાનું રૂપ નવા નવા રંગ ધારણ કરી રહ્યું હતું અને એ ૨૦ વર્ષના યુવાન રોશનલાલની આંખમાં પણ રંગ બદલી રહ્યું હતું. અનુરાધાએ વહેતા ઝરણાના કિનારે કાયા પાથરી દીધી હતી અને ફૂલની પાંખડી જેવો સુંવાળો એનો અર્ધ ઢંકાયેલો પગ પાણીમાં પડ્યો હતો. એના શરીર ઉપરનાં રંગબેરંગી બારીક વસ્ત્રો એવી રીતે ઊડી રહ્યાં હતાં કે જાણે વાયુ સંગીતકાર બનીને આલાપ-તાનની ખૂબીઓ પ્રગટ કરી રહ્યો હોય! રોશનલાલના હૃદયના ધબકારાનો તાલ વધુ ઝડપી ગતિએ ચાલવા લાગ્યો અને એના ગુલાબી હોઠ ધીમે ધીમે ધ્રૂજવા લાગ્યા.

અને કોઈ બાજ પંખી ચકલી ઉપર તરાપ મારે એવી રીતે રોશનલાલનો પંજો, સામે પથરાયેલા યૌવન ઉપર પડ્યો કે ઝડપથી અનુરાધા બેઠી થઈ ગઈ, ઊડી રહેલા દુપટ્ટાને કાબૂમાં લીધો અને તે જરા ગુસ્સામાં બોલી,

'રોશન! શું તારા હૃદયમાંથી રોશની બુઝાઈ ગઈ છે? તારા જેવો સંસ્કારી અને સમજુ યુવાન આવી રીતે ભાન ભૂલે એ શું શોભે છે? તારી દૃષ્ટિ ડહોળાઈ ગઈ છે; સરોવરનું નિર્મળ પાણી ડહોળાઈ જતાં કાદવ અને કચરો ઉપર તરી આવે એવું કંઈક મને તારી નજરમાં દેખાય છે.'

જમીન સામે નજર રાખીને રોશને જવાબ આપ્યો, 'મારા હૃદયમાં તારા માટે પ્રેમ છે, આપણે બન્ને એકબીજાના પ્રેમમાં છીએ.'

'કબૂલ છે, પણ એનો અર્થ એ નથી કે મર્યાદાનો ભંગ કરવો. આપણાં

હૈયાંનું મિલન થયું, હસ્તમેળાપ નથી થયો.'

'એટલે?'

'એટલે એમ કે આપણાં માબાપ આપણો હસ્તમેળાપ જ્યાં સુધી કરાવી ન આપે ત્યાં સુધી આપણા હાથ મર્યાદાથી બંધાયેલા છે.'

'તારા જેવી ભણેલીગણેલી આધુનિક યુવતી આવા સંકુચિત વિચારો ધરાવે તો પછી જીવનમાં મજા શું છે?'

'એટલે શું તમે એમ કહેવા માગો છો કે આધુનિક યુવતીએ સ્વચ્છંદી જીવન ગાળવું?'

'અરે પણ આપણી વચ્ચે સ્વચ્છંદ જેવું કંઈ છે જ નહીં. થોડા વખત પછી આપણે લગ્નથી જોડાઈશું.'

'એ હું જાણું છું પણ જીવનની દરેક સ્થિતિને જુદી જુદી રીતે મર્યાદાનું બંધન છે અને એનું પાલન થવું જ જોઈએ. ઘરમાં બાળકો વચ્ચે તોફાનમસ્તી કરતો યુવાન પિતા જ્યારે ઑફિસમાં ફરજ ઉપર હાજર થાય છે ત્યારે એ જુદી સ્થિતિમાં મુકાય છે અને એને અંગે જે મર્યાદાઓ ઊભી થાય છે એનું પાલન શું તે નથી કરતો? પતિ-પત્ની એકલાં હોય ત્યારે એનું વર્તન જુદું હોય છે અને બાળકોની વચ્ચે હોય ત્યારે પણ સ્થિતિ જુદી હોય છે.'

અને દેહ ઉપર જ્યારે કામદેવ પુષ્પોનાં તીર ફેંકી રહ્યો હોય ત્યારે કયા પુરુષને આવો ઉપદેશ ગમે? પ્રિયા ઉપર પોતાનો અધિકાર છે એ ભાવના દૃઢ થઈ ગયા પછી, આવી સ્થિતિમાં કોઈ પ્રિયા પ્રતિકાર કરતી ઊભી રહે તો પરાજયના ડંખથી પુરુષના અણુએ અણુમાં ઝેર વ્યાપી રહે છે. રોશનલાલે પોતાના હાથમાં રહેલું ગુલાબનું ફૂલ મસળી નાખ્યું! ધરતી ઉપરનું ઘાસ ખેંચી કાઢ્યું. તે અનુરાધા સામે જોઈ રહ્યો અને બોલ્યો:

'અનુરાધા! આજે તને નહીં છોડું.'

'અને લગ્ન પહેલાં જો મારી છેડતી કરી તો...'

રોશન ખડખડાટ હસી પડ્યો અને અનુરાધા વાક્ય પૂરું કરે એ પહેલાં તો રોશનના મજબૂત હાથ, અનુરાધાના દેહની આસપાસ વીંટળાઈ વળ્યા. પણ અનુરાધાએ હાથ છોડાવી લીધા અને રકઝક કરતા રોશનને જરા ધક્કો લાગ્યો. પાછળ પથ્થર હતો, સમતોલપણું ગુમાવ્યું અને રોશન નીચે પડ્યો. અનુરાધા કમ્મર ઉપર હાથ રાખીને ખડખડાટ હસવા લાગી. અપમાનિત થયેલો રોશન ઊભો થયો અને અનુરાધા સામે સહેજ તિરસ્કારભરી નજર ફેંકીને ઘર તરફ ચાલવા લાગ્યો.

અનુરાધા ઉતાવળે પગલે 'રોશન' 'રોશન' એવી બૂમો પાડતી એની પાછળ જવા લાગી. રોશન અટક્યો નહીં. અનુરાધા દોડી અને હાથ પકડીને, ઊભો રાખતાં કહ્યું, 'ઓહ, આટલું બધું દુ:ખ લાગી ગયું? હું દિલગીર છું.'

'તેં મને તરછોડ્યો.'

'તને નથી તરછોડ્યો, તારા દેહને દૂર રાખવાનો પ્રયત્ન કર્યો, કારણ કે તારું મન મેલું થઈ ગયું હતું.'

'એમ જ કહેને કે તું મને નથી ઇચ્છતી!'

'રોશન, દરેક જન્મમાં હું તારો જ સથવારો ઇચ્છું છું પણ આપણને મળેલા ઉચ્ચ સંસ્કારોનો લોપ થાય એ હું નથી ઇચ્છતી. આપણા ઉપર આપણાં માબાપને સંપૂર્ણ વિશ્વાસ છે, એટલે આપણને લગ્ન પહેલાં હરવાફરવાની છૂટ આપે છે, પણ એનો અર્થ એ નથી કે મર્યાદા બહારની છૂટછાટ લેવી.'

'મેં શું ખોટું કર્યું હતું?'

'યોગ્ય સમય પહેલાં જે પગલું લેવાય તે હંમેશાં ખોટું ગણવું રોશન. પ્રેમ નિરાકાર છે અને દેહ એ રૂપનો આકાર છે, આકાર કરમાય છે પણ આકારથી પર એવો પ્રેમ કદી કરમાતો નથી. પ્રેમ આકારના આકર્ષણથી હંમેશાં ઊંચો રહેવો જોઈએ.'

'તું એમ કહેવા માગે છે કે હું પ્રેમને નથી સમજતો?'

'તું પ્રેમને સમજે છે પણ જે મર્યાદા તું નથી સમજતો તે હું તને સમજાવવા માગું છું. તેજસ્વી અને બુદ્ધિસમૃદ્ધિથી છલકાતી વ્યક્તિઓ મર્યાદાનું બંધન સ્વીકારે તો મહાન બને અને ન સ્વીકારે તો શેતાન બને. કીંમતીમાં કીંમતી હીરો બંધનને લીધે જ રાજાના મુગટમાં શોભે છે.'

'લગ્ન પછી મારે તારા બંધનમાં રહેવું એમ તું ઇચ્છે છે, ખરું ને?'

'નહીં, લગ્નબંધન એ મુક્તિ છે અને લગ્ન પહેલાંની મુક્તિ, એ બંધન છે અને એ મર્યાદા બંધનનો સ્વીકાર આપણે કરવો જ જોઈએ.'

'અને હું ન કરું તો?'

'તો હું તારી સાથે ફરવા નહીં આવું.'

'આવવું જ પડશે; આવતી કાલે આ જગ્યાએ આ જ સમયે હું તારી રાહ જોઈશ અને આજે જે બન્યું છે તે જો આવતી કાલે બનશે તો હું જણાવી દઉં છું કે પરિણામ સારું નહીં આવે. જિંદગી જીવવામાં મજા છે, કોઈ નવું વસ્ત્ર સંકેલીને કબાટમાં જ રાખી મૂકો તો એનો કંઈ અર્થ નથી.'

આટલું કહીને રોશન ગુસ્સામાં ચાલ્યો ગયો. અનુરાધાની જ્વલંત પ્રતિભા

નીચે રોશનનું વ્યક્તિત્વ દબાઈ રહ્યું. એના પ્રત્યાઘાત રૂપે રોશનના મુખમાંથી આવા સત્તાવાહક શબ્દો નીકળ્યા. ચોખ્ખું દેખાઈ આવ્યું કે પુરુષનો ઘવાયેલો અહંકાર ફૂંફાડા મારી રહ્યો હતો. થોડી વાર સુધી અનુરાધા વિચાર કરતી ઊભી. તે મનમાં બોલી, 'મેં એને જે કહ્યું છે તે એને ગમ્યું નથી અને તેથી તે ચિડાયો છે. પણ તેથી શું થયું? તે મન ફાવે એવું અયોગ્ય પગલું ભરે અને હું તે ચલાવી લઉં એ કદી ન બને. વાસનાના જોરે દેવ દાનવ બની જાય તો મારી એ ફરજ છે કે મારે એમને સત્ય જણાવી દેવું જોઈએ. પછી ભલે એને માઠું લાગે. સ્ત્રી ઉપર પુરુષનો હક્ક છે અને પુરુષ કહે એ પ્રમાણે સ્ત્રીએ કરવું જોઈએ એવી હઠ જો પુરુષ પકડી રાખે તો એમાં પશુબળનો વિજય છે, પ્રેમનો નહીં. માણસો એકબીજા ખાતર મરવા તૈયાર થાય છે અને એકબીજા ખાતર જીવે છે એની પાછળ પ્રેમનું બળ છે.'

આવી રીતે મનમાં દલીલ કરતી અનુરાધા પોતાને ઘેર પહોંચી અને દાખલ થતાં જ તેણે માતાને કહ્યું, 'હું અત્યારે ભોજન નહીં લઉં. મને ભૂખ નથી લાગી.' અને આટલું કહીને તે પોતાના ઓરડામાં ચાલી ગઈ; પલંગમાં પડી.

અનુરાધા એ કંઈ સાધારણ છોકરી ન હતી. બુદ્ધિ અને સંસ્કારનો બહુ ઊંચો વારસો એને મળ્યો હતો. એના પિતા સંસ્કૃત ભાષાના પંડિત હતા અને જ્ઞાની હતા. ખેતીવાડી અને બીજી ઘણી મિલકતમાંથી આવકનું સાધન સારું હતું, અનુરાધાની માતા પણ ધર્મના નિયમોને ચુસ્તપણે વળગી રહેનારી, ભલા દિલની એક સન્નારી હતી. પણ નવાઈ જેવું એ હતું કે અનુરાધાનાં માતાપિતામાં અનુરાધાનો વિકાસ રૂંધાઈ જાય એવું સંકુચિતપણું ન હતું. અનુરાધાને સારી રીતે શિક્ષણ આપવામાં આવ્યું હતું અને હજુ પણ બે વિદ્વાન બ્રાહ્મણો એને શિક્ષણ આપવા આવતા હતા. એ કૉલેજમાં નહોતી પહોંચી; શાળાનો અભ્યાસ પૂરો થયો કે પિતાએ ઘેર તાલીમ આપવાની વ્યવસ્થા કરી. અનુરાધાનું જ્ઞાન વધતું ગયું અને ભારતીય સંસ્કૃતિના પરિણામે એનું આત્મબળ પણ વિકાસ પામતું ગયું. મહાભારત, રામાયણ, ગીતા, દેવદેવીઓની કથાઓ વગેરે ઘણું વાંચ્યું, વિચાર્યું. અને સાથે સાથે અંગ્રેજી ભાષાનું પણ થોડું શિક્ષણ ચાલુ રાખ્યું. અને આમ છતાં પણ ઘરનું વાતાવરણ એવું હતું કે એમાં કોઈ પણ પ્રકારનું રૂઢિપણું ન હતું.

અને આ બાજુ રોશનલાલનું કુટુંબ પણ ઘણું મોટું ગણાતું અને પિતા પણ મોટા જાગીરદાર હતા, માણસ ઘણા ખાનદાન. અનુરાધાના પિતા અને રોશનના પિતા વચ્ચે સારી મૈત્રી હતી અને વડીલોને જ્યારે ખબર પડી કે રોશન અને અનુરાધા વચ્ચે મેળ વધતો જાય છે એટલે તેઓએ સગપણથી સંબંધ વધુ દઢ બનાવ્યો. અનુરાધા

સાથે સગપણ થયા પછી જ રોશન તબીબી વિજ્ઞાનના અભ્યાસ માટે કલકત્તા ગયો અને હમણાં થોડા દિવસથી તે વેકેશન ગાળવા માટે જમ્મુ આવ્યો હતો.

અનુરાધાની માતાએ અનુરાધાને મનાવી લીધી; પ્રેમથી ભોજન કરાવ્યું. અનુરાધાએ રોશન વિશે થોડી વાતો કરી પણ મતભેદનું મૂળ કારણ તેણે જણાવ્યું નહીં. ચતુર માતાએ પોતાની બુદ્ધિથી કંઈક તારવી લીધું અને રાત્રે પતિને કહ્યું:

'આ વખતે રોશન કલકત્તા જાય એ પહેલાં આપણે લગ્નપ્રસંગ ઉકેલી લેવો જોઈએ.'

'અરે, એવી કોઈ ઉતાવળ નથી. મારે હજુ અનુરાધાને વધુ અભ્યાસ કરાવવો છે અને એની ઉંમર ઘણી નાની છે.'

'અને એ ભૂલી ગયા કે હું જ્યારે તમને પરણી ત્યારે મારી ઉંમર અનુરાધા કરતાં પણ નાની હતી!'

'એ વાત જુદી છે. એ જમાનામાં નાની ઉંમરે બાળકો વધુ સમજદાર હતાં અને જવાબદારી સમજતાં હતાં. આજના જમાનામાં જવાબદારીનું ભાન મોટી ઉંમરે આવે છે અને તેથી નાની ઉંમરે લગ્ન કરવાની જરૂર નથી. અચ્છા, તું હવે સૂઈ જા, મારે આ ગ્રંથનું વાચન પૂરું કરવું છે.'

'સારું; તમારો ગ્રંથ પૂરો થઈ જાય પછી આપણે આવતી કાલે ફરી આ વાત ઉપર વિચાર કરીશું.'

અને અનુરાધાની માતા બીજા ઓરડામાં ચાલી ગઈ.

*

રોશને આખી રાત તરફડિયાં માર્યાં. એનું મન ધનુષ્ય બનીને વિચારોનાં બાણ ફેંકી રહ્યું. એનું નિશાન હતું અનુરાધા! કલ્પનાના પરદા ઉપર અનુરાધાનું ચિત્ર ખડું થયું હતું. ગુસ્સામાં તેણે મનના ધનુષ્યની દોરી ખેંચી અને વિચારનું ઝેરી બાણ અનુરાધાના હૃદય ઉપર ફેંકતાં તે બોલી ઊઠ્યો, 'હવે જો તું મારા હાથમાંથી છટકી, તો આવી રીતે તને વીંધી નાખીશ. પ્રેમીઓ વચ્ચે કોઈ પણ જાતનું બંધન હોવું ન જોઈએ અને મર્યાદાનું બંધન હોય તો પ્રેમ ખીલી ન શકે. લગ્ન પહેલાં થતી તોફાનમસ્તીમાં જે મજા છે તે લગ્ન પછી નહીં મળે. તેં મને તરછોડ્યો પણ શું હું મારી જવાબદારી નથી સમજતો? સહેજ છૂટ લેવા ગયો અને તેં મારું અપમાન કર્યું. સતી સીતાની જેમ તું મને ઉપદેશ આપવા બેઠી. મર્યાદાનું ભાગવત વાંચવા બેઠી અને મને ભોંઠો પાડી દીધો. લગ્ન પહેલાં જો એના જીવનમાં રસવૃત્તિ ન હોય તો લગ્ન પછી એની સાથે જિંદગી કેમ જશે?'

અને અનુરાધા પ્રત્યે આટલો ગુસ્સો પ્રગટ થયો હોવા છતાં પણ બીજી જ પળે એનું મન અનુરાધાને પ્રેમ કરવા લાગ્યું. અનુરાધાના રૂપકમલની આસપાસ એનું મન ભ્રમર બનીને ગુંજારવ કરવા લાગ્યું. તે બોલ્યો, 'અનુરાધા જેવી રૂપાળી છોકરી હજુ સુધી મેં બીજી કોઈ જોઈ નથી. એમ તો કૉલેજમાં ઘણી છોકરીઓ ઉપર મારી નજર પડતી રહે છે; પડે એ સ્વાભાવિક છે, કારણ કે હું ડૉક્ટર બનવાનો છું. પણ અનુરાધા જેવી તંદુરસ્ત અને મસ્તીભરી છોકરી કૉલેજમાં કોઈ નથી. હા, પેલી સરયૂના દેહમાં તોફાન છે, એ વિટામિન બી-કૉમ્પ્લેક્સ જેવી છે પણ અનુરાધામાં જે સંસ્કાર છે એ એનામાં નથી. એક દિવસ હું એને ચિત્ર જોવા લઈ ગયેલો અને તેણે જ મારા ગળાની આસપાસ હાથ રાખ્યો હતો. ચાલુ ચિત્રમાં તે મને જરા પોતાની પાસે ખેંચી લેવાનો પ્રયત્ન કરતી હતી. બીજે દિવસે તે વળી કોઈ બીજાની સાથે ફરવા ગઈ હતી અને આ સાંભળીને મને ચીડ ચડી હતી. મેં એને બોલાવવાનું જ બંધ કર્યું. અનુરાધા તો અનેક રીતે સારી છે. કેવી પવિત્ર! કેવી પ્રેમાળ! જાણે અમૃત છલકાતું હોય એવી એની આંખો! ખરેખર હું નસીબદાર છું કે મને આવી પ્રિયતમા મળી છે. એની પ્રેરણાથી હું આદર્શ જીવન ગાળીશ અને ડૉક્ટર બન્યા પછી ગરીબોની સેવા કરીશ.'

આવી રીતે રોશનનું હૃદય અનુરાધાના વિચારમાં પરોવાઈ ગયું. એને સમજાઈ ગયું કે પોતાના પ્રિય પાત્ર તરફ જાગેલો ગુસ્સો કે અણગમો લાંબો વખત ટકી શકતો નથી. છેવટે પ્રેમનું જ વર્ચસ્વ માણસને સ્વીકારવું પડે છે.

બીજે દિવસે રોશનલાલ અનુરાધાના ઘર તરફ રવાના થયો. તે ખૂબ આનંદમાં હતો. અનુરાધા તરફથી અપમાન જેવું કંઈ થયું હતું એ વાત મનમાંથી નીકળી ગઈ. અનુરાધાના ઘરમાં જેવો દાખલ થયો કે બહારના ઓરડામાં તેણે અનુરાધાના પિતાને બેઠેલા જોયા. નમસ્કાર કરીને તે પણ ત્યાં જ બેઠો. અનુરાધાના પિતાએ કહ્યું, 'આ વખતે તમે ફર્સ્ટ-ક્લાસ માર્ક્સ લઈને પાસ થયા છો એ જાણીને હું ખુશ થયો છું.'

'જી, આપના આશીર્વાદ હશે તો અભ્યાસમાં હું એ જ ધોરણ જાળવી રાખીશ.'

'અમે હવે વૃદ્ધ થયા છીએ અને તેથી આશીર્વાદ આપવા સિવાય બીજી કોઈ પ્રવૃત્તિ અમારી પાસે રહી જ નથી. વૃદ્ધાવસ્થા એ આશીર્વાદની જ અવસ્થા છે.'

આટલું કહીને અનુરાધાના પિતા હસવા લાગ્યા. એમની સફેદ દાઢીમાં છુપાયેલો ગુલાબી ચહેરો જોઈને રોશનલાલ મનમાં બોલ્યો.

'શરીરમાં જો લોહીનું ભ્રમણ બરાબર જળવાઈ રહે તો કાયાનું તેજ ઝાંખું પડતું નથી.'

પણ ત્યાં તો અનુરાધાના પિતાએ એને પૂછ્યું, 'શો વિચાર કરો છો?'

'જી, આ ઉંમરે પણ આપની તંદુરસ્તીમાં યૌવનની ગુલાબી છે. એમ લાગે છે કે તમે નિયમિત વિટામિન 'સી' અને 'ડી'નું સેવન કરતા હશો.'

અને ફરી ડોસા ખડખડાટ હસવા લાગ્યા. રોશન એમના ચોખ્ખા અને ચમકતા દાંત સામે જોઈ રહ્યો અને મનમાં બોલ્યો, '...દાંત બનાવટી નથી. કુદરતી છે અને અત્યાર સુધી જળવાઈ રહ્યા છે એનું કારણ વિટામિન 'સી'નું છે.'

અનુરાધાના પિતાએ જવાબ આપ્યો, 'તમે લોકો 'એ, બી, સી, ડી,'માં જ ગૂંચવાઈ ગયા છો. વિટામિન સિવાય બીજું તમને કંઈ સૂઝતું જ નથી.'

'શું આપ વિટામિન 'સી' અને 'ડી' નથી લેતા?'

'રોજ લઉં છું પણ અમારાં વિટામિન 'સી અને ડી'નો અર્થ જરા જુદો થાય છે.'

'એટલે?'

'એટલે એમ કે 'સી' એટલે શંકર ભગવાન અને 'ડી' એટલે દયા; અમે માનીએ છીએ કે અમારા ઉપર શંકર ભગવાનની દયા છે. ભગવાનની કૃપા એ જ સારામાં સારું વિટામિન છે. તમે લોકો નહીં માનો પૂજાપાઠ, પ્રાણાયામ, ચિત્તની શાંતિ, નિયમિત સાદો ખોરાક અને થોડું હરવા-ફરવાનું... બસ, એમાં તમારાં વિટામિન્સની આખી એ, બી, સી, ડી આવી જાય છે. પૂજાપાઠમાં અર્ધો કલાક ગાળવાથી ઘણી શક્તિ મળી રહે છે, જ્ઞાનતંતુઓની મજબૂતી ટકી રહે છે. પણ તમારે ગળે આ વાત નહીં ઊતરે, કારણ કે તમારી દુનિયામાં વિટામિન્સની ટીકડીઓ સિવાય બીજું કંઈ છે જ નહીં. ચિત્તની શાંતિ હોય તો ઘણાં દર્દો થતાં નથી એ વાત તમને તમારી મેડિકલ કૉલેજમાં કોઈ શીખવે છે? પૂજાપાઠમાં થોડો સમય ગાળવાથી શરીર, મન અને આત્માને કેટલો ફાયદો થાય છે એ વાત કોઈ તમને શીખવે છે?

'આપણા ઋષિમુનિઓએ આયુર્વેદનો કેવો સુંદર અર્થ કર્યો છે એ તમે જાણો છો? આયુર્વેદ એટલે આયુષ્યનો વેદ અને આ વેદમાં સૌથી પ્રથમ એ જણાવવામાં આવ્યું છે કે રામનું નામ એ મોટામાં મોટી ઔષધિ છે. એમાં જો શ્રદ્ધા હોય તો જ બીજાં ઔષધો વધુ સારું કામ કરે.'

રોશનલાલને આ વાતમાં બહુ ઓછો રસ પડ્યો; રામના નામનો ઉલ્લેખ થઈ રહ્યો હતો ત્યારે એની આંખો સીતાની શોધમાં ભટકતી હતી! અનુરાધાના પિતા સમજી ગયા. તેમણે કહ્યું, 'જોયું? વૃદ્ધાવસ્થાનું આ જ મોટું દુઃખ છે. શરીર વધુ ચાલે નહીં એટલે જીભ વધુ ચાલ્યા કરે. હું જે બોલી ગયો તે કદાચ તમને નહીં

ગમ્યું. હાઇડ્રોજન બૉમ્બના યુગમાં કોઈને બમ્મભોળા એવા શંકરનું નામ ન ગમે એ સ્વાભાવિક છે. હા, તમે અંદર જાઓ, અનુરાધાની મા બાજુના ઓરડામાં જ છે. એ તમને હમણાં જ યાદ કરતી હતી.'

રોશન બાજુના ઓરડામાં ગયો અને જોયું તો અનુરાધાની મા એક ખૂણામાં બેસીને માળા ફેરવી રહી હતી. તેમણે રોશન સામે જોઈને સ્મિત કર્યું, એમાં આવકાર હતો અને એક હાથ વડે ઇશારો કર્યો એનો અર્થ એ હતો કે 'તું બાજુના ઓરડામાં જા, ત્યાં અનુરાધા બેઠી છે.'

રોશન બાજુના ઓરડામાં પહોંચ્યો, અહીં રસોડું હતું એ જોયું તો અનુરાધા રસોઈ કરી રહી હતી. અનુરાધાને ખ્યાલ ન હતો કે રોશન ઉંબર ઉપર એક બાજુ બેસી ગયો છે. રસોઈ કરવા બેઠેલી અનુરાધામાં રોશનને કોઈ નવું જ રૂપ દેખાયું. શરીર ઉપર વળાંક લેતી રેખાઓમાં જાણે ચેતન ઊભરાઈ રહ્યું છે એવું રોશનને લાગ્યું. અનુરાધાએ જેવું શાક વઘાર્યું કે રોશને એટલા જોરથી છીંક ખાધી કે રસોડું ગાજી ઊઠ્યું. અનુરાધા ચમકી ગઈ અને રોશનને જોતાં જ તે આનંદમાં બોલી ઊઠી:

'ઓહ, તું!'

'હા, હું.'

'ક્યારે આવ્યો?'

'અર્ધો કલાક થયો.'

'અર્ધા કલાકથી તું અહીં બેઠો છે અને મને ખબર ન પડી?'

'એમ નથી, પહેલાં તો તારા પિતાજી સાથે વાતો કરી. એમની પાસેથી થોડાક ઉપદેશ સાંભળવા મળ્યા, પછી બાજુના ઓરડામાં ગયો; જોયું તો તારી મા માળા ફેરવી રહ્યાં હતાં અને એમણે મને અહીં આવવાનો ઇશારો કર્યો.'

'મારી મા રોજ આ સમયે ૫૦ માળા ફેરવે છે અને આ ક્રિયા વખતે તે કોઈની સાથે વાત કરતાં નથી.'

'અને તું આવું કંઈ નથી કરતી?'

'કરું છું. હું રોજ તારા નામની માળા ફેરવું છું.'

'અનુરાધા!'

'જી.'

'તું ખરેખર ચાલાક છે.'

'આજે તું મારી પ્રશંસા કરે છે અને કાલે સાંજે મોઢું ચડાવીને ચાલ્યો ગયો. મારું મન જાણે છે કે આખી રાત મેં કેવી રીતે ગાળી છે.'

'અને તને કેમ સમજાવું કે મારી પણ શી દશા થઈ હતી.'

'તને મારા ઉપર ગુસ્સો ચડ્યો હશે, મનમાં ગાળો દીધી હશે અને એવા વિચાર કર્યા હશે કે અનુરાધા ખરાબ છે.'

'તારા ઉપર ચીડ હતી પણ તું ખરાબ છો એવો વિચાર મને નથી આવ્યો. કૉલેજમાં મારી સાથે ભણતી છોકરીઓની સરખામણીમાં તું ઘણી જ સંસ્કારી છો.'

'ઓહ, હજુ તું સરખામણી કર્યા કરે છે કેમ?'

'કેમ એમાં કંઈ વાંધો છે?'

'વાંધો કંઈ નથી, પણ સરખામણી કરવાની મનોવૃત્તિનો અર્થ એ જ થયો કે મારા કરતાં કોઈ વધુ સારી છોકરી સાથે દોસ્તી થઈ જાય તો તું મને ભૂલી જાય. અને રોશન, સાચું કહું તો હું કંઈ એટલી બધી ચાલાક કે હોશિયાર નથી. તને નથી લાગતું કે મારો સ્વભાવ પણ કંઈક વિચિત્ર છે! કાલે મેં તને તારું ધાર્યું થવા ન દીધું અને મારે તને બે શબ્દો કહેવા પડ્યા. અલબત્ત તને ન ગમ્યું પણ એમ કહ્યા વિના છૂટકો જ ન હતો.'

'કંઈ નહીં; આજે હું મારું ધાર્યું કરીશ અને હું ધારું છું કે ગઈ કાલની જેમ આજે તું મને ઉપદેશ આપવા નહીં બેસે. હું ઘેરથી સીધો ફરવા જતો હતો અને પેલી જગ્યાએ તારી રાહ જોવાનો હતો પણ પછી થયું કે ચાલ તને સાથે લઈ જાઉં.'

'હું નહીં આવી શકું.'

'કેમ?'

'કારણ કે તું છૂટછાટ લેવાનો આગ્રહ રાખે છે તે મને પસંદ નથી. મેં તને કાલે જે કહ્યું એની અસર તારા ઉપર થઈ જ નથી.'

'આ દેશમાં હવે ઉપદેશની અસર કોઈ ઉપર થતી નથી. દેશની આબોહવા બદલાઈ ગઈ છે.'

'કલકત્તાની આબોહવા બદલાઈ હશે, કાશ્મીરની નહીં; અને મોટા શહેરની આબોહવા ઉપરથી દેશની સંસ્કૃતિનું માપ કાઢી ન શકાય. ત્યાં આગ લાગે ત્યારે ઘંટ નાદ થાય છે અને અહીં મંદિરમાં આરતી વખતે ઘંટ નાદ થાય છે.'

'હું ચર્ચાનો ઘંટ નાદ સાંભળવા નથી આવ્યો. શું તને મારી સાથે ફરવા આવવું નથી ગમતું?'

'ગમે છે, ખૂબ ગમે છે; પણ હવે મને તારો ડર લાગે છે. અને જ્યાં ભય ત્યાં પ્રેમનો જય નહીં. ગઈ કાલે જે થયું એનું પુનરાવર્તન ન થાય એ શરત જો માન્ય હોય તો હું આવવા તૈયાર છું.'

રોશન ઊભો થઈ ગયો, તેણે કહ્યું, 'આટલો બધો જક્કી સ્વભાવ સારો નહીં.'

'આવી બાબતમાં જક્કીપણું રહે તો એમાં કંઈ ખોટું નથી અને મને લાગે છે કે તારું જક્કીપણું તદ્દન ખોટું છે.'

'ત્યારે એમ જ કહી દે ને કે તને મારી સાથે આવવું ગમતું નથી.'

'એમ માનવું એ તારી ભૂલ છે.'

'તો પછી ચાલ.'

'મારી શરત કબૂલ હોય તો જ.'

રોશન ચિડાઈ ગયો. તે ગુસ્સે થતાં બોલ્યો, 'શરત, શરત અને શરત! બીજી કોઈ વાત નહીં. પ્રેમમાં શરત જેવું કંઈ હોય તો પ્રેમમાં મજા નથી. તારા જેવી પવિત્રતાની મૂર્તિ મેં આજ સુધી જોઈ નથી. હું જાઉં છું અને તારી મરજી પડે તો તું આવી પહોંચજે.'

'તું અહીં બેસ. આપણે વાતો કરીશું.'

'હું રસોડાનો ધુમાડો ખાવા નથી માગતો.'

'અને બહાર કુદરતની વચ્ચે તારા મગજમાં જે ધુમાડો થાય છે એનાથી હું દૂર રહેવા માગું છું. હું ત્યાં નહીં આવું.'

'બહુ સારું.'

'ત્યાં એકલો જઈને શું કરીશ?'

'માથું ફોડાવીશ. તારે કંઈ ચિંતા કરવાની જરૂર નથી.'

રોશન પાછળના દરવાજેથી ચાલ્યો ગયો. મનમાં દુઃખ અનુભવતી અનુરાધા રસોડાની બારીના સળિયા પકડીને, રસ્તા ઉપર ચાલ્યા જતા રોશનને નીરખી રહી. એવામાં બાજુના ઓરડામાંથી માતાનો અવાજ આવ્યો. 'અનુરાધા! ઓ અનુરાધા! શાક બળી જતું હોય એમ લાગે છે.'

પણ અનુરાધા જીવ બાળતી ઊભી જ રહી.

રબ્બરના દડાની એવી ઇચ્છા હતી કે તે કોઈના કોમળ હાથમાં ઝિલાઈ જાય પણ ભીંત આડી આવી અને તે પાછો પડ્યો, જમીન ઉપર ઊછળવા લાગ્યો. અને આવી રીતે ઊછળતા દડામાં તાલનું કોઈ નિયમન રહેતું નથી. કુદરતની વચ્ચે આગળ વધતા જતા રોશનલાલની ચાલ આવા જ કોઈ દડા જેવી હતી. શરૂઆતમાં તે ઝડપથી ચાલ્યો, ધરતીમાં જાણે ખાડા પડી જશે એવા જોરથી તેણે પગલાં ભર્યાં. પણ પછી ચાલ જરા ધીમી પડી અને કપાળે હાથ મૂકીને નાના એવા પથ્થર ઉપર બેઠો. પગ પાસે વહી રહેલા ઝરણામાં આથમતા સૂર્યનો લાલચોળ પ્રકાશ પડવા લાગ્યો અને એને એમ લાગ્યું કે એના મનની પરિસ્થિતિનું પ્રતિબિંબ એમાં પડી રહ્યું છે.

મનના પડદા ઉપર અનુરાધાના યૌવનભર્યા દેહનું ચિત્ર ખડું થયું, કારણ કે ગઈ કાલે સાંજે આ જગ્યાએ અનુરાધા મસ્તીમાં પડી હતી અને એના પગની પાની વહેતા પાણીમાં ભીની થતી હતી. તે મનમાં બોલ્યો, 'અનુરાધાના પગની પાનીના સ્પર્શથી જ આ ઝરણાનું જળ ગુલાબી બની ગયું લાગે છે. પણ... પણ આજે તે મારી સાથે ફરવા ન આવી.'

આસપાસ ચારેબાજુ ખીલી ઊઠેલાં પુષ્પોની માદક સુવાસથી રોશનનું મન ભ્રમર જેવું ચંચળ બની ગયું અને એવામાં એના કાન ઉપર કોઈ મધુર ગીતના શબ્દો પડ્યા

'મારા હૈયે ચડી હેતની હેલી, હું તો છું નાર અલબેલી...'

ગીતમાં હલક હતી, કોઈના કંઠમાં આવો રણકાર પહેલાં કોઈ વખત સાંભળ્યો છે એવું રોશનને ભાન થયું અને આવું ગીત કોણ ગાઈ રહ્યું છે તે જાણવા માટે રોશન મોરની જેમ ડોક ફેરવવા લાગ્યો. ગીતની સાથે ઝંકારનો અવાજ પણ જાણે તાલ દેતો હોય એવું લાગ્યું. કમર ઉપર બન્ને હાથ ગોઠવીને રોશન ઊભો રહ્યો. જરા દૂર રસ્તાનો ઢાળ હતો અને ત્યાં પડેલા એક મોટા પથ્થર પાછળથી તેણે એક કન્યા બહાર આવતી જોઈ; સંધ્યા સામે જાણે રૂપના સૂર્યનો ઉદય થયો હોય એવું રોશનને લાગ્યું. માથાના ઉપરના ભાગમાં જરા કાટખૂણે બંધાયેલો અંબોડો, એની આસપાસ ફૂલની માળા અને વસ્ત્ર એવી રીતે પહેરેલાં કે ખભા સુધી હાથ ઉઘાડા અને ગોઠણ સુધી પગ ઉઘાડા; ઝાંઝરના તાલ સાથે ગીત ગાતી તે આગળ વધી રહી હતી. રોશન મનમાં બોલી ઊઠ્યો, 'અરે, આ તો મારા બંગલાના જગુ માળીની પેલી શામલી!' તેણે મોઢા આગળ હાથ રાખીને બૂમ પાડી, 'શામલી! ઓ શામલી!'

રોશનના હૈયે આનંદ ઊભરાયો અને શામલી તરફ દોડ્યો. પાસે પહોંચતાની સાથે જ તેણે શામલીનું કાંડું પકડ્યું કે તે બોલી ઊઠી, 'ઓહ, નાના શેઠ! તમે! તમે ક્યારે આવ્યા?' અને શામલીએ ધીમેથી હાથ છોડાવી દેતાં કહ્યું, 'જુઓ મારા કાંડા ઉપરનું ફૂલકંગન જરા ચોળાઈ ગયું. તમે તો એવા ને એવા જ રહ્યા.'

શામલીના ચહેરા ઉપર લજ્જાનો ગુલાબી રંગ છવાઈ ગયો; તેણે મુખ ફેરવી લીધું અને જમીન ઉપર આંખો ઢાળીને ઊભી રહી. રોશનની આંખોએ શામલીના દેહ ઉપર રૂપયાત્રા શરૂ કરી અને માથાના અંબોડા ઉપર નજર અટકી કે તે બોલી ઊઠ્યો,

'શામલી! તું એવી લાગે છે કે જાણે ચિત્રકારની કલ્પનાની રૂપમૂર્તિ સામે આવીને ઊભી હોય!'

રોશનની સામે જોયા વિના જ શામલીએ જવાબ આપ્યો, 'તમે વધુ ભણ્યા એટલે આવું કંઈ ન સમજાય એવું બોલતાં શીખી ગયા. પહેલાં તો તમે એમ જ કહેતા કે તારું નામ શામલી પણ રૂપ મોગરાની કળી જેવું.'

'પણ હવે તું કળી નથી રહી.'

'અને જ્યારે હું કળી હતી ત્યારે તમે તમારી જાતને કળી ન શક્યા. પહેલાં મેં તમને શું કહ્યું હતું અને તમે શો જવાબ આપ્યો હતો તે યાદ છે?'

'શો જવાબ આપ્યો હતો?'

'મેં તમને કહ્યું હતું કે તમે મારી સાથે લગ્ન કરી લો. પણ તમે જવાબ આપ્યો કે 'શામલી, તું અમારા માળીની છોકરી છો, અમારું કુટુંબ ઘણું ઊંચું ગણાય અને તેથી બગીચાનો જીવ બંગલામાં ન શોભે'. પહેલાં હેત કર્યું અને બગીચાના જીવને હૈયામાં સ્થાન આપ્યું ત્યારે તમને તમારું ઊંચું કુટુંબ યાદ ન આવ્યું! પેલી અનુરાધા સાથે સંબંધ બાંધી લીધો અને તમે કલકત્તા ચાલ્યા ગયા. ભણેલા માણસો બધું યાદ રાખે પણ પ્રીતને ભૂલતાં વાર નહીં!'

'તું મને મહેણું મારે છે?'

'ના, પણ તમને જોઈને અત્યારે બધું યાદ આવી ગયું. યાદ છે ને કે હું તમારો ઓરડો સાફ કરવા આવતી ત્યારે તમે મને તમારી બાજુમાં બેસાડતા અને હેત કરતા, કંઈ સમજ ન હતું છતાં પણ તમારી પાસે બેસી રહેવાનું મન થતું. હું તમારા ટેબલ ઉપર ફૂલદાનીમાં ફૂલ ગોઠવવા આવતી ત્યારે તમે ઝડપથી એક ફૂલ મારા હાથમાં ગોઠવી દેતા અને કહેતા કે 'શામલી, તું કોઈ ઊંચા કુટુંબમાં જો જન્મી હોત તો...' અને આટલું કહીને તમે અટકી જતા.'

'અરે, તેં કેટલું બધું યાદ રાખ્યું છે?'

'હું તો બધું ભૂલી ગઈ હતી પણ અત્યારે તમે મારો હાથ પકડ્યો કે બધું હૈયામાં તાજું થયું અને હોઠ ઉપર આવવા લાગ્યું. એક વખત તમે મારો હાથ પકડ્યો અને મને તમારા હૈયા સાથે ચાંપવા ગયા ત્યારે શું બન્યું હતું તે યાદ આવે છે? અચાનક તમારા બાપુજી ઓરડામાં આવ્યા અને મને લાકડીથી ફટકારી હતી. પછી તો મેં તમારા ઓરડામાં આવવું જ બંધ કર્યું પણ હૈયામાં હીરની દોરી જેવી ગાંઠ વળી ગયેલી એટલે તમને મળ્યા વિના કે જોયા વિના ચેન પડતું ન હતું. તમારા ઓરડાની બારી બગીચામાં પડતી, રાત્રે કોઈ ન જોઈ જાય એવી રીતે હું સળિયા પકડીને બારી ઉપર ચડતી અને તમને ફૂલ આપતી એ શું યાદ છે? તમે વધુ ભણ્યા એટલે આ બધું ભૂલી ગયા હશો, ખરું ને!'

'બધું યાદ છે.'

'હા, પણ હવે પ્રીતના પહેલા બોલ યાદ કરવાથી ફાયદો શું? ફૂલ કરમાઈ ગયાં, એ છોડ પણ ખલાસ થઈ ગયો.'

શામલી ખડખડાટ હસી પડી એ તેણે વિષય બદલતાં પૂછ્યું, 'કાલે અનુરાધા તમારી સાથે હતી અને આજે કેમ નથી?'

'તેં કેમ જાણ્યું કે કાલે તે મારી સાથે હતી?'

'હું રોજ આ સમયે અહીંથી પસાર થાઉં છું અને તેથી કાલે મેં તમને બન્નેને જોયાં હતાં.'

શામલી ફરી હસવા લાગી. રોશને પૂછ્યું, 'કેમ હસે છે?'

'કંઈક યાદ આવી ગયું.'

'શું યાદ આવી ગયું.'

'અનુરાધા ભારે જક્કી છે ખરું ને? એ પણ ખૂબ ભણેલી છે. અને ભણેલી છોકરીના મગજનું ઠેકાણું નહીં. કાલે તમને કેવો ધક્કો માર્યો અને તમે કેવા નીચે પડી ગયા!'

'તેં શું આ બધું જોયું હતું?'

'હા, મને બહુ મજા આવી હતી. મેં માંડ માંડ હસવાનું રોકી રાખ્યું હતું અને મોઢું દબાવીને હું ગુપચુપ ચાલી ગઈ.

'ક્યાં ચાલી ગઈ?'

'મારા ઘેર.'

'શું તારો બાપ આ બાજુ રહે છે?'

'મારો બાપ...'

શામલીના મોઢામાંથી નિઃશ્વાસ નીકળી ગયો, તેણે દુઃખી હૃદયે પૂછ્યું, 'શું તમને એ પણ ખબર નથી કે મારા બાપ કાયમને માટે પોઢી ગયા?'

'ના; મને ખબર નથી.'

'તમે તો કલકત્તા ચાલ્યા ગયા પછી એક દિવસ એવું બન્યું કે મારા બાપ, તમારા બગીચામાંથી બહાર બજારમાં ફળફૂલ વેચી નાખે છે અને પૈસા પેદા કરી લે છે એવો આરોપ મુકાયો.'

'કોણે મૂક્યો?'

'તમારા પિતાજીએ.'

'પછી?'

'પછી એમને તરત જ રજા આપી દેવામાં આવી. એમની કાયાનું વૃક્ષ ખખડી ગયું અને આ ઉંમરે તે ક્યાં જાય? હું એમને મારા ઘેર લઈ આવી. મારા ધણીનો

વિરોધ હતો છતાં પણ મેં એમને મારા ઘરમાં રાખ્યા; સેવા-ચાકરી શરૂ કરી. એક દિવસ હું એમના માટે જરા મોંઘા ભાવની દવા લઈ આવી અને મારો ધણી ગુસ્સે થયો. મને મારવા દોડ્યો; મારા બાપ પથારીમાંથી બેઠા થયા અને વચ્ચે પડવા જતાં એના માથા ઉપર લાકડીનો ફટકો પડ્યો. તરત જ એમના પ્રાણ ઊડી ગયા.'

'અરર, આવું બન્યું? જગુ માળીનો આવો અંત!'

રોશન વિચારમાં પડી ગયો. તેણે પૂછ્યું, 'શું તને આવો ધણી મળ્યો છે? તેં ક્યારે લગ્ન કરી નાંખ્યાં એ પણ મને ખબર ન પડી!'

'અમે ક્યારે પરણીએ અને ક્યારે મરી જઈએ એ ખબર તમારા જેવા મોટા માણસોને ક્યાંથી પડે? અને એવી ખબર રાખવાનું કારણ પણ શું?'

'શામલી, એવું ન બોલ; હું તો એવો ને એવો જ છું; દુનિયા બદલાઈ ગઈ છે, હું નથી બદલાયો. અચ્છા, એક બીજી વાત પૂછું: તું રોજ સાંજે આ રસ્તેથી નીકળે છે, ખરું ને!'

'હા, કામેથી પાછી ફરું છું ત્યારે આ જ રસ્તેથી પસાર થાઉં છું. માર્ગ જરા ટૂંકો છે એટલે રાત પડ્યા પહેલાં પહોંચી જવામાં વધારે ફાવે છે.'

'કામ કરવા જાય છે?'

'હા, બાપની માંદગીમાં મારા માથે ધણીનું દેવું થયું છે અને તે ભરપાઈ કરી આપવા માટે કામે જાઉં છું.'

'ધણીનું દેવું એટલે વળી શું?'

'બાપની માંદગીમાં જે ખર્ચ થયો તે મારા ધણીએ મને આપ્યો હતો અને શરત કરેલી કે મારે કમાણી કરીને પૈસા પૂરા કરી દેવા.'

'શું તારા ધણીનો સ્વભાવ એવો છે?'

'હોય, કંઈ બધાં ફૂલ સરખાં નથી હોતાં.'

'શું કામ કરે છે?'

'અબ્દુલા શેઠનો બગીચો સંભાળું છું.'

'અને તારો ધણી શું કામ કરે છે?'

'સુતારીકામ કરે છે; આસપાસનાં ગામડાંઓમાં ફર્યા કરે છે. કોઈ વખત આઠ આઠ દિવસો સુધી પણ બહારગામ રહેવું પડે. છેલ્લા ત્રણ દિવસથી બહારગામ કામ કરવા ગયો છે.'

આટલું કહીને શામલીએ આસપાસ જોયું અને બોલી ઊઠી, 'હાય હાય, તમારી સાથે વાતો કરવામાં કેટલો સમય ચાલ્યો ગયો! સૂરજ પણ ડૂબી ગયો.

ચાલો હું જાઉં છું. હવે જૂની વાતો યાદ નથી કરવી.'

'ચાલ, હું તને તારે ઘેર મૂકી જાઉં.'

'હું ચાલી જઈશ, અહીં જરા નીચે ઊતરતાં જ ખીણમાં ઊંચી જગ્યાએ મારું છાપરું છે.'

'નહીં, હું તને મૂકવા આવું છું.'

'મારા ઘરમાં કંઈ જોવા જેવું નથી.'

'હું ઘર જોવા નથી આવતો.'

અને બન્નેએ આગળ ચાલવા માંડ્યું. ચાલતાં ચાલતાં તેણે શામલીનો હાથ પકડી રાખ્યો. નીચે ખીણમાં ઊતરતાં શામલીનું છાપરું આવ્યું. શામલીએ બારણું ખોલતાં કહ્યું,

'તમે બહાર ઊભા રહેજો. હું દીવો સળગાવું, અંદર ઘણું અંધારું છે.'

શામલીએ ગ્યાસતેલનો નાનકડો ડબ્બો પેટાવ્યો કે રોશનલાલ અંદર ગયો; દીપકની ડગમગતી જ્યોતના પ્રકાશમાં શામલીનું શરીર તાંબા જેવું તેજસ્વી દેખાવા લાગ્યું. રોશને કહ્યું, 'શામલી, અહીં આવ.'

શામલી પાસે આવી કે રોશને એના હાથમાં પચાસ રૂપિયા મૂક્યા અને કહ્યું, 'તારા માથે જે દેવું છે તે હવે ઓછું થશે, વધુ પૈસાની જરૂર પડે તો મને કહી દેજે.'

પહેલાં તો શામલીએ ઘણી આનાકાની કરી પણ રોશનના આગ્રહ સામે એનું કંઈ ન ચાલ્યું. તેણે કહ્યું, 'તમારા માટે પાણી લાવું.'

શામલી ગોળા પાસે પહોંચી કે રોશન એની પાછળ જઈને ઊભો રહ્યો. એના હાથ શામલીના દેહની આસપાસ વીંટળાયા કે શામલી બોલી, 'નહીં, નહીં; એ જૂના દિવસોને હવે તાજા કરવાની જરૂર નથી. ભૂલી જાઓ નાના શેઠ, બધું ભૂલી જાઓ.'

શામલીએ પાછું વાળીને જોયું. એનો ધણી બારણામાં દાખલ થતો હતો. રોશનને જોતાં જ એ વાઘ જેવો બની ગયો અને રોશનની સામે કરવત લઈને દોડ્યો. શામલીએ બૂમો પાડવી શરૂ કરી; તેણે કહ્યું, 'મારો નહીં; એ તો મારા નાના શેઠ છે.'

રોશન જરા છટક્યો પણ શામલીનો ધણી એને છોડે એવો ન હતો. રોશન જેવો નાસવા ગયો કે એને પકડવામાં આવ્યો. બૂમો સાંભળીને આસપાસનાં ઝૂંપડાંમાંથી માણસો દોડી આવ્યા અને બધા રોશન ઉપર તૂટી પડ્યા. શામલીના ધણીએ કરવત વડે રોશનનું નાક કાપી નાખવાનો પ્રયત્ન કર્યો પણ કરવત

ગાલ ઉપરથી પસાર થઈ ગઈ. રોશનનો ચહેરો લોહીલુહાણ થઈ ગયો. બે-ચાર માણસોએ એને ઊંચકી લીધો અને ઉપરના રસ્તા ઉપર લઈ ગયા. એને અહીં ફેંકી દેવામાં આવ્યો કે અનુરાધાની નજર પડી! ને દોડી; રોશનને જોયો અને માણસોને પૂછ્યું, 'તમે આ શું કર્યું! આવું હલકટ કામ કરતાં શરમ નથી આવતી?'

'તમે એને જ પૂછી જુઓ કે કોણ હલકટ કામ કરવા આવ્યું હતું, પેલી શામલીને ફસાવવા આવ્યો હતો. અમે વચ્ચે ન પડ્યા હોત તો શામલીના ધણીએ એને પૂરો કરી નાખ્યો હોત, જો દયા આવતી હોય તો લઈ જાઓ એને.'

માણસો ચાલ્યાં ગયાં અને રોશન જમીન ઉપર બેસી રહ્યો. તેણે અનુરાધાને પૂછ્યું, 'તું ક્યાંથી આવી ચડી!'

'તું ગયો અને પાછળથી મારો જીવ બળવા લાગ્યો. થોડી વાર પછી હું આ બાજુ નીકળી આવી અને તને શોધતાં શોધતાં અહીં આવી પહોંચી. રોશન, શામલી કોણ છે? મને સમજાતું નથી કે...'

'તારે સમજવાની કંઈ જરૂર નથી.'

'પણ શામલી કોણ છે?'

રોશને ગુસ્સામાં જવાબ આપ્યો, 'શામલી તારી મા છે! અત્યારે તને આવા પ્રશ્નો પૂછવાનું સૂઝે છે કેમ?'

—અને અનુરાધાએ રોશનને ઊભો કર્યો.

* * *

૨

નાનું શહેર, મોટું ઘર, કંઈ બનાવ બને તો વાત ફેલાતાં વાર ન લાગે અને નિંદાનું પુરાણ એવું છે કે જે કોઈ વાંચે તે એમાં પોતાના ઘરનું મીઠું-મરચું ભભરાવતો જાય. રોશનલાલને ડૉક્ટરની સારવાર નીચે ઘરમાં રહેવું પડ્યું અને ગામમાં એના વિશે તેમજ એના કુટુંબ વિશે નિંદાનું પુરાણ જ્યાં-ત્યાં સંભળાવા લાગ્યું. નિંદાપુરાણનો ટૂંકસાર એ હતો કે 'પૈસાને લીધે મોટા ગણાતા કુટુંબનાં છોકરાંઓનાં જીવનમાં કંઈ ને કંઈ ગોટાળા થયા વિના રહેતા જ નથી. લક્ષ્મી આવ્યા પછી માણસની દૃષ્ટિ બદલાઈ જાય છે અને આપણે જેને બગાડો કહીએ છીએ એને ત્યાં સુધારો કહેવામાં આવે છે. આપણે જેને અધર્મ કહીએ છીએ એને ત્યાં ધર્મ કહેવામાં આવે છે. આપણી દૃષ્ટિએ જે અનીતિ છે તે ત્યાં નીતિ બની રહે છે. આપણે રોશનની વાત કરીએ છીએ પણ અનુરાધા તો રોશનથી ચડી જાય એવી છે; એ કંઈ ઓછી નથી! એના માબાપે એને છાપરે ચડાવી છે અને એટલી બધી છૂટ આપી છે કે લગ્ન થયા પહેલાં તે રોશનની સાથે જંગલમાં પ્રેમ કરવા જાય છે. આજકાલના નવા જમાનામાં જ્યાં જુઓ ત્યાં પ્રેમ કરવાનું જોર ઘણું વધતું ચાલ્યું છે.

અને આ ઉપરાંત બીજી ન કહેવા જેવી વાતો પણ સગાંવહાલાંઓએ ફેલાવી દીધી. બન્ને કુટુંબોનું વાતાવરણ ઘણું ડહોળાઈ ગયું. રોશનનાં માતાપિતાએ પરિસ્થિતિ ઉપર વિચાર કરવા માંડ્યો. પિતાએ કહ્યું, 'ગામમાં તો મેં બધાંને એમ જ કહ્યું છે કે પેલી શામલી જ હરામખોર છે. તેણે જ રોશનને ફસાવ્યો હતો અને આપણે એના બાપને નોકરીમાંથી કાઢી મૂક્યો હતો એટલે વેર લેવા માટે તેણે આવી યુક્તિ કરી.'

'હું પણ એમ જ માનું છું. આપણો રોશન તદ્દન ભોળો છે અને તે પણ આવી જ વાત કરે છે.'

'અને તું એ વાત સાચી માને છે, એમ ને?'

'હા.'

'માતાને કોઈ દિવસ પુત્રનો વાંક ન દેખાય?'

'એટલે શું તમે એમ માનો છો કે જે કંઈ બન્યું છે એમાં રોશનનો જ વાંક છે?'

'હા, હું ચોક્કસ માનું છું કે રોશનની જ બદમાશી હોવી જોઈએ. બાળપણમાં રોપાયેલાં સંસ્કારનાં બીજ કોઈક વખત વિકાસ પામે છે ત્યારે આવું બન્યા વિના રહેતું નથી. રોશનને પહેલેથી જ શામલી પ્રત્યે આકર્ષણ હતું અને એક વખત રોશનનો વાંક હતો છતાં પણ મેં શામલીને ફટકારી હતી. પણ ગામમાં આપણા દીકરા વિશે કોઈ ખરાબ અભિપ્રાય બાંધી ન બેસે એટલે આજકાલ મેં બધાંને એમ જ કહ્યું છે કે શામલીએ જ આવું કાવતરું રચ્યું હતું.'

'ત્યારે તમે એમ જ કહોને કે તમે જ તમારા દીકરા વિશે મનમાં ખરાબ અભિપ્રાય બાંધીને બેઠા છો!'

'એ તદ્દન ખરાબ છે એમ હું નથી કહેતો, પણ...'

'મારે કંઈ નથી સાંભળવું. તમે ભલે ગમે તેમ માનો પણ રોશનનો વાંક હોય એ વાત માનવા હું તૈયાર નથી. પેલી શામલી જ ખરાબ છે, હલકટ છે અને તેણે જ મારા દીકરાની આબરૂ બગાડી નાખવાનો પ્રયત્ન કર્યો છે.'

'અચ્છા, આપણે આ ચર્ચા બંધ કરીએ. એક બીજી વાત કરું. મારો વિચાર એવો છે કે રોશન વેકેશન પૂરું થતાં કલકત્તા જાય એ પહેલાં એનું લગ્ન કરી નાખવું.'

'હં... આવી કંઈ વાત કરો તો મને જરૂર ગમે. હું તો તમને પહેલેથી જ કહેતી હતી કે આજકાલનો જમાનો એવો છે કે સગપણ કર્યા પછી લગ્ન કરી નાખવામાં ઢીલ ન થવી જોઈએ. નવાઈની વાત એ છે કે આપણાં વેવાઈ કે વેવાણ રોશનની તબિયતના સમાચાર પૂછવા પણ નથી આવ્યાં! અનુરાધા રોશન સાથે રોજ ફરવા જતી પણ આ પ્રસંગ બન્યા પછી તે રોશન પાસે આવી જ નથી. એમ શા માટે?'

'એ લોકો એમ માનતાં હશે કે રોશનને ખાસ કંઈ લાગ્યું નહીં હોય. ગમે તેમ હો પણ આપણે હવે રોશનના લગ્નની ઝડપી તૈયારી કરીએ. આપણી પાસે દિવસો બહુ ઓછા છે.'

અને બીજા દિવસથી જ લગ્નની તૈયારીઓ થવા લાગી. પણ જ્યારે રોશનને આ વાતની ખબર પડી કે તેણે માતાને કહ્યું, 'હું કોઈ પણ હિસાબે અનુરાધા સાથે લગ્ન કરવા નથી માગતો. બધી તૈયારીઓ બંધ કરો. હું જેમ બને તેમ જલદી કલકત્તા ચાલ્યો જવા માગું છું. મારે આ ગામમાં રહેવું નથી.'

'તું અનુરાધા સાથે લગ્ન કરવાની ના પાડે છે? તું શું બોલે છે એનું તને ભાન છે?'

'હા; હું અનુરાધા સાથે લગ્ન નહીં કરું.'

'તને શું થઈ ગયું છે?'

'મને કંઈ નથી થયું. હું તમને ચોખ્ખું જણાવી દઉં છું કે હું એને પરણવા નથી માગતો.'

'શા માટે?'

'એનો સ્વભાવ ફાવે એવો નથી; મને અનુભવ થઈ ચૂક્યો છે. એ જો ફરવા આવી હોત તો જે કંઈ બની ગયું તે ન બનત.'

'બેટા, એ તો તારી સાથે જ હતી. બેભાન થઈ ગયો ત્યાર પછી તેણે જ તને અહીં મૂકી જવાની વ્યવસ્થા કરી હતી. એ સાથે હતી એટલે જ તું બચી ગયો. આવી ખાનદાન અને સંસ્કારી કન્યા સાથે તું લગ્ન કરવાની ના પાડે એ હવે શોભે નહીં. આવી વાત પણ તારાથી કરાય નહીં. શરૂઆતમાં તેં જ આ છોકરીને પસંદ કરી હતી અને પછી અમને યોગ્ય જણાતાં અમે તારું સગપણ કરી આપ્યું. અનુરાધા જેવી સંસ્કારી કન્યાને હવે હાથમાંથી જવા ન દેવાય.'

પણ એવામાં તો રોશનના પિતાએ પ્રવેશ કર્યો; તેમણે થોડા શબ્દો સાંભળ્યા હશે એટલે દાખલ થતાંની સાથે જ પૂછ્યું,

'મા-દીકરા વચ્ચે શું ચર્ચા ચાલી રહી છે? શું કંઈ મુશ્કેલી આવી છે?'

'ના, ખાસ કંઈ મુશ્કેલી જેવું છે જ નહીં. રોશનના શરીરમાં જરા તાવ જેવું છે એટલે એનું મન નિર્બળ બની ગયું છે અને ન કરવા જેવા વિચારો કરે છે.'

'શો વિચાર કરે છે? અનુરાધા વિશે શી વાતો થતી હતી?'

માતાએ રોશન સામે જોયું. રોશને માતાને કહ્યું, 'મા, મેં તને મારો નિર્ણય જણાવી દીધો છે.'

'તું જ કહી દે તારા બાપુજીને.'

પણ મા-દીકરામાંથી કોઈ બોલ્યું નહીં તેથી બાપ જરા ગુસ્સામાં બોલ્યા, 'તમારી મૂંઝવણ શું છે એ તમે કહેતાં નથી અને તેથી હું મૂંઝાઈ જાઉં છું. મનમાં જે હોય તે કહી નાખો.'

રોશનની મા તરત જ બીજા ઓરડામાં ચાલી ગઈ અને એની પાછળ રોશનના બાપ પણ ગયા. ધીમે સાદે માતાએ બધી વાત કરી અને પછી કહ્યું, 'સંભાળીને કામ લેવાનું છે. રોશનના મનમાં શું થઈ ગયું છે તે હું સમજી શકતી નથી.'

'એમાં સમજવા જેવું કંઈ છે જ નહીં.'

બાપ ગુસ્સે થતા બોલ્યા અને સીધા રોશન પાસે ગયા. તેમણે વધુ ગુસ્સામાં કહ્યું, 'રોશન, મેં બધી વાત જાણી લીધી છે અને આવું છોકરવાદીપણું હું ચલાવી લેવા તૈયાર નથી. તમને પૂછ્યા વિના અમે જો કન્યા પસંદ કરીએ તો તમે અમને જુનવાણી કે રૂઢિચુસ્ત તરીકે ખપાવો. તમારી પસંદગી પ્રમાણે અમે કરીએ અને તમે લોકો પાછળથી ફરી જવાના વિચાર કરો તો શું તે યોગ્ય ગણાય? લગ્ન પહેલાં વધુ પડતી હરવાફરવાની છૂટ આપી એ વાત મને પસંદ ન હતી છતાં પણ મેં ચલાવી લીધું; હું કંઈ ન બોલ્યો પણ હવે તું એની સાથે લગ્ન કરવાની ના પાડે તો એ હું સહન કરી લેવા તૈયાર નથી. શો વાંધો છે?'

'વાંધો કંઈ નથી પણ મને એનો સ્વભાવ નહીં ફાવે.'

'હવે છેલ્લી ઘડીએ તું એના સ્વભાવનો વાંક કાઢે છે? આટલા દિવસો સુધી તું કંઈ ન બોલ્યો, એકબીજા સાથે પત્રવ્યવહાર ચાલુ રાખ્યો, હળવામળવાનું ચાલુ રાખ્યું અને હવે તું ના પાડે તો એનો અર્થ એ જ થયો કે તું અમારું નાક કપાવવા માગે છે. તું મને ચોખ્ખી વાત કર કે તારા વિચારમાં પરિવર્તન કેમ આવ્યું?'

'એનો સ્વભાવ....'

રોશન વધુ બોલી શક્યો નહીં. પિતા વધુ ગુસ્સે થયા અને કહ્યું,

'તું ચોખ્ખી વાત કર. શું કંઈ ન કહેવા જેવું છે? એવું હોય તો પણ કહી દેવું જોઈએ.'

'મારને લીધે હું બેભાન થયો એ પહેલાં તેણે મને ઉપદેશ આપવા માંડ્યો હતો અને મને તે નથી ગમ્યું.'

'હાં, હવે સમજ્યો; મને આ ખૂબ ગમ્યું. તારા જીવનમાં આવી જ છોકરી જરૂરી છે કે તને સારો માર્ગ બતાવતી રહે. જો આ જ વાંધો હોય તો એમાં કંઈ વાંધા જેવું નથી અને લગ્ન નથી કરવાં એવી વાત હવે પછી ઉચ્ચારતો નહીં. હું હમણાં જ અનુરાધાના પિતા પાસે જાઉં છું અને દિવસ નક્કી કરું છું.'

'હું એની સાથે લગ્ન નહીં કરું, મારી તબિયત પણ....'

'તારી તબિયતમાં હવે કંઈ વાંધો નથી; ઘા હવે લગભગ રુઝાઈ જવા આવ્યો છે અને હજુ બીજા આઠ કે દશ દિવસ પછી તદ્દન સારું થઈ જશે.'

રોશનના બાપ સીધા અનુરાધાના પિતા પાસે પહોંચ્યા પણ અહીં ધાર્યા

કરતાં વાતાવરણ જુદું જ હતું. અનુરાધાના પિતાએ જે આવકાર આપ્યો એમાં કોઈ પણ પ્રકારની ઉષ્મા ન હતી. તેમણે રોશનની તબિયત વિશે પણ કંઈ પૂછ્યું નહીં. રોશનના પિતા વિચારમાં પડી ગયા અને વાતની શરૂઆત કેમ કરવી એ પ્રશ્ન એમને મૂંઝવી રહ્યો અને એકબીજાની સામે જોઈ રહ્યા. પણ કોઈની આંખોમાં ઉમળકો નહીં. આખરે રોશનના પિતાએ વાત ઉપાડી,

'રોશનની તબિયત હવે ઘણી સારી છે. આપ આવ્યા નહીં એટલે મેં એમ માની લીધેલું કે આપની તબિયત બરાબર નહીં હોય. આપની તબિયત તો સારી છે ને?'

'ઈશ્વરકૃપાથી બધું સારું છે.'

'થોડા દિવસ પછી રોશન કલકત્તા જશે.'

અનુરાધાના પિતાએ જરા પણ રસ ન લીધો. રોશનના બાપે કહ્યું,

'હું એક ખાસ વાત કહેવા આવ્યો છું.'

'કહી શકો છો.'

'રોશન કલકત્તા જાય એ પહેલાં હું એનાં લગ્ન ઉકેલી નાખવા માગું છું. મેં તૈયારીઓ પણ કરવા માંડી છે.'

'રોશનનાં લગ્ન તમે કોની સાથે કરવા માગો છો?'

'આવું કેમ પૂછો છો? અનુરાધા સિવાય બીજું કોણ છે?'

'શામલી.'

રોશનના પિતાના કાળજા ઉપર જાણે તલવારનો ઘા પડ્યો હોય એવું દુઃખ એમના ચહેરા ઉપર છવાઈ ગયું. તેમણે કડવો ઘૂંટડો ગળે ઉતારી લીધો અને પછી સ્વસ્થ થતાં કહ્યું,

'આપ આવું બોલો તે યોગ્ય ન કહેવાય.'

'અને હવે તમે રોશનને અનુરાધા સાથે પરણાવવાની વાત કરી તે શું યોગ્ય કહેવાય? જુઓ, મેં બધી તપાસ કરાવી લીધી છે અને હું એવા નિર્ણય ઉપર આવ્યો છું કે રોશન જેવા ચારિત્ર્યહીન યુવાન સાથે મારે અનુરાધાને પરણાવવી ન જોઈએ.'

'તમે શું બોલો છો?'

'હું ખૂબ વિચાર કર્યા પછી બોલું છું. રોશન વિશે જો મને પહેલેથી ખબર પડી હોત તો હું સગપણ ન થવા દેત. પણ કંઈ વાંધો નહીં, ભગવાને આવી રીતે ચેતવણી આપી દીધી.'

'તમે શું સંબંધ તોડી નાખવા માગો છો?'

'આપણી વચ્ચેનો જૂનો સંબંધ ટકી રહેશે પણ નવો સંબંધ નહીં ટકે.'

'હું કબૂલ કરું છું કે રોશન જરા અટકચાળો છે પણ આપણે વડીલોએ આપણાં બાળકોના દોષ ઢાંકવા જોઈએ; માફ કરવું જોઈએ.'

'એટલે એમ કે જાણવા છતાં પણ શું મારે અનુરાધાને ખાડામાં નાખવી?'

'ખાડામાં નાખવાનો સવાલ નથી અને રોશન તમે ધારો છો એટલો બધો ખરાબ નથી. ભણવામાં તે પ્રથમ નંબર રાખે છે.'

'હું જાણું છું, પણ લગ્નજીવનમાં બુદ્ધિ કરતાં એકબીજા પ્રત્યેની વફાદારી વધુ મહત્ત્વની છે.'

'રોશનમાં વફાદારીનો ગુણ છે.'

'હં... વફાદારી હોત તો શામલી સાથે એના ઝૂંપડામાં ન જાત. હવે આપણે એ ચર્ચામાં નથી ઊતરવું. મેં નિર્ણય કરી લીધો છે અને એમાં ફેરફાર નહીં થાય.'

'એ નો અર્થ એ જ નીકળે કે આપે મારું નાક કાપી નાખવાનો નિર્ણય લીધો છે. તમે સંબંધ તોડી નાખો તો સમાજમાં હું કેટલો હલકો પડું એ તમે જાણો છો? આપણે વચનથી બંધાયેલા છીએ અને વચનનો ભંગ તમારે ન કરવો જોઈએ.'

'વચનભંગ માટે બીજી કોઈ સજા સહન કરવા તૈયાર છું પણ આવા વચનનું પાલન નહીં થાય, કારણ કે ન્યાયની દૃષ્ટિએ તમારા દીકરાએ વચનભંગ કર્યા જેવું જ કર્યું છે.'

રોશનના પિતાનું મોઢું પડી ગયું. તેમણે ગળગળા સાદે કહ્યું,

'જે કંઈ થઈ રહ્યું છે તે યોગ્ય નથી. આપ ફરી વિચાર કરો અને સંબંધ ન બગાડો.'

'મેં તમને ચોખ્ખું જણાવી દીધું છે કે આપણી વચ્ચેનો અંગત સંબંધ કદી પણ નહીં બગડે. એમ તો થોડાં વર્ષ પહેલાં તમે વેપારમાં મોટી ખોટ કરી; તમારો બંગલો તમે મારે ત્યાં ગીરો મૂક્યો; બંગલાની કિંમત પોણો લાખની થાય અને મેં તમને દોઢ લાખ રૂપિયા આપ્યા; પૈસા ભરપાઈ કરવાની મુદત વીતી ગઈ છે અને તેમ છતાં પણ મેં તમને કદી કંઈ કહ્યું છે? કોઈ દિવસ દબાણ કર્યું છે? અને યાદ રાખજો કે આ બાબતમાં હું તમને કદી પણ મુશ્કેલીમાં નહીં મૂકું, આપણો સંબંધ ટકી રહેશે પણ મારી દીકરી અનુરાધા તમારા ઘરમાં વહુ બનીને નહીં આવે.'

રોશનના બાપ વધુ મૂંઝાયા; તેમણે માથા ઉપરથી ટોપી ઉતારી અને બે હાથમાં ટોપી પકડીને નીચા નમતાં ગદ્‌ગદ્ કંઠે કહ્યું, 'હું કોઈ દિ' કોઈને આવી રીતે નથી નમ્યો. ફરી વિનંતી કરું છું કે આપ આવું પગલું ન ભરો, મારા કુટુંબની આબરૂ જશે.'

પણ અનુરાધાના પિતાના ચહેરા ઉપરની રેખાઓ કોમળ ન બની. એમની સફેદ દાઢીના વાળ પણ ખીલાની જેમ અક્કડ બની ગયા હોય એવું લાગ્યું. બાજુના જ ઓરડામાં બારણા પાછળ અનુરાધા એની માતા સાથે ઊભી હતી. મા-દીકરી બન્ને વેવાઈ વચ્ચેની વાતચીત સાંભળી રહ્યાં હતાં અને એવામાં તો અનુરાધા વીજળીની જેમ બહાર નીકળી, રોશનના પિતાના હાથમાંથી તેણે ટોપી ઉપાડી લીધી અને એમના માથા ઉપર મૂકતાં કહ્યું,

'આપ ચિંતા ન કરો, વચનનું પાલન મારે કરવાનું છે. ખુશીથી આપ લગ્નની તૈયારી કરો.'

પણ તરત જ અનુરાધાના પિતા સિંહની જેમ ઊભા થઈ ગયા તેમણે અનુરાધાનો હાથ પકડ્યો અને કહ્યું, 'નાદાન! અમારી વાતમાં તારે વચ્ચે આવવાની જરૂર નથી. હવે કંઈ પણ બોલવાનો તારો અધિકાર નથી. અંદર ચાલી જા.'

તેમણે એવા જોરથી અનુરાધાને ધક્કો માર્યો કે જો માતાએ એને ઝીલી ન લીધી હોત તો અનુરાધા જમીન ઉપર જ પડત. અનુરાધાના પિતાએ રોશનના બાપને કહ્યું,

'આપ જઈ શકો છો. મેં મારો નિર્ણય જણાવી દીધો છે.'

તેઓ અંદર ચાલ્યા ગયા અને ભાંગેલ હૈયું લઈને રોશનનો બાપ પણ બહાર નીકળી ગયો.

*

અનુરાધાના પિતાના મગજની ધરતીમાં ક્રોધનો લાવારસ ઊકળી રહ્યો હતો પણ જેવો બાપનો સ્વભાવ એવો જ દીકરીનો સ્વભાવ! અને તેથી અથડામણ થાય એ સ્વાભાવિક છે. પિતાએ દીકરીને ગુસ્સામાં કહ્યું,

'મારું અપમાન કરતાં તને શરમ ન આવી! અમારી વચ્ચે તું શા માટે આવી?'

'જી, મેં આપનું અપમાન કર્યું જ નથી. પણ જેનું અપમાન થઈ રહ્યું હતું તે મને ગમ્યું નહીં અને તેથી હું બહાર આવી. રોશનના પિતા હાથમાં ટોપી પકડીને તમને પગે લાગે અને તમે અક્કડ બેસી રહો એ હું કેમ જોઈ શકું? ગમે તેમ હોય પણ એ મારા ભાવિ સસરા છે. પિતાતુલ્ય છે...'

'અને શું હું તારો પિતા નથી?'

'કબૂલ છે, પણ પતિના પિતાનું અપમાન થાય, હું જોઈ ન શકું. મને પૂછ્યા વિના તમે તમારો નિર્ણય જાહેર કરી દો કે મારાં લગ્ન રોશન સાથે નહીં થાય તો એ વાત હું સહન ન કરી શકું.'

'હું કહું છું કે રોશન સાથે તારાં લગ્ન હવે નહીં જ થાય. મેં બધી તપાસ કરાવી છે અને એવા ચારિત્ર્યહીન યુવાન સાથે હું તને નહીં પરણાવું.'

'જિંદગીમાં વચનની કંઈ કિંમત છે કે નહીં?'

'જિંદગી ખુવાર થઈ જાય એવું વચન પાળવાની કોઈ જરૂર નથી. એ છોકરા સાથે તું સુખી નહીં થાય.'

'એ હવે મારે જોવાનું છે, તમારે ચિંતા કરવાની જરૂર નથી. મેં એને મારા પતિ તરીકે સ્વીકાર્યો છો અને તે ભલે ગમે એવો હોય પણ હું એની સાથે જ લગ્ન કરીશ.'

'એનામાં કેટલાં અપલક્ષણ છે એ તું જાણે છે?'

'મને એનામાં કોઈ અવગુણ દેખાતો નથી અને એનામાં જે કંઈ ખામી હશે તે હું સુધારવાનો પ્રયત્ન કરીશ.'

'પત્ની જો પતિ સમક્ષ શિક્ષિકાનો પાઠ ભજવે તો એ લગ્ન કદી પણ સફળ ન થાય; સ્ત્રી બાળકોને સુધારી શકે, પુરુષોને નહીં. તું રોશનને સુધારી શકે એ વાત માનવા જેવી નથી. રોશન વિશે મારો અભિપ્રાય તદ્દન બદલાઈ ગયો છે.'

'મારો અભિપ્રાય નથી બદલાયો અને એની સાથે લગ્ન કરવાનો મારો નિર્ણય પણ નહીં બદલાય.'

'આ વાત સાંભળવા હું તૈયાર નથી.'

'અને આપનો નિર્ણય સ્વીકારવા માટે હું પણ તૈયાર નથી. હું એના સિવાય બીજા કોઈની સાથે લગ્ન નહીં કરું.'

'હું જીવતો છું ત્યાં સુધી રોશન સાથે લગ્ન નહીં થાય, કદી પણ નહીં થાય.'

આટલું કહીને અનુરાધાના પિતા પોતાના શયનખંડમાં ચાલ્યા ગયા.

અને પેલી બાજુ રોશનના પિતાએ, અગાસીના એક ખૂણા ઉપર આવેલા રોશનના ઓરડામાંથી બહાર નીકળતાં રોશનને કહ્યું,

'જે કંઈ બન્યું છે તે મેં તને કહી દીધું છે. અનુરાધાએ મારા સ્વમાનનું કેવું રક્ષણ કર્યું છે, એ વાત જાણ્યા પછી તારે હવે હઠ છોડી દેવી જોઈએ. એ છોકરીને કોઈ પણ હિસાબે ઘરમાં લાવવી એ આપણી ફરજ છે અને એમાં જ આપણી આબરૂ છે.'

'મારો નિર્ણય નહીં ફરે. હું એની સાથે લગ્ન નહીં કરું.'

'શું તું છોકરીનું જીવન બગાડવા માગે છે?'

'એ મારી સાથે લગ્ન ન કરે એમાં જ એનું સુખ છે.'

'અનુરાધા વચનનું પાલન કરવા માગે છે અને તું વચનનો ભંગ કરવા

માગે છે! તે આપણા કુટુંબની આબરૂનું રક્ષણ કરવા માગે છે અને તું મારી આબરૂનું લિલામ કરવા તૈયાર થયો છે. શું આ શોભે છે? મેં નિર્ણય કર્યો છે કે હું અનુરાધાને આ ઘરમાં જરૂર લાવીશ.'

'અને એ જો આવશે તો હું આ ઘરમાં નહીં રહું.'

'તો પછી એ જ વધારે સારું છે કે તું આ ઘર છોડીને ચાલ્યો જા.'

રોશનના પિતા વધુ પડતા ગુસ્સે થઈ ગયા અને નીચે ઊતરી ગયા. પોતાના ઓરડામાં દાખલ થતાં જ તેણે રોશનની માતાને કહ્યું, 'તારો દીકરો ફાટીને ધુમાડે ગયો છે. ઘણું સમજાવ્યો પણ માનતો નથી અને હવે શું કરવું તે મને સૂઝતું નથી. હું તો ખરેખર મૂંઝાઈ ગયો છું.'

રોશનની માતાએ કહ્યું, 'આ જમાનાના છોકરા લગ્નની બાબતમાં મૂંઝાયા કરે છે અને બીજાઓને પણ મૂંઝવતા રહે છે. હું તો કહું છું કે હમણાં તમે એની સાથે લગ્નની વાત જ ન કરો.'

'એટલે શું એને એની મરજી પ્રમાણે કરવા દઉં? માબાપ તરીકે આપણો કંઈ હક્ક ખરો કે નહીં? સૌપ્રથમ અનુરાધાની પસંદગી તેણે કરી; તે અનુરાધાના પ્રેમમાં પડ્યો અને આપણે એનું સગપણ કર્યું. હવે તે ફરી જાય તે શું યોગ્ય કહેવાય? પેલી છોકરી એના પિતાની વિરુદ્ધ થઈ ને આપણા ઘરમાં આવવા તૈયાર થઈ છે અને હવે આપણા પાટવીકુંવર ના પાડે તો પછી મારી કિંમત શી? મેં રોશનને ચોખ્ખું સુણાવી દીધું છે કે જો તે એનું ધાર્યું કરવા માગતો હોય તો આ ઘર છોડીને તેણે ચાલ્યા જવું જોઈએ.'

'તમે આવું ન કહ્યું હોત તો સારું હતું, સરોવરનું પાણી ડહોળાઈ ગયું હોય તો કચરો નીચે બેસતાં વાર લાગે છે; ઉતાવળ કરીએ તો પાણી વધુ ડહોળાતું રહે. કોઈ પણ કારણસર તે મનમાં અનુરાધા ઉપર ગુસ્સે થયેલો છે અને જેના મનમાં ગુસ્સો હોય એને ગુસ્સાથી શાંત કરી ન શકાય.'

'સમજ્યો; તું પણ રોશનનો જ પક્ષ ખેંચે છે!'

અને રોશનના પિતા ઓરડામાં આંટા મારવા લાગ્યા. પતિ-પત્ની વચ્ચે મૌન છવાઈ રહ્યું. બહારના વાતાવરણમાં રાત્રિનો અંધકાર વધુ ઘેરો બનતો ગયો? ભીંત ઉપર રહેલી ઘડિયાળમાં બે કાંટાનું મિલન થયું અને બારના ટકોરા પડ્યા. બરાબર આ જ વખતે રોશન કમ્પાઉન્ડનો લોખંડી દરવાજો વટાવી રહ્યો હતો. ત્યાં તાળું માર્યું હતું એટલે તે ધીમે ધીમે ચોરની જેમ ઉપર ચડી રહ્યો હતો. તેણે ઘર છોડીને ચાલ્યા જવાનો નિશ્ચય કરી લીધો હતો. ઠંડીનું પ્રમાણ કંઈક વધારે હતું; રોશને ગરમ ઓવરકોટ પહેર્યો હતો અને તેથી દરવાજાના સળિયામાં

પગ ગોઠવતાં તકલીફ પડતી હતી. ધીમે ધીમે તે બહારના ભાગ ઉપર પગ ટેકવવા લાગ્યો અને પછી જેવો પગ નીચે જમીન ઉપર મૂક્યો કે કોઈએ એનો હાથ પકડતાં કહ્યું,

'ચોરની જેમ ક્યાં જાય છે?'

રોશન ચમક્યો; હાથ છોડાવવાનો પ્રયત્ન કર્યો પણ પક્કડ મજબૂત હતી. હાથમાં રહેલી કાચની બંગડીઓનો રણકાર સંભળાયો અને આશ્ચર્યમાં બોલી ઊઠ્યો, 'અનુરાધા! તું અહીં! અત્યારે?'

'હા, પિતાનું ઘર છોડીને આવી છું.'

આકાશમાં રહેલા તારાઓના ઝાંખા પ્રકાશમાં અનુરાધાએ રોશનનું મુખ જોવાનો પ્રયત્ન કર્યો. માથા ઉપર રહેલા સફેદ પાટા ઉપર એની નજર પડી અને રોશનના માથા ઉપર પ્રેમભર્યો હાથ મૂકતાં કહ્યું,

'તું ક્યાં જાય છે?'

'હું પણ પિતાનું ઘર છોડીને જાઉં છું.'

'શા માટે?'

'આ ઘરમાં રહેવાનો મારો અધિકાર નથી એમ મને કહેવામાં આવ્યું છે.'

'અને આ ઘર ઉપર મારો પૂરો અધિકાર છે, ઘર મારું છે.'

'હા, તારા બાપને ત્યાં અમારો બંગલો ગીરવે મુકાયો છે અને એ રીતે આ ઘર તારું જ કહી શકાય.'

'હું એ રીતે મારો અધિકાર જાહેર નથી કરતી પણ મારું સર્વસ્વ અહીં અર્પણ થઈ ચૂક્યું છે અને એ રીતે આ ઘર ઉપર મારો અધિકાર છે. તું આ ઘર છોડીને ચાલ્યો જા એવું કહેવાનો કોઈને અધિકાર નથી.'

'મારા પિતાએ જ મને આવી આજ્ઞા કરી છે.'

'એવી તે કઈ આજ્ઞા તેં તારા પિતાની ન માની કે તેમણે તને ઘર છોડવાની આજ્ઞા કરી?'

રોશન મૂંગો ઊભો રહ્યો. તે જવાબ ન આપી શક્યો. હૃદયમાં જે વાત હતી તે કહેતાં હિંમત ન ચાલી. સાચું કહેવા માટે તેણે મન મજબૂત કરવા માંડ્યું, વાત કેમ કહેવી એ માટે તેણે મનમાં શબ્દો ગોઠવ્યા કે 'મારા પિતા તારી સાથે લગ્ન કરી લેવાનું દબાણ કરે છે અને હું તારી સાથે લગ્ન કરવા માગતો નથી.' મનમાં તેણે ત્રણેક વખત આ શબ્દોનું રટણ કર્યું કે જેથી બોલવામાં ભૂલ ન થાય અથવા તો બોલતાં બોલતાં અટકી ન જવાય.' અનુરાધાએ પૂછ્યું,

'કેમ જવાબ નથી આપતો?'

રોશને કહ્યું, 'મારા પિતા.... મારા પિતા....' અને તે જરા અટકી ગયો. ફરી તેણે કહ્યું, 'મારા પિતા વારંવાર મને કહેતા હતા કે રોશન! શામલી સાથેના પ્રસંગ પછી, અનુરાધા તારી સાથે લગ્ન કરશે કે કેમ તે હવે શંકાની વાત છે. તારી તબિયતના સમાચાર પૂછવા પણ નથી આવી.'

રોશને આવી રીતે વાત ફેરવી નાખી. અનુરાધાએ તરત જ જવાબ આપ્યો, 'ઘરની બહાર નીકળી શકું એવી મારી સ્થિતિ ન હતી. મારા પિતાના કાનમાં કોઈએ તરત જ તારી વિરુદ્ધ એવું ઝેર રેડી દીધું કે તેમણે મને, તને મળવાની ના પાડી. હું મૂંઝાઈ ગઈ; મારું મન તો તારા વિચારોમાં ચોંટી રહ્યું હતું પણ શું કરું? પિતાની આજ્ઞાનું ઉલ્લંઘન કરવાની મારામાં હિંમત ન હતી. પણ પછી જ્યારે પિતાએ, તારા પિતાને જણાવ્યું કે મારાં લગ્ન તારી સાથે થઈ નહીં શકે એટલે મર્યાદાનું બંધન તોડી નાખ્યું. કોણ જાણે કેમ પણ મારામાં ભગવાને નૈતિક બળ પેદા કર્યું. મેં મારો સ્પષ્ટ નિર્ણય તારા પિતાને જણાવી દીધો પણ પછી મને ખાતરી થઈ ગઈ કે મારા પર ચોકીપહેરો ગોઠવાઈ જશે અને તારી સાથે મારા પિતા મને પરણાવવા નથી માગતા એ વાત આવતી કાલે સવારમાં ગામ જાણે એ પહેલાં જ હું અત્યારે પિતાનું ઘર છોડીને ચાલી આવી. હવે તારી મા એ જ મારી માતા. આપણા કુટુંબની આબરૂ ન જાય એ હેતુથી મેં પિયર છોડ્યું અને કેવા સંજોગોમાં ભગવાને પ્રીતમનું મિલન કરાવી આપ્યું! તું ઘર છોડીને જતો હતો ત્યાં જ હું આવી પહોંચી અને મેં તારો હથ પકડ્યો.'

અને આટલું કહેતાની સાથે જ અનુરાધાનો કંઠ હર્ષની લાગણીને લીધે જરા ભારે બની ગયો. રોશનના હૃદયમાં મંથન જાગ્યું. તેણે ધીમેથી કહ્યું, 'અનુરાધા, સાચું કહું?'

'કહી દે.'

'હું તારા જેવી સ્ત્રીનો પતિ થવા માટે લાયક નથી. તારા પિતા જાણે છે કે શામલીના પ્રસંગ પછી ગામમાં મારા માટે કેવી વાતો ઊડી છે. આ બધું જાણ્યા પછી પણ તું...'

'તું વધુ ન બોલ, હું બધું જાણું છું. મેં બધી તપાસ કરાવી લીધી છે અને તારો કંઈ વાંક નથી.'

'તેં શું તપાસ કરાવી?'

'મેં મારી એક સખીને શામલી પાસે મોકલી હતી.'

'શામલીએ શું કહ્યું?'

'શામલીએ કહ્યું કે રોશન ઉપર વેર વાળવા માટે જ મેં કાવતરું ગોઠવ્યું

હતું. એક વખત હું રોશનના પ્રેમમાં પાગલ થઈ ગઈ હતી. મેં એને મારી સાથે લગ્ન કરવાનું કહ્યું તો રોશને એવો જવાબ આપ્યો કે તું ખાનદાન કુટુંબની કન્યા નથી. તારું કુળ હલકું ગણાય. આવી રીતે મારું અપમાન થયું હતું અને બીજી વાત એ છે કે રોશનના બાપે, મારા વૃદ્ધ બાપ ઉપર ચોરીનો આરોપ મૂક્યો હતો. આવી રીતે શામલીએ તમારા ઉપર વેર લીધું છે. શું શામલી તારા પ્રેમમાં પડી હતી? શું તેં એને આવો જ જવાબ આપ્યો હતો?'

'હા.'

'હલકટ નહીં તો.'

'કોણ?'

'શામલી. રોશન તું ખરેખર ભોળો છે. શામલી જો તને ભોળવીને એના ઝૂંપડામાં ન લઈ ગઈ હોત તો જે કંઈ બન્યું તે ન બનત. મેં મારા પિતાને પણ કહ્યું કે રોશનનો કોઈ વાંક નથી પણ તેમણે મારી વાત સાંભળી જ નહીં અને તારી વિરુદ્ધ કેટલાક માણસોએ એમના કાનમાં ઝેર રેડી દીધું. આપણા પક્ષનાં સગાંવહાલાંઓએ આ બાબતમાં ઘણો ભાગ ભજવ્યો છે, કારણ કે આપણે જેટલી છૂટથી હરતાંફરતાં હતાં તે એમને ગમતું ન હતું. એમને ભય લાગતો હતો કે આપણા વર્તનમાંથી એમનાં છોકરાં ખોટો પદાર્થ-પાઠ શીખી જશે. રોશન, આપણા પ્રેમનો માળો કોઈ પીંખી નાખે એ પહેલાં હું અહીં આવી પહોંચી છું.'

ફરી અનુરાધાનો કંઠ ભારે થઈ ગયો. તે રોશનના બન્ને હાથ પકડીને ઊભી રહી અને રોશનની નસેનસમાં પ્રેમની ઉષ્માનો સંચાર થયો. અનુરાધાએ આકાશમાં સપ્તર્ષિ સામે દૃષ્ટિ સ્થિર કરતાં કહ્યું, 'પેલા સાત તારા એ સાત ઋષિઓ છે અને તેઓ જાણે આપણા ઉપર આશીર્વાદ વરસાવી રહ્યા હોય એવું લાગે છે.'

પણ રોશનને આ વાતમાં રસ પડ્યો નહીં. એનું મન અનુરાધાના હાથમાં પરોવાયું. તે બોલી ઊઠ્યો, 'તારા હાથ ધ્રૂજે છે; તારા હાથ એટલા બધા ગરમ લાગે છે કે તને તાવ આવ્યો હોય!' પછી તરત જ તેણે અનુરાધાના ગાલ ઉપર હાથ મૂક્યો, કપાળ તપાસી જોયું અને બોલી ઊઠ્યો,

'અરે, તારા શરીરમાં તાવ ભરાઈ રહ્યો છે!'

રોશને ગરમ ઓવરકોટનાં બટન ખોલી નાખ્યાં અને પંખી પોતાનાં બચ્ચાંને પાંખ નીચે ઢાંકી દે તેવી રીતે તેણે અનુરાધાને કોટ નીચે ઢાંકી દીધી. ઠંડીનું પ્રમાણ વધી ગયું હતું, બરફ પડવાની શરૂઆત થઈ ચૂકી હતી અને તેથી અનુરાધાનો દેહ વધુ કાંપવા લાગ્યો. તેણે ધીમેથી પ્રેમભરપૂર અવાજે કહ્યું, 'રોશન, તું મારો ડૉક્ટર છો; હું દર્દી છું.'

અને બન્નેના આત્મા જાણે એક થઈ ગયાં હોય એવી રીતે તેઓ ઊભાં રહ્યાં પણ ત્યાં તો રોશનની માતાનો અવાજ સંભળાયો, ‘રોશનના બાપ, ઊઠો ઊઠો, ગજબ થઈ ગયો.’

ઓરડામાં બત્તી થઈ; બાપનો અવાજ આવ્યો, ‘શું છે? ગભરાય છે શા માટે?’

‘રોશનને મનાવી લેવાના હેતુથી હું અગાસી ઉપરના એના ઓરડામાં ગઈ હતી પણ ત્યાં રોશન નથી! હાય! હાય! તમે જ મારા દીકરાને ઘરમાંથી કાઢી મૂક્યો. તમે એની જલદી તપાસ કરો. એ નહીં આવે ત્યાં સુધી મારે અન્નજળ હરામ છે.’

રોશનની માતા રડવા લાગી. પિતા બેબાકળા બની ગયા. હાથમાં લાકડી લીધી; બૅટરી લીધી અને જલદી બહાર કમ્પાઉન્ડમાં આવ્યા; દરવાજા ઉપર તેમણે બૅટરીનો જેવો પ્રકાશ ફેંક્યો કે અનુરાધા ઝડપથી રોશનના ઓવરકોટમાંથી બહાર નીકળી ગઈ; રોશન ઊંચા અવાજે બોલી ઊઠ્યો, ‘મા! ઓ મા! રડવાની જરૂર નથી. હું અહીં જ છું અને પિતાજી, દરવાજો ખોલો.’

‘ઓહ, રોશન! રોશન!’ કરતા પિતા દરવાજા પાસે પહોંચી ગયા અને પૂછ્યું, ‘અરે, દરવાજો બંધ છે અને તું બહાર કેવી રીતે ગયો?’ પછી બૅટરીનો પ્રકાશ જેવો અનુરાધાના મુખ ઉપર પડ્યો કે અનુરાધાએ લજ્જાથી જમીન સામે મોઢું ઢાળી દીધું. રોશનના પિતાએ આશ્ચર્યમાં પૂછ્યું, ‘સાથે કોણ છે?’

‘જલદી દરવાજો ખોલો; હું અનુરાધાને....’

પણ ત્યાં તો રોશનના પિતાએ બૂમ પાડી, ‘ઓ રોશનની મા! જલદી આવ, ઝડપથી આવ: મોઢું ધોવા પણ રોકાતી નહીં. આપણે આંગણે લક્ષ્મી આવી પહોંચી છે. મારો બેટો વહુ લઈ આવ્યો છે. અનુરાધા આવી પહોંચી છે.’

બાપા દરવાજો ઉઘાડવા લાગ્યા, માતા પણ દોડી આવી અને જેવો દરવાજો ઉઘાડ્યો કે બાપે બેટાને પડખામાં લઈ લીધો અને માતાએ વહુને પડખામાં લઈ લીધી. બાપ હર્ષના આવેશમાં રોશનનો વાંસો થાબડતાં બોલવા લાગ્યા, ‘વાહ, મારો બેટો બહાદુર છે’ અને મા અનુરાધાના માથા ઉપર હાથ ફેરવતાં બોલી, ‘મારી વહુ બહાદુર છે.’

અને અનુરાધાનો તાવ ઊતરી ગયો!

આ વિશ્વમાં પ્રેમથી વધુ ચમત્કારિક કોઈ જડીબુટ્ટી છે ખરી?

*

અનુરાધાના આગમનથી રોશનના ઘરમાં રોશની થઈ ગઈ અને ઘરનું વાતાવરણ આનંદથી છલકાઈ રહ્યું. પોતે કેવા સંજોગોમાં નાસી આવી એ વાત અનુરાધાએ ટૂંકામાં કહી, પણ રોશને એ ન જણાવ્યું કે તે ઘર છોડીને જતો હતો ત્યાં જ અનુરાધાનો મેળાપ થયો. વાત એવી રીતે ગોઠવાઈ ગઈ કે જાણે રોશન જ અનુરાધાને ઉપાડી લાવ્યો હોય! પણ રોશનના હૃદયમાં શામલીનું સ્મરણ ઝબકાર મારી જતું હતું. રોશન મનમાં બોલ્યો,

'શામલી અનુરાધા કરતાં ખરેખર ચડિયાતી છે. અનુરાધાનું હૃદય શંકાથી ભરેલું છે. તેણે મારા વિશે શામલીને ત્યાં તપાસ કરાવી પણ હલકા કુળની શામલીએ મારી આબરૂનું રક્ષણ કરવાના હેતુથી દોષનો ટોપલો પોતાના ઉપર ઓઢી લીધો.'

રોશન આવી રીતે વિચારમાં પડી ગયો હતો. માણસના મનને કોઈ નથી કળી શક્યું; ભગવાનનાં દર્શન કરતાં કરતાં તે પકવાનના પણ વિચાર કરતો હોય!

એવામાં રોશનના પિતાએ પૂછ્યું, 'રોશન! તું શો વિચાર કરે છે? કેમ કંઈ બોલતો નથી?'

રોશને જવાબ આપ્યો, 'વિચાર તો હવે તમારે કરવાનો છે. મારે કંઈ વિચાર કરવા જેવું રહ્યું નથી.'

'અચ્છા તો મારો એવો વિચાર છે કે કોઈ પણ જાતની વધુ પડતી ધાંધલ કર્યા વિના જેમ બને તેમ જલદી લગ્નનું કામ પતાવી લેવું.'

રોશનની માતા બોલી ઊઠી, 'મને તમારો આ વિચાર જરા પણ પસંદ નથી. આપણે એવું શું પાપ કર્યું છે કે ચોરીછૂપીથી લગ્ન પતાવી દેવાં! એકનો એક દીકરો છે અને લગ્ન ધામધૂમથી જ થવાં જોઈએ.'

'માતા તરીકે તારા હૃદયમાં એવી હોંશ હોય તે હું સમજી શકું છું. પણ તારે એ વિચાર કરવો જોઈએ કે અત્યારે સંજોગો બદલાઈ ગયા છે અને જો સાવચેતીથી ઝડપ કરવામાં ન આવે તો ગમે એવા વિચિત્ર સંજોગો પેદા થાય.'

'એટલે તમે શું કહેવા માગો છો! શું અનુરાધાના પિતા હવે લગ્ન અટકાવી શકશે?'

'એ ધારે તો એવું પગલું પણ લઈ શકે. હું માનું છું કે અત્યારના સંજોગોમાં તેઓ લગ્ન અટકાવવાના જરૂર પ્રયત્ન કરે, કારણ કે તેઓ એમ માની બેસશે કે એમની પ્રતિષ્ઠાનો સવાલ ઊભો થયો છે.'

રોશનના પિતાએ અનુરાધા સામે જોયું અને પૂછ્યું, 'તું કેમ કંઈ બોલતી નથી! તારા પિતા લગ્ન અટકાવવાનો પ્રયાસ કરે કે નહીં?'

અનુરાધાએ ટૂંકો જવાબ આપ્યો, 'એવો સંભવ ખરો; તમે એમનો સ્વભાવ સારી રીતે જાણો છો.'

'તો પછી લગ્ન આજે સવારમાં જ જેમ બને તેમ વહેલી તકે થઈ જવાં જોઈએ.'

કેમ અને કેવી રીતે લગ્ન કરવાં એ વિશે ચર્ચા કરતાં સવારના ચાર વાગ્યા અને છેવટે ગુપચુપ લગ્ન પતાવી લેવાની યોજના નક્કી કરવામાં આવી.

પણ અનુરાધાના ઘરમાં શું બન્યું? રોજના નિયમ પ્રમાણે અનુરાધાની માતા સવારના ચાર વાગે ઊઠી અને અનુરાધાના ઓરડામાં જેવો તેણે પગ મૂક્યો કે એનો શ્વાસ ઊંચો ચડી ગયો. તે મનમાં બોલી ઊઠી, 'મારી દીકરી ગઈ ક્યાં?'

વિશાળ ઘરમાં તેમણે ચારે બાજુ તપાસ કરી જોઈ પણ દીકરીનો પત્તો ન લાગ્યો એટલે એમનો જીવ વધુ બળવા લાગ્યો. માતા મનમાં દલીલો કરવા લાગી, 'બાપનો સ્વભાવ દીકરીમાં ઊતર્યો છે. બન્ને પોતાનું ધાર્યું જ કરે એવાં છે અને તેથી હું માનું છું કે જરૂર અનુરાધા રોશનને ત્યાં જ ચાલી ગઈ હોવી જોઈએ.'

ગભરાટમાં ને ગભરાટમાં તે પતિના શયનખંડમાં દોડી ગઈ; પણ ઉંબરમાં એના પગ અટકી ગયા, અનુરાધાના પિતા શાંત નિદ્રામાં પડ્યા હતા; માતા મનમાં બોલી, 'નહીં નહીં, મારે એમને જગાડવા ન જોઈએ. છ વાગે જ ઊઠવાનો એમનો નિયમ છે. એમની નિદ્રામાં ભંગ પાડવો અને અનુરાધાના સમાચારથી હમણાં ચિંતા કરાવવી તે યોગ્ય નથી. આ વાતની એમને ખબર પડશે તો ગામ ગજાવી મૂકશે. હું જ પહેલાં તપાસ કરી આવું.'

અને ડોશીમા હાથમાં ફાનસ તથા લાકડી લઈને બહાર નીકળી પડ્યાં. આખા શરીર ઉપર ગરમ શાલ વીંટી હતી. બહાર બરફનું પ્રમાણ ઘણું હતું પણ જાણે જુવાનીનો જુસ્સો પ્રગટ થયો હોય એવી રીતે પગલાં માંડતી અનુરાધાની માતા આગળ વધવા લાગી. વિખૂટી પડી ગયેલી વાછડી માટે જેવી રીતે ગાય ભાંભરડા નાખે તેમ માતાનું હૃદય છૂટી પડેલી પુત્રી માટે રડી રહ્યું હતું. થોડી વારે એમની આંખો સજળ બની જતી હતી.

છેવટે તે રોશનના ઘરે પહોંચી; દરવાજો ઉઘાડો હતો, રોશનનું ઘર પ્રવૃત્તિથી ધમધમી રહ્યું હતું. બહાર વરન્ડામાં રોશનની માતા જેવી આવી કે કોઈએ અવાજ કર્યો,

'અંદર કોણ આવી રહ્યું છે?'

'હું છું, અનુરાધાની મા.'

'ઓહ, તમે... તમે... પધારો વેવાણ, પધારો....'

રોશનની માતાના હૃદયમાં હર્ષ ઊભરાયો. વેવાણનું સ્વાગત કરવા માટે તે ઝડપથી નીચે ઊતરી ગઈ અને ખૂબ પ્રેમથી તે વેવાણને ભેટી પડી. અનુરાધાની માતાએ તરત જ પૂછ્યું, 'મારી દીકરી...'

'હા. ચિંતા કરશો નહીં. તમારી અને અમારી અનુરાધા સહીસલામત છે. લક્ષ્મી અમારા ઘરમાં આવી પહોંચી છે.'

'બહુ સારું, હવે મને નિરાંત થઈ; આખે રસ્તે મને એવા ખરાબ વિચારો આવતા હતા કે....'

'હું સમજી શકું છું. તમે એવી પણ કલ્પના કરી હશે કે અનુરાધાએ કોઈ જગ્યાએ કૂવામાં....'

'હા, કંઈક એવું જ. પણ હવે વધુ ન બોલો. હવે મારા જીવને શાંતિ મળી છે. મારે એને મળવું છે, એ ક્યાં છે?'

'વેવાણ! પહેલાં અંદર તો પધારો... પછી આપણે નિરાંતે શાંતિથી વાતો કરીએ. જુઓ વાત ખાનગી રાખવાની છે. આપણી વચ્ચે મનમેળ છે એટલે તમને કહેવામાં વાંધો નથી.'

'શી વાત છે?'

'અનુરાધાના લગ્નની તૈયારીઓ ચાલે છે એટલે અનુરાધા કામમાં પરોવાયેલી છે.'

પગથિયાં ચડતાં ચડતાં અનુરાધાની માતા અટકી ગઈ; તેણે આશ્ચર્યમાં પૂછ્યું, 'શું કહ્યું? લગ્નની તૈયારી! અનુરાધાનાં લગ્ન!'

'હા, તમે મૂંઝાશો નહીં અને હમણાં તમે આ વાત ખાનગી રાખજો. પહેલાં અંદર ઓરડામાં પધારો અને પછી હું તમને બધી વાત સમજાવું.'

અને આટલું કહીને રોશનની માતાએ બૂમ પાડી, 'રોશનના બાપ! ઓ રોશનના બાપ! સાંભળો છો કે? જલદી સ્વાગત કરવા બહાર આવો; વેવાણ આપણે ત્યાં પધાર્યાં છે.'

રોશનના બાપ બારણામાં આવી પહોંચ્યા; બે હાથ જોડીને તેમણે અનુરાધાની માતાનો પ્રેમભર્યો સત્કાર કર્યો અને પછી ત્રણે જણાં અંદર ઓરડામાં બેઠાં; રોશનની માતા તરત જ રસોડામાં પહોંચી ગઈ; અહીં અનુરાધા ચા-પાણી તૈયાર કરતી હતી. તેમણે કહ્યું, 'બેટા! એક કપ ચા વધારે લાવજે, મહેમાન આવ્યાં છે.'

પણ કોણ આવ્યું છે એ વાત તેમણે જણાવી નહીં. હેતભરી નજરે તેઓ અનુરાધા સામે જોઈ રહ્યા અને પછી માથા ઉપર હાથ ફેરવતાં તેમણે કહ્યું, 'જાણે બહુ જૂની થઈ ગઈ હોય એવી રીતે તેં રસોડું સંભાળી લીધું છે. મેં તને

ચા-પાણી બનાવવાની ના પાડી છતાં પણ તેં મારા હાથમાંથી કામ ઝૂંટવી લીધું.'

અનુરાધાએ જવાબ આપ્યો, 'મારાં માતાપિતા માટે હું જ ચા-પાણી તૈયાર કરતી હતી. મને ટેવ પડી ગઈ છે. હું કંઈ મહેમાન નથી કે કામ ન કરી શકું. આ ઘર પણ મારું છે.'

'હા બેટા, બધું તારું જ છે.'

અને રોશનની માતા મનમાં હરખાતી હરખાતી ઓરડામાં પાછી આવી. તરત જ અનુરાધાની માતાએ એમને પૂછ્યું,

'તમે કહો છો કે અનુરાધા અહીં છે અને અમારા વેવાઈ એમ કહે છે અનુરાધા અહીં આવી જ નથી. મારે કોનું માનવું અને કોનું ન માનવું?'

રોશનની માતાએ એના પતિને કહ્યું, 'તમે સવારના પહોરમાં જૂઠું શા માટે બોલો છો?'

'ઓહ, તેં સાચી વાત જણાવી દીધી છે?'

'હા, હું માતા છું એટલે સમજી શકું છે કે માતાનું હૃદય કેવું હોય છે. જો હું એમ કહું કે અનુરાધા અહીં નથી આવી તો વેવાણના હૃદયની શું સ્થિતિ થાય એની કલ્પના તમે ન કરી શકો. હું કરી શકું છું. આટલી નાજુક બાબતમાં વાત છુપાવવી તે યોગ્ય ન ગણાય. જે કંઈ બનવાનું છે તે ખાનગી રાખવું એમ પણ મેં એમને જણાવી દીધું છે.'

'હં... સમજ્યો, તો પછી હવે કોઈ વાત ખાનગી રાખવાની જરૂર જ નથી. હવે મારાથી અસત્ય બોલી ન શકાય. વેવાણ, મને ખબર નહીં કે રોશનની માતાએ તમને શુભ સમાચાર આપી દીધા હશે. તમારી સમક્ષ અસત્ય બોલવા બદલ હુ દિલગીરી જાહેર કરું છું.'

'કંઈ વાંધો નહીં; એમાં તમારો કોઈ વાંક નથી. સંજોગો એવા ઊભા થયા છે કે ભલભલા મૂંઝાઈ જાય. વિચાર કરતી હતી કે હું અનુરાધાના બાપને સમજાવી શકીશ પણ એ પહેલાં તો અનુરાધા જ ચાલી ગઈ, અહીં આવી પહોંચી. ઘણું ઉતાવળું પગલું તેણે ભર્યું છે. તમે નથી જાણતા પણ અનુરાધાના બાપ જેટલા ઉગ્ર છે એટલા જ કોમળ છે. હઠ પકડે ત્યારે એમની સામે દલીલો કરવી નકામી છે. પણ ગુસ્સો શાંત થતાં એમને જો સમજાવીએ તો સમજી જાય એવા છે. આપણો સંબંધ તૂટે એમ હું ઇચ્છતી જ નથી. હજુ અનુરાધાના પિતાને આ પ્રસંગની ખબર નથી પડી અને ખબર પડે એ પહેલાં...'

'એ પહેલાં તમે શું કરવા માગો છો?'

'હું અનુરાધાને પાછી લઈ જવા માગું છું.'

'શું તમે એને લઈ જવા માગો છો?'

'હા. હું મારી દીકરીને તેડવા આવી છું. મારી એકની એક દીકરીનાં છૂપી રીતે લગ્ન થાય તે મને પસંદ નથી.'

રોશનની માતા બોલી ઊઠી, 'મારા એકના એક દીકરાનાં લગ્ન કોઈ પણ ધામધૂમ વિના થઈ જાય એ વાત મને પણ પસંદ નથી. પણ શું થાય? સંજોગો એવા ઊભા થયા છે કે એમ કર્યા સિવાય છૂટકો જ નથી. અનુરાધાએ પણ આ વાત કબૂલ કરી લીધી છે. રોશનના બાપ હમણાં જ બ્રાહ્મણને ત્યાં જઈ આવ્યા અને સાત વાગે લગ્નનું મુહૂર્ત પણ નક્કી થયું છે. અમે બધી તૈયારી પણ કરી નાખી છે.'

'અનુરાધા આ કબૂલ કરે એ સ્વાભાવિક છે, કારણ કે જુવાન છોકરી હંમેશાં લગ્ન કરી નાખવાની ઉતાવળમાં હોય છે, પણ હું માનું છું કે આપણે ખૂબ જ સારી રીતે લગ્ન ઊજવી શકીશું.'

પણ એવામાં તો ચા-નાસ્તો લઈને અનુરાધા દાખલ થઈ અને માતાને આવેલી જોઈને એના આશ્ચર્યનો પાર ન રહ્યો. પહેલાં તો એના ચહેરા ઉપર ક્ષોભની રેખાઓ ફરી વળી, કેમ જાણે ગુનો કર્યો હોય! પણ પછી તરત જ રેખાઓમાં ફેરફાર થઈ ગયો. તે બોલી ઊઠી, 'મા, મા.'

આટલું કહીને તેણે ચા-નાસ્તાનો સામાન ટિપાય ઉપર મૂક્યો અને અવાચક બનીને ઊભી રહી. નીચે ગાલીચા ઉપર એની નજર સ્થિર થઈ ગઈ. અનુરાધાની માતાએ કહ્યું,

'બેટા, હું તને તેડવા આવી છું.'

અનુરાધાએ કંઈ જવાબ ન આપ્યો. રોશનની માતાએ કહ્યું, 'વેવાણ, આપણે પહેલાં ચા-નાસ્તો પતાવી લઈએ અને પછી તમારે જે કંઈ કહેવું હોય તે અનુરાધાને કહેજો.'

'ના, એ ન બને; તમે તો જાણો છો કે દીકરીના ઘરનું પાણી પણ ન પિવાય.'

આટલું કહીને અનુરાધાની માતા ઊભી થઈ ગઈ અને પુત્રીનો હાથ પકડતાં કહ્યું, 'બેટા, જલદી ચાલ, તું નાસી આવી છો એ વાત ગામમાં ફેલાઈ જાય એ પહેલાં...'

અનુરાધા વચમાં જ બોલી ઊઠી, 'મા, માફ કરજે; હું નહીં આવી શકું. લગ્ન થઈ ગયા પછી તું તેડું મોકલજે. હું પિયરમાં આવીશ...'

'જો આવી જ રીતે લગ્ન થઈ જાય તો શું તારા બાપ તેડું મોકલે ખરા? તું તો એમનો સ્વભાવ જાણે છે, હમણાં તું મારી સાથે ચાલ; હું તારા બાપને

જરૂર સમજાવીશ.'

'હું નહીં આવી શકું. મારો નિર્ણય નહીં ફરે.'

'મને ખબર છે કે તારો સ્વભાવ તારા બાપ જેવો જક્કી છે, પણ સ્ત્રીના હાથમાં સંસારનો વ્યવહાર છે; એનો સ્વભાવ જક્કી હોય તે સારું નહીં. સ્ત્રીને વ્યવહાર સાચવવા માટે ઘણું જતું કરવું પડે છે.'

'ક્ષમા માગું છું, હું નહીં આવી શકું.'

'નિર્ણય નહીં ફરે?'

માથું ધુણાવીને અનુરાધાએ ના પાડી કે માતા ઓરડાની બહાર નીકળી ગઈ; એનું મન દુભાયું હતું. રોશનની માતા પણ એમની પાછળ આવી અને હાથ પકડતાં કહ્યું,

'તમારું મન દુભાયું હોય તો મને માફ કરજો.'

બન્ને માતા એકબીજા સામે સજળ નયને જોઈ રહી. એવામાં અનુરાધા પણ આવી પહોંચી. રોશનની માતાએ કહ્યું, 'વેવાણ! મનમાંથી દુઃખ કાઢી નાખો અને તમારી દીકરીને આશીર્વાદ આપો.'

અને પછી તેમણે અનુરાધા સામે જોઈને કહ્યું, 'બેટા, માતાને પગે લાગ અને આશીર્વાદ માગી લે.'

અનુરાધા જેવી માતાને પગે પડવા ગઈ કે માતાએ હાથ પકડી લીધા અને ખૂબ પ્રેમથી હૃદય સાથે ચાંપી દીધી. ડોશીમા એવી રીતે રડવા લાગ્યાં કે જાણે ખરેખર દીકરીને સાસરે વળાવી રહ્યાં હોય! અનુરાધાનું હૈયું પણ ભારે થઈ ગયું. પછી મનને મજબૂત કરતાં અનુરાધાની માતા બોલી,

'દીકરી! હું તો તને ખરા અંતઃકરણથી આશીર્વાદ આપું છું પણ તારા બાપને જેવી ખબર પડશે કે તેઓ શું પગલું ભરશે તે હું કહી શકતી નથી.'

અનુરાધાએ કહ્યું, 'બા, મારા પિતાને ખબર નહીં પડવા દેતી. પૂછે તો એમ કહેજે કે અનુરાધા ઓરડામાં સૂતી છે, તબિયત બરાબર નથી.'

માતાએ ફાનસ જરા ઊંચું કર્યું અને દીકરીના ચહેરા ઉપર વધુ પ્રકાશ પથરાયો. તેણે અનુરાધા સામે જોઈને કહ્યું,

'તું તારા પતિને વફાદાર રહેવા માગે છે અને મને મારા પતિ તરફની વફાદારીમાંથી ચલિત થવાની સલાહ આપે છે, કેમ? એવું કદી બન્યું નથી અને બનશે પણ નહીં.'

અને અનુરાધાની માતા લાકડીના ટેકે ટેકે દરવાજા બહાર નીકળી ગઈ: ફાનસના ઝાંખા પ્રકાશમાં તેણે માર્ગ કાપવા માંડ્યો. થોડી વાર સુધી તો શરીરમાં

એક પ્રકારની તાકાત ટકી રહી પણ પછી પુત્રીનો વિયોગ યાદ આવતાં મન કમજોર બન્યું અને દેહમાં અશક્તિ જણાતાં શરીર ધ્રૂજવા લાગ્યું.

આમ છતાં પણ ધીમે ધીમે આગળ વધવા માંડ્યું. થાક લાગ્યો; આરામ લેવા માટે તે વૃક્ષની નીચે બેસી ગઈ, થોડીવાર પછી તે ફરી ઊભી થઈ અને ઘણી વારે તે ઘરના દરવાજા પાસે પહોંચી. શહેરના ટાવરના તેણે સવારના છ વાગ્યાના ડંકા સાંભળ્યા અને ઘરમાંથી તેણે અનુરાધાના પિતાનો અવાજ સાંભળ્યો,

'ઓ અનુરાધા! ચા તૈયાર છે કે નહીં?'

ડોશી ઝડપથી ઘરમાં દાખલ થયાં અને કહ્યું, 'આજે તમને અનુરાધાના હાથની ચા પીવા નહીં મળે.'

* * *

૩

પોતાનો વટ ન જાય એ હેતુથી ઘણા માણસો બીજાના જીવનપટ ઉપર ઝંઝાવાત ઊભો કરી મૂકે છે. અનુરાધાની માતાએ જેવી વાત કરી કે અનુરાધાના બાપના હૃદયમાં ક્રોધનો ભડકો થયો. એમની સફેદ દાઢીના વાળ પણ ક્રોધની કંપારીને લીધે ધ્રૂજવા લાગ્યા. તેમણે ઊંચે સાદે કહ્યું,

'આપણી દીકરી આટલી હદ સુધી જશે એની મને કલ્પના ન હતી. એને આપણે ભણાવીગણાવી, સારા સંસ્કાર આપ્યા અને એનું આ પરિણામ? મેં રોશનના બાપને ચોખ્ખી ના પાડી કે આપણી દીકરી એના ઘરમાં નહીં જાય અને અનુરાધા ઘર છોડીને ચાલી ગઈ! એને બાપની આબરૂનો કે વચનનો પણ ખ્યાલ ન આવ્યો!'

અનુરાધાની માતાએ કહ્યું, 'પંખીનાં બચ્ચાંને પાંખ આવે એટલે માળામાંથી ઊડી જાય એ સ્વાભાવિક છે.'

'પણ અનુરાધા એ પંખીનું બચ્ચું નથી. માણસનું બચ્ચું છે.'

'અને માણસો શું પંખી જેવાં નથી? છેવટે તો સૌ કોઈ એકબીજાને છોડીને ઊડી જાય છે. આજે નહીં તો આવતી કાલે પણ એક દિવસ અનુરાધાને શું આપણે સાસરે ન વળાવત?'

'એ વાતની હું ના નથી પાડતો, પણ રોશનને પરણે એ મને પસંદ નથી. હવે તો મારા વટનો સવાલ ઊભો થયો છે. મારી ઉપરવટ થઈ અનુરાધા ઘરમાંથી ચાલી જાય અને જે ઠેકાણે હું ઇચ્છતો ન હોઉં એ જ ઠેકાણે તે પરણે તે હું જોઈ ન શકું. મારી આજ્ઞાનું તેણે પાલન કરવું જ જોઈએ.'

'પુત્ર કે પુત્રી આજ્ઞાનું પાલન ન કરે તો છેવટે માબાપ એને ઘરનો ત્યાગ

કરવાનું કહે છે, એથી વધુ તો કાંઈ થઈ શકતું નથી. તમે અનુરાધાને ઘર છોડવાનું કહો એ પહેલાં જ તે ચાલી ગઈ; એ વાત ચોક્કસ હતી કે તે પોતાનો નિર્ણય કદી ન ફેરવત; એનો સ્વભાવ કેવો જક્કી છે તે તમે જાણો છો. એ નાની હતી, અણસમજુ હતી ત્યારે જે વાતની હઠ લેતી તે વાત તે છોડતી ન હતી અને તમારા હાથનો માર ખાતી. છેવટે કંટાળીને તમે એને કોલસાની ઓરડીમાં પૂરી દેતા. પણ છેવટે તો તમે જ હારતા હતા. બીજો દિવસે તમે જ એની ઇચ્છા પૂરી કરતા અને લાડ લડાવતા હતા.'

'શું તું અત્યારે અનુરાધાનો પક્ષ ખેંચે છે?'

'હું એનો પક્ષ નથી ખેંચતી પણ એનો સ્વભાવ કેવો છે એ વાતની તમને યાદ આપું છું. શું તમે એમ માનો છો કે મેં એને સમજાવવાનો પ્રયત્ન નથી કર્યો? મેં એને ઘણું સમજાવી પણ તે એકની બે ન થઈ અને છેવટે હું આશીર્વાદ દઈને ચાલી આવી.'

'એ આશીર્વાદને લાયક નથી.'

'બાળકો ગમે એવાં હોય અને ગમે એવું વર્તન રાખે તોપણ માબાપનાં હૈયાંમાં એમને માટે શુભ ભાવનાઓ જ રહે છે. મારું માનવું છે કે જે કંઈ બન્યું છે તે આપણે ભૂલી જઈએ. નસીબ જ્યારે માણસને ખેંચવા માંડે છે ત્યારે નસીબની પક્કડમાંથી આપણે કોઈને છોડાવી શકતા નથી.'

'પ્રારબ્ધ કરતાં પુરુષાર્થ વધારે બળવાન છે.'

'તમે પુરુષ છો એટલે પુરુષાર્થને જ મહત્ત્વ આપો છો અને તમે ધારો તે કરી શકો એવી માન્યતા ધરાવો છો, પણ સ્ત્રીપુરુષના સંબંધમાં પ્રારબ્ધ જ મુખ્ય ભાગ ભજવે છે એમ મેં જોયું છે. અનુરાધાનું પ્રારબ્ધ જો રોશન સાથે જ જોડાયેલું હશે તો તે જ પ્રમાણે બનશે. પ્રેમ અને પ્રારબ્ધ, બન્ને એકસાથે સંકળાયેલાં છે અને એની ચાલનો કોઈ પાર નથી પામી શક્યું.'

'એટલે તું શું એમ કહેવા માગે છે કે મારે હાથ જોડીને બેસી રહેવું? એ કદી નહીં બને.'

અને પડછંદ કાયા ધરાવતા એ વૃદ્ધ પુરુષનો ચહેરો ક્રોધની જ્વાળાઓથી વધુ ભભૂકી ઊઠ્યો; રોશનના મકાનમાં આવેલા મધ્યખંડમાં પણ યજ્ઞકુંડની જ્વાળાઓનું આનંદ-નૃત્ય ચાલી રહ્યું હતું; બ્રાહ્મણો મંત્રોચ્ચાર કરી રહ્યા હતા અને પવિત્ર વાતાવરણ વચ્ચે લગ્નની વિધિ ચાલુ થઈ ચૂકી હતી. લાવણ્યમૂર્તિ અનુરાધા ગંભીર બનીને વરરાજા રોશનની બાજુમાં બેઠી હતી. વધતીઓછી થતી યજ્ઞકુંડની જ્વાળાઓને લીધે, અનુરાધાના મુખ ઉપર પણ રૂપની વધઘટ થયા

કરતી હોય એવું દેખાતું હતું. કોઈ વાર એનો ચહેરો પૂનમના ચંદ્ર જેવો દેખાતો; કોઈ વાર ઊગતા સૂર્ય જેવો લાલચોળ બની જતો. અનુરાધા જાણે નવો અવતાર ધારણ કરી રહી હોય એવું દેખાતું હતું. કુમારી અનુરાધાના અંગ ઉપર અગ્નિ 'અખંડ સૌભાગ્ય'ના લેખ કોતરી રહ્યો હતો. થોડા દિવસો પહેલાં જે અનુરાધા તોફાની અને મસ્તીખોર દેખાતી હતી. તે અત્યારે અગ્નિ સમક્ષ સુવર્ણની ગંભીર પ્રતિમા જેવી લાગતી હતી. સંસારની જવાબદારી ઉપાડી લેવાનો દૃઢ નિશ્ચય એના ચહેરા ઉપર દેખાતો હતો. અનુરાધાનું મુખ જોઈને રોશનની માતાના હૈયામાં હર્ષ ઊભરાતો હતો. સંગીતના ધીમા સૂર પણ સંભળાઈ રહ્યા હતા. સાદાઈથી ઊજવાઈ રહેલા આ પ્રસંગમાં એક પ્રકારની ભવ્યતા હતી.

અમુક વિધિ પૂરી થતાં, મંગળફેરા શરૂ થયા; પણ વાતાવરણ અમંગળ બની ગયું! ત્રીજો ફેરો પૂરો થયો કે બહારવટિયા અચાનક તૂટી પડે તેમ અનુરાધાના બાપ કેટલાક માણસો સાથે ઓરડામાં દાખલ થયા અને તેણે પોકાર પાડ્યો, 'ખબરદાર, જો કોઈ આગળ વધ્યું તો! લગ્નની વિધિ નહીં અટકે તો રોશનનું માથું યજ્ઞકુંડમાં પડશે.'

ઉઘાડી તલવારે અનુરાધાના બાપ આગળ વધ્યા; હાથમાં લાકડીઓ લઈને આવેલા માણસો પણ બધાંને ઘેરી વળ્યા અને ગભરાટ ફેલાઈ ગયો. રોશનના પિતાએ મગજ ઉપરનો કાબૂ ગુમાવ્યો અને તેમણે ત્રાડ પાડતાં અનુરાધાના પિતાને કહ્યું,

'આવી ગુંડાગીરી તમને શોભે છે ખરી?'

'ચૂપ રહો, ગુંડાગીરી તો તમે શરૂ કરી છે; મેં તમને ના પાડી હતી છતાં પણ તમે લગ્નનું કામકાજ છૂપી રીતે ઝડપથી ઉકેલી રહ્યા છો.'

'અનુરાધા પોતે આવી ચડી.'

'એ તો નાદાન છે; પણ તમારી એ ફરજ હતી કે અનુરાધાને પાછી મોકલવી જોઈએ.'

'એ પાછી જવા તૈયાર ન હતી.'

'પણ તમારે લગ્ન તો ન જ કરવાં જોઈએ. આ બાબતમાં મારો વિરોધ હતો એ વાત તમે જાણો છો અને છતાં પણ તમે આ પગલું ભર્યું. તમારી પ્રતિષ્ઠા જાળવી રાખવા ખાતર તમે આપણા જૂના સંબંધ ઉપર પાણી ફેરવ્યું. જેમ તમને તમારી આબરૂની પડી છે તેમ મને પણ મારી આબરૂનું રક્ષણ કરતાં આવડે છે. હું કહું છું કે લગ્ન અટકાવો અને મારી દીકરી મને સોંપી દો.'

રોશનના પિતાએ ઊંચા અવાજે કહ્યું, 'એ કદી નહીં બને. હવે તે તમારી

દીકરી નથી પણ મારા દીકરાની વહુ છે.' આટલું કહીને રોશનના બાપે બ્રાહ્મણ સામે જોયું અને હુકમ કર્યો, 'મહારાજ, વિધિ ચાલુ રાખો; ચોથો ફેરો પૂરો કરો. તમારો ધર્મ તમે બજાવો અને મારો ધર્મ હું બજાવું છું. કોઈની તાકાત નથી કે હવે કોઈ ચોથો ફેરો અટકાવી શકે.'

રોશનના બાપ બે હાથ પહોળા કરીને, અનુરાધાના બાપની સામે ખડકની જેમ ઊભા રહ્યા. અનુરાધાના બાપે એવા જોરથી લાત મારી કે રોશનના પિતા નીચે પડી ગયા, હોહા મચી રહી અને અંદર અંદર માણસો વચ્ચે મારામારી જેવું જામી પડ્યું. અનુરાધાના બાપે ત્રાડ નાખતાં કહ્યું,

'ચોથો ફેરો થાય એ પહેલાં તો રોશનનું મસ્તક અગ્નિમાં હોમાઈ જશે.'

છલાંગ મારીને તે ઉઘાડી તલવારે આગળ વધ્યા અને રોશન ઉપર ઘા કરવા જાય એ પહેલાં તો ગભરાયેલો રોશન એક બાજુ ખસી ગયો. તલવારનો ઘા જરા બાજુમાં એવી રીતે પડ્યો કે રોશન અને અનુરાધા વચ્ચે છેડાછેડીની જે ગાંઠ હતી તે કપાઈ ગઈ. રોશન એક બાજુ સરકી ગયો. અનુરાધાએ બૂમ પાડી,

'પિતાજી, તમે આ શું કરી રહ્યા છો! હું તમારી સાથે આવવા તૈયાર નથી અને તમે મને નહીં લઈ જઈ શકો.'

પણ અનુરાધાના પિતાએ અનુરાધાનો હાથ પકડ્યો અને એને ખેંચવા માંડી; રોશનના પિતા વચ્ચે પડ્યા અને અનુરાધાના બાપના હાથમાંથી તલવાર ખેંચી લેવાનો પ્રયત્ન શરૂ કર્યો. બીજા માણસો રોશનના બાપના વાંસા ઉપર લાઠીમાર કરવા લાગ્યા અને આ ખેંચતાણનું પરિણામ એ આવ્યું કે કોઈનો ધક્કો લાગતાં અનુરાધા યજ્ઞકુંડમાં પડી ગઈ; તે લગભગ બેભાન જેવી બની ગઈ હતી; સાડી સળગી ઊઠી. પણ ત્યાં તો અનુરાધાના બાપે દીકરીને ઊંચકી લીધી અને પોતાના બે હાથ ઉપર અનુરાધાનો દેહ ગોઠવીને તે ઓરડાની બહાર નીકળ્યો! હવાને લીધે અગ્નિ વધુ ફેલાયો, અનુરાધા ચીસો પાડવા લાગી અને માણસો પણ બૂમો પાડતા પાછળ દોડ્યા. પાગલ માણસની જેમ અનુરાધાનો બાપ બોલતો હતો કે ભલે તારા દેહની રાખ થઈ જાય પણ હવે હું તને છોડવાનો નથી! આ દેખાવ ખરેખર ભયંકર હતો. રોશનની માતા પણ કાળો કકળાટ કરતી પાછળ દોડી રહી હતી અને તે બોલતી હતી કે, 'વેવાઈ! તમે રાક્ષસ બની ચૂક્યા છો. એને છોડો; મહેરબાની કરીને છોડો.'

આવી સ્થિતિમાં અનુરાધાના બાપ બહાર દરવાજા પાસે આવી પહોંચ્યા; અહીં મોટર તૈયાર હતી પણ ત્યાં તો અનુરાધાના બાપ જમીન ઉપર ફસડાઈ પડ્યા; એમનાં વસ્ત્રોને અગ્નિ ભરખી રહ્યો હતો. રોશનની મા આવી પહોંચી;

બીજા માણસો પણ આવ્યા અને સૌ કોઈ અનુરાધાના દેહને વીંટળાઈ વળેલી આગને બુઝાવવાનો પ્રયત્ન કરવા લાગ્યું. પણ અનુરાધા બૂમો પાડતી હતી કે 'મારા પિતાજીને બચાવો; એમને પહેલાં બચાવો.'

પણ માણસો અનુરાધાના બાપ ઉપર ઓછું ધ્યાન આપી શક્યા; એમનાં બધાં વસ્ત્રો સળગી ગયાં, એમની સફેદ દાઢી અને માથાના વાળ પણ ઘાસની જેમ સળગી ગયા અને ચહેરો રાક્ષસ જેવો વિકરાળ બની ગયો. આ દેખાવ જોઈને અનુરાધાના મુખમાંથી ચીસ નીકળી ગઈ અને હવે તે સંપૂર્ણ બેભાન બની ગઈ.

બાપદીકરીને તરત જ મોટરમાં મૂક્યાં અને બન્નેને હૉસ્પિટલમાં દાખલ કરવામાં આવ્યાં. આ કરુણ બનાવથી આખા ગામમાં ચકચાર જાગી અને અનેક જાતની વાતો થવો લાગી.

*

અનુરાધાના પિતા એક જાણીતા જમીનદાર હોવાને કારણે સ્મશાનમાં સારી એવી સંખ્યામાં માણસોએ હાજરી આપી. એમના બળી ગયેલા દેહને ચિતા પર ગોઠવ્યો. અગ્નિ પ્રગટ થયો ત્યારે સૌ કોઈએ હાથ જોડીને નતમસ્તકે પ્રણામ કર્યા. ઘણાંની આંખોમાંથી અશ્રુની ધારા વહેવા લાગી અને વાતાવરણ ગંભીર તથા ગમગીન બની ગયું. દરેક વ્યક્તિના ચહેરા ઉપર શોકની છાયા હતી અને દરેકના અંતરમાં અનંતની કોઈ અગમ્ય વાણી પ્રગટ થતી હતી કે 'સંત હો કે મહંત પણ સૌ કોઈનો અંત અનિવાર્ય છે. આપણી પણ છેવટે આ જ સ્થિતિ છે અને ગમે એવી હાલતમાં પણ આખરે આ દેહને ધરતીને સોંપી દીધા સિવાય છૂટકો જ નથી.'

એકાદ બે મિનિટ સુધી સ્મશાન-વૈરાગ્યનો રંગ સૌ કોઈને લાગી ચૂક્યો અને પછી સૌની નજર ચિતાની જ્વાળાઓથી ટેવાઈ ગઈ; ક્ષણિક વૈરાગ્યની છાયામાંથી દરેકનો આત્મા મુક્ત થવા લાગ્યો અને પોતપોતાની ટોળીમાં બેસીને બધા ધીમે ધીમે વાતો કરવા લાગ્યા. જળમાં ડૂબકી માર્યા પછી ત્યાં ક્યાં સુધી ટકી શકાય? સ્મશાન-વૈરાગ્યના જળમાં ડૂબકી મારીને બધા સંસારની સપાટી ઉપર આવી ગયા.

વૃક્ષ નીચે પાંચેક માણસો બેઠા હતા ત્યાં કેવી વાતો થતી હતી! એક વૃદ્ધ પુરુષે અનુરાધાના પિતાનો ઉલ્લેખ કરતાં કહ્યું, 'વટ ખાતર એક ભલા માણસનો ભારે કરુણ અંત આવ્યો! જિંદગીમાં બિચારાને બે વખત બળવું પડ્યું. જીવતાં બળી ગયો અને બળી ગયા પછી પણ બળવું પડ્યું. યજ્ઞવેદીની જ્વાળાઓમાંથી

સીધો તે ચિતાની જ્વાળાઓમાં ગોઠવાયો! દીકરીના લગનમાંથી અગનમાં આવ્યો. આજનો આવો કરુણ બનાવ જોઈને હું તો એવા નિર્ણય ઉપર આવ્યો છું કે આ જમાનામાં છોકરાં ઉપર બહુ દબાણ કરવા જેવું નથી. આપણી છોકરી કોઈના પ્રેમમાં પડી જાય તો એને એ માર્ગેથી વાળવા જતાં કોઈ આપણને બાળવા લઈ જાય એવી સ્થિતિ ઊભી થઈ જાય એવો આ જમાનો છે.'

બીજાએ કહ્યું, 'સાચી વાત છે દાદા; આપણા શાસ્ત્રકારોએ તો આપણને પહેલેથી જ ચેતવી દીધા છે. તેમણે તો કહ્યું છે કે પિતાએ યુવાન પુત્રને મિત્ર તરીકે માનવો અને યુવાન પુત્રીને માતાએ સખી તરીકે ગણવી. મિત્રનો કોઈ માર્ગ આપણને પસંદ ન હોય તો આપણે એને ચેતવણી આપીને છૂટી જઈએ છીએ પણ આપણી ઇચ્છા પ્રમાણે તે વર્તે એવું દબાણ કરી શકતા નથી. માતા-પિતાને વધુ પડતા આઘાત ન લાગે એટલા માટે શાસ્ત્રકારોએ સંતાનો પ્રત્યે મૈત્રીની ભાવના કેળવવાનો ઉપદેશ આપીને ખરેખર ડહાપણ વાપર્યું છે. આપણે આ ઉપદેશનો અમલ નથી કરતા એટલે જ આવા કરુણ પ્રસંગો કેટલીક વાર બનતા રહે છે. પંખીનાં બચ્ચાંને પાંખ આવી ગયા પછી માબાપ ઇચ્છે એ દિશામાં બચ્ચું ઊડતું જ નથી અને અમુક જ દિશામાં ઊડવું જોઈએ એવું કોઈ દબાણ કરતું જ નથી.'

ત્રીજાએ કહ્યું, 'બરાબર છે; માણસો સ્વેચ્છાએ એકબીજાની ઇચ્છાને માન આપે છે અને એ રીતે જ સમાજનું તંત્ર ચાલે છે. પોતાની મરજી પ્રમાણે જ સૌએ કરવું જોઈએ એવા પ્રકારનું દબાણ કરી શકે નહીં અને જો કોઈ એવો આગ્રહ રાખે તો એ આગ્રહમાં વિગ્રહનાં જ બીજ રોપાય છે. અનુરાધા ઘેરથી ચાલી ગઈ, એના પિતાએ એને લગ્નમંડપમાં ફેરા ફરતી જોઈ કે તરત જ તેમણે પાછા ફરવું જોઈતું હતું. જિંદગીમાં એવા પણ ઘણા પ્રસંગો બને છે કે આપણે પાછા પડવું પડે છે અથવા તો પાછા ફરવું પડે છે. આપણી બધી જ ઇચ્છાઓ પાર પડે એવું કંઈ થોડું જ છે! ઘણી ઇચ્છાઓમાંથી થોડી જ પાર પડે છે અને ઘણું જતું કરવું પડે છે.'

ચોથા પુરુષે ચિતા સામે જોઈને, વાતનો વિષય ફેરવતાં કહ્યું, 'વૈજ્ઞાનિક દૃષ્ટિએ જોતાં આ પૃથ્વી ઉપરની દરેક ચીજ ધીમે ધીમે પ્રાણવાયુના લીધે બળી રહી છે, લોખંડ ઉપર કાટ ચડી જાય છે તે પણ બળવાની ક્રિયા છે. વખત જતાં ગમે એવો સફેદ કાગળ પણ આ જ ક્રિયાને લીધે પીળો પડી જાય છે. જન્મ પછી દરેક વ્યક્તિ મૃત્યુ તરફ જ ખેંચાઈ રહી છે. નદી જેમ સાગરમાં ભળી જાય છે તેમ જીવનસરિતા પણ સમયના સાગરમાં વિલીન થઈ જાય છે. સૂર્યના તાપને લીધે સાગરમાંથી વરાળ પેદા થાય છે, વાદળાં બંધાય છે અને ફરી

આમાંથી સૃષ્ટિ ઉપર વરસાદ વરસે છે! ખારાશમાંથી મીઠાશ અને મીઠાશમાંથી ખારાશ! અનંતકાળથી આ જાદુ ચાલ્યા જ કરે છે. છેવટે તો આપણે સૌ કોઈએ એકબીજાને વિદાય આપવાની છે. વિયોગની આ ઘડી કોઈ ટાળી નથી શક્યું અને કોણ કોને વિદાય આપવા જશે તે પણ કહી શકાતું નથી. તમે સૌ આજના પ્રસંગ ઉપર વિચાર કરો; અનુરાધાને અખંડ સૌભાગ્ય મળ્યું અને એની માતાનું સૌભાગ્ય ખંડિત થયું!'

અને પછી સૌ કોઈ અનુરાધાની સ્થિતિ પર વિચાર કરવા લાગ્યા. કોઈએ કહ્યું કે બચવાનો સંભવ ઓછો છે અને કોઈએ એમ કહ્યું કે હવે તે જીવતી રહે એના કરતાં મૃત્યુ પામે એ જ વધારે સારું છે.

હૉસ્પિટલમાં પણ ચારે બાજુ અનુરાધા વિશે જ ચર્ચા થઈ રહી હતી. જીવન અને મૃત્યુના ઝૂલતા પુલ ઉપર તે લથડિયાં લઈ રહી હતી. બેભાન સ્થિતિમાં પડેલી અનુરાધાનો શ્વાસ વારંવાર તાલ ચૂકી જતો હતો. નાડીના ધબકારાનું પણ કંઈ ઠેકાણું ન હતું. એના આખા શરીર ઉપર પાટા બાંધવામાં આવ્યા હતા. ફક્ત આંખની આસપાસનો ભાગ ખુલ્લો હતો.

બહાર વરન્ડાના એક ખૂણામાં દુઃખના સાક્ષાત્ અવતાર સમી એક વ્યક્તિ બેઠી હતી અને તે અનુરાધાની વૃદ્ધ માતા. એની આંખો બંધ હતી પણ પાંપણ નીચેથી આંસુ સરકતાં હતાં અને થોડી વારે હોઠ ફફડતા હતા. ઉઘાડબંધ થતા હોઠ ઉપરથી એમ કહી શકાય કે એમાં રામના નામનો ઉચ્ચાર થતો હશે. એમના હાથમાં માળા હતી પણ કાળનું વિરાટ ચક્ર ફેરવતાં જાણે ખૂબ શ્રમ પડતો હોય એવી રીતે ઘણી વાર પછી એક મણકો ફરતો હતો. રોશન પણ હાથ ઉપર દાઢી ટેકવીને ઊંડા વિચારમાં ઊભો હતો. એના પિતા ઑપરેશન થિયેટરની બહાર ઊભા હતા અને વારંવાર કાચમાંથી જોતા હતા. ડૉક્ટરોએ તો અનુરાધાની આશા છોડી દીધી હતી પણ કોઈના પ્રાણને ટકાવી રાખવા માટે આત્મામાં જે વૈષ્ણવી શક્તિ ભરી છે એને કોઈ કળી શક્યું છે!

ત્રણેક કલાક પછી ડૉક્ટરે રોશનના પિતાને કહ્યું, 'દર્દી ઉપરથી આફતનાં વાદળ વીખરાઈ ગયાં છે અને આશાના સૂર્યનો ઉદય થયો છે. હવે વાંધો નહીં આવે.'

આ સમાચાર સાંભળીને રોશનના પિતા હર્ષમાં આવી ગયા. તેમણે આ વાત અનુરાધાની માતાને જણાવી. માતાએ ફક્ત માથું ધુણાવ્યું અને એમની આંખોમાંથી બે આંસુ ટપક્યાં; ચહેરાના અર્ધા ભાગ ઉપર સૂર્યનો પ્રકાશ પડી રહ્યો હતો એટલે એક આંસુમાં સુખનો ચમકાર દેખાયો અને બીજા આંસુમાં દુઃખનો જાણે

અંધકાર દેખાયો. પણ આ સમાચાર જાણ્યા પછી રોશનના ચહેરા ઉપર કોઈ ફેરફાર ન થયો. તેણે કહ્યું,

'બાપુજી, બે દિવસ પછી મારે કૉલેજ ખૂલશે અને મારે જો સમયસર પહોંચી જવું હોય તો આજે સાંજે રવાના થઈ જવું જોઈએ.'

પિતાએ જવાબ આપ્યો, 'તું આજે જ ચાલ્યો જાય એ યોગ્ય ન કહેવાય. આવતી કાલે સાંજે જવું હોય તો જઈ શકે છે. હવે અત્યારે તારે અહીં હૉસ્પિટલમાં રોકાવાની જરૂર નથી.'

પાટલૂનનાં બન્ને ખિસ્સાંમાં હાથ ગોઠવતો રોશન તરત સીડી ઊતરવા લાગ્યો, ઘેર આવ્યો, પલંગમાં પડ્યો પણ ક્યાંય ચેન પડ્યું નહીં. અનેક જાતના વિચારોથી એનું મન ઘેરાઈ ગયું હતું અને તે પોતાની જાતને ખૂબ જ દુઃખી માની બેઠો હતો. મૂંઝાયેલા મનને કંઈ રાહત મળે એ હેતુથી તે સાંજે ફરવા નીકળ્યો. લીલી ધરતી ઉપર જાણે સુકાઈ ગયેલા ઝાડનું ઠૂંઠું ચાલી રહ્યું હોય એવી રીતે તે એટલો ધીમે ધીમે કુદરતમાં આગળ વધ્યો. જે જગ્યાએ રોજ અનુરાધા સાથે મિલન થતું તે જગ્યા તરફ તે જવા લાગ્યો અને એવામાં તો એના કાન ઉપર કોઈ મધુર ગીતનો અવાજ અથડાયો. તેણે ચારેબાજુ દૃષ્ટિ ફેરવી પણ કોઈ દેખાયું નહીં. ગીત ચાલુ રહ્યું અને જાણે હવા ખેંચી જતી હોય એવી રીતે રોશન આગળ ને આગળ ખેંચાવા લાગ્યો. પણ થોડી વારમાં તો ગીત અચાનક બંધ થઈ ગયું. રોશન જરા વધુ આગળ વધ્યો અને નાના એવા વૃક્ષ નીચે ઊભો રહ્યો. આસપાસ નજર કરી પણ એવામાં તો એના મસ્તક ઉપર ફૂલની વર્ષા થઈ. તેણે તરત જ ઊંચે જોયું. ડાળી ઉપર બે ઘાટીલા પગને હિલોળા લેતા જોયા અને ઘૂંઘરુનો મીઠો અવાજ સાંભળ્યો. બન્ને પગની ઘૂંટીની આસપાસ ફૂલની માળા હતી. રોશને જરા વધુ ઊંચે જોયું અને તે એકદમ હર્ષમાં બોલી ઊઠ્યો,

'ઓહ, શામલી! શામલી તું અહીં ક્યાંથી?'

અને તરત જ તેણે શામલીનો પગ પિંડીમાંથી પકડ્યો. શામલીએ કૂદકો માર્યો અને રોશનની સામે જાણે રોશની ઝળહળી રહી હોય એવી રીતે ઊભી રહી. અર્ધ ઢંકાયેલા યૌવન ઉપર રોશનની આંખો જાણે સંશોધન કરી રહી હોય એવી રીતે સ્થિર થઈ ગઈ. તેણે પૂછ્યું, 'શામલી! તું અહીં ક્યાંથી?'

'દેવપૂજા કરવા મંદિર જતી હતી પણ ત્યાં રસ્તામાં જ દેવને જોયા અને આ ઝાડ ઉપર ચડી ગઈ.'

'તું કયા દેવની વાત કરે છે?'

શામલીએ તીરછી નજર ફેંકીને સમજાવી દીધું કે કયા દેવનો ઉલ્લેખ થતો

હતો. રોશને કહ્યું, 'હં....સમજ્યો.... દેવનો તને ડર લાગ્યો અને તેથી તું ગભરાઈને ઝાડ ઉપર ચડી ગઈ.'

'ના, એવું નથી. પણ દેવના માથે ફૂલ ચડાવવાં હોય તો દેવ કરતાં ભક્તનું સ્થાન જરા ઊંચે હોવું જોઈએ.'

'શામલી! તું ભણી નથી છતાં પણ ઊંચા સંસ્કારને લીધે તારું સ્થાન મારા હૃદયમાં ખરેખર ઊંચું છે. કોણ જાણે કેમ પણ જતાં પહેલાં તને મળવાની ઇચ્છા હતી. શું તું રોજ દેવપૂજા કરવા જાય છે? આ જ સમયે?'

'હા, બરાબર આ જ સમયે.'

'તારામાં આટલો બધો ભક્તિરસ કેવી રીતે ઊભરાયો?'

'કારણ કે મારા દેવ મને છોડીને ચાલ્યા ગયા, ઘર ખાલી ખાલી લાગે છે અને તેથી હવે ઘરની બહાર દેવપૂજા કરવા જાઉં છું. જીવનમાં કોઈ આધાર તો જોઈએ ને? હવે ભગવાન સિવાય બીજો કોઈ આધાર નથી.'

'તારો ધણી ક્યાં ગયો?'

'તમારી સાથે પેલો પ્રસંગ બન્યા પછી તેણે મને છોડી દીધી અને બીજે ગામ રહેવા ચાલ્યો ગયો.'

શામલીનો અવાજ જરા ભારે થઈ ગયો અને તે વધુ બોલતાં અટકી ગઈ.

*

શામલીની વાત જાણ્યા પછી રોશનને ઘણું દુઃખ થયું. થોડી વાર સુધી તો તે શામલીના દેહમાંથી નીતરતા યૌવનને નીરખી રહ્યો. પછી તેણે શામલીનો હાથ પકડ્યો અને જે જગ્યાએ અનુરાધાનું મિલન થતું હતું ત્યાં એને લઈ ગયો. અહીં પથ્થર ઉપર બન્ને બાજુ બાજુમાં બેઠાં. પોતાના અર્ધા ઉઘાડા રહેતા પગ શામલીએ ખળખળ વહેતા પાણીમાં બોળી રાખ્યા, આથમતા સૂર્યનો પ્રકાશ જેવો જળ ઉપર પડ્યો કે જાણે શામલીના પગમાં પણ દીવા પ્રગટ થયા હોય એવું રોશનને લાગ્યું, રોશનનો હાથ શામલીના ગળા પાછળ પડ્યો; એના સુંવાળા ખભા ઉપર હાથ ફેરવતાં રોશનલાલ બોલ્યો,

'શામલી! ખરેખર હું સારો માણસ નથી.'

'એવું શા માટે બોલો છો?'

'કારણ કે મારે લીધે ઘણાંને હેરાન થવું પડે છે. સૌનાં દુઃખનું મૂળ કારણ હું જ છું. હું તો સૌને માટે દુઃખદાયક છું. મારે લીધે તો તારો સંસાર ભાંગ્યો.'

'મારા સંસારમાં ભાંગવા જેવું કંઈ હતું જ નહીં. મારા ધણીનો સ્વભાવ

જ એવો ગંભીર હતો કે સંસાર લગભગ ભાંગ્યા જેવો જ હતો. જે કંઈ બન્યું એમાં તમે તો નિમિત્ત બન્યા છો.'

'તેં એને એમ ન કહ્યું કે તારો વાંક ન હતો?'

'મેં એને કહ્યું કે મારો વાંક ન હતો; તમારો વાંક પણ ન હતો. પુરુષની જાત જરા વધુ ગરમ; એકાંતમાં ગરમી ચડતાં વાર નહીં! અને એવું કંઈ બને તો એને જરા સંભાળી લેવી જોઈએ. આવી બાબતમાં પુરુષ ભૂલ કરી બેસે તો સ્ત્રીએ મોટું મન રાખીને જતું કરવું જોઈએ. ઊહાપોહ કરવામાં ફાયદો નહીં. તે દિવસે તમારા હાથ મારા શરીરની આસપાસ વીંટળાયા પણ મેં મનની શાંતિ જાળવી રાખી અને ધીમેથી તમારા હાથ દૂર કર્યા. વાત પતી ગઈ હતી પણ ત્યાં તો તે આવી ચડ્યો અને માંડ્યો તમને મારવા! કેટલું ખરાબ! જો તેણે કંઈ કર્યું ન હોત તો આવું પરિણામ આવત નહીં. તે દિવસે રાત્રે મેં મારા ધણીને ઘણું સમજાવ્યો કે તમારી સાથે મારો કોઈ સંબંધ નથી! પણ તેણે મારું માન્યું જ નહીં અને છેવટે તે મને છોડીને ચાલ્યો ગયો. સાચું કહું તો મને છોડી દેવાનું એને બહાનું મળી ગયું.'

'બહાનું શા માટે?'

'મને ખબર પડી ગઈ હતી કે તે થોડા દૂરના ગામડામાં કોઈ બીજીની મહોબ્બતમાં સપડાયો છે, એનો ધંધો સુતારનો અને ઘેર ઘેર કામ કરવા જાય. તો વળી કોઈની સાથે મહોબ્બત થઈ પણ જાય.'

'શું એવું હતું?'

'હા, તે વારંવાર એક સ્ત્રીનાં વખાણ કર્યા કરતો અને કહેતો કે એનો સ્વભાવ મારા કરતાં વધારે સારો છે એટલે એના ઘરનું સુથારીકામ મફત કરી આપ્યું છે.'

'શામલી, તારો સ્વભાવ ખરેખર બહુ સારો છે.'

'પણ એને ન ફાવ્યું, એનો સ્વભાવ કંજૂસ અને હું જરા ઉદાર; મેળ ન જામે તે સ્વાભાવિક છે. ચાલો હવે એ વાતે જવા દો; થવાનું હતું તે થઈ ગયું અને જે ફૂલ ખરી પડ્યાં એને યાદ કરવામાં કંઈ ફાયદો નથી. કોણ જાણે કેમ પણ તમને મળવાની ખૂબ ઇચ્છા હતી તે પણ આજે પૂરી થઈ. આજે હું ખૂબ આનંદમાં છું.'

આટલું કહીને શામલીએ પથ્થર પર પોતાના દેહને લંબાવ્યો; શાંતિથી તે પડી રહી અને બન્ને પગ પાણીમાં હીંચકા લેવા લાગ્યા. આકાશમાં બદલાતા રંગ તરફ શામલી જોઈ રહી. રોશનના મનમાં પણ રંગ પ્રગટ થવા લાગ્યા. તેણે પોતાનો નીચલો હોઠ દાંતથી દાબી દીધો. શામલીએ પૂછ્યું.

'નાના શેઠ! મારા ઉપર મનમાં ગુસ્સે થતા હો એવું લાગે છે, તમને એમ થતું હશે કે આ શામલી બહુ ખરાબ છે. સાચી વાત છે. હું ખરેખર ખરાબ છું, અપશુકનિયાળ છું. મારે લીધે ઘણાંને દુ:ખી થવું પડે છે.'

'હું એવો વિચાર નથી કરતો.'

'ત્યારે શું વિચાર કરો છો? ભય લાગે છે?'

'કોનો?'

'અનુરાધાનો. તમને એમ થતું હશે કે હમણાં અનુરાધા અહીં આવી પહોંચશે!'

'અ...નુ...રા...ધા...'

રોશનના મુખમાંથી નિશ્વાસ નીકળી ગયો. પછી તે ધીમેથી બોલ્યો,

'શામલી, તારી સાથે જે પ્રસંગ બન્યો એ વિશે પાછળથી શું અનુરાધાએ તપાસ કરાવી હતી?'

'હા, એની કોઈ સખી તપાસ કરવા આવી હતી પણ મેં તો જણાવી દીધું કે તમારો વાંક નથી, વાંક મારો જ છે.'

'દોષનો ટોપલો તેં તારા ઉપર શા માટે ઓઢી લીધો?'

'કારણ કે તમારી આબરૂને કલંક લાગે એવું હું ઇચ્છતી ન હતી. તમારા બન્નેના પ્રેમમાં ભંગ પડે એવી મારી ઇચ્છા ન હતી. અલબત્ત, મને એવો વિચાર તો જરૂર આવ્યો કે અનુરાધાએ આવી તપાસ ન કરાવી હોત તો સારું હતું. પ્રેમીઓએ એકબીજાની ખાનગી તપાસ કરવી ન જોઈએ.'

'તું ખૂબ સમજુ છો. તેં સાચી વાત કહી દીધી હોત તો આજે જે પરિણામ આવ્યું તે ન આવત.'

'શું પરિણામ આવ્યું?'

'તને કંઈ જ ખબર નથી?'

'ના, છેલ્લા બે દિવસથી હું ગામમાં આવી નથી.'

'કેમ, પેલા શેઠના બંગલામાં બગીચાની સંભાળ રાખવા નથી જતી?'

'ના, હવે ત્યાં કામ કરવા જવાનું મન નથી થતું.'

'કેમ?'

'એ બંગલાનો બુઢ્ઢો માલિક ફૂલનો ભારે શોખીન છે; હું બાગમાં કામ કરતી હોઉં ત્યારે અચૂક આવી ચડે છે અને ફૂલ ઉપર હાથ મૂકવાને બદલે ભૂલથી તે મારા દેહ ઉપર હાથ ફેરવવા માંડે છે. મને તે ગમતું નથી, કારણ કે આવી ભૂલ કરવાની એને ટેવ પડી જાય છે.'

'અરરર, તે આવો છે? તેં કેમ એને તમાચો ન માર્યો?'

'એવો ઊહાપોહ કરવાથી ફાયદો શું? હોય, એવું તો ચાલ્યા કરે; બુઢાપામાં ઘણાંની મતિ એવી થઈ જાય છે. આપણે જતું કરવું જોઈએ. મનને કાબૂમાં રાખીને ચાલાકીથી છટકી જવું જોઈએ. આવી બાબતમાં ધમાલ કરવા બેસીએ તો પાર ન આવે.'

'તારું મન ખરેખર બહુ મોટું છે.'

'એટલે તો સુખી છું અને અહીં તમારી સાથે મસ્ત થઈને પડી છું. યાદ છે કે એક દિવસ અનુરાધા પણ આવી જ રીતે તમારી સામે વેલની જેમ પથરાઈને પડી હતી અને તમારા બન્ને વચ્ચે ઝઘડો થઈ ગયો હતો. મેં આ બધું છૂપી રીતે જોયું હતું અને તે દિવસે મને ખૂબ હસવું આવ્યું હતું.'

ફરી રોશનના મુખમાંથી નિઃશ્વાસ નીકળી ગયો; આ જોઈને શામલી બોલી ઊઠી, 'અરે હા, આપણે આડી વાત ઉપર ચડી ગયાં! તમે અનુરાધા વિશે કંઈ વાત કહેવા માગતા હતા કંઈ વાંધો ન હોય તો મને કહો.'

રોશને જેવી વાત શરૂ કરી કે શામલી બેઠી થઈ ગઈ અને વાત સાંભળી લીધા પછી દુઃખભર્યા અવાજે બોલી, 'હાય, આવો કરુણ પ્રસંગ બની ગયો. બિચારી અનુરાધા, ભગવાન એને બચાવે. નાના શેઠ! મેં તમને હમણાં જ કહ્યું કે હું ખરેખર કમનસીબ છું. મારે લીધે ઘણાંના જીવનમાં દુઃખ ઊભું થાય છે. મારી પ્રાર્થના છે કે ભગવાન તમારા બન્નેની જોડી અમર રાખે.'

'અનુરાધાની સખીને તેં જો સાચી વાત જણાવી દીધી હોત, સંભવ છે કે અનુરાધા મારી સાથે લગ્ન કરત નહીં અને આવું પરિણામ ન આવત.'

શામલી રડવા લાગી અને રડતાં રડતાં તેણે કહ્યું, 'પણ નાના શેઠ! મારી જીભ કેવી રીતે ઊપડે કે તમે ખરાબ છો! મેં તમને ખરાબ ગણ્યા જ નથી. તમારી પ્રત્યે નાનપણથી જ પ્રેમની ગાંઠ બંધાઈ ગઈ છે. તમને ખબર નહીં હોય કે વેલ વૃક્ષ ઉપર ગૂંથાઈ ગયા પછી નીચે ઊતરતી નથી. હવે તમે હિંમત રાખજો.'

પણ રોશન હિંમત ગુમાવી બેઠો. તેણે શામલીના ખભા ઉપર માથું ઢાળી દીધું અને બાળક જેમ રડવા લાગ્યો. તેણે કહ્યું, 'શામલી, મારી જિંદગી ચૂંથાઈ ગઈ છે અને હવે શું થશે તે કહી શકતો નથી.'

શામલીએ પોતાની આંખમાં આવેલાં આંસુ લૂછતાં કહ્યું, 'પુરુષ થઈને તમે રડવા બેસો તે સારું ન કહેવાય. મરદની આંખમાં આંસુ શોભે નહીં. શાંત થાઓ, નાના શેઠ, શાંત થાઓ.'

રોશને ભારે અવાજે કહ્યું, 'મારે લીધે તું પણ દુઃખી થઈ ગઈ. તારો સંસાર ભાંગ્યો. હું તને દુઃખી નહીં થવા દઉં. હું તને સુખી કરવાનો પ્રયત્ન કરીશ.'

બન્ને વચ્ચે મૌન છવાઈ ગયું. અંતરનો ઊભરો શાંત થયા પછી રોશને કહ્યું, 'શામલી, હવેથી તારે કોઈ જગ્યાએ નોકરી કરવા જવું નહીં.'

'કામ વિના મને ગમે નહીં. મારે મારું પેટ તો ભરવું જ જોઈએ. અમે ગરીબ માણસ... કામધંધો ન કરીએ તો ભૂખે મરીએ.'

'તારે એ ચિંતા કરવાની જરૂર નથી. તને મારા તરફથી ભરણપોષણના નિયમિત પૈસા મળતા રહેશે.'

'અને હું શેઠાણી બનીને મારા ઝૂંપડામાં બેસી રહું, કેમ? કંઈ કામ ન કરું તો મારી તબિયત બગડી જાય. મારે એવા પૈસાની જરૂર નથી.'

'થોડા વખત કામ વિના રહેવું પડે તો વાંધો નહીં. તને કામ મળી રહેશે.'

'કેવી રીતે?'

'હું થોડા વખતમાં જ ડૉક્ટર બનીને અહીં પાછો આવીશ. આ શહેરમાં મોટું દવાખાનું ખોલીશ અને એની સંભાળ રાખવાનું કામકાજ તને સોંપીશ. શામલી, થોડો સમય રાહ જોઈ જા.'

'એવું થાય ત્યારે બોલાવજો, હું કામ કરી પેટ ભરી લઈશ.'

'ના, એવું કરવાની જરૂર નથી. કોઈની નજર બગડે એવી તંદુરસ્તી અને એવું રૂપ ભગવાને તને આપ્યું છે અને તેથી તારે જ્યાંત્યાં મજૂરી કરવાની જરૂર નથી.'

'કોઈ સ્ત્રી કામ છોડે તો રૂપ અને તંદુરસ્તી કેવી રીતે ટકી શકે?'

'તું હવે વધુ દલીલો ન કર; આવતી કાલે સાંજે હું જવાનો છું. અત્યારે હવે ઘણું મોડું થઈ ગયું છે. હું જાઉં છું.'

બન્ને ઊભા થયાં અને રોશને શામલીને પોતાના દેહ પાસે ખેંચી લીધી. શામલીએ કોઈ પણ જાતનો વિરોધ કર્યો નહીં. અનુરાધા સાથેનો પેલો પ્રસંગ યાદ આવતાં એને વિચાર આવ્યો કે જો તે વિરોધ કરશે તો રોશન ચિડાઈ જશે.

બીજે દિવસે સાંજે રોશન જ્યારે કલકત્તા તરફ રવાના થયો ત્યારે સ્ટેશન ઉપર વળાવવા માટે શામલી સિવાય બીજું કોઈ હાજર ન હતું. ગાડી ઊપડી ત્યારે તેણે શામલીના હાથમાં સો રૂપિયા મૂકી દીધા. શામલીએ એના હાથમાં ગુલાબનાં ફૂલ મૂક્યાં.

*

ધીમે ધીમે અનુરાધાની તબિયતમાં સુધારો થતો ગયો; હાથપગ ઉપર રૂઝ આવવા લાગી. પિતાનું અવસાન પણ કેવા સંજોગોમાં થયું એ સમાચાર પણ એને આપી દેવામાં આવ્યા. ઘણો આઘાત લાગ્યો પણ હવે તો એ આઘાતનું જોર

પણ ઓછું થઈ ગયું. એની વૃદ્ધ માતા લગભગ આખો દિવસ બાજુમાં જ બેસી રહેતી અને માતાનો ગંભીર તથા સૌમ્ય ચહેરો જોઈને કોઈ વાર અનુરાધાનું હૈયું ભરાઈ આવતું ત્યારે તે પડખું ફેરવી આંસુ સારી લેતી. માતાએ અજબ હિંમત જાળવી રાખી હતી અને તે અનુરાધાને આશ્વાસન આપતાં કહેતી,

'બેટા, જે કંઈ માથે આવી પડે તે સહન કર્યા સિવાય છૂટકો જ નથી. આ સંસારમાં આપણા કરતાં પણ વધારે દુઃખી માણસો છે અને આપણે માનવું કે એમની સરખામણીમાં આપણે ઘણાં સુખી છીએ. દુઃખને દૂર કરવા માટે પુરુષાર્થ ચાલુ રાખવો પણ સાથે સાથે અસંતોષ રાખવો નહીં. ભગવાન જ્યારે અવતાર ધારણ કરીને આવે છે ત્યારે એમના માથે પણ પારાવાર દુઃખ પડે છે તો પછી આપણા માથે પડે એમાં નવાઈ શું! એવું પણ બને છે કે જ્યારે કંઈ વધારે પડતા સુખની પ્રાપ્તિ થવાની હોય છે ત્યારે પણ દુઃખ આવી પડે છે.'

માતાની હિંમત જોઈને અનુરાધાને ખૂબ નવાઈ લાગતી અને એના જીવનમાંથી નિરાશા દૂર થઈ જતી. અનુરાધાને એક વિચાર ખૂબ મૂંઝવી રહ્યો હતો... રોજ તે નર્સને પૂછતી,

'બહેન, મારો ચહેરો તો બરાબર થઈ જશે ને? ત્યાં કોઈ ડાઘ તો નહીં રહી જાય ને?'

નર્સ હસીને જવાબ આપતી, 'કંઈ વાંધો નહીં આવે; ખરું કહું તો ચિંતા એ જ મોટામાં મોટો ડાઘ છે, એને મનમાંથી દૂર કર. અનુરાધા! રૂપ તો કપૂર જેવું છે; ઊડી જતાં વાર નહીં. માણસ માણસ વચ્ચેના સંબંધો ગુણને લીધે જ ટકી રહે છે. ગણપતિ કે હનુમાનની મૂર્તિમાં રૂપ જેવું કંઈ છે જ નહીં અને તેમ છતાં પણ તેમની પૂજા થાય છે. માનવજાત હંમેશાં સદ્‌ગુણોની જ પૂજા કરતી આવી છે.'

નર્સને ખાતરી હતી કે અનુરાધાના ચહેરા ઉપર ઘણાં ડાઘ રહી જશે અને તેથી જ તે અનુરાધાને હિંમત મળે એ હેતુથી આવી દલીલો કરતી હતી. પોતાનું મુખ જોવા માટે અનુરાધાએ ઘણી વાર અરીસો માગ્યો હતો પણ નર્સે એ વાત ટાળી દીધી હતી. તે એવો જવાબ આપતી કે 'હમણાં નહીં; બરાબર રૂઝ આવી જાય પછી વાત.'

આવી રીતે દિવસો વીતી ગયા; અનુરાધાની તબિયત સુધરી ગઈ અને એક દિવસે બપોર પછી ડૉક્ટરે કહ્યું, 'હવે જોખમ જેવું કંઈ રહ્યું નથી. આજે ઘેર જવું હોય તો જઈ શકો છો.'

અનુરાધાના આનંદનો પાર ન રહ્યો. ઘણા દિવસો પછી રોશનનો પણ કાગળ આવ્યો હતો એટલે તે આનંદમાં તો હતી જ અને આજે ઘેર જવાની

રજા મળી એટલે આનંદમાં વધારો થયો. બહેનપણી જેવી બની ગયેલી નર્સે અનુરાધાને કપડાં પહેરાવ્યાં; મીઠી મશ્કરી કરતાં માથું ઓળી દીધું અને પછી અનુરાધાએ એને કહ્યું,

'બહેન, મને અરીસો આપ. આજે હું મારા કપાળમાં ચાંદલો કરવા માગું છું.'

'આજે નહીં, આજે તો હું તને શણગારવા માગું છું. તારે તસદી લેવાની જરૂર નથી.'

પણ અનુરાધાએ તો અરીસા માટે હઠ પકડી. છેવટે ધ્રૂજતા હાથે નર્સે અનુરાધાના હાથમાં અરીસો ઊંધો મૂક્યો. કંકુની ડાબલીમાં અનુરાધાએ આંગળી બોળી અને પછી હાથમાં અરીસો પકડીને જેવો ચહેરા સામે ધર્યો કે તેણે ચીસ પાડતાં કહ્યું,

'ભૂત! મા! મને કોઈ ખાઈ જવા માગે છે! મેં ભૂત જોયું!'

તે બાજુમાં ઊભેલી માતાને ભેટી પડી અને ભયને લીધે ધ્રૂજવા લાગી. આ દેખાવ જોઈને સૌ કોઈની આંખો ભીની થઈ ગઈ. અનુરાધાને કલ્પના પણ ન હતી કે તેનો ચહેરો કેવો કદરૂપો બની ગયો હતો! તે બોલવા લાગી, 'મા, મેં અરીસામાં મારો ચહેરો ન જોયો પણ એમાં કોઈ ભૂત આવી ચડ્યું અને મને ભરખી જવાની ધમકી આપી ગયું, એ અરીસો ફેંકી દો; બીજો અરીસો આપો, મારે ચાંદલો કરવો છે; માથામાં સિંદૂર ભરવું છે. લગ્ન પછી પહેલી જ વાર હું સાસરે જાઉં છું. સોળે શણગાર સજીને હું મારા પતિ સમક્ષ હાજર થવા માગું છું અને એમને ન થવું જોઈએ કે અનુરાધા કદરૂપી બની ગઈ છે.'

અનુરાધાએ જેમ ફાવે તેમ બોલવા માંડ્યું અને તરત જ આવી પહોંચેલા ડૉક્ટરે નર્સને ધમકાવતાં કહ્યું, 'મૂર્ખ! તારી જ ભૂલ છે. મને પૂછ્યા વિના તેં દર્દીને અરીસો શા માટે બતાવ્યો? જોયું? શું પરિણામ આવ્યું! એક દુઃખમાંથી મુક્ત થતાં છોકરીને તેં બીજા દુઃખમાં ધકેલી દીધી.'

અનુરાધા ડૉક્ટર સામે જોવા લાગી અને પછી કહ્યું, 'સાહેબ, તમે એને ધમકાવો નહીં. એનો વાંક નથી. વાંક મારા નસીબનો છે કે હું કદરૂપી થઈ ગઈ! જોઈ લો મારો ચહેરો, જાણે ચંદ્રગ્રહણ થયું હોય એવો લાગે છે.'

તે ડૉક્ટરની સામે જઈને ઊભી રહી. ડૉક્ટર એની આંખ સામે જોવા લાગ્યા. તેમણે અનુરાધાનો હાથ પકડતાં કહ્યું, 'કોણે કહ્યું કે તું કદરૂપી બની ગઈ છો?'

'અરીસામાં આવેલું ભૂત મને કહી ગયું.'

'નહીં એ વાત ખોટી છે. ઘણા વખત પછી તેં તારો ચહેરો જોયો એટલે તને આંચકો લાગ્યો.'

અનુરાધા હસવા લાગી, તેણે કહ્યું, 'એમ જ કહોને કે હું પોતે ભૂત થઈ ગઈ છું. સાચી અનુરાધા તો બળી ગઈ. ભલે તમે આ વાત ન માનો પણ તમે રોશનને પૂછી જોજો. એ પણ કબૂલ કરશે કે સાચી અનુરાધા ખલાસ થઈ ગઈ.'

અનુરાધાનાં સાસુ-સસરા એક ખૂણામાં ઊભાં હતાં. એમનાં દુઃખનો પાર ન હતો. અનુરાધાની માતા એમની પાસે ગઈ અને ગળગળા સાદે કહ્યું,

'ભગવાનની ગતિ આગળ આપણી મતિ કંઈ જ કામ કરતી નથી. તમે મૂંઝાશો નહીં. હું એને મારે ત્યાં લઈ જઈશ અને સારું થશે ત્યારે મૂકી જઈશ.'

રોશનનાં માતાપિતા કંઈ જવાબ આપી ન શક્યાં પણ ત્યાં તો અનુરાધા આવી પહોંચી. તેણે પોતાની માતાને કહ્યું, 'મા, દીકરી તો સાસરે જ શોભે, હું સાસરે જવાની છું. આજે રોશન પણ બહારગામથી આવી ગયો છે. આજે અમારું મિલન છે.'

અનુરાધાને આવી રીતે બોલતી જોઈને બધાંને દુઃખ થયું, પણ ત્યાં તો અનુરાધા અચાનક વિચારમાં પડી ગઈ, કંઈ યાદ કરવા પ્રયત્ન કરતી હોય એવું લાગ્યું. ફરી તે બોલી, 'અરે, મારાં લગ્ન હમણાં જ રોશન સાથે થયાં. મારે મારાં સાસુ-સસરાને પગે લાગવું જોઈએ' આટલું કહેતાની સાથે જ એના મુખ ઉપર લજ્જાના ભાવ ઊપસી આવ્યા તેણે આંખો નીચે ઢાળી દીધી અને પછી તરત જ ખોળો પાથરીને સાસુ-સસરાને પગે લાગતાં બોલી,

'મને લાગે છે કે હું જેમતેમ બોલી ગઈ છું. અવિવેક માફ કરશો. તમે માતા-પિતા છો, મને ઘરમાંથી કાઢી ન મૂકશો. હું તમારી....'

અનુરાધા વાક્ય પૂરું કરે એ પહેલાં એની સાસુએ એને ઊભી કરી અને હૃદય સાથે ચાંપી દીધી. રોશનના પિતા મોઢું ફેરવીને એક બાજુ ઊભા રહ્યા અને ખિસ્સામાંથી રૂમાલ કાઢીને આંસુ લૂછવા લાગ્યા. રોશનની માતાએ અનુરાધાને કહ્યું,

'બેટા, એવું ન બોલ, તારું સ્થાન અમારા ઘરમાં જ છે.'

પણ રોશનનું સ્મરણ થતાં જ અનુરાધા નાના બાળકની જેમ રડવા લાગી અને કહેવા લાગી, 'ઓ રોશન! મને છોડીને ક્યાં ગયો! મને ખાતરી જ હતી કે તું મને છોડી દઈશ પણ હું તને નહીં છોડું. હું કોઈને નહીં છોડું! રોશન! તું સ્ત્રીનું હૃદય જાણતો નથી. તે સ્નેહનાં બંધન તોડી શકતી નથી.'

અનુરાધાને શાંત કરવાનો પ્રયત્ન થયો પણ ડૉક્ટરે કહ્યું, 'એને શાંત કરો નહીં. છૂટથી રડવા દો. હૈયા ઉપરથી ભાર ઊતરવા દો. સંભવ છે કે એથી ઘણો ફાયદો થાય.'

પેટ ભરીને અનુરાધાએ રડી લીધું અને પછી તો તે એકદમ શાંત થઈ;

એની માતા એના માથા ઉપર હાથ ફેરવવા લાગી અને પછી પ્રેમથી કહ્યું, 'બેટા, ખુશીથી સાસરે જા. હું તને થોડા દિવસો પછી તેડવા આવીશ.'

અનુરાધાએ પેલી નર્સ સામે જોયું અને ધીમેથી કહ્યું, 'પેલી વસુંધરાને સાથે લઈ લો. એના વિના મને નહીં ગમે.' અને નર્સ વસુંધરાને સાથે લેવામાં આવી. આવી રીતે ઘણા દિવસો પછી અનુરાધાએ હૉસ્પિટલનું વાતાવરણ છોડ્યું અને સાસરે આવી.

અનુરાધાએ આવતાંની સાથે જ રસોડામાં પ્રવેશ કર્યો અને બોલી ઊઠી, 'હું બધાં માટે ચા તૈયાર કરીશ.' પણ વસુંધરાએ એને સમજાવતાં કહ્યું, 'અત્યારે રાત પડી છે અને કોઈ ચા પીવા માગતું નથી. હવે નિદ્રાનો સમય થઈ ગયો છે.'

'ઓહ, એમ છે!'

અનુરાધાના ચહેરા ઉપર સ્મિત ફરકી રહ્યું. તે ધીમેથી બોલી, 'મારે જવું જોઈએ. રોશન મારી રાહ જોતો હશે.' તેણે તરત જ રોશનના ઓરડા તરફ ચાલવા માંડ્યું અને ઉંબર પાસે અટકી, પાછી ફરીને તેણે વસુંધરાને કહ્યું, 'તું પણ ભારે લુચ્ચી છો! છૂપી રીતે તું મારી પાછળ પાછળ આવે છે, ખરું ને? અહીં આ ઓરડામાં તારું કામ નથી. તારાથી અંદર ન અવાય. તું હવે તારા ઓરડામાં જા અને સૂઈ જા.'

અનુરાધા તો આટલું કહીને ઓરડામાં ચાલી ગઈ, અંદરથી બારણું બંધ કરી દીધું અને વસુંધરા બહાર ઊભી રહી. અનુરાધાને એકલી જવા દેવામાં ભૂલ થઈ છે એવું એને લાગ્યું. તે વિચાર કરતી બહાર ઊભી રહી. એવામાં એની નજર ઉઘાડી બારી તરફ પડી. તે ત્યાં જઈને ઊભી અને અનુરાધા શું કરે છે તે જોવા લાગી. તેણે શું જોયું?

રોશનના ફોટા સામે અનુરાધા નવોઢાની જેમ ઊભી રહી અને ફોટામાં બેઠેલો રોશન સાચો છે એમ માનીને તે બોલી, 'રોશન! યાદ છે પેલો દિવસ? એ વખતે આપણાં લગ્ન થયાં ન હતાં, હું પેલા ઝરણામાં પગ બોળીને પડી હતી અને તેં જેવો મારા ગળામાં હાથ નાખ્યો કે મેં વિરોધ કર્યો! તું ચિડાઈ ગયો પણ આજે અત્યારે હું વિરોધ કરી શકું એમ નથી. આજે તો મારા અંતરમાં ઉમંગ છલકાય છે. મારો હાથ પકડી લે, તારી પાસે ખેંચી લે.'

જાણે જવાબની રાહ જોતી હોય એમ અનુરાધા છબી સામે જોઈ રહી. થોડી વાર પછી તે બોલી, 'મને ખાતરી જ હતી કે તું મારી સાથે નહીં બોલે; મને ખાતરી જ હતી કે લગ્ન પછી હું તને નહીં ગમું! પણ રોશન, હું તને મનાવી લઈશ. હું તને મારાથી દૂર નહીં રહેવા દઉં.'

આટલું કહેતાંની સાથે જ અનુરાધાએ ભીંતે લટકતી છબીને પકડી, છબીની દોરી તૂટી ગઈ અને અનુરાધા નીચે પડી. તેણે બૂમ પાડી, 'રોશન! તું મને લાત મારીને કાઢી ન મૂક, કાઢી ન મૂક, હું તારી જ છું. ભલે મારામાં રૂપ ન હોય પણ સ્ત્રીપુરુષ વચ્ચેનો સંબંધ ગુણને લીધે છે,'

આ દૃશ્ય જોઈને વસુંધરા ગભરાઈ ગઈ, તેણે બારણું ખખડાવ્યું અને અનુરાધાએ પૂછ્યું, 'કોણ?'

અનુરાધાના કાન ચમક્યા, તે બોલી, 'ઓહ, હવે સમજાયું કે તું તો બહાર છે અને હું અહીં તારી છબી પકડી બેઠી છું.'

અનુરાધાએ તરત જ બારણું ખોલ્યું. વસુંધરાએ એને બાથમાં લઈ લેતાં કહ્યું, 'બહેન, રોશન કાલે સાંજે આવશે. એ તને છોડીને નથી ચાલ્યો ગયો.'

* * *

૪

બીજે દિવસે અનુરાધા ઘરનું કામકાજ કરવા લાગી પણ એના મનની નૌકા સ્થિર તો ન હતી. એની આંખો પણ ચકળવકળ થયા કરતી હતી. વસુંધરા એની સાથે જ કામ કરવા લાગી. અનુરાધાની સાસુનો જીવ બળ્યા કરતો હતો. રોશનના પિતા પણ મૂંઝવણમાં પડી ગયા હતા. બન્ને વિચારમાં બેઠાં હતાં ત્યાં અનુરાધા ટિપાઈ ઉપર ચા-નાસ્તો વગેરે મૂકી ગઈ અને એક પણ શબ્દ બોલ્યા વિના ચાલી ગઈ, સાસુનું હૃદય ભરાઈ આવ્યું. તેમણે રોશનના પિતાને કહ્યું,

'અનુરાધા સદ્‌ગુણનો અવતાર છે પણ બિચારી—' વધુ બોલી ન શકી.

રોશનના પિતાએ જવાબ આપ્યો, 'સંસ્કારનું બળ કોને કહેવાય તે આજે મને સમજાય છે. મગજની આવી અસ્થિર હાલતમાં પણ સારા સંસ્કારની શક્તિ પ્રગટ થઈ રહી છે. વિવેક, મર્યાદા અને જવાબદારીનું ભાન અજબ રીતે ટકી રહ્યું છે. જે પૂર્ણ છે એના ટુકડા કરો તો દરેક ટુકડો પૂર્ણ છે એવું મેં આત્મા વિશે વાંચ્યું હતું પણ એ વાત હવે હું સમજી શકું છું. માણસના આત્માની પવિત્ર પ્રતિભા નાના એક કાર્યમાં પણ વ્યક્ત થયા વિના રહેતી નથી.'

'અનુરાધાની આખી જિંદગી શું આવી જ રીતે જશે? રોશનને આ વાતની ખબર પડશે તો એને કેવો આઘાત લાગશે?'

'હમણાં આપણે રોશનને આવા સમાચાર નહીં આપીએ. એને આઘાત લાગે અને અભ્યાસમાં મન ચોંટે નહીં.'

'ભવિષ્યનો ઘણોખરો ભાગ ભગવાને પોતાના હાથમાં જ રાખ્યો છે અને તેથી તો ગીતામાં ભગવાને અર્જુનને કહી દીધું છે કે 'તું તારું કર્તવ્ય બજાવ; કર્મ ઉપર તારો અધિકાર છે પણ પરિણામ મારા હાથમાં છે.' મારું એમ કહેવું

છે કે આપણે કર્તવ્યનો પંથ ચૂકવો નહીં.'

'એટલે શું કરવું?'

'સલાહ માટે મેં ડૉક્ટરને અહીં આવવાનું કહ્યું છે.'

અનુરાધાના ભાવિ વિશે વાતચીત ચાલતી રહી અને થોડી વારમાં ડૉક્ટર આવી પહોંચ્યા. ડૉક્ટર આવ્યા છે એ જાણીને વસુંધરા પણ આવી પહોંચી. તેણે શું શું બન્યું એ બધું વિગતવાર જણાવ્યું. ડૉક્ટર ઊંડા વિચારમાં પડી ગયા અને પછી કહ્યું, 'નિરાશ થવાની જરૂર નથી. અનુરાધાને મન ઉપર જે આઘાત લાગ્યો છે તે બહુ સચોટ નથી; જો આપણે સૌ સમજીને પ્રયત્ન કરીશું તો તે ટૂંક સમયમાં જ આઘાતની અસર નીચેથી મુક્ત થઈ જશે.'

સૌના ચહેરા ઉપર આનંદ ફેલાયો. વસુંધરાએ ડૉક્ટરને પૂછ્યું,

'અરીસો માગે તો શું કરવું?'

'બને ત્યાં સુધી વાતને ટાળી દેવી પણ જો હઠ પકડે તો અરીસાનો બહુ નાનો ટુકડો એની સમક્ષ ધરવો. ટુકડો એવો હોવો જોઈએ કે જેમાં ચહેરાનો બહુ થોડો ભાગ દેખાય. અત્યારે અનુરાધા શું કરે છે?'

'કમ્પાઉન્ડમાં દરવાજા પાસે બેંચ ઉપર બેઠી છે.'

'શા માટે?'

'તે એમ માની બેઠી છે કે આજે રોશન આવવાનો છે.'

'એમ માનવાનું કારણ શું?'

'મેં એને કહ્યું હતું.'

ડૉક્ટરે જરા ગુસ્સે થતાં કહ્યું, 'વસુંધરા! આવી સ્થિતિમાં મુકાયેલ વ્યક્તિનું મન બાળક જેવું હોય છે. એ વાત બની શકે એવી ન હોય તો કદી કહેવાની નહીં. આવી વાત ઉપર તે હઠ લઈ બેસે અને મગજ એમાં ગૂંચવાયેલું રહે. આવું કહેવામાં ભૂલ કરી છે અને હવે એવી ભૂલ થવી ન જોઈએ. તારી એક ભૂલને લીધે જ આવું બન્યું છે.'

'ડૉક્ટર, હું મારી ભૂલ કબૂલ કરું છું અને મારું હૃદય બળી રહ્યું છે. મેં નિશ્ચય કર્યો છે કે હું કોઈ પણ હિસાબે અનુરાધાને એ આઘાતમાંથી મુક્ત કરીશ અને તેથી તો હું એની સાથે અહીં આવી છું.'

'પણ અત્યારે અનુરાધાના મનમાં, રોશનના આગમનની વાત સજ્જડ થઈ ગઈ છે એનું શું?'

વસુંધરાએ જરા વિચાર કરીને કહ્યું, 'રોશન નથી આવવાનો એવો પત્ર અનુરાધાને મળે તો?'

'રોશનનો પ્રેમભર્યો પત્ર મળે તો એના ઉપર જરૂર સારી અસર થાય પણ એવો પત્ર કેવી રીતે આવે?'

'હું પોતે જ રોશનના નામથી એવો પત્ર લખું અને અનુરાધાને મળે તો? આવું નાટક કરવામાં કંઈ વાંધો ખરો?'

'અનુરાધાને ખબર ન પડવી જોઈએ કે બનાવટ ચાલી રહી છે. આ કામ બહુ સાવચેતીથી કરવા જેવું છે.'

આટલું કહીને ડૉક્ટર જવા તૈયાર થયા; વસુંધરા એમને વળાવવા માટે દરવાજા સુધી સાથે ગઈ; ડૉક્ટરને આવતા જોઈને અનુરાધા ઊભી થઈ ગઈ. ડૉક્ટરે પૂછ્યું,

'અનુરાધા! મને ઓળખે છે?'

'હા, તમે ડૉક્ટર છો; હવે તમારી તબિયત કેમ છે?'

'મને શું થયું હતું?'

'તમારા મગજ ઉપર કંઈ ખરાબ અસર થઈ ગઈ હતી એવું સાંભળ્યું હતું.'

ડૉક્ટર હસી પડ્યા, તેમણે કહ્યું, 'ઓહ, હવે યાદ આવ્યું! એ તો જરા અરીસો જોતાં એવું થઈ ગયેલું.'

'શા માટે?'

'મારા મોઢા ઉપર સહેજ ડાઘ હતો અને એ જોઈને હું જરા ગભરાઈ ગયો હતો. પણ પછી ભાન આવ્યું કે માણસનું મન જો નિર્બળ બને તો નાની વાતો પણ તેને ભય પમાડે છે.'

અનુરાધાએ પોતાના બન્ને હાથ ગાલ ઉપર ફેરવી લીધા પણ કંઈ બોલી નહીં. ડૉક્ટરે પૂછ્યું, 'શો વિચાર કરે છે?'

'કંઈ નહીં, તમને એક નવા સમાચાર આપું?'

'શું?'

'આજે રોશન આવવાનો છે.'

આટલું કહેતાં તો અનુરાધાના ચહેરા ઉપર લાલી છવાઈ ગઈ. ડૉક્ટરે જવાબ આપ્યો, 'સમાચાર આનંદ આપે એવા છે પણ રોશન આવી શકશે કે કેમ તે શંકાની વાત છે.'

'કેમ?'

'કલકત્તા બાજુ ખૂબ વરસાદ પડ્યો છે અને વાહન-વ્યવહાર અટકી ગયો છે એવા સમાચાર મને મળ્યા છે.'

'રોશન વિમાનમાં આવી પહોંચશે.'

'સારું ત્યારે, રોશન આવે તો મને બોલાવજે.'

ડૉક્ટરે વસુંધરા તરફ સૂચક દૃષ્ટિ ફેંકી અને પછી ચાલ્યા ગયા. અનુરાધાએ વસુંધરાને પૂછ્યું, 'શું રોશન નહીં આવે?'

'જો નહીં આવવાનો હોય તો એનો કાગળ તો જરૂર આવશે... ચાલો આપણે અંદર બેસીએ. હું તને સુંદર સાડી પહેરાવું.'

'નહીં. હું અંદર નહીં આવું. મેં જે સાડી પહેરી છે તે ઘણી સારી છે. રોશનને કપડાંનો બહુ મોહ નથી. મારે ચાંદલો કરવો છે, અરીસો આપ.'

'તેં ચાંદલો કર્યો છે અને તે બરાબર છે.'

'નહીં મારે મારું મોઢું જોવું છે.'

'અચ્છા, લાવું છું.'

વસુંધરા અંદર ચાલી ગઈ, અર્ધા કલાક પછી તે આવી અને કહ્યું,

'ઘરમાં અરીસો જ નથી.'

'ગમે ત્યાંથી લાવી આપ.'

'નાનકડો ટુકડો છે, ચાલશે?'

'હા, ચાલશે.'

વસુંધરાએ નાનો એવો ટુકડો અનુરાધાને આપ્યો. અનુરાધાએ એમાં પોતાની આંખ અને કપાળનો થોડો ભાગ જોતાં કહ્યું, 'હં... ચાંદલો તો બરાબર છે પણ... પણ... વસુંધરા! કપાળમાં કંઈ ડાઘ જેવું દેખાય છે.'

'ડાઘ જોઈને ડર લાગે છે? જો, મારા કપાળમાં પણ તારા કરતાં ઘણો મોટો ડાઘ છે.'

વસુંધરાએ હાથે કરીને પોતાના કપાળ ઉપર સહેજ મોટો ડાઘ કર્યો હતો. અનુરાધા બોલી, 'ઓહ, તારા કરતાં મારો ડાઘ તો ઘણો નાનો છે, પણ આવું શા માટે બન્યું તે તું જાણે છે?'

'ના, મને ખબર નથી.'

'હું એક વખત દાઝી ગઈ હતી.'

'ક્યારે?'

'ગયે વર્ષે, રોશન સાથે લગ્ન થયાં ત્યારે; અરે એ વખતે તો બહુ મોટી ધમાલ મચી ગઈ હતી. એવો કમનસીબ બનાવ બન્યો કે મારા પિતાનું અવસાન થયું.'

'પછી?'

'પછી તો મને હૉસ્પિટલમાં ખસેડી અને બીજે દિવસે રોશન ચાલ્યો ગયો. એને એમ થયું હશે કે અનુરાધા કદરૂપી થઈ ગઈ હશે. મારા પ્રત્યે એનો જે

પ્રેમ હતો તે હવે નહીં હોય.'

'એ વાત માનવા હું તૈયાર નથી.'

પણ એવામાં તો ટપાલી દાખલ થયો. તેણે વસુંધરા સામે સ્મિત કર્યું અને પછી તે બોલ્યો, 'અનુરાધા કોણ છે? એના ઉપર કોઈનો કાગળ છે.' અનુરાધા બોલી ઊઠી, 'મારો કાગળ! લાવો, જલદી લાવો. હું જ અનુરાધા,' ટપાલીએ અનુરાધાના હાથમાં કાગળ મૂક્યો કે અનુરાધા બોલી ઊઠી,

'વાહ, રોશનનો કાગળ આવ્યો છે.'

અનુરાધાએ કાગળ વાંચવા માંડ્યો; એમાં લખ્યું હતું કે 'મારા જીવનમાં મને જો કોઈ વધુમાં વધુ પ્રિય હોય તો તે તું છે; અનુરાધા છે; દાઝી જવાને કારણે તારા ચહેરા ઉપર ડાઘ રહી ગયા હોય તો સ્વપ્ને પણ એવો ખ્યાલ ન કરતી કે હું તને ચાહતો નથી. હું કંઈ દેહના સૌન્દર્યનો પૂજારી નથી. વૃદ્ધાવસ્થામાં પતિ-પત્ની એકબીજાને ચાહે છે તે શું સૌન્દર્યને લીધે? નહીં, કદી નહીં. અનુરાધા બાળકનાં વસ્ત્રો ગમે એવાં ગંદાં હોય તો શું માતાને એની પ્રત્યેનો પ્રેમ ઊભરાતો નથી? પ્રેમ એ જ સાચું સૌન્દર્ય છે. બન્નેનો આત્મા પ્રેમથી જોડાયેલો છે એ વાત તું કદી ન ભૂલતી.'

અને આ પત્ર વાંચતાં અનુરાધાની આંખમાંથી હર્ષના અશ્રુ વહી રહ્યાં. તેણે વસુંધરાને કહ્યું, 'તારા કપાળ ઉપર બહુ મોટો ડાઘ છે પણ મૂંઝાતી નહીં. તને પણ કોઈ રોશન જેવો મોટું મન રાખતો પતિ મળશે.'

'તું મારી ચિંતા ન કર, રોશન ક્યારે આવે છે?'

'ડૉક્ટરની વાત સાચી છે. તેણે લખ્યું છે કે વરસાદને અંગે તે હમણાં નહીં આવી શકે. થોડા વખત પછી તે આવશે.'

અનુરાધા ખૂબ આનંદમાં આવી ગઈ. અને રસોડામાં કોઈ મીઠું ગીત ગાતાં ગાતાં તે કામ કરવા લાગી. આજે જે કંઈ અચાનક સુધારો દેખાયો તે જોઈને સાસુ-સસરાને પણ ઘણો જ આનંદ થયો. રાત્રે અનુરાધા રોશન ઉપર કાગળ લખવા બેઠી; સવારમાં તેણે વસુંધરાને કવર આપતાં કહ્યું, 'આ કાગળ આજે જ પોસ્ટ થવો જોઈએ.'

'ભલે, હું જાતે પોસ્ટ કરી આવીશ.'

પણ વસુંધરાએ કાગળ પોતાની પાસે રાખ્યો અને બે દિવસ પછી તેણે રોશનના નામે એક કાગળનો જવાબ પણ આપ્યો. અનુરાધામાં સુધારો થતો ગયો.

*

પાણીનો પ્રવાહ ધીમે ધીમે જેમ ભારે પથ્થરોને ઘસી નાખે છે તેમ સમયનો પ્રવાહ દુઃખના ભારને આખરે તોડી નાખે છે. આપણા કોઈ અતિ નિકટ પ્રિય પાત્રનું મૃત્યુ થાય છે ત્યારે એવો સખત આઘાત લાગે છે કે જાણે એના સિવાય આપણે જીવી નહીં શકીએ. પણ જેમ જેમ સમય વીતતો જાય છે તેમ તેમ સ્મરણપટ ઉપર પડેલો ઊંડો ઘા રુઝાતો જતો હોય એવું લાગે છે. છેવટે એવું બને છે કે સ્મરણ રહી જાય છે અને મરણનું દુઃખ ભુલાઈ જાય છે. સુખનો મીઠો સ્વાદ જેમ યાદ રહેતો નથી તેમ દુઃખની કડવાશ પણ અંતરમાંથી નીકળી જાય છે. કાળની અકળ કળાને ખરેખર કોઈ કળી શક્યું નથી.

અનુરાધાના જીવનમાં જે કંઈ બની ગયું તે બધું ધીમે ધીમે ભુલાઈ ગયું, કારણ કે ઘણો સમય પસાર થઈ ગયો. જીવનનો પ્રવાહ સરળ રીતે ચાલવા લાગ્યો. પોતાના મુખ ઉપર હવે રૂપ નથી રહ્યું એ દુઃખ પણ ભુલાઈ ગયું. તે નિયમિત રોશનને પત્રો લખતી અને રોશન પણ નિયમિત જવાબ આપતો હતો. રોશન પણ હવે કમ્મર કસીને અભ્યાસ કરી રહ્યો હતો. અનુરાધાના પત્રોમાંથી આગળ વધવા માટે એને ખૂબ પ્રેરણા મળતી હતી.

અનુરાધા લખતી કે 'રોશન! મારું મન તારામાં જ પરોવાયેલું રહે છે પણ તારું મન મારામાં પરોવાયેલું રહે તે યોગ્ય નથી, કારણ કે તું અત્યારે વિદ્યાર્થીજીવન ગાળી રહ્યો છે, વિદ્યામાં જ તારું ચિત્ત ચોંટી રહેવું જોઈએ. વારંવાર તારા પત્રો આવતા રહે તે મને ખૂબ ગમે છે પણ હવે એ બાબતમાં સંયમ રહે એ હેતુથી હું તને ત્રણ મહિને ફક્ત એક જ પત્ર લખીશ અને તારે પણ એવી જ રીતે જવાબ આપવો. હું રોજ ભગવાનને એ જ પ્રાર્થના કરું છું કે અભ્યાસમાં તું હંમેશાં પ્રથમ રહે અને ભવિષ્યમાં પણ તું એક સારામાં સારા ડૉક્ટર તરીકે નામના મેળવે. આપણાં લગ્ન થઈ ચૂક્યાં છે એ વાત સાચી. પણ તારી વિદ્યાર્થી અવસ્થા પૂરી થયા પછી જ આપણું ખરું લગ્નજીવન શરૂ થશે. વાસનાનો ઊભરો એ જ લગ્નજીવનનું સુખ છે એ વાત હું માનતી નથી અને તું પણ આ વાત યાદ રાખજે.'

અનુરાધાના આવા પ્રકારના પત્રોમાંથી રોશનને નવું બળ મળવા લાગ્યું અને પરિણામ એ આવ્યું કે ડૉક્ટર બનવા માટેની છેલ્લી પરીક્ષામાં તે પ્રથમ નંબરે પાસ થયો. આ સમાચાર જાણ્યા પછી અનુરાધાનું હૈયું હર્ષથી ઊભરાયું અને રોશનના કુટંબમાં આનંદ છવાઈ રહ્યો. રોશનના પિતાની છાતી ગજગજ ફૂલવા લાગી અને ગામમાં સૌ કોઈને તેઓ કહેવા લાગ્યા કે 'મારો દીકરો એક મોટા ડૉક્ટર તરીકે જરૂર કીર્તિ મેળવશે અને આપણા ગામમાં જ તે દવાખાનું શરૂ

કરશે.' જલદી આવવા માટે તેમણે રોશનને તાર પણ કર્યો. પોતે ક્યારે આવી પહોંચશે એવા સમાચાર રોશને તારથી જણાવી દીધા.

રોશનનું સ્વાગત કરવા આખું કુટુંબ સ્ટેશન ઉપર હાજર થયું, રોશનનાં માતાપિતા અને અનુરાધા ટ્રેનની રાહ જોવા લાગ્યાં. જરા દૂર આવેલા સિગ્નલ ઉપર અનુરાધાની નજર મંડાયેલી હતી. દૂર દૂર જંગલમાં મળી જતા પાટા ઉપર, અનુરાધાની આંખો આટાપાટા રમી રહી હતી. એના આનંદની અત્યારે કોઈ સીમા ન હતી. હર્ષને લીધે હૈયું હાથમાં રહેતું ન હતું અને રોશનનું સ્મરણ થતાં આંખો ભીની થઈ જતી હતી. સ્ટેશન ઉપર ડંકા સંભળાયા, સૌ કોઈ સમજી ગયું કે આગળના સ્ટેશનેથી ગાડી છૂટી ગઈ છે. થોડી વાર પછી 'લાઇન ક્લીયર' છે એવું બતાવવા માટે સિગ્નલ પાડવામાં આવ્યું અને અનુરાધા મનમાં બોલી ઊઠી, 'હવે તે થોડી વારમાં જ આવી પહોંચશે પણ એને જોઈને હું કંઈ બોલી નહીં શકું. અત્યારથી જ હૈયું મૌન ધારણ કરીને બેઠું છે. મારા હૃદયમાં ચારે બાજુથી આનંદ છલકાઈ રહ્યો છે.'

દૂરથી ધુમાડા દેખાયા અને અનુરાધાએ એમાં પ્રેમનો સંદેશો જોયો. તે ઊભી થઈ ગઈ, વધારે આતુરતાથી તે રેલવેનો માર્ગ નીરખવા લાગી. છૂટા દેખાતા રેલવેના પાટા દૂર દૂર કોઈ જગ્યાએ ભેગા થતા હોય એવો આભાસ એને થવા લાગ્યો. રોશનના પિતા હાથમાં લાકડી રાખીને ટટ્ટાર ઊભા રહ્યા હતા. આસપાસ ઊભેલા મજૂરોમાં પણ ચેતન ઊભરાતું હતું અને સ્ટેશન ઉપર માલ વેચનારાઓ પણ સાવધ બની ગયા હતા. ગાડી આવવાનો સમય થાય કે સ્ટેશન ઉપર બધાંની આંખોમાં કેવો ચમકારો પ્રગટ થાય છે તે ખરેખર જોવા જેવું છે અને આ વખતે પ્રીતમનું સ્વાગત કરવા આવેલી કોઈ પ્રિયતમા ખરેખર જીવતીજાગતી કવિતા જેવી જ દેખાય છે. ઉપરથી શાંત દેખાતી અનુરાધા, સાચ્ચે જ કવિતાની કોઈ પ્રતિમા જેવી દેખાતી હતી. દૂરથી સીટીનો અવાજ સંભળાયો કે અનુરાધાના દેહમાંથી ધ્રુજારી પસાર થઈ ગઈ, એને એવી ભ્રાંતિ થઈ કે સીટીમાં 'અનુરાધા! અનુરાધા!' એવો પોકાર રોશન પાડી રહ્યો છે. ગાડીનું એન્જિન દેખાયું કે અનુરાધા બે ડગલાં આગળ વધી ગઈ! ગાડીની ગતિના ધ્વનિમાં પણ એને 'રોશન, રોશન!' એવો સૂર સંભળાવા લાગ્યો. રોશનના પિતાનો હાથ મૂછ ઉપર ફરવા લાગ્યો.

અને આ બાજુ રોશન પણ બારીમાં જ બેઠો હતો. તે પોતાના ગામની આસપાસ પથરાયેલી કુદરતને નિહાળી રહ્યો હતો. કોઈ મોટા વૃક્ષ ઉપર નજર પડી કે તે મનમાં બોલી ઊઠ્યો, 'હા, એ વૃક્ષની પાસે જ નાની નાની ટેકરીઓ છે અને એ જગ્યાએ હું અનુરાધાને મળતો હતો.' રોશનની કલ્પનામાં અનુરાધાનું

ચિત્ર ખડું થઈ ગયું. ફરી એ પ્રસંગ યાદ આવ્યો કે અનુરાધા ધરતી ઉપર પડી છે અને એનો એક પગ વહેતા ઝરણાના જળમાં ઝૂલી રહ્યો છે. આથમતા સૂર્ય ઉપર નજર પડી કે તે મનમાં બોલી ઊઠ્યો, 'હા, તે દિવસે હું શામલીને વૃક્ષ નીચે મળ્યો હતો અને વેલની જેમ તે મારા દેહની આસપાસ વીંટળાઈ ગઈ હતી! પણ હવે શામલીને હું ભૂલી જવા માગું છું. હું તો ડૉક્ટર થઈ ગયો છું, એ ક્યાં, હું ક્યાં! અનુરાધા સિવાય મારા જીવનમાં બીજા કોઈને સ્થાન નહીં મળે. અનુરાધામાં જે સૌન્દર્ય છે તે શામલીમાં નથી. સંસ્કારના બાગનું ફૂલ એટલે અનુરાધા અને વનવગડાનું ફૂલ એટલે શામલી.'

રોશનના મનની આગગાડી આવી રીતે અનુરાધા અને શામલી નામના બે પાટા ઉપર ધીમે ધીમે આગળ વધી રહી, કારણ કે સ્ટેશન નજીક આવતું હતું. લાઇન પર થોડું સમારકામ ચાલુ હોવાથી ગાડીની ગતિ એકદમ ધીમી પડી ગઈ. બારીમાંથી વધારે પડતું માથું બહાર રાખીને રોશન સ્ટેશન તરફ જોવા લાગ્યો પણ એવામાં અચાનક એના કાન ઉપર અવાજ પડ્યો, 'નાના શેઠ! ઓ નાના શેઠ!' રોશને નજર ફેંકી કે એના માથા ઉપર ગુલાબના ફૂલનો હાર પડ્યો! રોશન જોઈ શક્યો કે બહુ જ પાસે આવેલા નાના ટેકરા ઉપર શામલી ઊભી હતી! બન્નેની નજર મળી કે રોશનના મુખમાંથી શબ્દો નીકળી પડ્યા, 'શામલી! ઓ શામલી!' બન્નેએ એકબીજા સામે હાથ ઊંચા કર્યા; ગાડી આગળ વધી ગઈ અને પાછળ નજર કરતાં, રોશન શામલીને જ જોઈ રહ્યો. આથમતા સૂર્યના પ્રકાશમાં શામલીની કાયા ત્રાંબાની પ્રતિમા જેવી દેખાતી હતી અને રોશનને ખ્યાલ પણ ન રહ્યો કે ટ્રેન પ્લેટફૉર્મમાં દાખલ થઈ ચૂકી છે: અનુરાધા રોશનને ઓળખી ગઈ હતી: તે મનમાં બોલી, 'હા, એ રોશન છે, કારણ કે એનો વાંસો પહાડ જેટલો પહોળો છે! અરે, પણ તે આ બાજુ શા માટે નથી જોતો? કઈ ચીજ જોવામાં એનું મન પરોવાઈ ગયું હશે?'

અને શામલી દેખાતી બંધ થઈ કે રોશને પ્લેટફૉર્મ ઉપર નજર માંડી; માતાપિતાને જોયા કે હાથ ઊંચો કર્યો પણ બાજુમાં જ અનુરાધા સાથે તે આંખ મિલાવી શક્યો નહીં. અનુરાધાને જરા દુઃખ થયું. રોશન તો આગળના ડબ્બામાં બેઠો હતો એટલે ગાડી જેવી ઊભી રહી કે સૌ કોઈ એ બાજુ જવા લાગ્યું. રોશન ગાડીમાંથી નીચે ઊતર્યો અને માતાપિતાને મળવા માટે ઝડપથી ચાલવા લાગ્યો. વૃદ્ધ માતાપિતા પણ જાણે યુવાન બની ગયાં હોય એવી રીતે ચાલતાં હતાં. અનુરાધા એમની પાછળ ચાલતી હતી.

રોશન તરત જ માતાપિતાને પગે પડ્યો, પછી પિતા એને ભેટી પડ્યા. હર્ષના

ભારને લીધે મૌન છવાઈ ગયું, અનુરાધાની શોધ માટે રોશનની આંખો ફરવા લાગી પણ અનુરાધા હવે સમજી ગઈ કે રોશન એને ઓળખી ન શક્યો. હવે અનુરાધાને ખ્યાલ આવ્યો કે દાઝ્યા પછી એનો ચહેરો, રોશન ઓળખી ન શકે એટલો બધો બદલાઈ ગયો છે. રોશને પૂછ્યું, 'પિતાજી, અનુરાધા નથી આવી?'

'બેટા, મારી બાજુમાં જ ઊભી છે.'

રોશનની નજર સ્થિર થઈ, બન્નેની આંખો મળી, પણ તરત જ રોશને જમીન સામે આંખો ઢાળી દીધી. અનુરાધાનો ચહેરો આટલો બધો વિકૃત થઈ ગયો હશે એની એને કલ્પના ન હતી. અનુરાધાના પત્રો વાંચતી વખતે, રોશને લગ્ન પહેલાંની જ અનુરાધાની હંમેશાં કલ્પના કરી હતી! એનું હૃદય દુ:ખથી ભરાઈ ગયું પણ એવામાં તો અનુરાધાએ એના ગળામાં હાર પહેરાવતાં પ્રીતમનું ભાવભીનું સ્વાગત કર્યું અને રોશનની આંખમાંથી એકાદ બે અશ્રુબિંદુ ટપકી પડ્યાં.

પછી તેણે મન ઉપર કાબૂ મેળવી લીધો. તેણે અનુરાધા સામે દયાભરી દૃષ્ટિ ફેંકી; ચતુર અનુરાધા સમજી ગઈ કે પ્રીતમની નજરમાં પ્રેમની વીજળીનો ચમકારો નથી પણ દયાભાવનું વાદળ વરસી રહ્યું છે. કોઈ નવા પ્રકારનું દુ:ખ અનુભવતી તે ઊભી રહી અને રોશનના હાથમાં રહેલા ગુલાબના હારને તે જોવા લાગી. રોશને તરત જ ગળામાંથી હાર કાઢી નાંખ્યો અને અનુરાધાને આપ્યો અને જાણે વીજળીનો આંચકો લાગ્યો હોય તેમ તે હાર અનુરાધાના હાથમાંથી નીચે ફેંકાઈ ગયો. રોશનની માતાએ તરત જ અનુરાધાને પૂછ્યું,

'બેટા, શું થયું?'

આંગળી બતાવતાં અનુરાધાએ જવાબ આપ્યો, 'કાંઈ નહીં; કોઈ જગ્યાએ રહી ગયેલો કાંટો જરા જોરથી વાગ્યો.'

અનુરાધાની આંગળીના ટેરવા ઉપર, મંગળના તારા જેવું લોહીનું બિંદુ ઊપસી આવ્યું પણ પછી જમીન ઉપર પડેલો હાર તેણે ધીમેથી ઊંચકી લીધો. સહજ ભાવે રોશનના પિતાએ પૂછ્યું, 'રોશન, ગુલાબનો આવો સુંદર હાર કોણે તને પહેરાવ્યો?'

'હું કલકત્તાથી નીકળ્યો ત્યારે એક મિત્રે પહેરાવ્યો હતો.'

પણ અનુરાધાથી બોલી જવાયું: 'અને જુઓ તો ખરા, પુષ્પો જરા પણ કરમાયાં નથી. જાણે હમણાં જ કોઈએ ફૂલ ચૂંટીને બનાવ્યો હોય એટલી તાજગી દરેક ફૂલમાં ચમકી રહી છે.' અને ગુનો ઉઘાડો પડી જતાં ચોરનું મોઢું પડી જાય એવા ભાવ રોશનના ચહેરા ઉપર તરવરી ઊઠ્યા. અનુરાધાની ચકોર દૃષ્ટિએ આ પણ જોઈ લીધું. પછી તો આખું કુટુંબ ઘર તરફ રવાના થયું પણ આખે

રસ્તે રોશન અનુરાધા સામે જોઈ ન શક્યો.

ભોજન વગેરે પતી ગયા પછી અનુરાધા પોતાના ઓરડામાં ચાલી ગઈ અને રોશન માતાપિતા સાથે વાતો કરવા લાગ્યો. પિતાએ કહ્યું, 'રોશન, અનુરાધાને તો ભગવાને જ બચાવી લીધી છે. સુખ આપતાં પહેલાં ભગવાન સૌની કસોટી કરે છે એમ મારું માનવું છે. શરૂઆતમાં આપણી ઘણી આકરી કસોટી થઈ ગઈ પણ આપણા ઘરમાં અનુરાધાનાં પગલાં થયાં પછી સુખનો પ્રકાશ વધતો જ ગયો છે. મેં જે સોદામાં હાથ નાખ્યો એમાં પૈસા મળતા જ ગયા અને આર્થિક દૃષ્ટિએ આપણી સ્થિતિ ઘણી સુધરી ગઈ, તું પણ પહેલા નંબરે પાસ થઈ ગયો. અનુરાધાના ચહેરા પર થોડા ડાઘ રહી ગયા છે પણ પહેલાં કરતાં તો ચહેરા ઉપર ઘણો સુધારો થઈ ગયો છે. સાચું સૌન્દર્ય તો માણસના ગુણમાં રહેલું છે, દેહમાં નહીં. દેહ ભલે ગમે એટલો રૂપાળો હોય પણ સ્વભાવ જો ખરાબ હોય તો રૂપનો કંઈ અર્થ નથી.'

અનુરાધાનો ચહેરો જોઈને, રોશનના દિલમાં અણગમો પેદા ન થાય એ હેતુથી પિતાએ પુત્રવધૂની ઘણી પ્રશંસા કરી. પછી વાતનો વિષય બદલતાં કહ્યું, 'મારી એવી ઇચ્છા છે કે હવે તું આપણા ગામમાં પ્રૅક્ટિસ શરૂ કર. આપણા ગમમાં એક વૃદ્ધ ડૉક્ટરનું થોડા દિવસ પહેલાં જ અવસાન થયું અને એનો પુત્ર ગુડવિલ સાથે આખું દવાખાનું કાઢી નાખવા માગે છે. બધાં સાધનો તૈયાર છે અને મેં વાત લગભગ નક્કી કરી નાખી છે.'

રોશને જવાબ આપ્યો, 'આપની એ યોજના ખરેખર સારી છે. મેં એમનું દવાખાનું જોયું છે અને ખરેખર સારું છે.'

મોડી રાત સુધી વાતો ચાલુ જ રહી પણ શયનખંડમાં અનુરાધા એકલી બેઠી હતી. થોડી વાર પછી રોશન જેવો દાખલ થયો કે અનુરાધા ઊભી થઈ ગઈ અને ભીંત સામે મુખ રાખીને ઊભી રહી. રોશનની નજર માથા ઉપરની વેણીમાં પરોવાઈ ગઈ! તે મનમાં વિચારવા લાગ્યો:

'અનુરાધાનો દેહ કેવો સપ્રમાણ છે! પણ બિચારીનો ચહેરો તદ્દન વિકૃત થઈ ગયો!'

તે પાસે ગયો, ખભા પર હાથ મૂક્યો કે અનુરાધાએ મુખ ફેરવ્યું, રોશન એકાદ ડગલું પાછળ ખસી ગયો કે અનુરાધાએ પોતાના ચહેરા ઉપર બન્ને હાથ ઢાંકી દીધા અને ધ્રુસકે ધ્રુસકે રડવા લાગી. તેણે કહ્યું, 'રોશન, હું સમજી શકું છું કે હવે હું તને નથી ગમતી. મારો ચહેરો તને ગમતો નથી પણ તને મેળવવા માટે જ ભગવાને મારી પાસે આટલો બધો ભોગ માગી લીધો. પણ હવે મને

એમ થાય છે કે હું દાઝી ગઈ ત્યારે જ ભગવાને મને ઉપાડી લીધી હોત તો સારું હતું. બીજી કોઈને પસંદ કરવા માટે તારો માર્ગ ખુલ્લો રહેત અને મારા અસ્તિત્વને લીધે તારે જે છુપાવવું પડે છે તે સ્થિતિ પણ હોત નહીં.'

'મારે શું છુપાવવું પડે છે?'

'ગુલાબના હાર માટે તારે કેવું ખોટું બોલવું પડ્યું! હું સ્ટેશન ઉપર આવી ત્યારે મેં શામલીને જોઈ હતી અને એના હાથમાં એ જ ગુલાબનો હાર હતો જે તારા હાથમાં આવ્યો. મને જોઈને તે એકદમ આગળ ચાલી ગઈ હતી. સાચું કહે, શું એ હાર તને શામલીએ નથી આપ્યો? શામલીને કેવી રીતે ખબર પડી ગઈ કે તું આજે આવવાનો હતો!'

રોશનના ચહેરા ઉપરથી રોશની ઊડી ગઈ. તેણે કહ્યું, 'અનુરાધા, તને જોયા પછી મારા હૃદયમાં દયા પ્રગટ થઈ હતી પણ હવે મને એમ લાગે છે કે તારી પ્રત્યે દયા રાખવા જેવું નથી.'

'મારી પ્રત્યે તું દયા ન રાખે એટલા માટે જ હું તને આ વાત સંભળાવી રહી છું. પત્ની પતિ પાસેથી દયા નથી ઇચ્છતી, પ્રેમ ઇચ્છે છે.'

'મને કલ્પના ન હતી કે લગ્નની પહેલી રાત્રે મારે આવું સાંભળવું પડશે.'

'અને મને પણ કલ્પના ન હતી કે મારા પતિનું પ્રથમ સ્વાગત ગુલાબનો હાર આપીને પેલી શામલી કરશે.'

'તેણે હાર ફેંક્યો અને મારા માથા ઉપર પડ્યો. હું શું કરું?'

'અને એ હાર તેં સાચવીને રાખ્યો ખરું ને? અને મેં એ પણ સાંભળ્યું હતું કે તું જ્યારે કલકત્તા ગયો ત્યારે સ્ટેશન ઉપર શામલી આવી હતી અને એ વખતે તને ગુલાબનાં ફૂલ આપ્યાં હતાં? શું આ સાચી વાત છે?

રોશન મૂંગો ઊભો રહ્યો અને તેણે કંઈ જવાબ ન આપ્યો.

લગ્ન વખતે છેડાછેડી બાંધવામાં આવે છે, પ્રેમની એ ગાંઠ કદી પણ ન છૂટે અને સુખ:દુખમાં જીવનના અંત સુધી બન્ને એકબીજાની પડખે ઊભાં રહે એવી શુભ ભાવના એ ગાંઠમાં છુપાયેલી છે અને કેટલીક વાર એવું પણ બને છે કે લગ્નની પ્રથમ રાત્રિએ જ સ્નેહની ગાંઠ છૂટી જાય છે અને બન્ને પાત્રો પોતપોતાના હૃદયની ગાંઠ વાળીને બેસી જાય છે.

રોશન અને અનુરાધાના જીવનમાં પણ આવું જ બન્યું. આખી રાત રોશને વિચારમાં ગાળી અને અનુરાધા પણ નિદ્રાના અભાવે તરફડિયાં મારતી પડી રહી. બન્નેના અંતરમાં દલીલોનો દાવાનળ સળગી રહ્યો હતો.

રોશન મનમાં બોલ્યો, 'કલકત્તાથી હું આવ્યો ત્યારે મેં મનમાં નિર્ણય કર્યો હતો

કે અનુરાધા સિવાય મારા જીવનમાં બીજી કોઈનું સ્થાન નહીં રહે. અનુરાધાએ મારા ઉપર જે પત્રો લખ્યા એમાં પ્રેમનો અદ્ભુત પ્રવાહ હતો. એ પ્રવાહમાં હું ખેંચાતો ગયો અને ખરેખર મારું મન અનુરાધામાં જ પરોવાઈ ગયું હતું. મેં નક્કી કર્યું હતું કે લગ્ન પછીની આ પ્રથમ રાત્રિએ અનુરાધા સમક્ષ બધી ચોખવટ કરવી અને માફી માગી લેવી, પ્રાયશ્ચિત્તના પવિત્ર જળમાં હું મારું હૃદય શુદ્ધ કરવા માગતો હતો અને પછી શુદ્ધ હૃદય હું એને ચરણે ધરવા માગતો હતો. હું એને કહેત કે 'અનુરાધા! તારા પ્રેમભર્યા પત્રોને લીધે મારા જીવનમાં પરિવર્તન આવ્યું છે. શામલી સાથે જે કંઈ બન્યું છે તે હું ભૂલી ગયો છું અને તું મને માફ કરી દે;' પણ હું કંઈ ખુલાસો કરું એ પહેલાં જ તેણે કોઈ પોલીસ અમલદારની જેમ મારી તપાસ કરવા માંડી, મને મહેણું માર્યું. એનું રૂપ બદલાઈ ગયું પણ સ્વભાવ તો એનો એ જ રહ્યો છે. મહેણાંટોણાં મારવાથી શું પતિને જીતી શકાય? અને કેવો હઠીલો સ્વભાવ છે! પથારીમાં જાગતી પડી છે પણ મારી સાથે વાત કરવા નથી માગતી!'

અને અનુરાધા પણ મનમાં દલીલો કરતી હતી કે 'જો એ મને પ્રેમથી ન બોલાવે તો હું શા માટે જાઉં? મને પણ સ્વમાન વહાલું છે. હું જાણું છું કે મારા ચહેરા ઉપર રૂપ જેવું હવે કંઈ નથી રહ્યું પણ એ વાત તેણે સમજવી જોઈએ કે રૂપ કરતાં હૃદયની વધુ કિંમત છે. તેણે મારા પ્રેમને ઓળખવો જોઈએ. લગ્નની પ્રથમ રાત્રિએ તેણે મારા પ્રત્યે દયાની વાત કરી! હું કંઈ એવી ભિખારણ નથી કે દયાની માગણી કરું! તેણે સમજવું જોઈએ કે એની પત્ની તરીકે અહીં આવી છું અને આટલો ભોગ આપવા છતાં પણ એને જો મારા પ્રેમની કદર ન હોય તો હું કંઈ મૂર્ખ નથી કે સામે ચડીને સલામો કરું. પથારીમાં જાગતો પડ્યો છે છતાં પણ તે મને બોલાવતો નથી.'

અને આવી રીતે આખી રાત પસાર થઈ ગઈ; સવારમાં રોજના નિયમ પ્રમાણે અનુરાધા ઘરના કામકાજમાં પરોવાઈ ગઈ પણ એનું હૃદય બળતું હતું. રોશનની પણ એ સ્થિતિ હતી. તે મનમાં ઘવાતો હતો. પિતાપુત્ર ચા-પાણી લેવા બેઠા ત્યારે પિતાએ પૂછ્યું,

'રોશન, આટલો બધો ગંભીર શા માટે? શો વિચાર કરે છે?'

રોશને સાચી વાત જણાવી નહીં, તેણે કહ્યું; 'હું તો પેલા દવાખાના વિશે વિચાર કરી રહ્યો છું.'

'એમાં વિચાર કરવા જેવું શું છે?'

'વિચાર એ જ આવે છે કે ધંધો બરાબર ચાલશે કે નહીં?'

'એમાં શંકા કરવા જેવું છે જ નહીં. આપણા ઘરમાં અનુરાધાનાં પગલાં થયા પછી પરિસ્થિતિ સુધરી ગઈ છે. જે કામ આપણે હાથમાં લઈએ એમાં સફળતા જ મળે છે. તું પહેલાં દવાખાનું જોઈ લે અને પછી એમાં જે ખૂટતું જણાય તે પણ આપણે વસાવી લઈશું. હવે કંઈ પૈસાની ખેંચ નથી.'

થોડી વાર પછી બાપદીકરો દવાખાનું જોવા ગયા; બન્નેને જગ્યા પસંદ પડી અને રોશને પ્રૅક્ટિસ શરૂ કરવાનું નક્કી કર્યું. શહેરની હૉસ્પિટલમાંય સેવા આપવી એ વાત પણ નક્કી થઈ ગઈ. હૉસ્પિટલમાં વસુંધરા સાથે મુલાકાત થઈ અને રોશનના પિતાએ કહ્યું,

'રોશન, વસુંધરાએ અનુરાધાની ખરેખર ખૂબ સેવા કરી છે. વસુંધરાની ચાલાકીને લીધે જ અનુરાધાની માનસિક સ્થિતિ સુધરી ગઈ.'

આ વાત સાંભળીને રોશનને ઘણી નવાઈ લાગી. પણ વસુંધરાએ ટૂંકામાં વાત કરતાં જણાવ્યું, 'જરા માનસિક આઘાત લાગી ગયો હતો પણ પછી યુક્તિપૂર્વક કામ લેતાં બધું સારું થઈ ગયું.'

રોશને કહ્યું: 'હું વિગતવાર વાત જાણવા આતુર છું. એક ડૉક્ટર તરીકે મને આ વાતમાં રસ છે.'

'ફરી કોઈ વાર હું તમને નિરાંતે વાત કરીશ. મેં વાત સાંભળી છે કે તમે સ્વતંત્ર પ્રૅક્ટિસ કરવા માગો છો.'

'હા, એ સાચી વાત છે અને તારા જેવી હોશિયાર નર્સની મને જરૂર પડશે.'

'હું કંઈ એટલી બધી હોશિયાર નથી પણ મને બોલાવશો તો હું જરૂર આવીશ. અહીં આ હૉસ્પિટલમાં અમને કેટલો ટૂંકો પગાર મળે છે એ વાત નહીં જાણતા હો.'

'આપણે એ વિશે પછી વિચાર કરીશું.'

પછી બાપદીકરો ઘેર ગયા. બપોરે વકીલને ઘેર બોલાવવામાં આવ્યો અને ધંધાને લગતી બધી વાતો, વેચનાર અને લેનાર વચ્ચે પાકી કરવામાં આવી. રોશનના હૃદયમાં આનંદ પ્રગટ થયો અને સાંજે તે ફરવા નીકળી પડ્યો. તે એ જ જગ્યાએ પહોંચ્યો કે જ્યાં શામલી સાથે છેલ્લી મુલાકાત થઈ હતી. એને ખાતરી હતી કે એની રાહ જોતી શામલી અહીં જરૂર બેઠી હશે, પણ તે નિરાશ થયો. અહીં શામલી હતી નહીં. આસપાસ નજર કરતો તે બેસી રહ્યો. પણ એવામાં પાછળથી કોઈએ એની બન્ને આંખો ઉપર હાથ મૂક્યા, રોશન બોલી ઊઠ્યો, 'ઓહ, શામલી! તું કેવી લુચ્ચી છે! ક્યાં છુપાઈને બેઠી હતી?'

તરત જ બન્ને હાથ ખેંચાઈ ગયા; રોશનની આંખો ઊઘડી ગઈ અને તેણે

પાછળ નજર કરી. તે ગભરાટમાં બોલી ઊઠ્યો,

'ઓહ? તું... તું... અનુરાધા...'

પણ ક્રોધને લીધે અનુરાધાની કાયા કંપી રહી હતી. તેણે રોશન સામે જોયા કર્યું. રોશને પૂછ્યું, 'અનુરાધા! તું અહીં ક્યાંથી?'

અનુરાધાએ મન ઉપર મહામહેનતે કાબૂ મેળવ્યો અને પછી જવાબ આપ્યો, 'શામલી સાથે અહીં તમારી મુલાકાત થવાની છે એ જો મને ખબર હોત તો હું અહીં આવત નહીં.'

'મને ખબર નથી કે શામલી અહીં આવવાની છે!'

'હં.... એટલે જ મોઢામાંથી શામલીનું નામ નીકળી પડ્યું!'

'અને તું અહીં આ બાજુ આવવા માટે ક્યારે નીકળી પડી? શું તું મારી પાછળ છૂપી પોલીસનું કામ કરવા માગે છે?'

'ના, પણ તમારા મનમાં જે છુપાયેલું છે તે એની મેળે બહાર આવી જાય છે.'

'એ જાણવા માટે જ તું ઘરની બહાર નીકળી ગઈ છો, કેમ? મને યાદ છે કે તું પહેલેથી જ મારી તપાસ કરતી રહી છે. પહેલી વાર જ્યારે મને શામલીના ઘરમાં માર પડ્યો ત્યાર પછી પણ તેં મારા વિશે તપાસ કરાવી હતી. તારી કોઈ સખીને તેં શામલી પાસે મોકલી હતી, ખરું ને?'

'હા, મોકલી હતી. તારી સાથે લગ્ન કરતાં પહેલાં મારે એ જાણી લેવું હતું કે તારું ચારિત્ર્ય શુદ્ધ છે કે નહીં. એ તપાસ પછી મને ખાતરી થયેલી કે એ પ્રસંગમાં તારો કોઈ વાંક ન હતો. તું નિર્દોષ હતો અને પછી મારા પિતાનો સખત વિરોધ હોવા છતાં પણ ઘરનો ત્યાગ કરીને મેં તારી સાથે લગ્ન કર્યાં.'

'અને મારી તપાસ કરતા રહેવાનો તારો શંકાશીલ સ્વભાવ ચાલુ જ રહ્યો. અત્યારે પણ તું મારી પાછળ આવી?'

'અત્યારે હું તપાસ કરવા નહોતી આવી પણ તું મને કહ્યા વિના બહાર ફરવા નીકળ્યો. ગઈ કાલે રાત્રે જે કાંઈ બન્યું તેથી મારું હૃદય બળતું હતું. કોઈ પણ હિસાબે આપણી વચ્ચે પ્રેમનો જે પ્રવાહ હતો તે ચાલુ થાય એવું હું ઇચ્છતી હતી અને તેથી હું પણ માતાજીની રજા લઈને બહાર નીકળી, અહીં આવી પહોંચી, મનમાં ઉમંગ હતો; તારી આંખો બંધ કરી પણ તારા મુખમાંથી 'શામલી!' એવો પોકાર સાંભળતાં જ મારી આંખો ખૂલી ગઈ. તને કેમ કરીને સમજાવું કે મને આઘાત લાગ્યો છે. તારા જીવનમાં શામલીનું સ્થાન છે એ વાત જો તેં મને પહેલેથી જ જણાવી દીધી હોત તો હું તારી સાથે લગ્ન ન કરત અને જે કંઈ બની ગયું તે બનત નહીં પણ હવે...'

અનુરાધા અટકી ગઈ; એનું હૃદય જરા ભારે થઈ ગયું. રોશને પૂછ્યું, 'હવે તું શું કહેવા માગે છે?'

'તારી પત્ની તરીકે તારા ઉપર મારો અધિકાર છે એ વાત હું તને સમજાવવા માગું છું. આપણે બન્ને એકબીજા પ્રત્યે વફાદારીથી બંધાયેલાં છીએ તે વાત તું ન ભૂલ અને તું જે માર્ગે જઈ રહ્યો છે તે યોગ્ય નથી.'

'મારો માર્ગ કેવો છે?'

'પોતાની પત્નીને ભૂલીને બીજી પાછળ પાગલ બનવું એમાં શોભા નથી. એનું પરિણામ સારું નહીં આવે.'

'શું તું મને ધમકી આપવા માગે છે?'

'તને ધમકી આપનાર હું કોણ? પણ તને સાચી વાત સમજાવી દેવાનો અને તને સત્યને માર્ગે દોરી જવાનો મારો અધિકાર છે.'

રોશને કટાક્ષ કરતાં કહ્યું, 'ઓહ, હવે સમજાયું, શંકાશીલ સતી અનુરાધા પતિને સુધારવા માગે છે, ખરું ને?'

પણ એવામાં તો શામલીનો રણકારભર્યો કંઠ સંભળાયો. એ ગીત લલકારતી હતી કે 'આજે મિલનની મધુર રાત, હૈયા ઉપર પડશે પ્રેમની ભાત, કહો પ્રીતમ કેવી કરીશું વાત?' રોશનના કાન અવાજ તરફ મંડાયા અને તે અનુરાધાને છોડીને ગીતના સૂરની દિશામાં આગળ વધ્યો.

અનુરાધાએ પૂછ્યું, 'ક્યાં જાય છે?'

'સત્યના માર્ગે.'

અને આછા અંધકારમાં રોશન દૂર ચાલ્યો ગયો. અનુરાધાની આંખો સામે થઈ તે ખોવાઈ ગયો. થોડી વારમાં જ શામલીનું ગીત બંધ થયું અને અનુરાધાને પોતાનુ હૃદય બંધ પડી જતું લાગ્યું.

* * *

* પૂર્વાર્ધ સમાપ્ત *

ડૉક્ટર રોશનલાલ

ઉત્તરાર્ધ:

હરકિસન મહેતા

શ્રી વજુ કોટકની આ અધૂરી નવલકથાના વાર્તાપ્રવાહને આગળ વધારવાની જવાબદારી ઉપાડતી વખતે એક બાબતનો ખુલાસો કરવો જરૂરી છે.

જે સત્ય ઘટનાને આધારે શ્રી વજુભાઈએ આ કથાનું બંધારણ ઘડ્યું હતું એ અંગેની કોઈ માહિતી અત્યારે અમારી પાસે નથી, એટલે અહીં સુધીની કથામાં જે રીતે પાત્રોનું ઘડતર થયું હતું અને પ્રસંગોની ગૂંથણી કરવામાં આવી હતી તેને ધ્યાનમાં રાખીને વાસ્તવિક લાગે એ રીતે, પાત્રો અને પ્રસંગોને વિકસાવીને કથાને પરાકાષ્ઠા સુધી પહોંચાડવાની કોશિશ કરીશ. તેનું પરિણામ વાચકો પર છોડીને આ ઉત્તરાર્ધનો પ્રારંભ કરી રહ્યો છું.

–હરકિસન મહેતા

૫

આપણી સમગ્ર દૃષ્ટિ જેમ ગુરુત્વાકર્ષણના આધારે ભ્રમણ કરી રહી છે તેમ, માનવીનું જીવનચક્ર પણ સુખના આકર્ષણ પર ગતિમાન રહેતું આવ્યું છે. આપણા જીવનવ્યવહારનો બારીક અભ્યાસ કરીશું તો સમજાશે કે નાનીમોટી દરેક પ્રવૃત્તિ પાછળ સુખની ઝંખના છુપાયેલી હોય છે. એ સુખ કાં તો પોતાના માટે હોય છે અથવા જેને આપણે પોતાના માનતા હોઈએ તેમને સુખી કરવાની ભાવના તેમાં રહેલી હોય છે.

સુખની સાધના માત્ર સંસારીઓ જ કરે છે એવું નથી, સંસાર છોડી જનાર વૈરાગી સાધુ મહાત્માઓ પણ સુખની શોધમાં રચ્યાપચ્યા રહે છે. એમના તપ પાછળ પ્રભુના સાક્ષાત્કારના સુખની જ ઝંખના રહેલી હોય છે.

સુખની ખોજ તો સૌ કોઈ કરે છે, પણ સુખનો સાચો અર્થ સમજનારા કેટલા?

ડૉક્ટર રોશનલાલે અનુરાધાનાં સૌન્દર્યમાં સુખ માન્યું, પણ જ્યારે તે માણવા ન મળ્યું ત્યારે પોતાની જાતને દુઃખી માનવા લાગ્યો. અનુરાધાએ સૌન્દર્યને બદલે સંયમને સુખ માન્યું, પણ પરણતાંની સાથે જ સૌન્દર્ય ગુમાવી બેઠી તેનું દુઃખ મનને ડંખવા લાગ્યું. જ્યારે શામલીને તો સુખદુઃખનો વિચાર કરવાની આદત જ નહોતી. સુખના આવેશથી તે છલકાતી નહીં તેમ દુઃખના તાપમાં એ કરમાતી નહીં. છતાં માતૃત્વના સુખ માટેની ઝંખના તેને ક્યારેક બેચેન બનાવી દેતી.

રોશનના પિતા એમ માનતા હતા કે દવાખાનું શરૂ થઈ ગયા પછી પુત્ર તેના કામમાં મશગૂલ બની જશે, એનો રંગીલો સ્વભાવ બદલાઈ જશે અને ડૉક્ટર તરીકેની કારકિર્દીમાં રોશન સારી નામના મેળવશે. ત્યાર પછી કોઈ વાતનું દુઃખ નહીં રહે. રોશનની મા એમ માનતી હતી કે એક વાર વહુનો ખોળો ભરાય, ઘરમાં

ઘોડિયું બંધાય એટલે બધાં સારાં વાનાં થઈ જવાનાં. જ્યારે અનુરાધાની માતાને
તેમની પુત્રીના સંસ્કારબળ પર પૂરી શ્રદ્ધા હતી. દીકરીએ જેમ સાસુ-સસરાનો
સ્નેહ જીતી લીધો તેમ રોશનનું દિલ જીતી લેવામાંય તેને નક્કી સફળતા મળવાની.

સુખની ઝંખનાના આવા વાતાવરણ વચ્ચે રોશનના નવા દવાખાનાનું ભારે
ધામધૂમથી ઉદ્‌ઘાટન થયું. રોશનનાં લગ્ન સંજોગોવશાત્ સાદાઈથી કરવાં પડેલાં.
અનુરાધાના પિતાએ ધમાલ મચાવી. તેથી આનંદનું વાતાવરણ શોકમાં પલટાઈ
ગયેલું. રોશનનાં માતા-પિતાને વસવસો રહી ગયેલો એટલે રોશન અને અનુરાધાનાં
સાચાં લગ્ન હવે થઈ રહ્યાં હોય એવા ઉત્સાહથી તેમણે 'અનુરાધા ક્લિનિક'ના
ઉદ્‌ઘાટન પ્રસંગે ધામધૂમ કરી. લગ્ન-પત્રિકા જેવી રંગબેરંગી આમંત્રણ-પત્રિકાઓ
છપાવી. શહેરના મોટા મોટા માણસોને નિમંત્રણો મોકલ્યાં અને 'અનુરાધા
ક્લિનિક'નું ઉદ્‌ઘાટન કરવા માટે કાશ્મીરના વડા ન્યાયમૂર્તિ શ્રી કપૂર ખાસ
શ્રીનગરથી આવેલા!

દવાખાનાને ક્લિનિક જેવું આકર્ષક નામ આપવાની રોશનની ઇચ્છા હતી.
તેણે પિતાને કહેલું: 'બાપુજી, નવા જમાનાને અનુરૂપ બનવા માટે થોડો દેખાવ
કરવો જોઈએ. દવાખાનું શબ્દ હવે જુનવાણી લાગે છે. દર્દીઓને માત્ર મિક્સ્ચરની
બાટલીઓ કે દવાનાં પડીકાં જ આપવાથી પૂરતી સારવાર નથી થઈ શકતી.
રોગનાં નિદાન માટે કેટલાંક આધુનિક સાધનો પણ વસાવવાં જોઈએ. અમુક
કેસોમાં પેશન્ટને ક્લિનિકમાં રાખવાની સગવડ પણ આપણે કરવી જોઈએ.'

તેની આ યોજના સાંભળીને રોશનના પિતાની આંખમાં ખુશી ચમકી ઊઠી.
રોશન જેવો મોજીલો દીકરો હજુ દવાખાનું ખોલ્યા પહેલાં જ આટલું બધું
વિચારવા લાગ્યો એ જાણે તેમના માનવામાં આવતું નહોતું.

'રોશન, તારો વિચાર મને ગમી ગયો; પણ...'

'પણ શું, પિતાજી?' રોશને અધીરાઈથી પૂછ્યું: 'તમને મારી લાયકાત પર
હજુય શંકા આવે છે?'

'નહીં રોશન, શંકાની કોઈ વાત નથી.' જુગલકિશોર જરા ગંભીર થઈ ગયા:
'છેલ્લા પાંચ વર્ષમાં આપણી આર્થિક સ્થિતિ કેવી કથળી ગઈ છે એની કદાચ
તને પૂરી જાણ નહીં હોય. તારા અભ્યાસમાં ખલેલ ન પહોંચે એટલા ખાતર
તને અમે આ ચિંતાથી દૂર રાખ્યો હતો. તું તો જાણે છે કે આપણે અનુરાધાના
પિતાના દેવાદાર બની ગયા હતા. અનુરાધાએ તારી સાથે પરણવાની જીદ
પકડીને આપણી આબરૂ સાચવી લીધી, નહીંતર આજે આપણી જમીન-જાયદાદનું
લિલામ થઈ ગયું હોત.'

બાપના છેલ્લા વાક્ય સાથે નીકળેલો નિસાસો સાંભળી રોશન નીચું જોઈ ગયો. અનુરાધાના ઉપકારના બોજથી તે થોડી વાર સુધી માથું ઊંચું ન કરી શક્યો.

'પણ રોશન, તારે એમાં નિરાશ થવાની જરૂર નથી.' પિતાને લાગ્યું કે દીકરો જ્યારે કારકિર્દીનો પ્રારંભ કરવાના ઉત્સાહમાં છે ત્યારે તેણે આર્થિક સ્થિતિની ગંભીર વાત છેડવી નહોતી જોઈતી. તેમણે તરત જ મામલો સંભાળી લીધો:

'રોશન, તું પહેલાં પ્રૅક્ટિસ શરૂ કરી દે, પછી જોજે કે તારી યોજના કેટલી ઝડપથી પાર પડવા લાગે છે.'

પિતાના પ્રોત્સાહનથી રોશનની નમેલી ડોક ટટ્ટાર થઈ ગઈ. ઉજ્જવળ ભાવિની ચમક તેની કીકીઓમાં ઊપસી આવી. નિરાશા ખંખેરી નાખતો એ બોલી ઊઠ્યો:

'તો કહો બાપુજી, ક્લિનિકનું નામ આપણે શું રાખશું?'

રોશનને હતું કે નામ શોધવા માટે પિતાને થોડો વિચાર કરવો પડશે, અથવા તો નામ નક્કી કરવાનું તેઓ એના પર છોડી દેશે, પણ તેનાં બન્ને અનુમાન ખોટાં ઠર્યાં.

જાણે નામ અગાઉથી જ નક્કી કરી નાખ્યું હોય તેમ જુગલકિશોર હોંશભેર બોલી ઊઠ્યા: નામ રાખશું 'અનુરાધા ક્લિનિક'!

'શું કહ્યું!' હળવો આંચકો અનુભવ્યો હોય તેમ રોશન ચમકી ગયો. 'તમને બીજું કોઈ ન જડ્યું કે....'

રોશન આગળ બોલતાં અટકી ગયો. અનુરાધાના નામ પર પોતાને કોઈ અણગમો છે એવું પિતાને લાગવું ન જોઈએ.

પણ જુગલકિશોર વાત પાકી કરી નાખવા માગતા હતા.

'રોશન, મને તો હતું કે ક્લિનિકનું આ નામ તને સાંભળતાં જ ગમી જશે.'

'બાપુજી, આમાં ગમવા ન-ગમવાની વાત નથી.'

'તો પછી તને શો વાંધો છે?'

'વાંધો...' રોશન જરા ખચકાયો, પછી કહી દીધું: 'પત્નીના નામે આગળ વધવામાં મને સ્વમાન ઘવાતું લાગે છે.'

પિતાને દીકરાની દલીલ પોકળ લાગી. છતાં એ ઠાવકાઈથી કામ લેવા માગતા હતા: 'રોશન, તારો ખ્યાલ ખોટો છે. બીજાનું માન વધારવાથી આપણું સ્વમાન ઘવાતું નથી, પણ તેમાં વધારો થાય છે. રામ અને કૃષ્ણ નામ લેતી વખતે આપણે સીતારામ અને રાધેકૃષ્ણ જ બોલીએ છીએ ને. રોશન, તું એ ભૂલી જાય છે કે અનુરાધાનાં પગલાં આપણા માટે કેટલાં શુકનવંતાં નીવડ્યાં છે! એના આવ્યા પછી ઘરના વાતાવરણમાં કેવી શાંતિ અને સંસ્કારિતા છવાઈ ગઈ. મને ખાતરી છે કે

અનુરાધા નામ પરથી શરૂ થતી તારી નવી કારકિર્દીને પણ પૂરો જશ મળશે.'

છતાં રોશનનું મન માનતું નહોતું. અનુરાધાનો વિચાર આવતાં જ પત્નીનો કદરૂપો ચહેરો, શંકાશીલ મનોવૃત્તિ અને જિદ્દી સ્વભાવ તેની નજરે તરી આવતો. હવે ક્લિનિક સાથે એનું નામ જોડ્યા પછી તો દિવસમાં હજાર વાર એ બોલવું પડશે તે ખ્યાલ એને ખટકતો હતો.

નામ બાબત રોશન વિરોધ કરવાનું મંથન અનુભવી રહ્યો છે, એ વાત તેના ચકોર પિતા તરત જ જાણી ગયા. પણ આ બાબતમાં પોતે ધાર્યું કરવા માગતા હતા અને તેય રોશનને રાજી રાખીને.

'જો રોશન, મેં બહુ લાંબો વિચાર કરીને આ પ્રસ્તાવ મૂક્યો છે.' તેમણે હસવાનો દેખાવ કર્યો: 'દવાખાનાને આધુનિક બનાવવાની તારી યોજના માટે નાણાં જોઈએ અને અનુરાધાના પિતાની બધી મિલકત વારસામાં દીકરીને જ મળવાની છે એ વાત મારે તને કહેવાની ન હોય.'

ત્યારે રોશન ચમકીને બાપની સામે જોવા લાગ્યો. આ વાત પોતાને અત્યાર સુધી કેમ સૂઝી નહીં? પોતાનાં મા-બાપ અનુરાધા તરફ આટલો બધો અનુરાગ કેમ રાખે છે? વાતવાતમાં એનાં વખાણ કરતાં કેમ ફરે છે એ વાત સમજાતી નહોતી. અત્યારે હવે તેનો ખ્યાલ આવી ગયો. અનુરાધાના સંસ્કારવારસા કરતાંય એ લોકો એના લક્ષ્મીના વારસાને યાદ રાખતાં હોવાં જોઈએ. રોશનને પિતાની આ ગણતરી ગમી. 'અનુરાધા ક્લિનિક' નામ સામેનો વિરોધ આ એક જ દલીલથી ભાંગી પડ્યો, આજ્ઞાંકિત પુત્રની અદાથી તેણે કહી દીધું:

'ભલે પિતાજી, તમારી ઇચ્છાનું હું ઉલ્લંઘન કરવા નથી માગતો. ક્લિનિકનું નામ તમારી મરજી મુજબનું જ રહેશે.'

કહીને રોશન ઊભો થવા જતો હતો ત્યાં તેના પિતાએ કહ્યું: 'તારે મારી બીજી એક વાત પણ માનવાની છે.'

પિતાના અવાજમાં હુકમ નહીં, પણ વિનંતીનો રણકો હતો. રોશને પ્રશ્નસૂચક દૃષ્ટિએ તેમની સામે જોયું.

'રોશન, આ ખુશખબર તારે જ અનુરાધાને આપવાના છે.'

બાપના આ બોલ સાંભળીને રોશન સહેજ ચોંક્યો. અનુરાધાની ખુશામત કરવાની વાત તેને ખટકી:

'મારે બદલે તમે જ તેને આ ખબર આપજો.' રોશનના બોલવામાં આછો અણગમો વરતાઈ આવ્યો? 'બાપુજી. ક્લિનિક સાથે અનુરાધાનું નામ જોડવાનો પ્રસ્તાવ પણ તમારો જ છે ને!'

'ત્યાં જ તારી ભૂલ થાય છે રોશન.' નાના છોકરાને પાઠ ભણાવતા હોય એવી ઠાવકાઈથી જુગલકિશોર કહેતા હતા.

'અનુરાધાને એમ ન લાગવું જોઈએ કે મારા દબાણથી તેં આ બધું કર્યું છે.'

'એટલે શું તમે મારી પાસે પત્નીની ખુશામત કરાવવા માગો છો?'

'પોતાના માણસને ખુશ રાખવાનો અર્થ ખુશામત કરવો એવો નથી. જીદ કે દલીલ કરવાનું છોડીને જલદી અનુરાધા પાસે પહોંચી જા.'

'ભલે!' કહેતા રોશને પૂતળાની જેમ યંત્રવત્ બેઠકખંડમાંથી બહાર નીકળવા માટે પગલાં ઉપાડ્યાં. પણ દરવાજે પહોંચીને એકાએક અટકી ગયો. પિતા તરફ મુખ ફેરવ્યું ત્યારે તેના ચહેરા પર કરચલીઓ ઊપસી આવી:

'બાપુજી, તમારી આ વાત હું માની લઉં છું તેમ તમારે પણ મારી એક બાબતમાં વચ્ચે આવવાનું નથી.'

તેના અવાજની સખ્તાઈથી જુગલકિશોર જરા ચમક્યા: 'કઈ બાબતમાં?'

'દવાખાનામાં હું શામલીને નોકરીએ રાખવાનો છું એ બાબતમાં.'

અને એકાએક બાપના ચહેરાની રેખાઓ સખ્ત બની ગઈ 'કોને? પેલી શામલીને?'

'હા, એ શામલીને!' અને બાપ કાંઈ કહે તે પહેલાં તો રોશન ઉતાવળા પગલે ખંડની બહાર નીકળી ગયો.

પણ પિતા કે પુત્ર બેમાંથી કોઈને એ વાતનો ખ્યાલ ન રહ્યો કે રોશનના છેલ્લા શબ્દો અનુરાધાના કાને પડી ગયા હતા!

*

રાત્રે રોશન શયનખંડમાં દાખલ થયો ત્યારે ઓરડો ફૂલોની ખુશબોથી મઘમઘી રહ્યો હતો. અંતરની ખુશાલીનો આજે પહેલી વાર અહીં પડઘો પડતો હતો છતાં તેના પગલામાં એક પ્રકારનો સંકોચ વરતાતો હતો. એની ચાલમાં થોડું અસમતોલપણું આવી ગયું હતું.

પહેલી વાર નશો કરીને તે અનુરાધા સામે આવતો હતો. ક્લિનિકના ઉદ્‌ઘાટનની ખુશાલીમાં શહેરના કેટલાક ડૉક્ટરને તેણે પાર્ટી આપી હતી. જતી વખતે અનુરાધાએ મીઠી ટકોર કરેલી: 'આજની બધી જ ખુશાલી બહાર ઉછાળીને આવતા નહીં, મારા માટે થોડી બાકી રાખજો. હું રાહ જોતી જાગતી રહીશ.'

અનુરાધાની કીકીઓમાં રોશને ત્યારે કામણનો ચમકારો જોયો હતો. તેને નવાઈ લાગી. પરણ્યા પછી આજ પહેલી વાર અનુરાધાએ હૃદયની ઊર્મિઓને

આંખોમાં ઘૂંટાવા દીધી હતી. થોડી વાર માટે રોશન તેના ચહેરાનો ડાઘ ભૂલી ગયો હતો. તેણે અનુરાધાના હોઠ તરફ પોતાનું મોં ઝુકાવ્યું પણ એ જ વખતે અનુરાધા મોં ફેરવી ગયેલી: 'અત્યારે નહીં, રા...ત્રે!'

ઇન્કાર કરવાની અનુરાધાની આ અદા ઉપર રોશન ત્યારે ફીદા થઈ ગયેલો. તેને લાગ્યું કે આખરે પત્નીના હૃદયસરોવરમાં પ્રેમનું કમળ ખીલવા લાગ્યું છે અને આજે રાત્રે પોતે ભ્રમર બનીને તેની એક એક પાંખડી પર ભ્રમણ કરી શકશે, તરસ છિપાઈ જાય એટલું રસપાન કરી લેશે.

પ્રણયની તૃષ્ણા સાથે રોશન પાર્ટીમાં ગયો અને અનુરાધાની યાદમાં મદહોશ બનીને પાછો આવ્યો ત્યારે શયનખંડમાં પ્રસરતી ખુશબોએ તેને ખ્યાલ આપ્યો કે અનુરાધાને શરાબની ચીડ છે.

લાઇટ કરવા માટે સ્વિચ પર ગયેલો હાથ તેણે પાછો ખેંચી લીધો. બારીમાંથી ફેલાતી ચાંદનીના અજવાળામાં અનુરાધા પલંગ પર પીઠ ફેરવીને બેઠી હતી. ઘૂંઘટમાં તેનો ચહેરો ઢંકાયેલો હતો.

'રાધા!' એ મસ્તીભર્યું સંબોધન પહેલી વાર રોશનના હોઠેથી સાંભળીને અનુરાધાના દેહમાં રોમાંચક ધ્રુજારી ઝણઝણી ઊઠી.

'તું રિસાઈ તો નથી બેઠી ને?'

જવાબમાં અનુરાધાએ નમેલી ડોક નાજુકપણે હલાવી ત્યારે રોશનની ખુશી બેહદ ખીલી ઊઠી:

'ઓહ! હવે ખ્યાલ આવ્યો કે આપણી સાચી સુહાગ રાત તો આજે છે.'

રોશને કોટ ઉતારીને હૅંગર પર લટકાવ્યો:

'પહેલી રાત્રે સ્ત્રીએ શરમાઈને બેસવાનું અને પુરુષે પહેલ કરવાની હોય છે... બરાબર ને?'

એ સાંભળીને અનુરાધાએ શરીરને વધારે સંકોર્યું. રોશનની તરસી નજર ભ્રમર બનીને તેના યૌવન પર ફરવા લાગી. છતાં તેણે એ તરફ પગલાં ન ઉપાડ્યાં.

'રા...ધા!' બૂટની દોરી છોડતાં એ કહેતો હતો: 'ક્લિનિકના ઉદ્‌ઘાટન પ્રસંગે કપૂરસાહેબે ઉચ્ચારેલા શબ્દો હજુ પણ મારા કાનમાં ગુંજે છે. આટલા મોટા ન્યાયાધીશે પણ કબૂલ કરવું પડ્યું કે ન્યાયાધીશ કરતાંય ડૉક્ટરનું સ્થાન સમાજમાં વધારે ઊંચું ગણાવું જોઈએ. ન્યાયાધીશનું કામ આરોપીને સજા કરવાનું હોય છે જ્યારે ડૉક્ટરો તો રોગીને સાજા કરવામાં પોતાની વિદ્યાનો ઉપયોગ કરે છે... આ શબ્દો સાંભળીને લોકોએ કેવી તાળીઓ પાડી હતી અનુરાધા! તુંયે ડૉક્ટરને પરણી છે. એ માટે તને અભિમાન થવું જોઈએ.'

રોશને હવે પલંગ તરફ પગલાં માંડ્યાં. તેની ચાલમાં મસ્તી હતી, મનમાં ઉન્માદ હતો, મગજમાં ઉશ્કેરાટ હતો.

તેના પગલે પગલે અનુરાધાના શ્વાસનો વેગ તીવ્ર બનતો જતો હતો, એનો દેહ ધીમે ધીમે ટટ્ટાર થતો જતો હતો. અંગોમાં ક્યારેય ન અનુભવી હોય એવી ઝણઝણાટી વ્યાપી રહી હતી.

પણ આ શું?

ફૂલોની સુવાસ વચ્ચે આ અણગમતી વાસ ક્યાંથી ફૂટી નીકળી?

પણ અનુરાધા વિચાર કરે ત્યાં સુધીમાં તો રોશન પલંગ પાસે પહોંચી ચૂક્યો હતો. તેણે અનુરાધાના ખભા પર હેતથી હાથ મૂક્યો ત્યારે એનું સમસ્ત શરીર ધ્રૂજી ઊઠ્યું. હૃદયમાં લાગણીઓની ભરતી ઊભરાઈ ઊઠી.

'રાધા!' ઊંડો શ્વાસ લઈને રોશને બીજા હાથે અનુરાધાના ચહેરા પરથી ઘૂમટો હઠાવ્યો: 'આજે બધો જ સંકોચ ખંખેરી નાખ, બધા જ મતભેદો ભૂંસી નાખ...'

રોશને પ્યારથી અનુરાધાનું મુખ પોતાના તરફ ઊંચું કર્યું. અનુરાધાએ આંખોની પાંપણો હજુ બીડી જ રાખી હતી.

પણ જેવા રોશનના હોઠ પ્રિયતમાના મુખ તરફ ઝૂક્યા કે અનુરાધાએ ઝાટકો મારીને મોં ફેરવી લીધું: 'તારું મોં ગંધાય છે.' તેના અવાજમાં નફરતનો ખટકો હતો: 'આજે જ તું શરાબ પીને આવ્યો!'

તેના આ અણધાર્યા વર્તને રોશનને આંચકો આપ્યો. છતાં ઉશ્કેરાઈ જવાને બદલે તેણે લાડથી અનુરાધાએ છોડાવેલો હાથ ફરી પકડી લીધો: 'નશો કરવા જેવો તો પ્રસંગ હતો આજે!'

પણ અનુરાધા જોર કરીને તેની પક્કડમાંથી છૂટી ગઈ: 'નહીં નહીં! પ્રેમનું અમૃતપાન કરવાના પ્રસંગે તેં નશો કર્યો? હૃદયસુવાસની લેતીદેતી વખતે તું દુર્ગંધને સાથે લઈ આવ્યો.'

'અનુરાધા!' રોશનથી ત્રાડ નંખાઈ ગઈ: 'તું મારી પત્ની છો; નશો કરીને આવેલા પતિને કોઈ પત્ની આ રીતે તરછોડી દેતી નથી. તારા પર મારો પૂરો અધિકાર છે.'

હવે અનુરાધાનો ચહેરો લાલચોળ બની ગયો. તેની આંખોમાંથી તણખા ઝરવા લાગ્યા:

'રોશન, આ તું નહીં પણ શરાબ બોલે છે. સ્ત્રી પર અધિકાર સાબિત કરવા માગતા પુરુષને બદલામાં ધિક્કાર જ મળે છે.'

'મારે ઉપદેશ નથી સાંભળવો!' રોશન તેના તરફ ધસી ગયો: 'આ કાંઈ

છોકરાઓની નિશાળ નથી કે તું મને સદાચારના પાઠ ભણાવે! આ શયનખંડ છે કે જ્યાં કાયાનો ભોગવટો થાય છે અને સ્ત્રી પોતાનું સર્વસ્વ પુરુષના ચરણોમાં સમર્પણ કરી દે છે.'

'હું એવી સ્ત્રી નથી.' એમ કહેતી અનુરાધા શયનખંડના બંધ દરવાજા તરફ ધસી ગઈ: 'નશો ઊતરી જાય ત્યારે તમારી પાસે આવીશ. પ્રેમ વિનાની નરી વાસનાથી હું મારું શરીર અભડાવવા નથી માંગતી.'

અનુરાધા દરવાજા સુધી પહોંચી ગઈ ત્યારે રોશન બહાવરો બની ગયો: 'અત્યારે ક્યાં જવું છે તારે?'

'આ ખંડની બહાર.' અનુરાધાએ બારણાં ઉઘાડવાની કોશિશ કરતાં કહ્યું: 'હું બા પાસે જઈને સૂઈ જઈશ.'

રોશન તેની પાછળ ધસી આવ્યો: 'એટલે તું મને હલકો પાડવા માગે છે એમ ને?' તેણે અનુરાધાનું કાંડું પકડી લીધું: 'હું નશો કરીને આવ્યો છું એવી ફરિયાદ કરવી છે તારે?'

'તમને હલકા પાડવા જેવી હું હલકટ નથી.' અનુરાધાએ કાંડું છોડાવવા જોર અજમાવ્યું: 'તમારા ચહેરા પરનો વિકાર જોઈને મને ભય લાગે છે, મને જવા દો.'

'જવા દઉં!' રોશને ઝાટકો મારીને તેનું કાંડું ખેંચ્યું: 'તારે સંસ્કારની પૂતળી બનવું હતું તો શા માટે મને પરણી?'

રોશને વધુ પડતું જોર અજમાવ્યું એના આંચકાથી અનુરાધા ગાલીચા પર પટકાઈ પડી. તેના હોઠના ખૂણામાં લોહીનો ટશિયો ફૂટી આવ્યો:

'છોડી દે રોશન, જવા દે!' અનુરાધાએ આજીજી કરી. તેની આંખમાં આંસુ છલકાયાં.

'આજે તો કોઈ પણ હિસાબે છોડવાનો નથી.'

રોશન દાંત ભીંસીને તેને પલંગ તરફ ઢસડવા લાગ્યો 'દુનિયામાં કોઈ પતિને પોતાની સ્ત્રી પર આ રીતે બળાત્કાર નહીં કરવો પડ્યો હોય.'

'રોશન, હું ચીસ પાડીશ.'

'તું માથાં પછાડીશ તોપણ કંઈ નહીં વળે.'

અનુરાધા કણસતી-કકળતી રહી અને રોશન તેને પલંગ સુધી ઘસડી લાવ્યો. છટકવાની છેલ્લી કોશિશ રૂપે અનુરાધાએ ચીસ પાડવા મોં ખોલ્યું, પણ રોશનના પોલાદી પંજામાં તેની ચીસ કચડાઈ ગઈ. રોશનના રાક્ષસી ઝનૂન સામે અનુરાધા તરફડવા લાગી. તેનો શ્વાસ રૂંધાવા માંડ્યો. રોશને બળજબરીથી ઊંચકીને તેને પલંગ પર નાખી ત્યારે પસીનાથી રેબઝેબ થયેલી અનુરાધા હાંફતી હતી. વાઘના

સકંજામાં સપડાયેલી હરણીની જેમ થરથર કાંપતી હતી.

તેમાં રોશને જ્યારે તરાપ મારી ત્યારે અનુરાધાનું કોમળ દિલ એ આઘાત જીરવી શક્યું નહીં, આ ભયાનક દૃશ્ય જોઈને હેબતાઈ ગયેલી અનુરાધા બેહોશ થઈ ગઈ.

પહેલાં તો રોશને માન્યું કે અનુરાધા બનાવટ કરે છે. બેભાન થઈ છે એમ માની હું તેને છોડી દઈશ એવી ગણતરીથી ચાલાકી અજમાવે છે, પણ મારી પાસે એવી ચાલાકી નહીં ચાલે.

અનુરાધાના દેહ સાથે તેણે ચેષ્ટા કરવા માંડી. પણ અનુરાધા તરફથી તેનો કોઈ જવાબ ન મળ્યો. એ જડવત્ પડી જ રહી. એના ચહેરા પર ભય થીજેલો હતો, તેના દાંત ભીંસાયેલા હતા અને હોઠ અધખુલ્લા રહી ગયા હતા.

'અનુરાધા... અનુરાધા!' એક-બે વાર રોશને તેને ઢંઢોળી પણ કોઈ અસર થઈ નહીં ત્યારે એ ધૂંઆપૂંઆ થઈ ગયો. એના દિમાગમાં વાસનાનો નાગ ફૂંફાડા મારતો હતો. બળજબરીનો જવાબ આ જિદ્દી સ્ત્રીએ બેહોશીમાં આપ્યો એ પરાજય તેનાથી જીરવાયો નહીં. અનુરાધાની હાલત પર દયા જાગવાને બદલે તેને માટે રોશનના મનમાં ધિક્કાર ઘૂંટાયો, એ બેહોશ થઈ ગઈ તેને બદલે મરી કેમ ન ગઈ?

તેના મગજમાં એક ઝબકારો થયો. જીદનો બદલો લેવાની વૃત્તિ ચટપટી ઊઠી. ખુન્નસ ભભૂકી ઊઠ્યું.

નિશ્ચેતન પડેલી અનુરાધાની હાંફતી છાતી પર તેણે નજર કરી. ધીમે ધીમે નજર તેની ડોક પર સ્થિર થઈ ગઈ. ગળાની નસ જરા ફૂલી ગયેલી દેખાણી, રોશનના કાંડામાં ઝનૂન ઊભરાઈ આવ્યું. બન્ને હાથના પંજા પહોળા થયા. પલંગની કિનાર પર ગોઠણભર થઈને એ અનુરાધા પર ઝૂક્યો. પહોળા થયેલા હાથના પંજા ધીમે ધીમે અનુરાધાની ગરદન તરફ સરકવા લાગ્યા.

'હું તને હંમેશને માટે ઊંઘાડી દઈશ.'

એ શબ્દો હથોડાની જેમ રોશનના મગજ પર અફળાવા લાગ્યા અને તેના પંજાએ અનુરાધાની ડોક ફરતાં ભરડો લઈ લીધો.

મગજનું ખુન્નસ હાથ પર ઉતારવા માટે રોશન દાંત ભીંસતો જાય છે ત્યાં એની નજર દીવાલ પર અફળાણી અને એ ચોંક્યો: આ કોનો પડછાયો? બારીમાંથી કોઈ ડોકાતું હોય એવો તેને ભાસ થયો.

ઝાટકા સાથે તેણે બારી તરફ ડોક ફેરવી. કાંઈક ખખડાટ સંભળાયો.

'કોણ છે?' રોશનનો અવાજ ફાટી ગયો. તેના હાથ અનુરાધાની ડોક પરથી

આંચકા સાથે પાછા ખેંચાઈ ગયા. પલંગ પરથી કૂદકો મારીને હાંફળોફાંફળો એ બારી તરફ દોડી ગયો.

બારીમાંથી ડોકાઈને જોયું અને તેની હાંફતી છાતીમાંથી નિસાસો નીકળી ગયો: 'હઠ સાલી!'

એક બિલાડી ઉંદરને મોંમાં દબાવી નાસી રહી હતી.

રોશન પૂતળાની જેમ બારીમાં જ ઊભો રહી ગયો. તેને પોતાની જાત પર રોષ ચડ્યો. એક-બે વાર હોઠ કરડ્યા પછી પહોળા થયેલા પંજાની મુઠ્ઠીઓ વાળી લીધી!

'અમે ન્યાયાધીશો તો આરોપીને સજા કરીએ છીએ, પણ ડૉક્ટરો તો રોગીને સાજા કરે છે. સમાજમાં અમારા કરતાં એમનું સ્થાન ઊંચું ગણાવું જોઈએ.'

એ જ સાંજે ન્યાયમૂર્તિ કપૂરે ઉચ્ચારેલા શબ્દો શયનખંડમાં પડઘા પાડવા લાગ્યા. રોશનને હવે ખ્યાલ આવ્યો કે ઉશ્કેરાટમાં પોતે કેવું ભયાનક કૃત્ય કરવા તૈયાર થઈ ગયો હતો! ખરેખર જો અનુરાધાનું ગળું દાબી દીધું હોત, તેની હત્યા થઈ ગઈ હોત તો શું થાત?

'રોશન, ક્લિનિકને વિકસાવવાની તારી યોજના અનુરાધાની મદદ વિના પાર નહીં પડે. પિતાના વારસામાં તેને ઘણી મિલકત મળવાની છે. તારે એને ખુશ રાખવી જોઈએ.'

થોડા દિવસ પહેલાં જ બાપે સમજાવેલી ગણતરી રોશનના મગજમાં તાજી થઈ. તેણે પોતાની જાતને ઠપકો આપ્યો: અનુરાધા સાથે મારે આ રીતે વર્તવું નહોતું જોઈતું. અનુરાધાનો પ્રેમ ન મળે તો ચાલશે પણ એના પૈસા વિના મારી કારકિર્દી આગળ નહીં વધારી શકું. સવારે મારે બાજી સંભાળી લેવી પડશે. પસ્તાવાનો દેખાવ કરવો પડશે, જરૂર પડશે તો એની માફી માગી લઈશ.

કેટલીક સ્ત્રીઓ જ એવી હોય છે કે બળજબરીમાં સામી થાય અને બનાવટ સામે નમી પડે!

હા—અનુરાધા! આપણો સંસાર, આપણો પ્યાર અને આપણો વ્યવહાર હવે બનાવટ ઉપર જ ટકી રહેશે... સાચું સુખ તો હું શામલી પાસેથી પામવાનો છું. એ તારા કરતાં વધુ સુંદર છે. તારી જેમ એ ક્યારેય જીદ કરતી નથી અને મારી કોઈ પણ માગણીને એ કદી પણ નામંજૂર નહીં કરે એની મને પૂરી ખાતરી છે...

રોશનના મગજમાંથી શરાબનો નશો ઊતરતો ગયો અને શામલીના ખ્યાલનો કેફ ચડવા લાગ્યો. તે આરામખુરશી પર જાગતો પડ્યો રહ્યો. ના, તેને ઊંઘવું નહોતું. બાકીની રાત એ શામલીના ખ્વાબમાં જાગી નાખવા માગતો હતો. પરોઢિયે

ફરવાને બહાને પોતે શામલીની પાસે પહોંચી જશે. હવે ઘરમાં તે એકલી જ છે, કોઈ તેને ત્યાં જતાં રોકી નહીં શકે...

પણ મારાથી હવે ત્યાં નહીં જવાય!

રોશનને એ વિચાર ખટક્યો. હવે પોતે ડૉક્ટર બની ગયો છે, લોકનિંદાનો ખ્યાલ રાખવો પડશે. જેનું ચારિત્ર્ય વગોવાઈ જાય એ ડૉક્ટર પાસે સ્ત્રી-દર્દીઓ આવતાં અચકાય છે. આપણો સમાજ જ દંભી છે કે ખાનગીમાં પાપ કરો તો માફ, પણ જાહેરમાં માણસે સારા હોવાનો દેખાવ કરવાનો!

રોશનની બેચેની વધી ગઈ. સવારથી સાંજ સુધી શામલી તેની નજર સામે હશે છતાં પોતે તેનો સ્પર્શ નહીં કરી શકે, તેની સાથે એકાંત નહીં માણી શકે...

આરામખુરશીમાંથી ઊઠીને રોશન ઓરડામાં લટાર મારવા લાગ્યો.

માત્ર અનુરાધા સાથે જ નહીં, સમાજ સાથે પણ મારે બનાવટ કરતા રહેવું પડશે.

અને તેને એક ઉપાય સૂઝી આવ્યો.

નર્સ વસુંધરાને બંગલાના આઉટહાઉસમાં રહેવાની સગવડ આપી છે તો દવાખાનામાં કામ કરતી શામલી માટે શું કામ બંદોબસ્ત ન થઈ શકે? ક્લિનિકના મકાનમાં તેને એક ઓરડી કેમ ન મળે? વહેલા-મોડું ત્યાં નર્સિંગ હોમ તો કરવાનું જ છે. ત્યારે ચોવીસે કલાક શામલીની હાજરી જોઈશે. મારેય અમુક રોગનું રિસર્ચ કરવા મોડે સુધી ક્લિનિકમાં રોકાવું પડશે. આ રીતે શામલી સાથે જોઈતું એકાંત મને સાંપડી રહેશે. શામલીના રૂપથી મારી કામના સંતોષાશે અને અનુરાધાના રૂપિયાથી મારી કીર્તિ ફેલાશે.

પરોઢિયા સુધી આ સંકલ્પને પંપાળીને રોશન શામલીને મળવાની અધીરાઈમાં ઊઠ્યો. જતાં પહેલાં, પલંગમાં અર્ધી બેહોશી અને અર્ધી ઊંઘમાં પડેલી અનુરાધાને શાલ ઓઢાડવાનું તે ચૂક્યો નહીં. બનાવટની આ શરૂઆત માટે પોતે મનમાં મલકાયો.

સવારે ઊઠે ત્યારે એને એમ લાગવું જોઈએ કે રાતના વર્તન બદલ મને પસ્તાવો થયો છે!

*

પંખીઓના કલરવે અનુરાધાને જગાડી દીધી. આંખોનાં પોપચાં ઉઘાડવામાં તેને પીડા થઈ. આંખો ખોલતી વખતે મનમાં ફડકો અનુભવ્યો. કોઈ ભયાનક દુઃસ્વપ્નમાંથી બહાર આવતી હોય તેમ તેણે ભડકીને બેઠાં થવાની કોશિશ કરી,

પણ કમરમાં જોરદાર સણકો થયો ત્યારે તેને થોડી વાર બિછાનામાં સૂઈ રહેવું પડ્યું.

હવે ખ્યાલ આવ્યો કે આખા શરીરમાં કળતર થઈ રહી છે, મનમાં કાંઈક ચૂંથાઈ રહ્યું છે. ધીમે ધીમે રાતની ઘટના તાજી થવા લાગી ત્યારે એ ધ્રૂજી ઊઠી. ડોક ફેરવીને આસપાસ જોયું, પણ રોશન દેખાયો નહીં. રાતે જોયેલા રોશનના રાક્ષસી સ્વરૂપે તેને એટલી બધી ભડકાવી દીધી કે ઝાટકા સાથે એ બેઠી થઈ ગઈ. એ પાછો આવી ચડે તે પહેલાં પોતે અહીંથી ભાગી છૂટવું જોઈએ. અનુરાધા ઊભી થવા જાય છે ત્યાં પેલી શાલ પગમાં અટવાણી. તેને આશ્ચર્ય થયું કે શું એણે મને શાલ ઓઢાડી હશે? કદાચ એ બહાર જઈને સૂઈ ગયો હશે? શયનખંડનું બારણું પણ અટકાવતો ગયો છે જેથી કોઈને અમારા ઝઘડાનો વહેમ ન આવે!

હવે અનુરાધાનો જીવ બળવા લાગ્યો:

ભૂલ ભલે રોશનની હતી છતાં મારે સમય સાચવી લેવો જોઈતો'તો. એ નશો કરીને આવ્યો તે ખોટું કર્યું પણ મારે તેને પ્રેમથી સમજાવવાની જરૂર હતી. તેને બદલે મેં અણગમો ઉછાળ્યો અને ઉપદેશ આપવા બેઠી. પોતાનું ધાર્યું કરવાની દરેક પુરુષની ખાસિયત હોય છે. મારા વિદ્વાન અને વૃદ્ધ પિતાએ પણ તેમની ઇચ્છા વિરુદ્ધ હું રોશનને પરણવા તૈયાર થઈ ત્યારે કેવો હાહાકાર મચાવી દીધો હતો! જ્યારે રોશન તો હજુ જુવાન છે. નવી કારકિર્દી તરફ પગલાં પાડવા માટે થનગની રહ્યો છે. મારે તો તેને પ્રોત્સાહન આપવું જોઈએ તેને બદલે હું જીદે ચડી. તેનો અહમ્ ઘવાયો અને તેણે મારા પર બળજબરી કરી.

મારા સંસ્કારમાં જો સાચું તેજ હોય તો હું જરૂર તેને શામલી જેવી હલકી સ્ત્રીના આકર્ષણમાંથી મુક્ત કરી શકીશ અને સંપૂર્ણપણે રોશનને હું મારો બનાવી લઈશ.

જાત સાથે આ રીતે ઝઘડી લઈને અનુરાધાએ રાતનો ડંખ ભૂંસી નાખવાનો નિર્ણય કર્યો. જાણે કાંઈ બન્યું જ નથી એ રીતે રોશન સાથે વર્તવાનું વિચારી લીધું અને જરૂર પડે તો તેની માફી માગી લેતાં પણ ન અચકાવાનો મનસૂબો ઘડી લીધો.

નિયમ મુજબ અનુરાધા બારીએ જઈને ઊભી રહી ગઈ, બહાર ધીમે ધીમે અજવાળું પથરાતું જતું હતું, ધુમ્મસ વીખરાવા લાગ્યું હતું. પંખીઓના મધુર કલરવે તેના મનની કડવાશને નિચોવી નાખી. બાગમાં લહેરાતાં પુષ્પોની તાજગીએ તેના મુખની ફિકાશ લૂછી નાખી.

તેની નજર બહાવરી બનીને રોશનને શોધી રહી હતી. ઘણી વાર રોશન

વહેલો ઊઠી બગીચામાં ટહેલવા જતો. તેને ફૂલનો ગજબનો શોખ હતો. કાલે રાત્રે જે બની ગયું તે ન બન્યું હોત તો કદાચ અત્યારે રોશન પોતાના અંબોડા માટે એક સુંદર ફૂલ ચૂંટવા ગયો હોત ને.

અને ત્યાં એની નજર ફૂલ ચૂંટી રહેલી એક આકૃતિ પર પડી. ધુમ્મસમાં પહેલાં તે ઓળખાઈ નહીં.

'અરે! આ તો વસુંધરા છે?' અનુરાધા સફેદ સાડીમાં સજ્જ થયેલી વસુંધરાને જોઈ રહી. સફેદ ગુલાબનું એક ફૂલ તે એના અંબોડામાં ગોઠવતી હતી, તેના હલતા હોઠ પરથી લાગ્યું કે કોઈ ગીત ગણગણી રહી છે. તેના ચહેરા પર કેવી તાજગી છે! હંમેશાં એ હસતી જ રહે છે! અનુરાધાને થયું કે આ સ્ત્રી ક્યારેય ઉદાસ દેખાતી નથી, કોઈ વાર તેના મુખ પર દુ:ખની છાયા હોતી નથી. જગતમાં સાવ એકલી પડી ગઈ હોવા છતાં ક્યારેય મેં તેનો નિસાસો સાંભળ્યો નથી. શું હશે તેનું રહસ્ય.

'તમારા માટે કયા રંગનું ફૂલ લાવું, અનુરાધાબહેન?'

વસુંધરાની નજર બારીમાં ઊભેલી અનુરાધા પર પડી ત્યારે તેણે હાથ ઊંચો કરીને પૂછ્યું. વિચારોમાં ખોવાઈ ગયેલી અનુરાધાએ આંખો પટપટાવી, તેના જવાબની રાહ જોયા વિના વસુંધરા પોતાને માટે સફેદ ગુલાબ ચૂંટી રહી છે એ જોતાં જ તેણે સાદ પાડ્યો:

'વસુંધરા! એ નહીં, પેલું... ગુલાબી ગુલાબ!'

આ શબ્દો ઉચ્ચારતી વખતે સાચે જ અનુરાધાના મુખ પર પ્રભાતની ગુલાબી છવાઈ ગઈ.

વસુંધરા ઉપર આવે તે પહેલાં તેણે અરીસામાં જોઈ લીધું. હોઠના એક ખૂણામાં જામી ગયેલું લોહી દેખાયું તે ઝડપથી સાફ કરી નાખ્યું. કપાળનો ચાંદલો રેલાઈ ગયો હતો તેના પર તાજું કંકુ લગાડી દીધું. પછી ઝડપથી પલંગ પાસે જઈને ચોળાઈ ગયેલી ચાદર ઠીકઠાક કરી લીધી, પછી ઝડપથી પથારી પરનાં ફૂલો એકઠાં કરવા લાગી.

'વાહ રે? અહીં તો હજુ રાતરાણી મહેંકે છે ને શું?' વસુંધરાએ ખંડમાં દાખલ થતાં ટહુકો કર્યો: 'હવે સમજાયું કે બહેનબાએ ગુલાબી ફૂલ કેમ મગાવ્યું!'

જાણે ચોરી પકડાઈ ગઈ હોય તેમ અનુરાધા શરમાઈ ગઈ, પણ મનમાં તો ઉઝરડો જ પડ્યો: જો રાત્રે રોશનનું કહ્યું માની ગઈ હોત તો વસુંધરાની આ ટકોર કેટલી મીઠી લાગત?

વસુંધરાની ચકોર નજરે અનુરાધાના હોઠના ખૂણા પરનો ઘા જોઈ લીધો:

'અરે, અહીં શું લાગ્યું?'

અનુરાધા વધારે શરમાઈ જવાનો દેખાવ કરતી પીઠ ફેરવી ગઈ.

'ઓહ, એમ વાત છે!'

આમ કહેતી વસુંધરા ધીમા પગલે અનુરાધાની પાછળ આવીને ઊભી રહી ગઈ અને હેતથી તેના અંબોડામાં ગુલાબ ખોસી દીધું: ''ખરેખર આજનો દિવસ જ રહસ્ય છે. સવારે ડૉક્ટરસાહેબને ગુડમૉર્નિંગ કર્યું ત્યારે એમણે પણ મોં ફેરવીને જ 'ગુડમૉર્નિંગ'થી જવાબ આપેલો. મને તો ધ્રાસકો પડ્યો. ક્લિનિકના પહેલા દિવસે જ સાહેબ મૂડમાં કેમ નથી! પણ હવે સમજાયું કે ચહેરા પરનો ઉજાગરો મારી નજરે ન ચડી જાય એટલા માટે મોં ફેરવી ગયા હશે.'

અનુરાધાને પહેલાં તો એ વાક્ય ખટક્યું, પણ બીજી રીતે એ બહુ ગમ્યું: મારી જેમ રોશને પણ મનનો ડંખ છુપાવ્યો એ સારું કર્યું.

'વસુંધરા, તું બહુ લુચ્ચી છે!'

અનુરાધાને થયું કે હવે તેણે પૂછી નાખવું જોઈએ.

'બીજાની ખુશીનું માપ જલદી કાઢી લે છે, પણ તારા મનનો તાગ કોઈને લેવા દેતી નથી.'

વાત અણધારી પોતાના પર આવી ત્યારે વસુંધરા સહેજ ચમકી પડી. છતાં હસીને કહ્યું: 'કેમ આજ સવારના પહોરમાં મહેણાં સંભળાવો છો?'

'જોયું ને? પોતે કહે એ બધું મીઠું અને અમે સંભળાવીએ એ મહેણાં!' અનુરાધાએ હેતથી વસુંધરાના ગાલ પર ચીંટિયો ભરી લીધો: 'સાચું કહેજે, તું હંમેશાં ખુશખુશાલ જ દેખાય છે એનું રહસ્ય શું છે?'

'રહસ્ય?' વસુંધરા ખડખડાટ હસી પડી. જોકે એમ હસવા જતાં તેની આંખ સહેજ ભીની થઈ જ ગઈ.

'અનુરાધાબહેન, નર્સનું કામ જ હસતાં રહેવાનું હોય. બીજાનાં દુઃખ રુઝાવવા માટે સ્મિતનો મલમ હંમેશાં હોઠ પર રાખવો પડે.'

'પણ તારું હાસ્ય મને કદી બનાવટી લાગ્યું નથી.' અનુરાધાએ લાગણીના રણકા સાથે કહ્યું: 'અત્યારે તું બગીચામાં એકલી ઊભી ઊભી અંબોડામાં ફૂલ ભરાવતી હતી ત્યારે પણ કેવું મીઠું-મધુરું હસતી હતી!'

પછી વસુંધરાના બન્ને હાથ પકડી લઈને અનુરાધાએ પ્રેમભર્યો આગ્રહ કર્યો: 'આજે તો હું તારો ભેદ જાણી લીધા વિના તને છોડવાની નથી!'

વસુંધરા ગંભીર બની ગઈ. બીજાની જિંદગીના ભેદ જાણનારી આ નર્સને કોઈની સામે ભીતરના ભેદ ખોલવાની આદત નહોતી. પોતે ખરેખર કેટલી સુખી

કે દુ:ખી છે એની બીજાને જાણ કરવાથી શું ફેર પડવાનો હતો? અનુરાધાની લાગણીને ટાળી દેવા માટે તેણે બહાનું બતાવ્યું: 'તમે તો જાણો છો, આજે ક્લિનિકનો પહેલો દિવસ છે. મારે સમયસર પહોંચી જવું જોઈએ. ફરી કોઈ વાર નિરાંતે ગપ્પાં મારશું.'

'નહીં વસુંધરા, મારે ગપ્પાં નથી સાંભળવાં...' અનુરાધાએ જીદ પકડી: 'તું ક્લિનિકનું બહાનું કાઢીશ એ પણ નહીં ચાલે. હજુ તો સાડા છ વાગ્યા છે. ક્લિનિકનો ટાઇમ આઠનો છે.'

'પણ તમારેય કામ હશે ને?' વસુંધરાએ બીજું બહાનું શોધી કાઢ્યું: 'ડૉક્ટરસાહેબનાં બા-બાપુજીને તમારા સિવાય બીજા કોઈની બનાવેલી ચા ફાવતી નથી એ યાદ છે ને?'

'અરે હાં, એ તો હું ભૂલી જ ગઈ.'

અનુરાધા આટલું બોલી એટલે વસુંધરાએ છુટકારાનો શ્વાસ લીધો પણ એ તેનો ભ્રમ હતો:

'વસુંધરા, તું જરા જઈને બાને કહી આવીશ કે મારાથી ત્રણ દિવસ રસોડામાં જવાય એમ નથી અને સાથે સાથે બીજું પણ કામ કરવું પડશે. બધાને માટે તું જ ચા બનાવી લાવ. આપણે ચા પીતાં પીતાં જ વાતો કરશું.'

આખરે વસુંધરાને નમતું જોખવું પડ્યું. તેને ખાતરી થઈ ગઈ કે અનુરાધા આજે તેને છોડશે નહીં. તેણે આજે પોતાની કથની સાંભળવાની જીદ ન કરી હોત તો સારું હતું. કદાચ સાંભળ્યા પછી એ નિરાશ થઈ જશે.

ચા બનાવતાં બનાવતાં તેણે શું કહેવું, કેટલું કહેવું અને કેમ કહેવું એ બધું વિચારી લીધું. છતાં કહેવા બેઠી ત્યારે આપોઆપ દિલ ખૂલી ગયું.

'હું સુખી છું કે દુ:ખી એ તો તમે મારી પૂરી વાત સાંભળશો એટલે સમજાઈ જશે.'

વસુંધરાએ ગંભીર અવાજે શરૂઆત કરી:

'તમને યાદ છે? માનસિક આઘાત પછી હૉસ્પિટલમાંથી આવીને તમે અરીસો માંગેલો, ચાંદલો કરવા માટે મારી પાસે કંકુની ડાબલી મંગાવેલી અને હસતાં હસતાં મને પૂછ્યું પણ ખરું કે વસુંધરા, તુંય ચાંદલો કર... કપાળમાં ચાંદલો હોય તો સ્ત્રીનો ચહેરો વધુ દીપી ઊઠે છે... ત્યારે મેં તમને શું જવાબ આપેલો કદાચ તમને અત્યારે યાદ નહીં હોય.'

'મને બરાબર યાદ છે વસુંધરા!' ચાનો કપ નીચે મૂકતી અનુરાધા બોલી ઊઠી: 'એ વખતે તેં બહુ સરસ જવાબ આપેલો... અમારે નર્સે કોઈ શણગાર

કરવાના ન હોય, સાદાઈમાં જ અમારી શોભા ગણાય... ત્યારે મેં સામી દલીલ કરી હતી કે વસુંધરા, ચાંદલો તો સૌભાગ્યચિહ્ન ગણાય એને કાંઈ ઠઠેરો ન કહેવાય પણ તેં એવો જવાબ આપ્યો હતો કે અમને નર્સને ચાંદલો કરવાની મનાઈ છે.'

'ત્યારે હું ખોટું બોલી હતી.' વસુંધરાએ ભીના અવાજે કહ્યું: 'એ વખતે તમારું માન રાખવા ખાતર મેં આવો જવાબ આપેલો.... સાચી વાત એ છે કે મારું સૌભાગ્યચિહ્ન તો પાંચ વરસ પહેલાં જ કુદરતે ભૂંસી નાખ્યું.'

'હેં!' અનુરાધાનો અવાજ ફાટી ગયો. હમદર્દીભરી નજરે તે વસુંધરાને તાકી રહી. તેના ચહેરા પર હવે ઉદાસી ઘેરાવા લાગી હતી. એના કોરા કપાળમાં બે-ત્રણ કરચલીઓ ઊપસી આવી હતી.

'તો શું તું ખરેખર સુખી નથી? માત્ર એવો દેખાવ જ કરે છે?'

'ના, એવી બનાવટ કરતાં મને આવડતી નથી. વસુંધરાએ સ્વસ્થ થવાની કોશિશ કરી: 'સાચું કહું તો, દુ:ખમાંથી સુખને શોધી કાઢવાનું હું શીખી ગઈ છું.'

'શું તારા પતિએ તને છોડી દીધી હતી?' અનુરાધા જરા આવેશમાં પૂછી બેઠી.

'નહીં નહીં, એમને માટે એવું ન બોલશો,' ફરી વસુંધરાના અવાજમાં દુ:ખની છાંટ ભળી ગઈ: 'મેં તમને હમણાં જ કહ્યું કે કુદરતે મારું સૌભાગ્યચિહ્ન ભૂંસી નાખ્યું. તમને દિલ ખોલીને કહેવા જ બેઠી છું તો હવે કાંઈ છુપાવવું નથી.'

થોડી વાર માટે શાંતિ છવાઈ ગઈ. વસુંધરા બારી બહાર તાકી એના ભૂતકાળને તાજો કરતી હોય તેમ ગંભીર ભાવે બેસી રહી.

'એ મિલિટરીમાં હતા. એમનું નામ... જવા દો એની જરૂર નથી. ઉંમરમાં મારા કરતાં ત્રણેક વર્ષ મોટા હશે. હું ત્યારે તાજી જ નર્સ થયેલી. બુઢ્ઢી મા સિવાય મારે કોઈ હતું નહીં. પરણી જાઉં તો મા નિરાધાર બની જાય એ હિસાબે નર્સ બનવાનું નક્કી કર્યું. ગુલમર્ગમાં અમે રહેતાં હતાં.

—સરહદની લડાઈમાં જખમી થઈને એ હૉસ્પિટલમાં આવ્યા ત્યારે હજુ હું દિલની પોચી હતી. દર્દીની ગમે તેવી ગંભીર હાલતમાં પણ નર્સે મક્કમ મન રાખી હસતા રહેવું જોઈએ એ જાણવા છતાં હું જુવાનનો જખમ જોઈને વિહ્વળ થઈ જતી. તેમના શબ્દો હજુયે મને બરાબર યાદ છે.

'સિસ્ટર! લડાઈના મેદાનમાં જેમ અફસરે મોત વચ્ચે હસતાં હસતાં લડવાનું હોય છે તેમ નર્સે પણ હસતાં હસતાં જખમીની સારવાર કરવી જોઈએ. એને ખુશ રાખવા જોઈએ.'

—એમણે એટલી મીઠાશથી આમ કહ્યું કે મારાથી ખરેખર મુક્તપણે હસી જવાયું.

'હં, હવે બરાબર છે!' એ ખુશ થતાં બોલી ઊઠ્યા: 'આ રીતે કોઈ હસનારું સામે હોય તો મોત પણ મીઠું લાગે....'

મોત શબ્દ સાંભળીને હું એવી થથરી ગઈ કે તેમને બોલતાં રોકવા માટે ઝાટકા સાથે મારો હાથ એમના મોં પર દાબી દીધો. ત્યારે એમની આંખોમાં લાગણીનો ઝબકારો ચમકી ઊઠ્યો. હું શરમાઈને નીચું જોઈ ગઈ. તેમણે મારો હાથ ચૂમી લીધો અને હું ઝણઝણાટી અનુભવતી ત્યાંથી નાસી છૂટી.

—ત્યાર પછી મારા વર્તનમાં કાબૂ રાખવા હું સજાગ રહેવા લાગી. નર્સ તરીકે મારી ફરજ દર્દીના જખમ રુઝાવવાની છે, એનાથી આગળ વધવાનો મને હક્ક નથી. કોને ખબર આ જુવાન પરણેલો છે કે કુંવારો? થોડા દિવસોમાં તો એ ચાલ્યો જવાનો છે. એની સાથે માયાના બંધનમાં બંધાઈશ તો ફસાઈ જઈશ, લાગણીની રમતમાં એક વાર છેતરાયા પછી જિંદગીભર તેનો ડંખ રહી જાય છે. આ રીતે હું મારા મનને તેના તરફથી વાળી લેવાની કોશિશ કરતી રહી.

—છતાંય એમની નજરમાંથી લાગણીનો ચમકારો બુઝાયો નહીં. હું સામે આવું ત્યારે એ મીઠું હસે, મારી દરેક હિલચાલને હેતથી નિહાળે. મારી અંગત બાબત વિશે પૂછપરછ કર્યા કરે અને હું જવાબ આપવાનું ટાળું તોપણ નારાજ થયા વિના મારી સામે મુસ્કરાયા કરે.

'સિસ્ટર! મારું એક કામ કરીશ?' હું એક વાર દવાનો ડોઝ આપવા ગઈ ત્યારે તેમણે પૂછી લીધું: 'ઘેરથી આવે ત્યારે બજારમાંથી મારા માટે એક ચીજ લઈ આવીશ?'

'શું?'

'આ દવાની પ્યાલી જોઉં છું ત્યારે મને બ્રાન્ડી યાદ આવી જાય છે. કેટલા દિવસથી ચાખવા મળી નથી!'

'મારાથી એ નહીં થાય.' મેં મન મક્કમ કરીને કહી દીધું: 'મારું કામ દવા આપવાનું છે, દારુ પાવાનું નહીં.'

છતાં એ નારાજ ન થયા: 'સિસ્ટર, એ પણ એક જાતની દવા છે. એકાદ ઘૂંટથી વધારે નહીં લઉં. તારા સોગન ખાઈને કહું છું કે એનાથી મારી તબિયત જલદી સારી થઈ જશે.'

એમણે એટલા લાગણીપૂર્વક સોગંધ ન ખાધા કે જાણે પોતાના સ્વજનને સમજાવી-મનાવી રહ્યા હોય. હું ગળગળી થઈ ગઈ: 'શું તમે મને હૉસ્પિટલમાંથી બરતરફ કરાવવા માગો છો? નર્સની નોકરી કરીને બુઢ્ઢી માનું ભરણ-પોષણ કરું છું એ આધાર પણ ઝૂંટવાઈ જશે.'

'ઓહ, મારી ભૂલ થઈ.' તેમના અવાજમાં દર્દ છલકાઈ ઊઠ્યું: 'મારે તારી પાસે આવી માગણી નહોતી કરવી જોઈતી એમ કહીને એ ફરી મીઠું હસવા લાગ્યા: 'પણ વસુંધરા, બીજા કોઈ મારફત હું એનો બંદોબસ્ત કરું તો તું ડૉક્ટરસાહેબ પાસે એની ફરિયાદ તો કરીશ નહીં ને?'

'ના.' કહીને હું હસતી હસતી ત્યાંથી ચાલી ગઈ.

—બસ, અમારી વચ્ચે એ જ ક્ષણે માયા બંધાઈ ગઈ. સ્નેહથી હું એમની સારવાર કરવા લાગી. થોડો વખત હું દૂર જતી તો એ અકળાઈ જતા. હું પણ કાંઈ ને કાંઈ બહાનું કાઢી એમની પાસે પહોંચી જતી.

'હવે તો તમને ચાર-છ દિવસમાં છુટ્ટી મળી જશે', મારાથી નિસાસો નંખાઈ ગયો.

'કેમ હું સાજો થઈ ગયો એ તને ન ગમ્યું?' તેમણે મને ચીડવતાં કહ્યું: 'તારી ઇચ્છા શું મને હંમેશને માટે દર્દી બનાવી રાખવાની હતી?'

'અહીંથી ક્યાં જશો?'

'ફ્રન્ટ પર!'

'હજુ તમારે થોડા દિવસ આરામની જરૂર છે.' મેં તેમના ખભાનો જખમ પંપાળતાં કહ્યું: 'ફ્રન્ટ પર નહીં, ઘેર જજો.'

'કોને ઘેર?' તેમણે લુચ્ચાઈથી પૂછ્યું: 'તારે ઘેર લઈ જા તો જરૂર આરામ કરવા આવું.'

'અમારી વાતચીત હવે નાજુક તબક્કા પર પહોંચી ગઈ. મારે જે પૂછવું હતું એ હોઠ પર આવી ગયું: 'કેમ તમારે ઘર નથી?'

એ પણ આવા જ કોઈ સવાલની રાહ જોતા હતા.

'વસુંધરા, ઘર તો છે પણ ત્યાં પ્રેમ પામી શકું તેમ નથી.'

એ સાંભળીને મને ફડકો પડ્યો. કદાચ એ પરણેલો હશે. પત્ની સાથે અણબનાવ હશે... હું નીચું જોઈ ગઈ.

'બચપણમાં જ મેં મા ગુમાવી. બાપે બીજાં લગ્ન કર્યાં. થોડાં વરસ ઓરમાન માએ સારી રીતે સાચવ્યો પણ એ પોતે મા બની એટલે એના સંતાન તરફ વહાલ ફંટાવા લાગ્યું. ધીમે ધીમે ઝઘડા થવા માંડ્યા. બાપુ માની તરફેણ કરતા અને દરેક બાબતમાં મારો જ દોષ કાઢતા. કંટાળીને મેં ઘર છોડી દીધું, લશ્કરમાં ભરતી થઈ ગયો. બસ, ત્યાર પછી ઘર સાથેનો રિશ્તો હંમેશને માટે કપાઈ ગયો.'

'ઓહ!' તેમની કથની સાંભળીને હું ગમગીન બની ગઈ. થોડી વારે માંડ પૂછી શકી: 'તો પછી પરણીને ઘર માંડતા કેમ નથી?'

'અત્યાર સુધી એવી ઇચ્છા જાગી નહોતી. પણ હવે થાય છે કે એકાદ ઘર હોય, ઘેર આપણા માટે કોઈ રાહ જોનારું હોય તો સારું લાગે.'

આ સાંભળીને મારું દિલ ધડક ધડક થવા લાગ્યું. હવે આગળ શું પૂછવું—કેમ પૂછવું એવી ગડમથલમાં હતી ત્યાં તેમણે જ શરારત કરી:

'હૉસ્પિટલમાંથી છૂટીને નક્કી કરી નાખવા માટે સીધો ત્યાં જ જવાનો છું.'

'ક્યાં?' મારા હોઠ થરથર કાંપતા હતા.

'છોકરીની મા પાસે.' કહેતાં એ લુચ્ચું હસ્યા.

'તમે એનું ઘર જોયું છે?'

'ના! પણ તું મને લઈ જઈશ ને?' એમ કહેતાં જ તેમણે મારો હાથ દાબી દીધો.

—અને જવાબમાં મારી પાંપણો હર્ષનાં આંસુથી ભીંજાઈ ગઈ.

'મિલિટરીનો માણસ છું એટલે ઘરથી દૂર રહેવાનું બનશે. પણ દિલથી હું હંમેશાં તારી સાથે જ હોઈશ...' એ કહેતા રહ્યા: 'તારે પછી આ નોકરી નહીં કરવી પડે. તારી માની અને આપણાં બાળકોની સંભાળ રાખવામાં દિવસો ક્યાં વીતી જશે એની પણ ખબર નહીં પડે.'

વસુંધરા શ્વાસ ખાવા માટે થોડું રોકાઈ ત્યારે એકચિત્તે તેની વાત સાંભળી રહેલી અનુરાધાએ અધીરાઈથી પૂછ્યું: 'પછી... પછી શું થયું?'

વસુંધરાએ ઘૂંટાયેલા શ્વાસે બારી પર નજર નાખી તો સવારનો કુમળો તડકો નાના બાળકની જેમ બારીમાંથી ડોકાવા લાગ્યો હતો. વાત જલદીથી આટોપવી જોઈએ એવા ભાવ સાથે તેણે આગળ ચલાવ્યું:

—અમે પરણી ગયાં. તેમણે બે મહિનાની છુટ્ટી લીધી સુખની શય્યામાં આળોટતી હોઉં એમ મને લાગવા માંડ્યું. સવારસાંજ પહાડીઓમાં રખડતાં, હોડીમાં ફરતાં, બરફ ખૂંદતાં, સપનાં વાગોળતાં, મીઠું ઝઘડતાં અને રિસામણાં-મનામણાંથી દિલ બહેલાવતાં... અને એક દિવસ ખબર પડી કે હું મા બનવાની છું ત્યારે એ આનંદમાં નાચી ઊઠ્યા. એ કહેતા: 'આપણા બેટાને પણ સોલ્જર બનાવશું.' ત્યારે મેં કહ્યું: 'ના, હું તો એને ડૉક્ટર બનાવવાની!'

—થોડા દિવસ પછી સમાધાન કર્યું: દીકરો આવે તો સોલ્જર બનાવવો અને દીકરી આવે તો ડૉક્ટર!

—ડ્યૂટી પર જતાં પહેલાં મેં તેમની પાસે વચન લીધેલું કે ખબર મળતાં જ આપણા પહેલા બાળકનું મોં જોવા આવી પહોંચજો. નહીંતર હું તમારી સાથે અબોલા લઈશ.'

'યસ સર!' કહીને તેમણે મિલિટરી સલામ કરી: 'જેવો આપનો હુકમ! જતાંવેંત જ હું રજા માટે અરજી કરી રાખીશ. તેમાં લખીશ કે અમારી બીબી નારાજ થશે તો 'વૉર ડિકલેર' કરશે.'

—એમની એ મજાક સાંભળીને માત્ર હું જ નહીં મારા પેટમાં પોષાતું બાળક પણ જાણે હસી પડ્યું હોય એવો ફરફરાટ મેં ભીતરમાં અનુભવેલો.

—પણ ત્યારે ખબર નહોતી કે એ તેમનું છેલ્લું જ હાસ્ય મારે જોવાનું હતું.

વસુંધરાએ ઊંડો નિસાસો નાખ્યો.

—દીકરી જન્મી છે એવો તાર પહોંચ્યો એટલે વાયદા મુજબ એ તાબડતોબ કૅમ્પમાંથી રવાના થયા. એમને એક જ દિવસની છુટ્ટી મળેલી એટલે સાંજના મોટરસાઇકલ પર રવાના થયા. પણ ઘેર પહોંચ્યા જ નહીં. બરફના તોફાને તેમનો ભોગ લીધો. ઘણી તપાસ કરી છતાં એમનો મૃતદેહ હાથ ન લાગ્યો. ઊંધી પડેલી મોટરસાઇકલ અને તેમની એક ડાયરી મળી આવી. એ ડાયરીમાં મારો ફોટો હતો. તેની પાછળ લખ્યું હતું: દુનિયાને જીતવા માટે કોઈ હથિયાર નહીં પણ મીઠું હાસ્ય વધુ અસરકારક નીવડે છે!'

વસુંધરાને ગળે ડૂમો ભરાઈ આવ્યો. પણ નજર ઊંચી કરીને તેણે જોયું ત્યારે અનુરાધા તો ચોધાર આંસુએ રડતી હતી.

'અનુરાધાબહેન, હું એટલે જ મારી કથની કોઈને સંભળાવતી નથી,' વસુંધરાએ સાડીથી તેનાં આંસુ લૂછ્યાં: 'કેટલાક જખમ છુપાવવા માટે હોય છે. તેને ખુલ્લા કરવાથી બીજાનેય દુ:ખ પહોંચે છે'

અનુરાધાએ હમદર્દીના આવેશ સાથે તેનો હાથ પકડી લીધો: 'નહીં વસુંધરા, તારા દુ:ખમાંથીય મને બોધપાઠ શીખવા મળ્યો. માણસે પોતાનાં દુ:ખ કરતાં બીજાનાં સુખ માટે જીવવામાં વધુ મજા હોય છે. હસતાં હસતાં જીવવાનું હું આજે તારી પાસેથી શીખી.'

'કોણ, કોને શું શીખવે છે કોને ખબર! હું તો એક મામૂલી નર્સ છું. હસવાનું તો હું એમની પાસેથી શીખેલી અને બીજાને હસાવવાનું મને મારા દુ:ખે શીખવ્યું.'

આટલું કહીને વસુંધરા ઊઠવા જતી હતી ત્યાં અનુરાધાએ અધૂરી વાતનો દોર પકડી લીધો.

'પણ તેં એ તો કહ્યું નહીં કે તારી દીકરીનું શું થયું? એ ક્યાં છે?'

વસુંધરાએ કાંડા-ઘડિયાળમાં જોયું, સવા સાત વાગી ગયા હતા.

'સ્મિતા હવે ચાર વર્ષની થઈ ગઈ છે. ગુલમર્ગની બોર્ડિંગ સ્કૂલમાં ભણે છે. બુઢ્ઢી મા તો એમના અકસ્માત પછી છ મહિનામાં જ દુનિયા છોડી ગઈ.

હવે અમે મા-દીકરી એકબીજાની જુદાઈમાં જીવીએ છીએ. શિયાળાની છુટ્ટીમાં હું ગુલમર્ગ જાઉં છું. ઘર ખોલીને તેની સાથે રહું છું. પતિ સાથેના અધૂરા છતાં મધુરા સંસારનાં સંભારણાં તાજાં કરી લઉં છું. તેમાંથી નવી શક્તિ મેળવીને ફરી પાછી કામે લાગી જાઉં છું.'

અનુરાધાને પૂછવાનું મન થયું કે પતિનો મૃતદેહ મળ્યો ન હોવા છતાં તેં કેમ માની લીધું કે એ નક્કી મરી ચૂક્યા છે? વસુંધરાએ તેના પતિનું નામ કેમ છુપાવ્યું એ સવાલ પણ હોઠ સુધી આવી ગયો.

પણ એ સવાલ પુછાયા વિનાના જ રહી ગયા કારણ કે વસુંધરા ત્યાં સુધીમાં ઓરડાની બહાર નીકળી ગઈ હતી.

અને રોશન ત્યારે બંગલામાં દાખલ થઈ રહ્યો હતો, તેના હાથમાં એક રાતું ગુલાબ હતું. ગુલાબની પાંખડીઓને તે વારે વારે હોઠ પર ફેરવતો હતો. જાણે શામલીના ગુલાબી ગાલ ચૂમીને આવી રહ્યો હોય એવો ઉલ્લાસ તેની ચાલમાં ઊછળતો હતો!

* * *

૬

છ મહિનામાં જ બધું બરાબર ગોઠવાઈ ગયું.

ડૉક્ટર રોશનની પ્રૅક્ટિસ જામવા લાગી. 'અનુરાધા ક્લિનિક'માં હવે દર્દીઓની ભીડ થતી. જમ્મુના જૂના ડૉક્ટરો રોશનલાલની જામતી જતી પ્રૅક્ટિસને આશ્ચર્ય અને ઈર્ષાની નજરે જોવા લાગ્યા. હજુ તો ગઈ કાલે ડૉક્ટર થયેલો આ છોકરો આજે આપણો જોરદાર હરીફ પણ બની ગયો! આવતી કાલે કદાચ દર્દીઓને સાજા કરવાને બદલે નવરા બેઠા માખીઓ મારવાનો સમય આવશે. રોશનની આ ઝડપી સિદ્ધિ માટે સૌ કોઈ જુદાં જુદાં કારણો શોધી કાઢતા. કેટલાક એમ માનતા કે જે જૂના ડૉક્ટરનું દવાખાનું રોશને લીધું હતું તેની સુવાસ લોકોમાં સારી હોવાથી રોશન લાભ ખાટી ગયો. કોઈક એમ કહેતું કે રોશનને તેની શુકનિયાળ પત્ની અનુરાધાનું નામ ફળ્યું છે. ઘણાં એવું બોલતાં કે શરૂઆતમાં બે-ત્રણ કેસ અણધાર્યા સારા થઈ ગયા એટલે રોશન ફાવી ગયો. કોઈ કોઈ આનો જશ વસુંધરાને પણ આપતા: એ હસમુખી નર્સ દર્દીઓનું આકર્ષણ બની ગઈ છે. સ્ત્રી પેશન્ટો તેની હાજરીને કારણે બેધડકપણે 'અનુરાધા ક્લિનિક'માં જાય છે અને પુરુષ પેશન્ટો આ નર્સની મોહિનીથી ખેંચાઈને કાંઈ રોગ ન હોય તોપણ દવા લેવા દોડ્યા આવે છે!

આમ જાત જાતની અટકળો થતી રહેતી.

ખુદ રોશનને પણ પોતાની અસાધારણ સફળતા અંગે વારંવાર અચરજ થયા કરતું. ક્યારેક તેને પિતાજીની વાત સાચી લાગતી: અનુરાધાનું નામ ક્લિનિક સાથે જોડ્યું એથી આ લાભ થયો... પણ તરત જ આ વાતને તે મનમાંથી ખંખેરી નાખતો. ના, ના, એ તો બધી માન્યતા છે. મારું નસીબ જોર કરતું હશે. મારો

સ્વભાવ અને સારવાર કરવાની રીતથી દર્દીઓ રાજી રહેતા હશે એટલે પ્રૅક્ટિસ સારી ચાલે છે. આ માટે બીજા કોઈને જશ આપવાની જરૂર નથી!

સફળતાની ખાસિયત છે કે માણસમાં પહેલાં એ આત્મવિશ્વાસ ઉત્પન્ન કરે છે અને પછી અભિમાન જગાડે છે.

રોશનનું અભિમાન હવે માથું ઊંચકવા લાગ્યું હતું. તેનાં માતા-પિતા ઘરમાં કે બહાર પોતાના પુત્રની પ્રશંસા કરવાની કોઈ તક જતી કરતાં નહીં: નિંદાખોર લોકોએ નકામો અમારા રોશનને બદનામ કર્યો હતો, અમને તો ખાતરી જ હતી કે અમારો બેટો જરૂર નામ કાઢવાનો છે.

રોશનનો પ્રેમ જીતી લેવા માટે અનુરાધાએ પોતાનું વર્તન બદલી નાખ્યું હતું. હવે શરાબ પીવા સામે એ ફરિયાદ કરતી નહીં, શયનખંડમાં ઉપદેશ આપવાની ટેવ પણ છોડી દીધી હતી. હા, વારંવાર એક ફરિયાદ જરૂર કરતી કે તમે બહુ કામ કરો છો, તમને પૂરતો આરામ મળતો નથી. ક્યારેક તો નિરાંતે જમતા પણ નથી.

રોશન માનતો હતો કે અનુરાધાના આ બદલાયેલા વર્તનમાં પ્રેમ નહીં પણ પોતાની સફળતાનો પડઘો બોલે છે.

'રાધા, તારી ફરિયાદ સાચી છે. પતિ તરીકે તારા પ્રત્યેની ફરજ હું પૂરેપૂરી બજાવી શકતો નથી. મહિનામાં એકાદ વખત ફિલ્મ જોવા પણ લઈ જઈ શકતો નથી...'

પછી બનાવટી નિસાસો નાખીને ઉમેરતો:

'પણ શું કરું, ક્લિનિકને મારે મૉડર્ન બનાવવી છે. અદ્યતન સાધનો વસાવવાનાં છે. નર્સિંગહોમ શરૂ કરવાનું છે. આ બધાં માટે મૂડી જોઈએ અને મહેનત કર્યા વગર મૂડી ક્યાં મળવાની છે?'

આમ કહીને તે તીરછી નજરે અનુરાધા સામે જોઈ લેતો. પત્નીને વિચારમાં પડી ગયેલી જોઈને તેને થતું કે હમણાં એ બોલી ઊઠશે: પૈસાની તમે ફિકર ન કરતા. પિતા તરફથી મને વારસામાં સારી દોલત મળવાની છે. તમે કહેતા હો તો મા પાસે જઈને વીસ-પચીસ હજાર રૂપિયા લઈ આવું... આખરે તો મારું છે એ બધું તમારું જ કહેવાયને!

પણ ના, અનુરાધા આવું ક્યારેય બોલતી નહીં. રોશન મનમાં ધૂંઆપૂંઆ થઈ જતો: બેવકૂફને હજુય મારા પર પૂરો વિશ્વાસ બેઠો નથી...

પછી બનાવટી પ્યારથી તેની ગરદન પર હાથ ફેરવીને કહેતો: 'કાંઈ વાંધો નહીં રાધા, બે-ત્રણ વરસ સખત મહેનત કરવી પડશે. ત્યાં સુધી બધું ઠેકાણે પડી જશે... એટલા વખતમાં આપણી જુવાની ક્યાં ઓસરી જવાની છે?'

જ્યારે જ્યારે રોશનનો હાથ અનુરાધાની નાજુક ડોક પર ફરતો ત્યારે તેનાં આંગળાંમાં કંપારી આવી જતી. પત્નીના ચહેરા પરના ડાઘ તેની આંખોમાં ખટકવા લાગતા.

રોશનને બીજો પણ એક ખટકો સતાવ્યા કરતો. એ હતો શામલી માટેનો તલસાટ!

શામલીની મારકણી નજર રોશનના પ્રેમતરસ્યા હૃદયને વારે વારે વિહ્વળ કરી મૂકતી, જીદ કરીને પોતે તેને ક્લિનિકમાં રહેવાની સગવડ કરાવી આપી ત્યારે એવી ગણતરી રાખેલી કે શામલીના છલકતા જોબનને પોતે બેફામપણે માણી શકશે, મન થશે ત્યારે છૂપી રીતે દિલની પ્યાસ છિપાવી શકશે, પણ શામલી તેને તદ્દન નજીક આવવા દઈને પણ ચાલાકીથી દૂર રહેતી હતી.

'નહીં નાના શેઠ. મને ડર લાગે છે!'

'ડર!' રોશન લુખ્ખું હસતો: 'ડર તો મને લાગવો જોઈએ, શામલી! હું રહ્યો મોટા ઘરનો માણસ, વળી પાછો જાણીતો ડૉક્ટર... છતાં તારો હાથ પકડતાં ડરતો નથી.'

'તમારી વાત અલગ છે, નાના શેઠ.'

'કેટલીક વાર મેં તને ટોકી કે તું મને 'નાના શેઠ-નાના શેઠ' નહીં કહે. હવે તું મારા પિતાના માળીની દીકરી નથી.'

'પણ જીભને આદત વળગી છે એનું શું? મને તો નાના શેઠ કહેવામાં વધુ મીઠાશ આવે છે.'

અને ત્યારે રોશનની આંખોમાં ઉત્તેજના ઊછળી આવી. તેણે શામલીનો હાથ પકડી લીધો:

'તારી દરેક વાતમાં મીઠાશ ભરી છે શામલી.' કહીને તેણે એને નજીક ખેંચી: 'તારા અંગે અંગમાં જે મીઠાશ છે તે હું પામી લેવા માગું છું.'

પણ શામલી ફરી દૂર ખસી ગઈ. રોશનથી હવે તલસાટ જીરવાતો નહોતો:

'તારી આ આનાકાનીમાંય કોઈ અનેરી મીઠાશ છે શામલી, એટલે જ તો હું બળજબરી કરી શકતો નથી. પણ હવે ક્યાં સુધી તું મને ટગરાવ્યા કરીશ?'

પોતાની હાંફતી છાતી પર રોશનની નજર ચોંટી ગઈ છે એ જાણી ગયા પછી શામલીએ ઓઢણીનો છેડો સરખો કરી લીધો. એના હોઠ મારકણી અદાથી વંકાયા:

'તમે મારા પર બળજબરી નહીં કરો એની ખાતરી છે એટલે તો હાથ લગાડવા દઉં છું.'

'પણ એનાથી આગળ વધવા નથી દેતી.' રોશન લાચાર અવાજે કહી ગયો: 'કહે શામલી, તારા મનમાં શેનો ડર છે?'

ક્યારેય નહીં શરમાતી શામલીની આંખો ઝૂકી ગઈ:

'તમે ક્યાં નથી જાણતા, પુરુષ તો પ્રેમ કરીને છૂટી જાય પણ સ્ત્રીએ તેના ફળનો બોજ ઉપાડવો પડે છે.'

રોશનને આ સંકેત સમજતાં બે-ચાર પળ લાગી અને જ્યારે ભેદ પામી ગયો ત્યારે ખડખડાટ હસી પડ્યો: 'અરે ગાંડી, હું ડૉક્ટર છું એટલુંય તને ભાન નથી. પહેલેથી કહી દીધું હોત તો આટલા દિવસ તરસ્યા ન રહેવું પડત ને...'

પછી તેણે આવેશમાં શામલીને બન્ને હાથમાં ઊંચકી લીધી અને ઊછળતા હૈયે તેને અંદરના કમરામાં ઊંચકી ગયો: 'તને બાળક ન થાય તેની જવાબદારી મારી, પછી શું છે?'

એમ કહીને શામલીને તેણે ખાટલા પર સુવાડી દીધી. પણ જેવો રોશન તેના ચહેરાને ચૂમવા માટે નીચે ઝૂકે છે કે આંચકા સાથે તેની ડોક અધવચ્ચે જ અટકી ગઈ.

શામલીની આંખો આંસુથી છલકાઈ ઊઠી હતી. પહેલી વાર તેના મુખ પર દુઃખની છાયા પથરાયેલી જોવા મળી. રોશન જરા ગભરાઈ ગયો.

'તું રડે છે શામલી!' ખાટલાની બાજુમાં ગોઠણભેર બેસીને તેણે એના આંસુ લૂંછવા માંડ્યાં: 'મારી માગણી હંમેશાં તારા હોઠોમાં સ્મિત છલકાવી દે છે, જ્યારે આ માગણી તારી આંખોમાં આંસુ કેમ છલકાવે છે? તું મારાથી કાંઈક છુપાવે છે.'

ગળગળા થઈ ગયેલા રોશનના મુખ પર હેતાળ હાથ ફેરવતી શામલી જરા હસી. પણ તેના હાસ્યમાં હંમેશનો ઉછાળો નહોતો, કાંઈક વેદના જેવું હતું.

'નાના શેઠ, તમે હમણાં ખાતરી આપી કે બાળક નહીં થવા દો... પણ એ જ તો મારી પીડા છે.'

શામલીએ ઓઢણીના છેડાથી આંસુ લૂછી નાખ્યાં:

'સ્ત્રી જે પુરુષને દિલથી ચાહતી હોય છે એના બાળકની મા થવાની ઝંખના તેને સતત સતાવ્યા કરતી હોય છે એ તમને ભણેલા માણસનેય મારે સમજાવવું પડ્યું.'

રોશન ચોંક્યો: 'એટલે?' તેનો હર્ષ ઊભરાઈ આવ્યો: 'તું મને એટલી હદે ચાહે છે શામલી!' પછી પ્રેમના આવેશમાં શામલીના આંસુ-ભીના ગાલને હોઠોના રસથી વધુ ભીંજાવી દીધા: 'ત્યારે તો હવે આપણા પ્રેમ વચ્ચે કોઈ નડતર નહીં રહે.'

શામલી ઝાટકા સાથે બેઠી થઈ ગઈ. હેતાળ નજરે થોડી વાર લગી રોશનને જોઈ લીધો. પછી ભીના થયેલા ગાલને ઓઢણીના છેડાથી કોરા કર્યાઃ

'આમ તો તમે ભારે લુચ્ચા છો.' એ ટકોરની સાથે હળવો નિસાસો નીકળી ગયોઃ 'પણ ક્યારેક સાવ બુદ્ધુ બની જાવ છો. તમે એટલોય વિચાર ન કર્યો રોશન, કે જેને પોતાનો ધણી છોડીને ચાલ્યો ગયો એ સ્ત્રી મા કેવી રીતે બની શકે? લોકો પૂછે કે કોનું છોકરું લઈ આવી. તો જવાબ શું આપે? મારી બાબતમાં તો લોકોને એ પૂછવા જેવું પણ નહીં રહે. સૌ માની લેશે કે આ કોના પ્રેમનું ફળ મળ્યું છે. હું તો રહી હલકા ઘરનું માણસ, પણ તમારી ઇજ્જત-આબરૂનું શું?'

રોશન વિચારમાં પડી ગયો. શામલી સામે ક્યાંય સુધી તાકતો રહ્યોઃ નહીં, તેની વાતમાં કાંઈ બનાવટ નથી. એની કીકીઓમાં મને જે મારું નાનું સ્વરૂપ દેખાય છે તેને એ સાચા દિલથી ઝંખે છે. મારા પ્યારમાં તો વાસના છે, પણ તેના સ્નેહમાં માતૃત્વની ઝંખના છે.

'રોશન!' શામલીએ બીજી વાર તેને આત્મીય ભાવે સંબોધ્યોઃ 'મારે મા બનવું છે... અને એ તારા જ સંતાનની મા!' પછી લાગણીના ઊંડાણ સાથે ઉમેર્યુંઃ 'કદાચ આ જનમમાં નહીં તો આવતા જનમમાં... ત્યાં સુધી રાહ જોવાની મારામાં ધીરજ છે.'

સાંભળીને રોશન અવાચક બની ગયો. શામલી આ શું બોલી ગઈ! એક અભણ, નફકરી, નફ્ફટની જેમ વરતનારી છોકરીએ આવી ગંભીર વાત કહી દીધી! અને હું સાવ બાઘાની જેમ મૂંગો બેસી રહ્યો છું. મારી પાસે તેને કહેવા માટે સારા શબ્દો પણ નથી?

જાણે વાસનાનાં વાદળ વીખરાઈ ગયાં અને સ્નેહનું પ્રથમ કિરણ પ્રગટ્યું હોય એવા રણકા સાથે તેનાથી બોલાઈ ગયુંઃ

'શામલી, તારે આવતા જનમ સુધી રાહ જોવાની જરૂર નથી. આપણા પ્રેમના સોગન પર કહું છું કે તારી કૂખે જ મારું સંતાન પેદા થશે અને છતાં કોઈ તારા તરફ આંગળી નહીં ચીંધે!'

આ સાંભળીને શામલીને રોશનની બાથમાં ભિડાઈ જવાની તાલાવેલી જાગી પણ એ જ વખતે નીચેથી ઘંટડી રણઝણી ઊઠી અને રોશનને ઊભા થઈ જવું પડ્યું.

આમ તો એ ઘંટડી શામલીનું કામ પડે ત્યારે બોલાવવા માટે રાખેલી. નીચેથી દોરી ખેંચાય એટલે પિત્તળની ઘંટડી વાગી ઊઠતી. પણ રોશન જ્યારે શામલીને એકાન્તમાં મળવા ઉપર આવતો ત્યારે આ ઘંટડીનો ઉપયોગ ચેતવણી માટે

થતો. દસ-બાર વરસના છોકરાને રોશને આ કામ માટે જ રાખ્યો હતો અને એ ભલો-ભોળો છોકરો વફાદારીપૂર્વક આ ફરજ બજાવતો. બીજું એક કામ પણ આ ભોલા પાસે રોશન કરાવતો. બપોરે ઘેર જમવા જવું ન હોય ત્યારે તેને મોકલીને પોતાનું ટિફિન ક્લિનિક પર મંગાવી લેતો અને અનુરાધાના હાથની રસોઈ શામલી સાથે બેસીને જમતો!

રોશન ટાઈ ઠીકઠાક કરતો સીડી ઊતરીને નીચે આવી પહોંચ્યો ત્યારે ક્લિનિકના કમ્પાઉન્ડમાં વસુંધરા દાખલ થતી દેખાઈ. ઝડપથી તેણે ટેબલ પર પડેલું મેડિકલનું પુસ્તક ખોલી નાખ્યું અને તેના લખાણ પર ગંભીરપણે વિચાર કરતો હોય તેમ આંટા મારવા લાગ્યો.

કોઈ ગીત ગણગણતી ચાલી આવતી વસુંધરા રોશનને જોઈને ચૂપ થઈ ગઈ. રોશને પણ વિચારમાંથી ચોંક્યો હોય તેમ કાંડાઘડિયાળમાં જોયું: 'ઓહ, ચાર વાગી ગયા!'

'યસ ડૉક્ટર!' વસુંધરા અંબોડામાં ગોઠવેલું ફૂલ સરખું કરતી બોલી: 'મેં ડૉક્ટરો તો ઘણા જોયા પણ તમારા જેવા નહીં!'

નર્સ આમ તો મજાકના જ ઢંગમાં બોલી હતી છતાં રોશન ચમક્યો: 'વૉટ ડુ યુ મીન, સિસ્ટર?'

વસુંધરાએ ટેબલ પર પડેલા ઉઘાડા પુસ્તક તરફ દૂરથી નજર નાખીને એક સ્મિત ફરકાવ્યું: 'બપોરના ત્રણ કલાક ક્લિનિક બંધ રહે છે ત્યારેય તમે રેસ્ટ લેતા નથી?'

રોશનથી મલકી જવાયું.

'યુ નો ધૅટ આઈ ઍમ એ રેસ્ટલેસ મૅન, સિસ્ટર!' પછી ટેબલ પર પડેલા પુસ્તકને બંધ કરી દઈને રોશને બહાનું બતાવ્યું: 'ચાર દિવસથી મને પેલી બાઈનો કેસ મૂંઝવી રહ્યો છે!'

'કઈ બાઈ, ડૉક્ટરસાહેબ?'

'પે...લી!' રોશને ટેબલ પર પડેલા કેસના કાગળ ફંફોળતાં કહ્યું: 'જેને અચાનક એક આંખે ઝાંખપ આવવા લાગી છે તે... પેલી બુરખામાં આવી હતી એ.'

'હાં હાં, પેલી યાસ્મિન!' વસુંધરાએ હાથમાં પકડેલું એક મૅગેઝિન ટેબલ પર મૂકતાં કહ્યું: 'એ બિચારી એટલી ખૂબસૂરત છે અને તેને જ આવો રોગ લાગુ પડ્યો. કહેતી હતી કે હું આંધળી થઈ જઈશ તો મારો ખાવિંદ બીજી બીબીને ઘરમાં બેસાડી દેશે.'

'મને પણ એની જ ફિકર પરેશાન કરે છે.' રોશને ચાલાકીથી ચહેરા પર

ચિંતા ફરકાવીઃ 'ડુ યુ નો સિસ્ટર! કદાચ એને બ્રેઇન ટ્યૂમર હશે!'

'અરે ભગવાન!' વસુંધરાનો હાથ આંચકા સાથે છાતી પર દબાયોઃ 'હવે શું થશે ડૉક્ટર?'

દરેક દર્દીના દુઃખને વસુંધરા પોતાનું દુઃખ માનીને સંતાપ કર્યા કરતીઃ 'એનો કોઈ ઇલાજ ખરો?'

'આપણા હાથની વાત નથી.' રોશને વાત આટોપવાના ભાવ સાથે ખભા હલાવીને કહ્યુંઃ 'તેને તું સમજાવી દેજે કે મોટી હૉસ્પિટલમાં જઈને દેખાડે. દિલ્હી જઈ શકે તો વધુ સારું.'

'દિલ્હી!' વસુંધરાને અચાનક કાંઈક યાદ આવ્યુંઃ 'ઓહ ડૉક્ટરસાહેબ, ઘેરથી એક વાત કહેવાનું નક્કી કરીને આવી હતી એ તો ભુલાઈ જ ગયું.'

'શું?' રોશને જરા શંકાશીલ સ્વરે પૂછ્યું. વસુંધરા અનુરાધાની માનીતી બની ગઈ હતી એ વાત રોશન જાણતો હતો. નર્સ તરીકેની એની કામગીરી પર એ ખુશ હતો પણ ક્યારેય બીક લાગતી કે 'આ બાઈ અનુરાધાના અને મારા અંગત જીવનમાં ખટપટ તો ઊભી નહીં કરે ને?' સ્વભાવની એ સાલસ હતી. ક્યારેય કોઈની નિંદા કરતી તેને સાંભળી નહોતી. છતાં મનનું પાપ રોશનને આવી શંકા જગાડી જતું. શામલી પણ ક્યારેક કહેતી કે આ વસુંધરા હસે છે બહુ મીઠું છતાં તેના પેટમાં શું ભર્યું છે તે કળવા દેતી નથી...

વસુંધરાએ ડૉક્ટરની સામે પેલું મૅગેઝિન ધરી દીધુંઃ 'મેડિકલ રિપૉર્ટનો આ તાજો જ અંક છે. પાનાં ફેરવતી હતી ત્યાં આ લખાણ પર નજર પડી.'

વસુંધરાએ એક પાનું ખોલીને આંગળી મૂકીઃ 'મને લાગે છે કે આ રિપૉર્ટ તમને ઉપયોગી થઈ પડશે.'

'મિરેકલ ઑફ પ્લાસ્ટિક સર્જરી' રોશને લખાણનું મથાળું મોટેથી વાંચ્યું અને વસુંધરા સામે જોયું. એ મીઠું મીઠું મરકતી હતી. પણ રોશનના ચહેરા પર તેને કોઈ ફેરફાર દેખાયો નહીં.

'દાઝી ગયેલા દિલ્હીના એક જુવાનનો ચહેરો પ્લાસ્ટિક સર્જરીથી ફરી પહેલાં જેવો થઈ ગયો!' વસુંધરા ઉત્સાહથી કહેવા લાગીઃ 'લંડનના ડૉક્ટર યંગસ્કોટે ઑપરેશન કર્યું હતું, આપણા દેશમાં પ્લાસ્ટિક સર્જરીનો આ પહેલો જ કેસ છે.'

છતાંય રોશનના હાવભાવ પલટાયા નહીં ત્યારે વસુંધરાને નવાઈની સાથે થોડો આઘાત પણ લાગ્યો. તેણે માન્યું હતું કે આ રિપૉર્ટ વાંચીને ડૉક્ટરની આંખો ચમકી ઊઠશે અને બોલી ઊઠશે કે સિસ્ટર, તમે અમારા જીવનમાં એક નવી આશા જન્માવી...

પણ તેમાંનું કાંઈ જ થયું નહીં, ઊલટાનું રોશને મૅગેઝિન બંધ કરીને એક તરફ હડસેલી દીધું: 'આની સાથે આપણે શું નિસ્બત? હું સર્જન થોડો છું?'

વસુંધરા ઓઝપાઈ ગઈ. જે માણસ દર્દીના એક કેસનું નિદાન કરવા માટે આરામના બેત્રણ કલાક પુસ્તક ઉથલાવવામાં રચ્યોપચ્યો રહે છે તેને પત્નીના ચહેરાના ઇલાજ માટે કોઈ દિલચસ્પી કેમ નથી?

પરાણે હસતી વસુંધરા ઊભી થઈ ગઈ:

'મને હતું કે અનુરાધાબહેનના ડાઘ પણ પ્લાસ્ટિક સર્જરીથી દૂર કરી શકાત.'

અને રોશન ચમક્યો. ઝાટકા સાથે તેની ગરદન ઊંચી થઈ. વસુંધરા હવે હસતી નહોતી. રોશનને થયું કે આ ચાલાક નર્સ પાસે પોતે મૂરખ ઠર્યો છે. પોતાને પત્નીની કોઈ પરવા નથી એ વાત આ સ્ત્રીએ પકડી પાડી છે. ના, હજુ ક્યાં મોડું થયું છે. હું આસાનીથી એ છાપ ભૂંસી નાખીશ.

'ઓહ માય ગૉડ!' રોશન અચંબાભર્યા ઉદ્‌ગાર સાથે ઊભો થઈ ગયો: 'તું અનુરાધા માટે ઇશારો કરતી હતી....' પછી ગંભીર બની જવાનો દેખાવ કર્યો: 'પણ સિસ્ટર, અનુરાધાના ચહેરા પર કોઈ ડાઘ છે એ વાત મેં ક્યારેય યાદ રાખી નથી.'

'પણ અનુરાધાબહેનને એ ડાઘ સૌન્દર્ય પર કલંક જેવો લાગે છે.' વસુંધરા બોલી તો ગઈ પણ પછી તરત જ જીભને વાળી લીધી: 'આઈ મીન, દાઝી ગયા પછી શરૂઆતના દિવસોમાં એને એક જ વાતનો ડર રહ્યા કરતો કે મારો આ બદસૂરત ચહેરો જોઈને 'એ' મોં ફેરવી લેશે.'

'પણ એવું ક્યારેય બન્યું નથી.' રોશને અછડતી સખ્તાઈ સાથે કહ્યું: 'હું એક ડૉક્ટર છું. અને દરેક ડૉક્ટર જાણતો હોય છે કે માનવદેહના આ રૂપાળા નમણા આકાર નીચે કદરૂપા હાડપિંજર સિવાય બીજું કાંઈ જ નથી હોતું.'

દર્દીઓના આવવાનો વખત થઈ ચૂક્યો હતો છતાં વસુંધરા વાતને અધ્ધર છોડી દેવા તૈયાર નહોતી:

'હું તો એક સામાન્ય નારી તરીકે એટલું જાણું છું કે દરેક સ્ત્રીને પોતાના પતિ સમક્ષ વધુમાં વધુ સ્વરૂપવાન દેખાવાનું ગમતું હોય છે. પ્લાસ્ટિક સર્જરીની વાત જાણીને અનુરાધાબહેન કેટલાં રાજી થઈ જશે એ વિચારથી મનમાં હરખાતી હતી. બાકી તમારા દામ્પત્યજીવનમાં માથું મારવાનો પ્રયાસ કર્યો હોય એવું લાગે તો આઈ ઍમ વેરી સૉરી, સર!'

વસુંધરા ખરેખર ગળગળી થઈ ગઈ હતી તો બીજી રીતે તેને અનુરાધા માટેની આ સ્ત્રીની લાગણી એક રીતે ગમતી હતી તો બીજી રીતે પરેશાન પણ

કરતી હતી. છતાં વાત છેડાઈ ચૂકી છે ત્યારે હવે પોતે ચાલ બદલવી જ રહી.

'સિસ્ટર, એક વાર તું અનુરાધા પાસે આ વાત મૂકી તો જો.'

વસુંધરાને રોશનના બદલાયેલા વલણથી આનંદ થયો. આખરે ડૉક્ટરના મનમાં પણ ઊંડે પત્નીનો ચહેરો સુધારવાની ઝંખના તો છે જ... પોતાનું અનુમાન સાચું પડ્યું એવી ધરપતના ભાવ ચહેરા પર છવાઈ ગયા. ફરી તેનું અસલી સ્મિત હોઠ પર ફરકી ગયું:

'ડૉક્ટર, અનુરાધાબહેનને આ વાત કહેતાં મને જરૂર આનંદ થશે, પણ મારા કરતાં એ કામ તમે કરો તો શી વિલ બી મોર હૅપ્પી!'

રોશન તેની સામે જોઈને મરક મરક હસ્યો:

'ત્યાં જ તારી ભૂલ થાય છે! જો ભૂલેચૂકેય હું આવી વાત કરું તો એને એમ જ લાગવાનું કે તેના ચહેરા પરના ડાઘ મને ખટકે છે.' પછી સિફતથી ઉમેર્યું: 'મારે મન એનો ચહેરો જગતની બધી જ સ્ત્રીઓ કરતાં મોહક અને સુંદર છે.'

છેલ્લું વાક્ય બોલતી વખતે રોશને પસીનો લૂછવાને બહાને ચહેરા પર રૂમાલ ફેરવી દીધો અને ટેબલ પર પડેલું સ્ટેથોસ્કોપ ગળામાં લટકાવતાં ત્રાંસી નજરે નર્સના ચહેરા પરના પ્રત્યાઘાત પણ જોઈ લીધા.

વસુંધરા તેના શબ્દોથી પ્રસન્નતા અનુભવતી દેખાઈ.

'ઓ કે ડૉક્ટર, હું જ અનુરાધાબહેન પાસે આ વાત મૂકીશ... અને સાથે સાથે તમે કહેલા શબ્દો પણ તેને સંભળાવીશ.'

'કયા શબ્દો?'

'એ તમને જગતની બધી સ્ત્રીઓ કરતાં મોહક અને સુંદર લાગે છે એ શબ્દો.'

'ઓહ નો!' રોશને નમ્રતાનો દેખાવ કર્યો: 'લાગણી હંમેશાં શબ્દો દ્વારા વ્યક્ત નથી કરાતી. એનો પડઘો તો આપોઆપ પડતો હોય છે!'

એ જ વખતે બે સ્ત્રી-દર્દી ક્લિનિકના દરવાજામાં દાખલ થઈ અને વાત ત્યાં જ આટોપાઈ ગઈ.

આ બેમાંથી કોઈને ખબર નહોતી કે શામલી સીડીનાં પગથિયાં પાછળ ઊભી ઊભી આ બધું જ સાંભળતી હતી!

*

વસુંધરાએ જ્યારથી દિલ ખોલીને પોતાના ભૂતકાળની વાત કહી સંભળાવી હતી ત્યારથી અનુરાધાને તેના માટે અનુરાગ જેવું થઈ ગયું. આ નર્સ માટેની તેની લાગણી અનેકગણી વધી ગઈ. જીવનમાં એક સાચી મિત્ર મળી હોય એવી

રાહત તેણે અનુભવી. રોશન બપોરે જમવા ન આવે કે રાતે ક્લિનિક પરથી મોડા આવે ત્યારે અનુરાધા વસુંધરાના આઉટહાઉસમાં પહોંચી જતી. ક્લિનિકમાં આજે કેવા દર્દી હતા, રોશનને કેટલી વિઝિટે જવું પડ્યું, દર્દીઓ ડૉક્ટરની કેવી તારીફ કરે છે વગેરે પૂછતાછ કરતી રહેતી.

ક્યારેક એવું પણ બોલી જતીઃ 'વસુ, તું મને નર્સિંગનું થોડું થોડું શીખવતી જા ને. કોઈ વાર હુંય તમને બન્નેને મદદરૂપ થઈ શકું ને.'

'વાહ રે બહેનબા!' વસુંધરા લહેકા સાથે કહેતીઃ 'નર્સિંગનું શીખીને પછી તમે મને છુટ્ટી જ અપાવી દોને... ના રે ના, એવી મૂર્ખાઈ હું નહીં કરું.'

અનુરાધાએ ગેલમાં આવીને તેના કાન પકડેલાઃ 'લુચ્ચી! તું એમ માને છે કે હું તને હવે મારાથી છુટ્ટી પડવા દઈશ? રોશન કહેતો હતો કે નર્સિંગ હોમ શરૂ થયા પછી તો બીજી ચાર-છ નર્સ રાખવી પડશે.'

'એટલે શું ખરેખર તમારે નર્સ બનવું છે?'

'કેમ નર્સ બનવાની મારામાં લાયકાત નથી?'

'ના, નથી!' ફટ કરતો વસુંધરાએ આવો જવાબ આપ્યો ત્યારે અનુરાધા ભોંઠી પડી ગઈ. તેના ચહેરા પર ઝાંખપ આવી ગઈ. તરડાયેલા અવાજે એ ધીમેથી બબડીઃ

'તારી વાત સાચી છે. મને તારી જેમ મીઠું હસતાં આવડતું નથી. મારા ખરબચડા ચહેરા પર સ્મિત પણ શોભતું નથી. મારી એ લાયકાત ક્યાંથી?'

અનુરાધા રડું રડું થઈ ગઈ ત્યારે વસુંધરાને ખ્યાલ આવ્યો કે મજાકે ગંભીર સ્વરૂપ ધારણ કરી લીધું છે.

'લાયકાતનો અર્થ તમે ક્યારે સમજશો અનુરાધાબહેન?' તેણે એની હડપચી ઊંચી કરતાં કહ્યુંઃ 'તમે ડૉક્ટરની પત્ની છો. તમારાથી નર્સ ન બની શકાય. સમજાયું હવે?' કહીને ગાલે હળવી ટપલી મારી.

અનુરાધા વારંવાર ક્લિનિકની વાત ઉચ્ચારતી ત્યારે એના મનમાં ઊંડે ઊંડે તો શામલી વિશે જાણવાની જિજ્ઞાસા જ વળ ખાતી હતી. વસુંધરા ક્યારેક સામેથી તેનું નામ ઉચ્ચારે એવી અધીરાઈ તેને ટટળાવ્યા કરતી. શામલી વિશે વસુંધરાને સીધું જ પૂછી લેવાની તેની હિંમત ચાલતી નહોતી. એક વાર જીભ છૂટી થઈ ગઈ તો પોતાના સુખી દામ્પત્યજીવનનો દંભ વસુંધરાની નજરમાં ઉઘાડો પડી જશે. પોતાને પતિસુખ નથી એ વાત છુપાવવા માટે સ્ત્રી બધું જ સહન કરવા તૈયાર હોય છે.

પણ અનુરાધાથી એક વાર તો પુછાઈ જ ગયુંઃ

'વસુ, તું મને દવાખાનાની રજેરજ વાત કરે છે, પણ પેલીનું નામ તો ક્યારેય ઉચ્ચારતી નથી.'

'કોણ પેલી!' જાણી જવા છતાં વસુંધરા અજાણી થઈ: 'કોની વાત?'

'પેલી હરામજાદીની!' અનુરાધાની નફરત ઊછળી પડી: 'જેને ડૉક્ટરે ક્લિનિકની ઉપર રહેવાની સગવડ કરી આપી છે.'

'ઓહ, તમે શામલી વિશે પૂછો છો?' વસુંધરાને જવાબ આપવા માટે થોડું રોકાવું પડ્યું, તે હંમેશાં આ વાત ટાળવા મથતી હતી. ક્લિનિક વિશે અનુરાધા પૂછપરછ કરે છે તેની પાછળ આ જ મુદ્દો છુપાયેલો છે એ પોતે સારી રીતે જાણતી હતી. ડૉક્ટર રોશનલાલ અને શામલીના સંબંધ વિશે અગાઉ ગામમાં ફેલાયેલી અફવાઓ, અનુરાધા સાથે લગ્નપ્રસંગે થયેલી ધમાલ, અનુરાધાનું દાઝી જવું, આઘાતને કારણે મગજનું સમતોલપણું ગુમાવી બેસવું વગરે દરેક ઘટનાના મૂળમાં શામલી જ હતી એ તેનાથી અજાણ કેમ હોય? છતાં આજ સુધી તેણે અજાણ્યા રહેવાનો દેખાવ ચાલુ રાખ્યો હતો. આજે હવે તે છટકી શકે તેમ નહોતી. પોતે વાત ટાળી દેશે તો અનુરાધાના મનમાં કારણ વગર શંકાઓ ઊભી થશે. બીજો આઘાત લાગે તો એ હંમેશને માટે સમતોલપણું ગુમાવી દે તેવો ભય હતો.

અનુરાધા સાથે તેને એવી માયા બંધાઈ ગઈ હતી કે એના દામ્પત્યજીવનમાં સુખનો સૂરજ ઊગે એ માટે પોતાથી બનતું બધું જ કરી છૂટવા મથતી હતી અને છતાં બેમાંથી કોઈને પોતાની આ કોશિશ કળવા દેતી નહોતી. અત્યારે તેના જવાબ પર બે માણસના સંસારનું સુખ તોળાઈ રહ્યું હતું.

'શું વિચારમાં પડી ગઈ, વસુ!' અનુરાધાની અધીરાઈ હવે ઉચાટમાં પલટાઈ ગઈ. 'તને એમ લાગે છે ને કે હું તારી પાસે મારા પતિની જાસૂસી કરાવવા માગું છું? જો એમ લાગતું હોય તો કાંઈ જ કહેતી નહીં.'

'નહીં... નહીં, અનુરાધાબહેન!' વસુંધરા ઉતાવળમાં બોલી ગઈ: 'તમે ક્યાંનું ક્યાં વિચારો છો. શામલીનું નામ સાંભળીને મને તો દુઃખ થયું.'

'દુઃખ થયું?'

'હા, તમારે એને યાદ કરવાની શી જરૂર પડી!' વસુંધરા હવે સંભાળીને બોલવા લાગી: 'ક્લિનિકમાં કામ કરતી એ એક મામૂલી છોકરી માટે ફિકર શું કામ કરવી જોઈએ?'

'વસુ, તું અજાણી નહીં થા!' અનુરાધા અકળાઈ ઊઠી: 'હું હરામજાદીની ફિકર નથી કરતી. મને તો રોશનની ચિંતા થાય છે. જો તેમને એની સાથે કોઈ જ સંબંધ ન હોય તો બધાની વિરુદ્ધ જઈને ક્લિનિકમાં શું કામ રાખે? જે ક્લિનિક

સાથે મારું નામ જોડાયેલું છે ત્યાં એ ચોવીસે કલાક પડી રહે ત્યારે મને એમ જ લાગે છે કે જાણે મારી છાતી પર ચડી બેઠી હોય!'

વસુંધરા થોડી વાર મૂંગી રહી, ચર્ચા હવે નાજુક બનવા લાગી હતીઃ 'તમે આ વાત ઉચ્ચારી છે તો હુંય દિલ ખોલીને ચર્ચા કરવા માગું છું.'

'બોલ! મારે તારા દિલનો જ જવાબ સાંભળવો છે.'

'એ શામલી તમારી છાતી પર નહીં પણ તમારા મગજ પર ચડી બેઠી છે. સાચું કહું તો એને તમે જ મગજ પર ચડાવી છે.'

'મેં?' જાણે કોઈ આક્ષેપ થયો હોય તેમ એ ચિડાઈ ગઈઃ 'એ કઈ રીતે?'

'શામલીને તેનો ધણી ત્યજી ગયો છે એ તો આપણે બધા જ જાણીએ છીએ.'

'એ જ તો મોટી પંચાત છે ને?' અનુરાધા છંછેડાઈઃ 'એના પર હવે ધણીનો જાપ્તો નથી. એને તો એટલું જ જોઈતું હતું. હવે રોશનને ફસાવવા માટે તેને ખુલ્લું મેદાન મળી ગયું.'

અનુરાધાનો ચહેરો લાલચોળ થવા લાગ્યો. જાણે આટલા વખતનો ઊભરો એકીસાથે ઠાલવી દેવા માગતી હોય તેમ એ વળ ખાતી હતી.

'અનુરાધાબહેન!' વસુંધરાએ તેને શાંત પાડીઃ 'મનનો એક સ્વભાવ છે. એ જે રવાડે ચડી જાય છે ત્યાંથી જલદી પાછું ફરી શકતું નથી.'

'હું પણ એ જ કહી રહી છું.' અનુરાધા આવેશમાં આવી ગઈઃ 'રોશન એને રવાડે ચડી ગયો તો હું ક્યારેય તેને પાછો નહીં મેળવી શકું.'

'તમે મારી વાત ઊંધી રીતે સમજ્યાં.' વસુંધરાએ દલીલ કરીઃ હું એમ કહેતી હતી કે તમારું મન શામલીની શંકાને રવાડે ચડી ગયું છે. તેને એના ધણીએ ત્યજી દીધી એની પાછળ શું કારણ હતું?'

'એ જ કે તેનું ચારિત્ર્ય ખરાબ હતું.'

'એવો વહેમ થવાનું કારણ શું?'

'રોશન તેને ઘેર ગયો ત્યારે એનો ધણી આવી ચડ્યો. તેણે રોશનને માર માર્યો અને બૈરીને છોડીને ચાલી ગયો.'

વસુંધરાએ હવે મુદ્દાની વાત ઉચ્ચારીઃ

'એટલે કે ડૉક્ટરસાહેબને કારણે એ નિરાધાર બની.'

'ના, એના હલકા ચારિત્ર્યને કારણે.'

'માની લો કે તમારી વાત સાચી હોય.' વસુંધરા બહુ જ સિફતથી તેને સમજાવવા લાગીઃ 'પણ ડૉક્ટરસાહેબ એમ માનતા હોય કે મારે લીધી એ સ્ત્રી નિરાધાર બની છે તો મારે એને આશરો આપવો જોઈએ.'

'ના, એ ગણતરી મારે ગળે નથી ઊતરતી.' અનુરાધાએ જુસ્સાભેર પૂછ્યું: 'આશરો આપવા માટે ક્લિનિકમાં જ રાખવાની શી જરૂર હતી?'

અને વસુંધરાના મોંમાંથી એક અણધાર્યું વાક્ય સરી પડ્યું: 'એનો અર્થ એ થયો કે તમને ડૉક્ટરસાહેબના ચારિત્ર્ય ઉપર પણ વિશ્વાસ નથી.'

અને આ એક જ વાક્યમાં અનુરાધા ભાંગી પડી. હૈયું વલોવાઈ જાય એવી વાત હતી છતાં સાવ સાચી હતી. તેની આંખો ઊભરાઈ આવી. સાડીના છેડામાં તેણે મોં છુપાવી દીધું.

વસુંધરાએ તેને રડવા દીધી. થોડી વારે તેની પીઠ પસવારી ધીમે ધીમે તેને સ્વસ્થ થવા દીધી. પછી બીજો સવાલ પૂછ્યો:

'જો ડૉક્ટરસાહેબનું ચારિત્ર્ય ખરેખર એવું હોય તો મારા તરફ ક્યારેય ઊંચી આંખ કરીને એ કેમ જોતા નથી?' વસુંધરાના અવાજમાં લાગણી ઘૂંટાવા લાગી: 'હુંય દેખાવમાં એટલી તો ખરાબ નથી. જુવાન છું. મારેય ધણીનો આશરો નથી અને શામલી કરતાં તો હું તેમની સાથે વધારે રહું છું. દર્દીઓને તપાસતી વખતે, તેમના રોગના નિદાન માટે, ટ્રીટમેન્ટ અંગે અમે બહુ નિકટતાથી ચર્ચા કરીએ છીએ. અહીં પણ હું એમના જ મકાનમાં એમની જ નજર સામે રહું છું.'

ધીમે ધીમે અનુરાધાએ માથું ઊંચક્યું. વસુંધરાના નિર્દોષ મુખ સામે જોતી સાંભળવા લાગી.

'આપણે બધાં જાણીએ છીએ કે ડૉક્ટરસાહેબને શામલી સાથે બચપણની 'ઓળખાણ' છે. એ હલકી જાતની હશે પણ એથી બચપણની માયા છૂટતી નથી. હું તો એમ માનું છું કે, ડૉક્ટરસાહેબ દિલના ઉદાર છે. હા, સ્વભાવના જિદ્દી જરૂર છે. એક વાત નક્કી કર્યા પછી કોઈની પરવા કરતા નથી... પણ એથી શું એમનું ચારિત્ર્ય ખરાબ થઈ ગયું કહેવાય?'

અનુરાધા અહોભાવથી આ સમજદાર સ્ત્રીને જોઈ રહી. એ કેટલી નિખાલસ થઈ શકે છે. એનું મન કેવું શુદ્ધ છે! એની વાણીમાં કેવી મીઠાશ છે! એની જગ્યાએ બીજી કોઈ સ્ત્રી હોત તો મારી કાનભંભેરણી કરી હોત. પોતાના ખંડિત દામ્પત્યજીવનની અદેખાઈમાં બીજાના સંસારને સળગાવવામાં રાજી થઈ હોત... પણ ના, એ તો મારા શંકાશીલ મનને ચાબખા મારીને સાચી દિશા સુઝાડે છે. કદાચ રોશન હું માનું છું એવો ન પણ હોય, કદાચ શામલી માટે એના મનમાં એવી લાગણી ન પણ હોય.

વસુંધરાના વાણીપ્રવાહમાં અનુરાધાના મનનો મેલ ધોવાઈ ગયો. શામલી વિશે ફરી આવા વિચાર ન કરવા માટે મનસૂબો કર્યો. આંસુથી ખરડાયેલા ગાલ

સાફ કરીને તે વસુંધરા સામે મીઠું મુશ્કરાઈ. એની નજરમાં ત્યારે આભારની લાગણી ઊભરાતી હતી:

'વસુ, તારી વાત સાંભળવાથી મનને શાંતિ સાંપડે છે. છતાં એક વાતનું મને વચન આપજે.'

વસુંધરાએ આંખોથી પૂછ્યું: 'શેનું?'

'તને ક્યારેય પણ એમ લાગે કે શામલી મારા રોશનને તેની જાળમાં ફસાવી રહી છે ત્યારે મારાથી એ વાત છાની નહીં રાખતી. હું કોઈના પ્રેમથી વંચિત રહું એ સહી લઈશ. પણ છેતરાઈને કોઈને સ્નેહ કરતાં રહેવાનું મારા સ્વભાવમાં નથી.'

વસુંધરા આવું વચન આપી શકે તેમ નહોતી, આપવા માગતી પણ નહોતી, એટલે જવાબમાં માત્ર આંખોની પાંપણ પટપટાવી. જેનો અર્થ અનુરાધાને કરવો હતો એ જ થયો!

ફરી આભારવશ નજરે જોઈને તે ત્યાંથી ચાલી ગઈ. પણ એ નજર વસુંધરાના મન પર અસહ્ય ભાર ઠાલવતી ગઈ હતી.

*

ત્યારથી વસુંધરા અનુરાધાના સુખ માટે અજંપો અનુભવવા લાગી હતી. જે રોશન અગાઉ અનુરાધા પાછળ પાગલ હતો અને જે અનુરાધા રોશનને પરણવા માટે પિતાની મરજી વિરુદ્ધ ઘર છોડીને ચાલી આવી તેમના દામ્પત્યજીવનમાં આ તે કેવી આંટી પડી ગઈ? આને માટે શામલી જ દોષિત હતી? રોશન જવાબદાર હતો કે પછી ખુદ અનુરાધામાં કોઈક એવી ખામી છે કે રોશનને પોતાનામાં સમાવી ન શકી? અથવા રોશનમાં એ પોતે જ પૂરેપૂરી સમાઈ ન શકી?

કોઈના દોષ જોવાની વસુંધરાને આદત નહોતી પણ ઇલાજ કરતાં પહેલાં દર્દનું નિદાન થવું જોઈએ, એ નિયમ મુજબ તેણે અનુરાધાના માનસનું પૃથક્કરણ કરવા માંડ્યું.

અનુરાધા શિક્ષિત છે, સંસ્કારી છે અને વિવેકબુદ્ધિ પણ ધરાવે છે. એ શંકાશીલ સ્વભાવની નથી, તેમ પતિ પ્રત્યેની અંધભક્તિ પણ માન્ય રાખે એવી નથી. સાસરે આવીને રોશનનાં માતાપિતાનાં તેણે દિલ જીતી લીધાં, વહુ હોવા છતાં દીકરી જેવી લાડકી બની ગઈ.

તો પછી રોશન સાથે અંટસ કેમ પડી ગઈ?

વસુંધરાને એક કારણ મળ્યું: અનુરાધાનો અહમ્!

માણસનો અહમ્ તો સાપ જેવો છે. જેમ બધા સાપ ઝેરી નથી હોતા તેમ

દરેક માણસનો અહમ્ પણ ડંખીલો નથી હોતો. કેટલાકનો અહમ્ મદારીના પાળેલા સાપ જેવો હોય છે જે બીજાની પ્રશંસાની મુરલી પર નાચવા લાગે છે. પણ કોઈકનો અહમ્ ઝેરી નાગ જેવો હોય છે કે જે ફૂંફાડો મારે છે ત્યારે તેના સ્વભાવની બધી જ ઊજળી બાજુને થોડી વાર માટે ઓલવી નાખે છે.

અનુરાધા રોશનને પોતાનો કરવા માટે દિવસ-રાત ઝંખતી હશે. એની ગેરહાજરીમાં મનસૂબા ઘડતી હશે કે આજે તો હું આગળ-પાછળનું બધું ભૂલી જઈને તેમના ચરણોમાં સમાઈ જઈશ. કોઈ ફરિયાદ નહીં કરું, કોઈ ટીકા નહીં ઉચ્ચારું... પણ જેવો રોશન તેની સામે આવે કે તેનો અહમ્ ફેણ ઊંચકીને ફૂંફાડો મારતો હશે. આ અહમ્ તેને ઝૂકવા નહીં દેતો હોય અને પ્રેમમાં તો ઝૂકી જઈને જ તમે બીજાને ઝુકાવી શકો છો!

વસુંધરાએ આ નિદાન કર્યું. પણ એનો ઇલાજ શોધી ન શકી ત્યારે વધુ ગૂંચવાણી. શરીરની જેમ માણસના સ્વભાવમાં ઑપરેશન થઈ શકતાં હોત તો...

આ ઉલઝનમાં હતી ત્યાં તેને અનુરાધાના જ મોઢેથી બીજું કારણ જડી ગયું. નર્સ બનવાની વાત કરતી અનુરાધા અનાયાસ જ બોલી ગઈ: મારા ખરબચડા ચહેરા પર તો સ્મિત પણ શોભે નહીં!

શું ચહેરાના ડાઘે અનુરાધાના આત્મવિશ્વાસને ઝાંખો પાડી દીધો હતો? એક તરફથી અહમ્ અને બીજી બાજુથી નાનપ.... આ સામસામી ખેંચતાણ માણસની શ્રદ્ધાને વીંખીપીંખી નાખે છે.

પણ એનોય શું ઇલાજ થઈ શકે?

અને એકાએક મેડિકલ રિપૉર્ટના અંકમાંથી વસુંધરાને ઉપાય જડી ગયો. ભારતના પ્લાસ્ટિક સર્જરીના પહેલા પ્રયોગે વસુંધરાના મનમાં આશા જગાડી. એટલે જ તો અંક વાંચીને અનુરાધાને જાણ કરતા પહેલાં તે સીધી ડૉક્ટર રોશનલાલ પાસે પહોંચી ગયેલી. રોશનનો પ્રત્યાઘાત ઉષ્માભર્યો નહોતો છતાં નિરાશાજનક પણ નહોતો. તેની દલીલ સાચી હતી: પોતે જો અનુરાધા સમક્ષ આ પ્રસ્તાવ મૂકે તો તેને એમ જ લાગવાનું કે તેના ચહેરાનો ડાઘ મારી નજરમાં ખટકે છે.

અનુરાધા સમક્ષ વાત મૂકતી વખતે વસુંધરાના મનમાંય એક ફડકો તો જાગ્યો જ.

તેના મનમાં આશા જગાવ્યા પછી કદાચ આ સર્જરી ન થઈ શકી તો? અનુરાધાના મન પર તેના કેવા પ્રત્યાઘાત પડશે.

છતાં તેણે હિંમત કરી નાખી, પણ જરા સિફ્ત સાથે.

ક્લિનિક પરથી સાંજે ઘેર જઈને પોતાના રસોડામાં જવાને બદલે તે

અનુરાધાના રસોડામાં પહોંચી ગઈ. જઈને પાછળથી બન્ને હાથે અનુરાધાની આંખો દાબી દીધી.

'કો...ણ!' એક મીઠી ધ્રુજારી અનુભવતી અનુરાધાના પૂરી વણતા હાથ અટકી ગયા. બે-ચાર પળ માટે એવો ભ્રમ થયો કે જાણે રોશને આવીને તેની આંખો દાબી છે.... પણ વસુંધરાનાં કોમળ આંગળાના સ્પર્શમાં તેને પુરુષ-સ્પર્શનું સુખ ન વર્તાયું ત્યારે બોલી ઊઠીઃ

'કોણ, વસુ!'

ખડખડાટ હસતી વસુંધરા તેની બાજુમાં બેસી ગઈઃ

'આજે આપણી દાનત બગડી છે.'

કોણ જાણે કેમ અનુરાધાને મજાક સૂઝીઃ 'કોના ઉપર દાનત બગડી છે?'

'તમારા પર.' તેના ગાલ પર હાથ પંપાળતી એ મીઠું હસી.

'એટલે?' અનુરાધાએ છણકો કર્યોઃ 'તું મારું કાંઈ પચાવી પાડવા માગે છે?'

'હા!' આંખો પહોળી કરીને વસુંધરા બોલીઃ 'આજે તો તમારી રસોઈ હું પચાવી જવા માગું છું... રાંધવાની દાનત થતી નથી.'

અનુરાધાને ખરેખર અચરજ થયું. ઘણી વાર તે વસુંધરાને સમજાવતી. 'એક જણા માટે જુદો ચૂલો સળગાવવાની કડાકૂટ શું કામ કરવી જોઈએ. કમસે કમ સાંજે એક વાર તો અહીં જમવાનું રાખતી જા.'

પણ વસુંધરા હસીને વાત ઉડાવી દેતીઃ 'નહીં રે ભાઈ, ડૉક્ટરસાહેબ સાથે નોકરીનું નક્કી કર્યું ત્યારે પગાર ઉપરાંત બે ટંકના ભોજનની બોલી નહોતી કરી. અણહક્કનું કાંઈ આપણને પચતું જ નથી.'

પણ આજે એ સામેથી રસોડામાં ઘૂસી આવી હતીઃ 'હા, વગર મહેનતનું જમવાની નથી. તમારી સાથે કામ કરવા લાગીશ.'

અનુરાધાને ઊંડે ઊંડે લાગણી તો થઈ જ કે વસુંધરા કાંઈક કહેવા આવી છે. કદાચ શામલીની કોઈ વાત કહેવી હશે... તેના મનમાં અધીરાઈ સાથે ઉચાટ પણ જાગ્યો.

પૂરી તળતાં તળતાં વસુંધરાએ રસોડાની અભરાઈ પર નજર નાખીઃ 'પ્લાસ્ટિકની આ બરણીઓ ખરેખર સુંદર લાગે છે.'

અનુરાધાને વિચિત્ર લાગ્યુંઃ વસુ આવી ફાલતુ વાત માટે અહીં આવી છે?

'અનુબહેન, હવે સાચે જ પ્લાસ્ટિકનો યુગ શરૂ થઈ ગયો છે.'

ત્યારે અનુરાધા અકળાઈ ઊઠીઃ

'વસુ, શું તું નર્સની નોકરી છોડી દેવાની છે?'

'કેમ—કોણે કહ્યું?'

'કહ્યું તો કોઈએ નથી.' અનુરાધાએ કટાક્ષ કર્યો: 'પણ જે રીતે તું પ્લાસ્ટિકના જમાનાની વાત કરવા લાગી છું, તેના પરથી મેં અનુમાન કર્યું કે કદાચ તું પ્લાસ્ટિક બનાવનારી કોઈ કંપનીની સેલ્સગર્લ બની ગઈ હો.'

પોતાની ચોરી પકડાઈ ગઈ હોય તેમ વસુંધરા થોડી ભોંઠી પડી. તેને અનુરાધાની સમજદારી પર માન પણ થયું:

'આજે મારા મગજમાં પ્લાસ્ટિક ઘૂસી ગયું છે.' તે હવે જલદી મૂળ વાત પર આવી ગઈ: 'તમને ખબર છે, દિલ્હીમાં પ્લાસ્ટિક સર્જરીનું સફળ ઑપરેશન થયું.'

'હં!' અનુરાધાએ ટહુકો કર્યો: 'હવે તું નર્સ જેવી વાત કરે છે... મને લાગે છે કે તું નર્સ કરતાં ડૉક્ટર બનવાને લાયક હતી!'

'અરે માત્ર ડૉક્ટર નહીં, સર્જન બનવાને લાયક છું એમ કહો અનુબહેન!' અને તેણે ધડાકો કર્યો: 'જો હું ખરેખર આજે સર્જન હોત તો તમારું ઑપરેશન કરી નાખત.'

'ઑપરેશન!' અનુરાધા ચમકી: 'શેનું—મારા મગજનું ઑપરેશન?'

'નહીં રે, તમારા મગજને વળી શું તકલીફ છે?' વસુંધરાએ અનુરાધાના ગાલ પર ચીમટો ભરતાં ઉમેર્યું: 'હું તો તમારા ચહેરાનું ઑપરેશન કરવાનું કહું છું... અનુબહેન. પ્લાસ્ટિક સર્જરીની વાત કરું છું!'

અને અનુરાધાના હાથમાંથી વેલણ સરકી પડ્યું. તે આંખો ફાડીને વસુંધરા સામે જોવા લાગી. ગાલ પર જ્યાં વસુએ ચીંટિયો ભર્યો હતો ત્યાં અનાયાસ હાથ ફરી ગયો. ખરબચડી ચામડી કાંટાની જેમ હથેળીમાં ભોંકાણી. થોડી પીડા અનુભવી.

તેના આ પ્રત્યાઘાતે વસુંધરાને ચોંકાવી. કોઈકને દાઝ્યા પર ડામ દેવા જેવું કામ તો પોતે નથી કર્યું ને? તેના હોઠ સહેજ કાંપ્યા.

'હું મજાક નથી કરતી અનુબહેન!' અવાજમાં લાગણી નિતારતી એ બોલી: 'પ્લાસ્ટિક સર્જરીથી માણસના ચહેરા હવે સુધારી શકાય છે. દિલ્હીના એક જુવાનનો આખો ચહેરો દાઝી ગયો હતો. તેના પર નવી ચામડી લગાડી... કેવી રીતે ખબર છે?'

અનુરાધાને બોલવાનો મોકો આપ્યા વિના તેણે ચાલુ રાખ્યું:

'આપણાં સાથળ કે પિંડીમાંથી સારી ચામડી લઈને ચહેરા પર લગાડી દે છે. તેમાં પ્લાસ્ટિકનો ઉપયોગ નથી થતો હં કે... એમાં તમારી પોતાની જ ચામડી કામ લાગે. પછી ખબર પણ ન પડે કે અહીં ઑપરેશન કર્યું છે. જાણે જન્મથી

જ મળ્યો હોય એવો ચહેરો થઈ જાય.'

'સાચ્ચે!' અનુરાધાના ખરબચડા ચહેરા પર મુલાયમ આશા ચમકી ઊઠી. વસુંધરાને પોતાના માટે કેટલી બધી હમદર્દી છે એનો વિચાર આવતાં એ ગદ્‌ગદ થવા લાગી.

'મેં ડૉક્ટરસાહેબનેય આ વાત કરી.'

આટલું સાંભળીને અનુરાધાની કીકીઓમાં જુદો જ ચમકારો પ્રગટ્યો.

'એ કહેતા હતા કે મેં તો અનુરાધાના ચહેરાનો ડાઘ ક્યારેય યાદ નથી રાખ્યો છતાં પ્લાસ્ટિક સર્જરી કરાવવાની તેની ઇચ્છા હોય તો આપણે પૂછપરછ કરાવીએ.'

'સાચ્ચે એમણે આમ કહ્યું?'

ત્યારે વસુંધરાએ છણકો કર્યો: 'શું આ બધું હું ઉપજાવી કાઢું છું એમ તમે માનો છો? અરે, તેમણે તો મને એમ પણ કહ્યું કે દિલ્હીની હૉસ્પિટલને પત્ર લખીને પરદેશના એ સર્જનનું સરનામું મંગાવી લે.'

હર્ષનાં આંસુ ચમકી ગયાં અનુરાધાની પાંપણો પર.

'મને તો હજુય માનવામાં આવતું નથી.'

'તો પૂછી જો ડૉક્ટરસાહેબને—રાતે એકાન્તમાં!'

છેલ્લા શબ્દો તેણે આંખ મિચકારીને ઉચ્ચાર્યા ત્યારે અનુરાધાએ ગેલમાં આવી જઈને વસુંધરાના વાંસામાં વેલણ ફટકાર્યું.

રાત્રે ટેબલ પર બધાં સાથે જમવા બેઠાં ત્યારે પણ અનુરાધા ગેલમાં દેખાતી હતી. એક-બે વાર રોશનના પગ સાથે તેનો ગોઠણ અથડાયો ત્યાં સુધી તો રોશને ધ્યાન ન આપ્યું. પણ પછી ખ્યાલ આવ્યો કે અનુરાધા ખુશમિજાજમાં આવાં અડપલાં કરી રહી છે ત્યારે તેનાથી વસુંધરા સામે જોવાઈ ગયું. દૃષ્ટિથી જ જાણે તેણે એને પૂછી લીધું: તમારા બન્ને વચ્ચે પેલી વાત થઈ ગઈ લાગે છે?

વસુંધરા તેની સામે મુશ્કરાઈ, પછી રોશનનાં માતા-પિતાને વહેમ ન પડે એ રીતે ખાતાં ખાતાં તેણે ગાલ પર હાથ ફેરવી પાંપણો પટપટાવીને હા કહી દધી.

રોશનને માટે તેમાં ખુશ થવા જેવું કાંઈ નહોતું છતાં એ મલકાયો. તેને વસુંધરા અને અનુરાધા બન્ને બેવકૂફ લાગ્યાં: આ નર્સને ખબર નથી કે અનુરાધાનો ચહેરો જગતસુંદરી ક્લિઓપેટ્રા જેવો સુંદર થઈ જાય તોપણ હું એને કદી ચાહી શકવાનો નથી. સંસ્કારની એ પૂતળીને તો હું તડપાવી, તલસાવીને જ જીવવા દેવાનો છું.

જીવવા દેવાનો છું?

અચાનક એક સવાલ મનમાં ફંટાયો.

પહેલી જ વાર તેને આવો વિચાર જાગ્યો અને જાણે કોઈ બાળકના હાથમાં સુંદર રમકડું આવી ગયું હોય તેમ રોશને એ કદરૂપા વિચારને ક્યાંય સુધી રમાડ્યા કર્યો, પંપાળ્યા કર્યો, ઉથલાવ્યા કર્યો...

વાહ રે વસુંધરા!

જેને થોડી વાર પહેલાં તેણે બેવકૂફ ગણી હતી તેને મનોમન દાદ આપી: તારી પ્લાસ્ટિક સર્જરીમાં તો મારો કોયડો ઊકલી જશે. મારી અને શામલીની વચ્ચે આડશ બની ગયેલી તારી આ બહેનપણી અનુરાધા હંમેશને માટે રસ્તામાંથી ખસી જશે...

ત્યાં તો અનુરાધાએ ફરી ગોઠણનો ઠોસો માર્યો: 'મૂંગા મૂંગા શું વિચાર કરો છો?'

રોશન પહેલાં તો ચોંક્યો, પણ ચાલાક ખેલાડીની અદાથી તરત જ સાવધ થઈ ગયો. માતાપિતાનું ધ્યાન ચૂકવીને તેણે અનુરાધાના કાનમાં મીઠી ફૂંક મારી:

'પ્લાસ્ટિક સર્જરીના વિચારમાં ડૂબી ગયો'તો.'

તેના એ એક જ વાક્ય પર અનુરાધાને ઊછળી પડવાનું મન થયું. પણ એ બિચારીને ક્યાં ખબર હતી કે રોશનના મનમાં ઝેરી સાપ સળવળતો થયો છે!

* * *

૭

જિંદગીમાં વળાંક આવી રહ્યો છે એવા ખ્યાલથી માણસ રોમાંચ અનુભવે છે, ત્યારે દિલના ટોડલે આશાનાં તોરણ બંધાવા લાગે છે. ઊર્મિના દીવા પ્રગટી ઊઠે છે અને એ વળાંક સુખદ જ નીવડવાનો છે એવી શ્રદ્ધાથી આનંદના ફુવારા ફૂટવા લાગે છે.

પ્લાસ્ટિક સર્જરીના પ્રસ્તાવે અનુરાધાની ઉદાસી એકાએક ગાયબ કરી દીધી. પોતાનો ચહેરો પહેલાં જેવો નમણો-સોહામણો થઈ જવાનો છે એ કલ્પનાને પંપાળ્યા કરવામાં હવે તેને મજા પડવા લાગી. પછી પોતાના મુલાયમ ગાલની લીસી ત્વચાને રોશન કેટલા હેતથી પંપાળશે! એ અનુમાનથી તેના ચિત્તતંત્રમાં ઉત્તેજના વ્યાપી જતી. એકલી પડતી ત્યારે આંખો મીંચીને પલંગમાં પડ્યાં પડ્યાં પોતે જ પોતાનો હાથ ગાલ પર ફેરવ્યા કરતી.

આજ સુધી પોતે આત્માનાં સૌન્દર્યને જ મહત્ત્વ આપતી રહી, પ્રેમમાં વાસના ન હોવી જોઈએ એવી માન્યતામાં રાચતી રહી તે બરાબર નહોતું એમ હવે તેને સમજાવા લાગ્યું. સ્ત્રી-પુરુષ વચ્ચે દેહના આકર્ષણ દ્વારા આત્મીયતા સર્જાય છે અને તેમાંથી જ સંબંધ ગાઢ બનતો જાય છે એવો જ કદાચ કુદરતી ક્રમ હશે. પોતે આ ક્રમને ઉલટાવવા ગઈ તેમાં થાપ ખાઈ ગઈ. સંયમની ધજા ફરકાવવાના વધુ પડતા ઉત્સાહમાં પોતે કુદરતી નિયમ વીસરી ગઈ.

મારે સમજવું જોઈતું હતું કે રોશન મારા પ્રત્યે શું કામ આકર્ષાયો હતો? મારા સંસ્કાર અને મારા વિચારોમાં તેને દિલચસ્પી જાગી હતી કે મારા રૂપથી એ ખેંચાયો હતો? પરણ્યા પહેલાં શરીરસ્પર્શની તેની માગણી ગેરવ્યાજબી હતી એ વાત સાચી છતાં મારે તેની લાગણીને એ રીતે ધુત્કારવી જોઈતી નહોતી.

લગ્ન સુધી ધીરજ રાખવા તેને કુનેહથી સમજાવી-મનાવી લેવાની જરૂર હતી. મને એ ન આવડ્યું અને તેમાંથી જ અમારા વચ્ચે અંટસ પડી ગઈ.

પણ હવે મારી જિંદગી વળાંક લઈ રહી છે. એણે પોતે જ મારો ચહેરો પ્લાસ્ટિક સર્જરીથી સુધારી લેવાની તૈયારી કરવા માંડી છે. એ રાતે જમ્યા પછી શયનખંડના એકાન્તમાં તેણે કેટલા હેતથી પૂછ્યું હતું:

'રાધા, મને તારા ચહેરાનો ડાઘ ક્યારેય ખટક્યો નથી, છતાં તારી ઇચ્છા હોય તો હું પ્લાસ્ટિક સર્જરી માટે ગમે તેટલો ભોગ આપવા તૈયાર છું.'

મેં ત્યારે પ્રેમથી તેના ચહેરા પર હાથ પસવાર્યો. એની દાઢીનો એક વાળ મારી આંગળીમાં સહેજ ખૂંચ્યો અને મને જવાબ જડી ગયો:

'રોશન, તારા ચહેરા પર એકાદ વાળ રહી ગયો હોય છે ત્યારે મને મનથી એ ખટકે છે. તેના પરથી મને ખ્યાલ આવે છે કે મારો ખરબચડો ગાલ તને પણ ખટકતો હોવો જોઈએ.'

આ સાંભળીને એ મીઠું મલક્યો હતો: 'રાધા, હજુય તું એમ માને છે કે તારો આ ડાઘ આપણા પ્રેમની વચ્ચે આવે છે?'

મને થયું કે મારે જે કહેવું હતું તે બરાબર કહી શકી નહોતી. કદાચ એના મનમાં ગેરસમજ થશે:

'રોશન,' એની ઉઘાડી છાતી પર મેં હાથ પસવાર્યો: 'જો પહેલેથી જ મારો ચહેરો આવો હોત તો મને કે તને કોઈને ખટકત નહીં. પણ લગ્નને દિવસે જ હું કદરૂપી થઈ ગઈ એનો વસવસો જરૂર રહી જવાનો.'

'અરે ગાંડી!' તેણે મારા વાળની લટમાં આંગળી પરોવતાં કહેલું: 'ખરી રીતે તો આ ડાઘ આપણા પ્રેમની નિશાની છે. તું મારી સાથે પરણવાની જિદ્દ ન કરત, તારા પિતા વિરોધ કરીને વચ્ચે ન પડત તો તારા ચહેરા પર આ ડાઘ ક્યારેય ન થયો હોત... તું એ કેમ ભૂલી જાય છે?'

અને એનું એ વાક્ય કેટલું ગમતીલું લાગ્યું! વસુંધરા સાચું જ કહેતી હતી કે રોશનને તો હું જેવી છું તેવી ગમું છું.

બે-ચાર પળ અમે ખામોશ રહ્યાં. એ ખામોશી કેવી મધુરી લાગતી હતી. છતાં હું વાતને અધૂરી રાખવા માગતી નહોતી. તેમની વધુ નજીક સરકીને મેં કહ્યું:

'રોશન, તું મને સારું લગાડવા તો આમ નથી કહેતો ને?'

એ ત્યારે ચોંકીને સહેજ આઘો ખસી ગયો. મને થયું કે ફરી હું બોલવામાં ભૂલ કરી બેઠી છું. અજાણતાં જ મેં એની લાગણીને દુભાવી છે.

'રાધા, ક્યારેક તું વિના કારણ મારી દાનત પર વહેમાઈ જાય છે,' પછી

તેણે મને નજીક ખેંચી: 'પ્લાસ્ટિક સર્જરીથી હું માત્ર તારો ચહેરો જ સુધારવા નથી માગતો!'

'હેં!' કહેતી હું ચમકી ગયેલી: 'ચહેરો સુધારવા નથી માગતો તો પછી...'

તેણે મારા ખરબચડા ગાલ પર હળવી ટપલી મારીને અધવચ્ચે જ કહી દીધું: 'તારા મનની ગૂંચ ઉકેલવા માટે આ સર્જરી કરવાનું હું વિચારી રહ્યો છું.'

હું થોડી વાર તેની સામે તાકી રહી ત્યારે તેણે મારા ભીના હોઠ પર આંગળી ફેરવી: 'ન સમજી? તું પોતે જ તારા ચહેરાના ડાઘને યાદ રાખીને મનમાં દુઃખી થયા કરે છે એ હું જાણું છું. ઑપરેશનથી તારો ચહેરો સારો થઈ ગયા બાદ તું પહેલાં જેવી હસતી-હસાવતી અનુરાધા બની જઈશ એવી આશાએ હું પ્લાસ્ટિક સર્જરી માટે વિચારતો થયો.'

એમની આંખોમાંથી હેત નીતરતું હતું, પરણ્યા પછી પહેલી જ વાર મને એ રોમાંચ અનુભવવા મળ્યો. જાણે પ્લાસ્ટિક સર્જરીના પ્રસ્તાવે જ મારી સૂની જિંદગીને હરીભરી કરી દીધી હોય એવું લાગ્યું. મારો હાથ પલંગની બાજુના ટેબલલૅમ્પ તરફ સરક્યો. આવેશમાં મેં સ્વિચ દાબી દીધી. શયનખંડમાં અંધારું છવાયું. બહાર ઠંડો પવન સુસવાતો હતો છતાં શરીરમાં ગરમાવો વરતાવા લાગ્યો. જીભ ખામોશ હતી, પણ એ સિવાયના અંગેઅંગમાં ઝણઝણાટી બોલતી હતી અને મને કાંઈક બોલવાનું મન થઈ આવ્યું. મીઠી મજાક સૂઝી આવી:

'રોશન, આ ઑપરેશનમાં જાનનું તો કોઈ જોખમ નથી ને?'

પૂછતાં તો પુછાઈ ગયું પણ ન ધારેલું પરિણામ આવ્યું. આંચકા સાથે એ મારાથી દૂર ખસી ગયો. અંધારામાં તેના મુખભાવ તો હું પારખી ન શકી છતાં પામી ગઈ કે મારા સવાલે તેને વિહ્વળ કરી મૂક્યો હતો.

'તું નારાજ થઈ ગયો!' વાત વાળી લેતાં મેં કહ્યું: 'હું તો અમસ્તી જ પૂછતી હતી... હળવેકથી મેં તેનો હાથ પકડી લીધો: 'બાકી મોતથી હું કંઈ ડરતી નથી.'

મને લાગ્યું કે એનો હાથ ટાઢોબોળ થઈ ગયો હતો. સહેજસાજ ધ્રુજારી પણ વરતાતી હતી. તેનાં આંગળાં મેં હોઠ પાસે લીધાં, હેતથી ચૂમ્યાં અને લાડમાં કહ્યું:

'રોશન, ડૉક્ટર થઈને મૃત્યુના ઉલ્લેખમાત્રથી તું ઠંડોગાર કેમ બની ગયો? સુખેથી જીવવા માટે તો હું આ સર્જરી કરાવું છું... મરવાની ઉતાવળ કોને છે?'

એની હથેળીમાં ગરમાવો આવતાં થોડી વાર લાગી, ખોટે વખતે આવી અમંગળ વાત ઉચ્ચારવા માટે મેં જાતને ઠપકો આપ્યો. સુખની ઘડી મેં મૂર્ખીએ હાથે કરીને આઘી ઠેલી દીધી! પ્રેમ કરતી વખતે જો સ્ત્રી મૃત્યુની વાત ઉચ્ચારે તો પુરુષની ઉષ્મા ઓસરી જ જાય ને? મને થયું કે હવે આ રાત વેડફાઈ જવાની...

પણ ના, રોશને બહુ જલદી એનો પ્રત્યાઘાત ખંખેરી નાખ્યો. મારા ખભા પર હાથ દાબીને કહ્યું: 'તને ખબર છે રાધા કે કોઈ ડૉક્ટર પોતાના ઘરના માણસ પર ઑપરેશન નથી કરી શકતો?' પછી ગાલ પર ટાપલી મારીને ઉમેર્યું: 'એનું કારણ તું જાણે છે?'

મેં એને જ બોલવા દીધો:

'ગમે તેવા નિષ્ણાત અને નિર્લેપ સર્જનના હાથ પણ પોતાના માણસના શરીર પર વાઢકાપ કરતાં ખચકાય છે. એ કામ તો તેણે બીજાને જ સોંપવું પડે છે.'

મને કહેવાનું મન થયું: રોશન, તું સર્જન હોત તો હું શું કરત ખબર છે? તારે હાથે જ મારું ઑપરેશન કરાવત... જો મરવાનું જ છે તો ધણીના હાથે મોત મળે એનાથી મીઠું બીજું શું? પણ આવું બોલીને ફરી મજા બગાડી નાખવાનું મેં સાહસ ન કર્યું.

'તું કેમ મૂંગી થઈ ગઈ?' તેણે પૂછ્યું અને મને પંપાળતાં ઉમેર્યું: 'એટલું યાદ રાખજે રાધા કે ઑપરેશનમાં જરા જેટલું પણ જોખમ હશે તો હું કોઈ વાતે મંજૂર નહીં રાખું.'

એ લાગણીભર્યા શબ્દોથી હું આવેશમાં આવી ગઈ. જુસ્સાભેર હું તેના પડખામાં ભરાઈ ગઈ. સ્ત્રી પોતાના પુરુષને સમજવામાં ક્યારેક કેવી ભૂલ કરી બેસે છે! રોશન મારા જાનના જોખમનો વિચાર સુધ્ધાં જીરવી શકતો નથી.

અને લાગણીનાં પૂર ઊમટ્યાં. ફૂંકાતા પવન સાથે મોસમનો પહેલો વરસાદ તૂટી પડ્યો. પલંગ બાજુની બારીમાંથી વાછંટનો છંટકાવ થવા લાગ્યો. પહેલી વાર ભીંજાતી માટીની સુગંધ મહેંકી ઊઠી. એ વર્ષા હું ક્યારેય નહીં વીસરું. મને ખાતરી થઈ ગઈ કે મારી જિંદગીમાં નવો વળાંક આવી રહ્યો છે. સંસારનો રથ ખરબચડા રસ્તા પરથી હવે પાકી સડક પર પુરપાટ દોડવા લાગશે. હવે મારો ગાલ ખરબચડો નહીં રહે, અમારો વ્યવહાર પણ ખરબચડો નહીં રહે.

*

'બેટી! આજે તું બહુ ખુશમિજાજમાં દેખાય છે ને!'

જાત્રા કરીને આવેલી માને મળવા અનુરાધા પિયર ગઈ ત્યારે બે-ત્રણ વાર માએ વચ્ચે વચ્ચે આ સુખદ આશ્ચર્ય ઉચ્ચાર્યું: 'હું ત્રણ મહિના પહેલાં ગઈ ત્યારે ફિક્કો લાગતો તારો ચહેરો પણ ખીલી ઊઠ્યો છે.'

માને હતું કે દીકરી હમણાં બોલી ઊઠશે: બા, હવે બધું જ બદલાઈ ગયું છે... પણ તેને બદલે અનુરાધા જવાબ ટાળતી હોય તેમ બોલી: 'એ તો બા,

ઘણા વખતે તને મળીને એની ખુશી ઊભરાઈ ઊઠી છે.'

'અનુરાધા, માને જોઈને દીકરીને ખુશી ઊભરાય એ તો જાણે સમજ્યાં. પણ એટલી વારમાં ગાલ પર લાલી ઊપસી આવે એ તો આજે જ જાણ્યું.' પછી પુત્રીના માથા પર હાથ ફેરવ્યો: 'બેટી, જે જે મંદિરમાં ગઈ ત્યાં મેં એક જ વસ્તુ માગી છે.'

'શું બા?'

'મારી દીકરીને સંસારનું ભરપૂર સુખ મળે!'

'તો બા, તારી પ્રાર્થના ફળી ગઈ એમ માની લે.'

પણ માને હજુ દીકરીના બોલ પર પાકો વિશ્વાસ બેસતો નહોતો. એકાએક જમાઈમાં સુધારો થઈ જાય એ વાત એને ગળે ઊતરતી નહોતી. રોશને દવાખાનું શરૂ કર્યા પછી શામલીને ત્યાં રહેવા બોલાવી એ તેમનાથી સહેવાયું નહોતું. બહારથી કાને અફળાતી ગમે તેવી વાતોએ તેમને અસ્વસ્થ બનાવી દીધાં હતાં. ન તો એ જમાઈને ઠપકો આપી શકતાં કે ન દીકરીનાં સાસુ-સસરા પાસે ફરિયાદ કરી શકતાં. જીવને બહુ સંતાપ થવા લાગ્યો ત્યારે મનની શાંતિ માટે એ લાંબી જાત્રાએ ઊપડી ગયેલાં. બસમાંથી ઊતરીને ટાંગામાં ઘર તરફ આવતાં હતાં ત્યારે રસ્તામાં 'અનુરાધા ક્લિનિક' પર નજર નાખેલી. વહેલી સવારે દવાખાનું તો બંધ હતું પણ તેના ઉપલા માળની બારીમાં પેલી શામલી ભીના વાળ ઝંકોરતી દેખાણી ત્યારે સાવિત્રીને થયું કે ત્રણ મહિનાની જાત્રાનું બધું જ પુણ્ય આ બાઈની મેલી નજરમાં તણાઈ ગયું.

જાત્રાનો પ્રસાદ આપવા વેવાઈને ઘેર જવા માટે પગ ઊપડ્યા નહીં, તેને બદલે દીકરીને જ મળવા બોલાવી લીધી. અનુરાધાને જોતાંવેંત જ સમજાઈ જશે કે એના પર કેવી વીતે છે. ત્રણ મહિનામાં એ સાવ સુકાઈ ગઈ હશે. મનની પીડા મારાથી છાની રાખવા એ ખોટું-ખોટું હસશે, પણ માતાથી દીકરીનું દુઃખ થોડું છાનું રહેવાનું...

તેને બદલે અનુરાધા સાચે જ ખુશખુશાલ હસતી-ગાતી ઘરમાં દાખલ થઈ ત્યારે માને ભારે અચરજ થયું. કદાચ આ ઉપરછલ્લી ખુશાલી હશે એમ માનીને ઘણી વાર સુધી અનુરાધાના હાવભાવ જોયા કર્યા. છતાં ક્યાંય દુઃખનો અણસાર દેખાયો નહીં ત્યારે એમને આનંદ કરતાં કુતૂહલ જ વધારે ઊપજ્યું.

'સાચું કહેજે દીકરી, રોશનના વર્તનમાં કાંઈ જ ફેર પડ્યો નથી ને?'

હસતી અનુરાધાના હોઠ યંત્રવત્ ઉઘાડા રહી ગયા. બાએ આ સવાલ આટલો જલદી ન પૂછ્યો હોત તો સારું હતું અથવા તો એ વાત પોતાની મેળે જ કહેવાનો મોકો આપ્યો હોત તો વધુ ઉચિત થાત એમ તેને લાગ્યું.

'બા, મેં તને વગર પૂછ્યે એક જ વાક્યમાં તો કહી દીધું કે તારી માનતા ફળી છે. રોશન હવે પહેલાં જેવો નથી રહ્યો. બહુ બદલાઈ ગયો છે, બા!'

પણ માએ ખુશ થવાને બદલે નિસાસો નાખ્યો.

'મને તો તું જ બદલાઈ ગયેલી દેખાય છે.'

'હું?' અનુરાધાની આંખો પહોળી થઈ, 'તને કઈ રીતે બદલાયેલી લાગું છું, બા?'

'દીકરી, પહેલાં તું દિલ ખોલીને મારી પાસે તારાં દુઃખ રડતી હતી અને તારા મનનો ભાર હલકો કરતી હતી. હવે તું પીડા પચાવી જઈને ઉપરથી હસતું મોં રાખતાં શીખી ગઈ...' એમનો અવાજ ગળગળો થવા લાગ્યો: 'તું એમ માનતી હોઈશ કે મા પાસે દુઃખ રડીને એને શું કામ સંતાપ કરાવવો... પણ બેટી, ગામમાં દાખલ થતાં જ સૌથી પહેલાં મારે પેલી હરામજાદીનું મોં જોવું પડ્યું.'

'કોનું?'

હવે અનુરાધાની માતા ગુસ્સો દબાવી ન શક્યાં: 'પાછી તું અજાણી થઈને પૂછે છે કે કોનું? તો સાંભળી લે, રોશનની એ બે બદામની રખાત 'અનુરાધા ક્લિનિક'ની બારીમાં વાળ હોળતી ઊભી હતી.'

માના ચહેરાના હાવભાવ અને તીખાતમતમતા એ શબ્દોથી હેબતાઈ ગઈ હોય તેમ અનુરાધા ફાટી આંખે તેની સામે જોઈ જ રહી. માના મોંમાંથી રખાત શબ્દ આજ પહેલી વાર જ તેણે સાંભળેલો. યાત્રાધામમાં ત્રણ મહિના રહીને આજે જ આવેલી મા આવું વેણ કેમ બોલી શકી!

'કેમ મૂંગી થઈ ગઈ તું?' હજુ એવા જ જુસ્સાભેર મા બોલતી હતી: 'કહી દેને કે જોવામાં તારી કાંઈક ભૂલ થઈ હશે મા! કહેને કે એ શામલી હવે આ ગામમાં રહેતી જ નથી. બનાવટ કરીને એમ પણ કહી દે કે રોશન તારી આરતી ઉતારે છે, તારા સિવાય એના મનમાં હવે બીજી સ્ત્રીને સ્થાન નથી. બોલ બોલ... મા પાસે બોલાય એટલું જૂઠ્ઠાણું બોલી નાખ...'

'બા!'

અનુરાધાએ ત્રાડ નાખી. લાલઘૂમ ચહેરે દાંત ભીંસીને એ બરાડી: 'તારાં વેણ મારે કાળજે ડામ ચાંપે છે મા, હું ટાઢા કોઠે તારી સાથે વાતો કરવા આવી અને તું મને ન કહેવા જેવું સંભળાવે છે.'

'ન કહેવા જેવું!' સાવિત્રી વધુ ઉશ્કેરાણી: 'જે સ્ત્રીએ તારા સંસારમાં આગ ચાંપી એનું હું બૂરું બોલું છું એ પણ તારાથી હવે ખમાતું નથી? નક્કી રોશને તારા પર જાદુ કર્યો છે. તને ભરમાવી દીધી છે.'

'રોશને જાદુ કર્યો નથી પણ હવે કરવાનો છે.' અનુરાધા પણ ઊંચા અવાજે બોલી ગઈ: 'મા, મારી ખુશીનું કારણ જાણવું હોય તો શાંતિથી સાંભળ, નહીંતર હું આ ચાલી.'

અનુરાધા સાચે જ ઝાટકા સાથે ઊભી થઈ ગઈ. મા દીકરીનો જિદ્દી સ્વભાવ જાણતી હતી. પોતે વધુ પડતું બોલી ગઈ એનો થોડો વસવસો જાગ્યો. અનુરાધા પીઠ ફેરવીને પગ ઉપાડવા જતી હતી ત્યાં પાછળથી તેનું કાંડું પકડી લીધું: 'તું આમ રિસાઈને ચાલી જઈશ, દીકરી!'

અવાજમાં ભારોભાર માતૃત્વ છલકાઈ ઊઠ્યું. અનુરાધાએ ચમકીને પાછળ જોયું. થોડી વાર પહેલાંનું માનું રૌદ્ર સ્વરૂપ અદશ્ય થઈ ગયેલું દેખાયું. દીકરીના દુ:ખમાં ભાગ પડાવવા માટે તલસતી માનું મમતાળુ મુખ જોઈને અનુરાધાનો ગુસ્સો પણ ગાયબ થઈ ગયો.

મા-દીકરી બન્નેને એકીસાથે ઇચ્છા થઈ કે બેઘડી નિરાંતે હિંડોળા પર બેસીએ. એ હિંડોળા સાથે અનુરાધાને બચપણથી માયા બંધાઈ ગઈ હતી. માના ખોળામાં માથું રાખીને હીંચકતા હીંચકતા સૂઈ જવાની તેને ટેવ હતી.

'અનુ, યાદ છે તને?' માએ હીંચકો ચાલુ કરતાં કહ્યું: 'તને હું રાત્રે અહીં સુવડાવી દેતી અને સવારે તું પેલા ઓરડાના બિછાનામાંથી ઊઠતી ત્યારે આશ્ચર્ય પામીને મારી પાસે દોડી આવતી: મા, હું રાતે તો અહીં સૂતેલી પછી બિછાનામાં ક્યાંથી પહોંચી ગઈ? જવાબમાં હું તને કહેતી કે દીકરી, તું તારી મેળે ઊંઘમાં ચાલતી ત્યાં પહોંચી જાય છે...'

'અને મા! ત્યારે હું તારી એ વાત સાચી માની લેતી, ખરું ને!'

પગના ઠેકાથી હીંચકો ચગાવતી અનુરાધા બચપણનું સંભારણું વાગોળવા લાગી.

'સાચું કહું, અનુ!' માએ રહસ્યમય ઢબે કહ્યું: 'ત્યારે તને ખરેખર ઊંઘમાં ચાલવાની આદત હતી હં કે!'

'હેં!' અનુરાધાએ હીંચકાની સાથે આશ્ચર્ય ઉછાળ્યું: 'મને ઊંઘમાં ચાલવાની આદત હતી ખરી?'

'અરે બેટી, ઊંઘમાં ચાલવાની તો ઠીક, ઊંઘમાં ખાવાનીય તને આદત હતી!'

હિંડોળાની જેમ મા પણ મજાકે ચડી છે કે શું? એવા ભાવ સાથે અનુરાધાએ સાવિત્રી સામે જોયું.

'એક વાર તારા પિતાજી તારે માટે બજારમાંથી દૂધીનો હલવો લઈ આવેલા. તું સૂઈ ગઈ હતી. મને કહે કે તું અનુને જગાડીને અત્યારે જ હલવો ખવડાવી

દે નહીંતર મને જમવાનું નહીં ભાવે... તારા પિતાની જિદ્દ તો તું જાણે છે ને, તને ઊંઘમાંથી જગાડીને બેઠી કરી, હલવો ખવડાવ્યો અને સવારે શું થયું તને ખબર છે?'

અનુરાધાને પોતાના બચપણની વાત સાંભળવામાં મજા પડતી હોય તેમ પૂછ્યું: 'શું થયું?'

'સવારે જ્યારે તારા પિતાજીએ પૂછ્યું કે બેટી, રાત્રે હલવો ખાવાની મજા પડી ને? ત્યારે બાઘાની જેમ તું એમની સામે જોઈ રહી. 'નહીં પિતાજી, મેં હલવો ખાધો જ નથી. તમે હલવો લાવવાનું ભૂલી ગયા એટલે હવે મને બનાવો છો, મારી મજાક ઉડાવો છો!' એમ કહેતી તું રડવા માંડી... એમણે તને ઘણું સમજાવી પણ તેં તો એક જ જીદ પકડી રાખી: 'મેં હલવો ખાધો જ નથી...'

'ખરેખર!' અનુરાધા બાળક જેવું હસીને પૂછી બેઠી: 'મેં આવું ગાંડપણ કર્યું હતું? રાતે ઊંઘમાં ખાઈ ગઈ અને સવારે ભૂલી ગઈ?'

થોડી વાર મનમાં મરક મરક હસીને અનુરાધા ફરી બોલી ઊઠી. 'આ વાત રોશનને કહીશ તો એ પણ ખૂબ ખુશ થશે.'

રોશનનો ઉલ્લેખ થતાં જ માએ હીંચકો ધીમો પાડી દીધો. અનુરાધા સામે થોડી વાર ધારી ધારીને જોઈ લીધા પછી તેણે પૂછ્યું: 'હવે કહે જોઈએ તારા પર રોશન શું જાદુ કરવાનો છે?'

આ વખતે પૂછવામાં માએ જરાય કર્કશતા દેખાડી નહીં તે અનુરાધાને ગમ્યું. અચાનક તેનો હાથ ખરબચડા ગાલ પર જઈ ચડ્યો:

'મા, માણસના ચહેરા સુધારી શકાય છે એની તને જાણ છે?'

સાવિત્રી કાંઈ સમજી નહીં.

'હમણાં એવી શોધ થઈ છે કે ઑપરેશન કરીને ચહેરાની ચામડી બદલાવી શકાય.'

'ઑપરેશન!' માને ધક્કો લાગ્યો હોય તેમ હિંડોળા પરથી ઊતરી ગઈ.

'અરે, તું તો ભડકી ગઈ.' અનુરાધાને માતાના ભોળપણ ઉપર હમદર્દી જાગી: 'આ કોઈ ગંભીર ઑપરેશન નથી. પરદેશમાં તો હવે પ્લાસ્ટિક સર્જરી બહુ થાય છે. આપણે ત્યાંય હવે એની શરૂઆત થઈ છે.'

છતાં માતાના માનવામાં આવતું નથી એ જોઈને અનુરાધાએ હોંશેહોંશે વિગતસર વાત કરી. આ પ્રસ્તાવ મુકાયા પછી રોશનના વર્તનમાં કેવો ફેરફાર થઈ ગયો હતો એ પણ કહેવાય એ રીતે કહી સમજાવ્યું. એ વાતમાં વસુંધરાએ જ પહેલ કરી હતી એ કહ્યું ત્યારે સાવિત્રીના ચહેરા પરની કરચલીઓ ફરકી ગઈ.

'શું વસુંધરા પણ એમ માને છે કે આ ઑપરેશનમાં કોઈ જોખમ નથી?'

આ સવાલ ઊલટતપાસની ઢબે પુછાયો હતો તેમ અનુરાધાને લાગ્યું પણ તેનું તેણે દુ:ખ ન લગાડ્યું. એ જાણતી હતી કે માને રોશન પર જેટલો અવિશ્વાસ છે એટલો જ વસુંધરા પર ભરોસો છે. વસુંધરા વગર વિચાર્યે કોઈ સલાહ નહીં આપે એવી દૃઢ શ્રદ્ધા એમને બંધાઈ ગઈ છે.

'એ વસુંધરાને તું કેમ સાથે લેતી ન આવી?'

આ સવાલમાંય આડકતરો ઇશારો તો એવો હતો કે આવી હોત તો હું તેને પૂછીને ખાતરી કરી લેત ને?

અનુરાધા એ મતલબ સમજી ગઈ હોવા છતાં વાંકું ન બોલી: 'બા, એ ગઈ કાલે જ ગુલમર્ગ ગઈ. એની દીકરી ત્યાં ભણે છે ને એને લેવા.'

'આવે ત્યારે કહેજે કે અહીં આવીને જાત્રાનો પ્રસાદ લઈ જાય.'

'ભલે.' કહીને તે ઊઠી: 'બા, તું મારાં સાસુ-સસરાને મળવા ક્યારે આવીશ?'

અને મા તેનો જવાબ આપે એ પહેલાં કાંઈક યાદ આવ્યું હોય તેમ અનુરાધા જ બોલી ઊઠી: 'અરે હાં, એક વાત કહેવાની રહી ગઈ. રોશનનું દવાખાનું બહુ સરસ ચાલે છે. ઘરમાં વાત થતી હતી કે નર્સિંગહોમ ચાલુ કરીએ તો પ્રૅક્ટિસ બમણી થઈ જાય... પણ એ માટે દસ-પંદર હજાર રૂપિયા જોઈએ.'

અનુરાધા જાણી કરીને થોડું અટકી. મા સામે હેતાળ નજરે જોયું અને મીઠાશથી ઉમેર્યું: 'હેં બા, મારે નામે પૈસા પડ્યા છે એમાંથી...'

સાવિત્રીની આંખો ધીરે ધીરે પહોળી થઈ. કીકીઓ પણ ચકળવકળ થતી અનુરાધાને તાકવા લાગી.

'શું આ સલાહ વસુંધરાએ તને આપી છે?'

સાંભળીને અનુરાધા એક ડગલું પાછળ હઠી ગઈ. આ વખતે વસુંધરાનો ઉલ્લેખ તેને ખટક્યો. શું હું એટલી નાદાન છું કે વસુંધરાને પૂછ્યા વિના કાંઈ જ વિચારી ન શકું? કાંઈ જ કરી ન શકું?'

'આ બાબતમાં મારે તારા સિવાય કોઈની સલાહ લેવાની જરૂર ખરી?'

સાવિત્રી જવાબ આપવામાં થોડી ગૂંચવાઈ ગઈ. ખરી રીતે તો આ સવાલે તેમને ઉલઝનમાં નાખી દીધાં હતાં. છતાં દીકરીને ખોટું ન લાગે એમ કહ્યું:

'અનુ, આ વિચાર તને પોતાને જ સૂઝયો કે તારા ઘરમાંથી કોઈએ...'

'નહીં નહીં, બા, એ લોકોનો જીવ આપણા પૈસામાં નથી.' અનુરાધાએ મક્કમપણે કહેવું પડ્યું: 'રોશન પોતે પણ મૂડી ભેગી કરવા માટે ખાવાપીવાનું ભાન રાખ્યા વગર કામે લાગી ગયો છે. કદાચ મારા પૈસા લેવાની પણ હા નહીં પાડે.'

'અને છતાં પણ તું આપવા માગે છે?'

'હા, મારા પૈસા એની પ્રગતિમાં ઉપયોગમાં આવતા હોય તો એને આમ રાખી મૂકવાથી શો ફાયદો? મને તો એમ થાય છે કે મારી બધી જ મૂડી હું રોશનના નામ કરી દઉં.'

આમ કહેનારી દીકરી માને ત્યારે બેવકૂફ લાગી. પ્લાસ્ટિક સર્જરીની વાતના આઘાતમાંથી હજુ પોતે બહાર આવી નહોતી ત્યાં અનુરાધાએ બધો વારસો રોશનના નામે કરી દેવાની વાત ઉચ્ચારીને તેને બીજો આઘાત આપ્યો.

'એ આપણે પછી નિરાંતે વિચારશું.'

એટલું કહીને તેણે અનુરાધાને વિદાય તો કરી, પણ મન પર એક શંકા સવાર થઈ ગઈ:

નક્કી કાંઈક અજુગતું-અણધાર્યું બનવાનું છે. એ પહેલાં મારે તેનો ભેદ હાથ કરી લેવો જોઈએ. નહીંતર અનુરાધાનો જાન...

પણ એટલી હદે અમંગળ શંકા કરવાની તેમની હિંમત ન ચાલી.

છતાં એટલી તો ખાતરી થઈ ગઈ કે ત્રણ મહિનાની પોતાની ગેરહાજરીમાં ઘણુંબધું બદલાઈ ગયું છે.

*

'આજકાલ તમારું વર્તન બદલાઈ ગયું હોય એવું મને લાગ્યા કરે છે, નાના શેઠ!'

ઘરેથી આવેલું ટિફિન ખોલતી શામલીએ તીરછી નજરે રોશન તરફ જોયું. એ આડો પડીને સિગારેટ ફૂંકતો ઊંડા વિચારમાં ગરકાવ થઈ ગયો હતો. પોતાની વાત રોશને કાને ધરી નહીં એટલે શામલીએ પગના અંગૂઠાથી તેને અડપલું કર્યું: 'આજકાલ સિગારેટ પીવાનું બહુ વધી ગયું છે.'

ગલીપચીથી ભડકી જતાં રોશનની સિગારેટ શામલીના કાંડાને સહેજ અડી ગઈ.

'ઓય મા રે...' શામલીએ કાંડું પંપાળતાં આછી ચીસ પાડી: 'મને ડામ દઈ દીધો.'

'સૉ... રી!' સિગારેટ હોઠ વચ્ચે દબાવીને રોશને શામલીનું કાંડું પકડી લીધું: 'બહુ દાઝી ગઈ!' એમ કહીને તેણે શામલીનો હાથ હોઠ સુધી ખેંચી લીધો. દાઝેલી ચામડી પર હોઠ ચાંપીને કામુક નજરે શામલીને જોતો રહ્યો. 'હવે સારું લાગે છે ને?'

'હવે છોડો, આ બધી બનાવટ!' શામલીએ હાથ પાછો ખેંચી લીધો: 'ભૂખ લાગી હોય તો બેસો જમવા!'

'ભૂ...ખ!' બે હોઠ વચ્ચે સિગારેટ લટકાવીને રોશન બોલતો હતો: 'ભૂખ્યો જ તો રાખ્યો છે તેં મને!'

શામલી એની ખરી મતલબ સમજી ગઈ છતાં ન સમજ્યાનો દેખાવ કરી રોશનના હોઠ વચ્ચેથી સિગારેટ ખેંચી લીધી: 'પહેલાં તો સિગારેટને હાથ પણ નહોતા લગાડતા.' શામલીએ સળગતી સિગારેટનો ચોકડી તરફ ઘા કર્યો: 'કેવું વ્યસન વળગાડ્યું છે તમે!'

ભાગ્યે જ રોકટોક કરનારી શામલીને સિગારેટ સામે રોષ દેખાડતી જોઈને રોશન વિસ્મય પામ્યો. અનુરાધા હવે શરાબ-સિગારેટની વાસથી ટેવાઈ ગઈ હતી ત્યારે શામલીના સ્વભાવમાં વળી આ કુટેવ ક્યાંથી આવી ગઈ?

'હેં શામલી, મારા હોઠને તો તું મોં સુધી પહોંચવા દેતી નથી. પછી સિગારેટ સામે શું વાંધો?'

પ્લેટમાં ભોજન પીરસતી શામલીએ ઝાટકા સાથે ગરદન ઊંચી કરી. પછી સહેજ આંખો પહોળી કરતાં તેની સામે કરડાકીથી જોયું:

'મારી સામે આવો છો ત્યારે તમને બીજા કોઈ જ વિચાર નથી આવતા કે?'

ગુસ્સામાં આમ કહેવા માગતી હોવા છતાં શામલીના હોઠ તોફાની સ્મિતમાં વંકાઈ ગયા ત્યારે રોશનની મસ્તી ઓર ખીલી ઊઠવાને બદલે એ ગંભીર બની ગયો. આલુ-પરોઠાનું બટકું મોંમાં મૂકી એ મૂંગો મૂંગો જમવામાં પરોવાઈ ગયો.

હમણાં હમણાં આવું ઘણી વાર બની જતું. રોશનનું મન અનુરાધા અને શામલી વચ્ચે એવી રીતે અફળાયા કરતું હતું કે જાણે નદીના બે કિનારા વચ્ચે વહાણ અથડાતું રહેતું હોય! એક કિનારો પોતે છોડી ચૂક્યો હતો, છતાં બીજો કિનારો પામી શકતો નહોતો. અનુરાધા હવે તેને પ્રેમમાં જકડી રાખવા મથતી હતી ત્યારે પોતે દૂર ભાગતો હતો અને શામલીમાં પોતે જકડાઈ જવા માગતો હોવા છતાં પેલી તેને દૂર રાખતી હતી! એનું કારણ પોતે જાણતો હતો અને એ કારણનું નિવારણ પણ તેને હાથ લાગી ચૂક્યું હતું. છતાં હવે ધીરજ રહેતી નહોતી.

'પાછા ગુમ થઈ ગયા ને?' શામલીએ કોણીનો ઠોંસો મારી રોશનને ચમકાવ્યો: 'આમ વારે વારે શેના વિચારે ચડી જાવ છો?'

'કમાલ છે શામલી તું!' રોશને આંગળાં ચાટતાં કહ્યું: 'હમણાં તું ફરિયાદ કરતી'તી કે તારી સામે આવું છું ત્યારે તારા સિવાય બીજા કોઈ વિચાર જ કરતો નથી અને હવે પૂછે છે કે શેના વિચારે ચડી ગયા?'

તે બોલતો હતો એ અરસામાં શામલીએ ચાલાકીથી તેની પ્લેટમાં એક પરોઠો પીરસી દીધો અને રોશનને તેનું ધ્યાન રહ્યું નહીં.

'હું જાણું છું તમે કોના વિચારમાં પડી ગયા હતા!'

'કોના?'

'કહું?' આંખોના લહેકા સાથે શામલીએ કહ્યું: 'શેઠાણીના વિચારમાં હતા ને?'

'શેઠાણી?' રોશને અજાણ્યા થતાં આશ્ચર્ય ઉછાળ્યું: 'કઈ શેઠાણીના?'

'નાની શેઠાણીના.' શામલીએ તેને અચરજનો બીજો આંચકો આપ્યો: 'મેં તમારી દિલની ચોરી પકડી પાડી ને?'

ચોરી શબ્દે રોશનને ચોંકાવી દીધો. છતાં તેણે મજાકનો દેખાવ ટકાવી રાખ્યો: 'સાચી વાત કરી તેં શામલી, હવે તું મારા વિચારો પણ સાંભળી જવા લાગી!'

'વિચાર નહીં દાક્તરસાહેબ, તમારી દાનતને હું દૂરથી સૂંઘી શકું છું.' શામલીએ નસકોરાંથી સુ-સુ કરતાં કહ્યું, પણ રોશન તેની મસ્તીભરી અદા પર હસી શક્યો નહીં. શું શામલી તેના મનનો ભેદ પામી ગઈ હશે? ના, ના, એ શક્ય નથી. આ ભેદ તો ભગવાનને પણ પોતે જણાવા દેવાનો નથી...

'તે દિવસે તમારે વસુંધરા સાથે શું વાત થઈ હતી એ હું જાણું છું.' શામલીએ ભેદ ખોલ્યો: 'નાની શેઠાણીના મોઢાનું ઑપરેશન કરાવીને તમે શેની વેતરણમાં પડ્યા છો એ મારાથી છાનું રાખવાની શું જરૂર હતી?'

જાણે દુઃખતી નસ કોઈએ દાબી હોય તેમ રોશનનો પ્લેટ પકડેલો હાથ ધ્રૂજી ગયો: 'ત્યારે તું જાસૂસી પણ કરી શકે છે?' એવું કંઈક બોલવા જતો હતો પણ શામલીએ મોકો ન આપ્યો.

'એ વસુંધરાને હું આંખના કણાની જેમ ખટકું છું ને...' તેનો અવાજ રડમસ થઈ ગયો: 'એ મારા અને તમારા વચ્ચે ફાટફૂટ પડાવવા માગે છે એ હું જાણું છું. નાની શેઠાણી પહેલાં જેવાં રૂપાળાં થઈ જાય તો તમે મને તરછોડી દેશો એમ એ માને છે...'

શામલીની પાંપણો ભીંજાવા લાગી: 'પણ એ નર્સને એક વાર હું કહી દેવાની છું કે દાક્તરબાબુને મારે ફસાવવા હોત તો ક્યારના એને મારા કરી લીધા હોત. હું ધારું તો એ રાતે પણ ઘેર જતા બંધ થઈ જાય એવું કરી દઉં...'

રોશનને તેના બોલ પર હમદર્દી જાગવી જોઈતી હતી એને બદલે તેણે ધરપત અનુભવી. ખરો ભેદ અકબંધ રહ્યો છે, શામલી માત્ર પ્લાસ્ટિક સર્જરીની વાતથી વાકેફ થઈ છે. રોશનને તેનું આમ દુભાવું ગમ્યું. ઈર્ષામાંથી જ પ્રેમનો જન્મ થાય છે અને ઈર્ષા જ પ્રેમને પાકટ બનાવે છે.

અનુરાધાને શામલીની ઈર્ષા થવા લાગી ત્યારે એ તેના આદર્શ અને સંસ્કારનો અંચળો ઉતારીને મારે શરણે આવી. હવે શામલી અનુરાધાના ઑપરેશનની વાતથી છંછેડાઈ ગઈ છે. એમાં પણ ઈર્ષા જ કામ કરતી હશે. એ ઈર્ષા જો ઘૂંટાતી રહેશે તો મારા માટેની એની ઝંખના વધુ તીવ્ર બનશે. જે થોડુંઘણું અંતર રાખીને તે બેઠી છે તે જલદી ઓળંગી જવાશે.

'સાચી વાત કહી એટલે કેવા ચૂપ થઈ ગયા?' શામલીએ પ્લેટ ઊચકતાં છણકો કર્યો: 'પહેલાં તમે ચોપડાંનાં થોથાં વાંચવાને બહાને બપોરે આવી મારી પાસે બેસી રહેતા અને હવે...'

પ્લેટ લઈને તે ચોકડી તરફ ગઈ: 'હવે જમીને તરત જ થોથાં વાંચવા સીડી ઊતરી જાવ છો.'

ઈર્ષાનો આ પહેલો તણખો છે એમ રોશને માન્યું:

'એનું કારણ તું જાણે છે, શામલી?'

'હા!' જરા તીખાશ સાથે તેણે જવાબ આપ્યો: 'એ થોથામાં તમે શેઠાણીના ખરબચડા ચહેરાનો ઇલાજ શોધો છો. એ જ કારણ છે ને?'

'ના!' રોશને સિગારેટ સળગાવી: 'સાચું કારણ એ નથી. હું તો પ્રેમનો ભૂખ્યો છું. જ્યારે તું તો પરોઠાં ખવડાવીને જ મને ધરવી દેવા માગે છે અને તે પણ અનુરાધાએ પકાવેલાં પરોઠાંથી!'

આનો જવાબ સાંભળવા રોશન આતુર હતો. તેણે માન્યું કે શામલી હમણાં બોલી ઊઠશે: 'હું બચ્ચાની ભૂખી છું, જ્યારે તમે મને ફક્ત પ્રેમ જ પીરસી શકો એમ છો અને તે પણ છાનાછપના!'

પણ શામલીએ જુદી ઢબે જવાબ વાળ્યો. પ્લેટ ધોવાનું પડતું મૂકીને તે હળવેકથી રોશનની પાછળ દોડી આવી અને તેને ખબર પડે એ પહેલાં તેની પીઠ પર ઝૂકીને પોતાના બન્ને ભીના હાથ એના ગાલ પર જોસભેર દાબી દીધા.

આ અણધાર્યા પ્રત્યાઘાતથી રોશન પહેલાં ઝબકી ગયો. શામલીના ભીના હાથમાંથી વહેતા વીજળી જેવા ગરમ પ્રવાહે તેને ઝણઝણાવી દીધો. શામલી તેના ખભા પર વધુ ને વધુ ઝૂકતી જતી હતી અને રોશન તેના ભારથી નમી જવાને બદલે વધુ ને વધુ ટટ્ટાર થતો જતો હતો. તીર-કમાનની પણછ તણાય તેમ શામલીની કાયા કામણના ખેંચાણથી તંગ થવા લાગી ત્યારે રોશને આંગળી વચ્ચે સળગતી સિગારેટ ફગાવી દઈને પોતાના બન્ને હાથ પાછળ ફંગોળ્યા.

એ ભીંસના જવાબમાં શામલીના મોંમાંથી આનંદનો સિસકારો સરકી પડ્યો એથી રોશનનો આવેશ બેવડાયો... ઝનૂનભેર તે ખુરશી પરથી ઊભો થયો.

જાણે જોબનનો ખજાનો ઊંચકી જતો હોય એવી ઉત્તેજના સાથે શામલીને પીઠ પર ઊંચકીને અંદર ધસી ગયો અને એની નૌકાને બીજો કિનારો સાંપડી ગયો!

*

બપોર સાંજમાં ઓગળી ગઈ, સાંજ રાતમાં સમાઈ ગઈ. સમય બદલાયો, સ્થળ બદલાયું અને સામેનું પાત્ર પણ બદલાઈ ગયું છતાં રોશનનું મન તો શામલીના સંગનું બપોરનું સંભારણું જ વાગોળતું રહ્યું. એક વિચાર વારે વારે ચટકો ભરી જતો: અત્યારે કોઈ વિઝિટ માટે તેડવા આવી ચડે તો કેવું સારું! એ બહાને દવાખાને જવાનું થાય, શામલીને મળાય...

શયનખંડમાં એ ચક્કર મારતો હતો. ત્યાં અનુરાધા આવી પહોંચી: 'આમ ચાર દીવાલો વચ્ચે આંટા મારે છે તેને બદલે ખુલ્લી હવામાં લટાર મારવાનું મન નથી થતું?'

રોશનના પગે બ્રેક લાગી: 'અરે વાહ, તું પણ મારા મનની વાત પારખી ગઈ.'

અનુરાધા એ વખતે ખુશમિજાજમાં હતી. નહીંતર 'તું' સાથે બોલાયેલો 'પણ' તેને જરૂર ખૂંચ્યો હોત. તે આદત મુજબ જરૂર પૂછી બેસત કે મારા સિવાય બીજી કોઈક પણ તારા મનની વાત પારખી જાય છે એમ ને? અને પછી દલીલો થાત, વાત વધી પડત અને રાત રખડી જાત...

તેને બદલે અનુરાધા એવું સમજી કે રોશનને આજે પોતાની સાથે ફરવા જવાની ઇચ્છા જાગી છે.

'ચાલ જરા ચાંદનીમાં ફરી આવીએ.' તેણે રોશનનો હાથ પકડી લીધો ત્યારે એનો ઉત્સાહ ફસકી ગયો.

'પણ કોઈ વિઝિટ આવી ચડશે તો?' તેણે બહાનું કાઢ્યું પણ અનુરાધા પાસે તેનો જવાબ તૈયાર હતો:

'આપણે ક્યાં આખી રાત બહાર ફરવાનાં છીએ. અર્ધા કલાકમાં તમારો કોઈ દરદી એવો સિરિયસ નહીં થઈ જાય એની હું ખાતરી આપું છું.'

રોશને નમતું જોખ્યું. મનને મનાવ્યું કે એ બહાને શીતળ ચાંદનીમાં શામલીની યાદ પંપાળવા મળશે. હવે તેને એ બરાબર ફાવી ગયું હતું. અનુરાધાની સાથે બેસતાં-ઊઠતાં, હરતાં-ફરતાં એ કલ્પનામાં તો શામલીને જ યાદ કર્યા કરતો. માણસના મન પર કોણ ચોકી કરી શકવાનું છે?

કમ્પાઉન્ડની બહાર નીકળ્યા અને ઘર જરા દૂર થયું એટલે અનુરાધાએ રોશનના હાથમાં હાથ પરોવ્યો 'ક્યારેક એમ થાય છે આવી શીતળ ચાંદનીમાં

ઉઘાડા આસમાન નીચે ખુલ્લી અગાસીમાં સૂતાં હોઈએ તો...'

'તો સવારે ન્યુમોનિયા થઈ જાય.' રોશનથી કહેવાઈ ગયું પણ પછી પોતે જ પોતાની વાત પર હસી પડવાનો દેખાવ કરવો પડ્યો. 'તને થાય છે ને કે ડૉક્ટર થયા પછી માણસ અનરોમૅન્ટિક બની જાય છે!'

'નહીં!' અનુરાધાએ એટલું કહ્યું ત્યાં સરુનાં ઊંચાં વૃક્ષોને ડોલાવતા ઠંડા પવનનો સુસવાટો આવી ચડ્યો. શરીર પર વીંટેલી શાલને વધુ સંકોરીને તેણે રોશનનો હાથ દાબ્યો: 'બીજા ડૉક્ટરની બૈરીનો શું અનુભવ છે એ તો હું જાણતી નથી પણ મારો અનુભવ કહે છે કે ડૉક્ટરને ઝડપી સફળતા મળે તો એ તેની પત્નીને વધુ ચાહવા લાગે છે.'

રોશનને તેની આ ભ્રમણા પર હસવું આવ્યું: 'પણ એ તો એવા ડૉક્ટરની વાત છે કે જેનું ક્લિનિક પોતાની પત્નીના નામ પર ચાલતું હોય અને એ નામ ફળે ત્યારે શુકનવંતી પત્ની તરફ પ્રેમ વધી જાય.'

આ સંવાદ ચાલુ રાખવાનું અનુરાધાને ગમ્યું: 'નહીં સાહેબ, મારું નામ નહીં પણ આપનું કામ ફળ્યું છે. તેનો પુરાવો આપણું નર્સિંગ હોમ શરૂ થશે એટલે મળી રહેશે. એનું નામ શું રાખવું એ મેં નક્કી કરી રાખ્યું છે,

રોશનને વાતમાં પરાણે ખેંચાવું પડ્યું: 'શું નામ નક્કી કરી નાખ્યું?'

'ડૉક્ટર રોશનલાલ નર્સિંગ હોમ!' અનુરાધા ટટ્ટાર ગરદન કરીને રુઆબથી બોલી ગઈ. પણ આ ઉમળકાના પડઘામાં તો રોશનનો નિસાસો જ સાંભળવા મળ્યો:

'રાધા, પ્રેગનન્ટ થયા પહેલાં સ્ત્રી તેના બાળકનું નામ પાડે એવી વાત કરે છે!' પછી ઉતાવળે ઉમેર્યું: 'નર્સિંગ હોમની હમણાં કોઈ જ આશા દેખાતી નથી.'

અનુરાધાને જાણે ચાંદનીનો નશો ચડ્યો હોય તેમ બોલી ઊઠી: 'દાક્તરસા'બ તમને કેમ ખબર પડી કે સ્ત્રી પ્રેગનન્ટ નથી?'

અને રોશન ચમક્યો. એવો ચમક્યો કે ઝાટકા સાથે તેણે અનુરાધાનાં આંગળાંમાંથી પોતાનો હાથ છોડાવી લીધો. ડઘાઈ ગયો હોય તેમ એની સામે તાકીને જોવા લાગ્યો. જાણે અનુરાધાએ નહીં પણ શામલીએ આ ખબર આપ્યા હોય એવો આભાસ થયો:

'શું... તું...પ્રેગનન્ટ...'

'આ...હા...હા!'

અનુરાધા એવી ખડખડાટ હસી પડી કે રાતના ખામોશ વાતાવરણમાં તેના પડઘા ગુંજી ઊઠ્યા, પણ એ હાસ્ય પૂરું થયા પહેલાં એકાએક કોઈ વિચાર ઝબકી

ગયો અને તેનું હસવું રોકાઈ ગયું. હવે તે રોશનને જોવા લાગી:

'અરે રોશન! હું તો નર્સિંગ હોમની પ્રપોઝલ પ્રેગનન્ટ છે એમ કહેતી હતી અને તું મારું સમજી બેઠો!' પછી અવાજમાં ગંભીરતા ઘૂંટીને પૂછ્યું: 'અને હું પ્રેગનન્ટ થાઉં તો તેમાં તારે આટલા બધા ડઘાઈ જવાનું કોઈ કારણ?'

એ સવાલે રોશનને વીંધી નાખ્યો. થોડો વખત પહેલાં નર્સિંગ હોમની વાત નીકળેલી ત્યારે રોશને તેને ખુશ રાખવા ખાતર કહેલું કે 'રાધા, આપણા નર્સિંગ હોમનું ઉદ્ઘાટન હું તારાથી જ કરવાનો છું. કેવી રીતે કહું?' અને પછીની વાત તેણે કાનમાં કહી દીધી હતી: 'તું મા બનવાની હો ત્યારે તને ત્યાં રાખીશ અને આપણા પહેલા બાળકના જન્મની સાથે જ નર્સિંગ હોમનું ઉદ્ઘાટન થઈ ગયું એમ જાહેર કરશું...' એ વખતે અનુરાધાએ જ ચિડાઈને પૂછેલું કે 'તમને બાપ થવાની એટલી બધી ઉતાવળ છે?' અને પોતે બોલી ગયો હતો: 'એક વાર નહીં, સાત વાર ઉતાવળ છે...' આ બધું જ અનુરાધાનું દિલ બહેલાવવા માટે કહ્યું હતું પણ હવે અનુરાધા એ જ વાત તેને પૂછી રહી છે કે હું પ્રેગનન્ટ થાઉં તો તેમાં આટલા બધા ડઘાઈ જવાનું કોઈ કારણ?

પણ બૈરી સાથે બનાવટ કરવામાં એક્સપર્ટ થઈ ગયેલા રોશનને કારણ શોધતાં વાર ન લાગી:

'હા, એક ખાસ કારણ છે!'

'શું?'

'તારી પ્લાસ્ટિક સર્જરી!' પોતાના જવાબ પર પોતે જ ખુશ થતો હોય તેમ બોલ્યો: 'જ્યાં સુધી એ કામ પતે નહીં ત્યાં સુધી આપણને એવી 'ભૂલ' કરવી પરવડે નહીં.'

અને અનુરાધા આ જવાબ પર ઓળઘોળ થઈ ગઈ. હેતથી રોશનનો હાથ પોતાના હોઠ પર દાબી દીધો. આવી લાગણી ધરાવતા પુરુષ માટે હું ગમે તે ભોગ આપું એ ઓછો છે અને તેને મૂળ વાત યાદ આવી ગઈ:

'રોશન, આપણે અહીં આ પથ્થર પર બેસીએ.'

રોશનની એવી ખાસ ઇચ્છા નહોતી પણ અનુરાધાએ એવી વાત ઉચ્ચારી કે બેસવાની લાલચ થઈ આવે.

'નર્સિંગ હોમ માટે હવે તારે તૈયારી કરવાની છે... પૈસાનો બધો બંદોબસ્ત થઈ ગયો.'

અને રોશન આનંદના આંચકા સાથે પથ્થર પર બેસી ગયો: 'બંદોબસ્ત થઈ ગયો એટલે તું શું કહેવા માગે છે? કોણે બાપુજીએ તને કહ્યું?'

'ના, મેં બાપુજીને કહ્યું.'

'શું?'

'કે નર્સિંગહોમ માટે બહારથી કોઈની પાસેથી ઉધાર લેવાની જરૂર નથી. મારા વારસામાંથી એટલી રકમ ઉપાડી લેશું.'

'તારા વારસામાંથી!' રોશનને સાચે જ આશ્ચર્ય થયું: 'એટલે શું તારા પૈસાથી હું ધંધો કરું?'

'ધંધો નહીં; સેવા!' અનુરાધા મક્કમપણે બોલી ગઈ: 'મેં આજે જ માને વાત કરી દીધી છે. બેચાર દિવસમાં હું બધું પાકું કરી આવીશ.'

'પણ તારા પૈસા મારાથી કેમ લેવાય?'

'કેમ ન લેવાય?' અનુરાધાએ રોશનનો ખભો દાબીને કહ્યું, 'અને ધાર કે મારા પૈસા તારા નામે થઈ જાય તો?'

સાંભળીને રોશન ટટ્ટાર બની ગયો: 'એટલે?'

'એટલે એમ કે મને મળનારો બધો જ વારસો હું તારા નામે કરી દેવા માગું છું.' અનુરાધાના અવાજમાં લાગણી ઘૂંટાવા લાગી: 'આપણી વચ્ચે મારા-તારાનો ભેદ કેવો? જ્યાં સુધી હું મારું સર્વસ્વ તને સમર્પણ ન કરી દઉં ત્યાં સુધી મારો પ્રેમ અધૂરો ગણાય.'

સર્વસ્વ! રોશનનો શ્વાસ અધ્ધર થઈ ગયો. તેના માનવામાં આવતું નહોતું: અનુરાધા મારી કસોટી તો નથી કરતીને? પણ એમ કરવાથી એને શું ફાયદો? મારો પ્યાર હાંસલ કરવા માટે જ તે આ સમર્પણ કરવા તૈયાર થઈ છે...

રોશનનો આનંદ એટલો તો ઊછળવા લાગ્યો કે અનુરાધાને ઊંચકીને ત્યાંથી છેક શયનખંડ સુધી લઈ જવી! પણ એ વિચારની સાથે તેને બપોરનું દૃશ્ય તાજું થયું, શામલી યાદ આવી ગઈ. પ્લાસ્ટિક સર્જરીનો પ્લાન મગજમાં ઘૂમરાવા લાગ્યો.

'કેમ વિચારમાં પડી ગયા!'

અનુરાધાએ તેને ચમકાવ્યો. એ હસ્યો, પછી નિસાસો નાખ્યો: 'તો તો રાધા, તારા ઑપરેશનનું માંડી વાળવું પડે.'

'હેં! હવે એ ચોંકી: 'આની સાથે ઑપરેશનને શું લાગેવળગે?'

'ઘણું લાગેવળગે!' રોશને ગંભીરપણે કહ્યું: 'તું વારસો મારે નામે કરી નાખે અને પછી ઑપરેશન થાય... તેમાં ધાર કે...'

રોશન જાણી કરીને થોડું અટક્યો. પછી વાત ટાળી દેવાના ભાવ સાથે કહ્યું: 'કાંઈ નહીં; જવા દે એ વાત. તારો વારસો જેમ છે તેમ ઠીક છે.'

'નહીં રોશન... હું તારી અર્ધી વાતમાંથી પૂરો અર્થ પામી ગઈ છું. તું એમ

જ કહેતો હતો ને કે ધારો કે મારું ઑપરેશન નિષ્ફળ જાય... હું કદાચ જીવતી ન રહું તો તારા પર એવા આક્ષેપ આવે કે મારા વારસા ખાતર તેં ઑપરેશનમાં ગોટાળો કરીને મને મારી નાખી.'

'રાધા!' રોશન લગભગ બરાડી ઊઠ્યો: 'તું આટલી હદે બધું ધારી લે છે.' પછી થોડો ઢીલો પડતો હોય તેમ બોલ્યો: 'તારી વાત સાચી છે. મને એનો જ ડર હતો. કાકડા જેવા સામાન્ય ઑપરેશનમાંય જો કોઈક વાર ઊંધું ઊતરે છે, તો પછી આ તો પ્લાસ્ટિક સર્જરી, અર્ધા-એક ટકાનું જોખમ તો ખરું જ ને!'

રોશનને થયું પોતે આમ બોલીને કાંઈ ભૂલ તો નથી કરી બેઠો ને?

પણ આજ અનુરાધા કાંઈક જુદા જ રંગમાં હતી.

'જો રોશન, મને કાંઈ થવાનું નથી એ તું જાણે છે તેમ હું પણ માનું છું... અને છતાંય તને મારા પૈસા લેતાં સંકોચ થતો જ હોય તો એ વારસો હું તારા નામે નહીં પણ 'અનુરાધા ક્લિનિક'ના નામે કરી દઈશ, જેનો તું તો માત્ર ટ્રસ્ટી જ રહીશ. પછી કાંઈ વાંધો છે તને?'

રોશન અવાક્ બની ગયો. શું બોલવું એ તેને સૂઝ્યું નહીં. જાણે માનવામાં આવતું નહોતું. અનુરાધા એકાએક આટલી બધી બદલાઈ કેમ ગઈ? એ તેનો બધો જ વારસો મને આપી દેવા તૈયાર કેમ થઈ ગઈ!

ધીમે ધીમે તેનો હાથ અનુરાધાની કમર તરફ ગયો. જવાબમાં અનુરાધા તેની હૂંફમાં સરકી આવી. તેણે રોશનના ખભા પર માથું ટેકવી દીધું. બેમાંથી કોઈને બોલવાની જરૂર ન લાગી. એકબીજાના સાંનિધ્યમાં લીન થઈને બન્ને ચુપચાપ બેસી રહ્યાં. પવન સુસવાટા મારીને વૃક્ષોની ડાળીઓ ડોલાવતો હતો, પાછળ ખળખળ વહેતું ઝરણું કલરવ કરતું હતું, એ સિવાય બધે જ મૌનની મસ્તી છવાઈ ગઈ હતી.

ના, રોશનનું મન મૌન ન રહી શક્યું. એ બબડતું રહ્યું: રાધા, તેં બહુ મોડું કર્યું. આજ બપોરે જ શામલી મારા કબજામાં આવી ગઈ અને હવે તું મને બધું જ સમર્પી દેવા તૈયાર થઈ! તું હવે દોલતના જોરે મારા દિલને ખરીદવા માગે છે? પ્લાસ્ટિક સર્જરીમાં તને મારા પ્રેમનો પડઘો સંભળાય છે? તું કહે છે કે મને મરવાની ઉતાવળ નથી... પણ મૂરખ, મારો ઇરાદો હવે મને ઉતાવળ કરાવી રહ્યો છે. શામલી મને જે આપી શકે તેમ છે તે તારી પાસેથી મને ક્યારેય મળવાનું નથી. તું બહુ મોડી પડી. સંસ્કારની પૂતળી...

રોશનનો ખભો સ્હેજ હલ્યો અને અનુરાધાની તંદ્રા તૂટી ગઈ: 'આવી સુખની નીંદરમાં ખલેલ શું કામ પહોંચાડે છે? ઘેર જવાની બહુ ઉતાવળ છે?'

'તું અહીં જ સૂઈ જવા માગે છે કે શું?' રોશને તેનું માથું પંપાળતાં મજાકમાં કહ્યું: 'તો ઝાડના થડે તારું માથું ટેકવીને હું છાનોમાનો સરકી જઈશ અને તું સવાર સુધી અહીં ઊંઘતી રહીશ.'

'અરે હાં રોશન!' ખભા પરથી માથું હઠાવીને અનુરાધા આવેશમાં બોલી ઊઠી: 'સવારે માને મળવા ગઈ ત્યારે એક ગમ્મતભરી વાત જાણવા મળી.'

'શું?'

'મને નાનપણમાં ઊંઘમાં ચાલવાની આદત હતી.'

'સાચ્ચે?'

'અરે, ચાલવાની જ નહીં, ઊંઘમાં ખાવાની પણ આદત હતી એમ માએ કહ્યું.'

અનુરાધાએ માનેલું કે આ સાંભળીને તેને હસવું આવશે, પણ રોશન વિચારમાં પડી ગયો:

'રાધા, અત્યાર સુધી તું ઊંઘમાં તો આ બધું બોલતી નહોતી ને?'

'એટલે?' અનુરાધાએ તેનો કાન ખેંચ્યો: 'મેં વારસો તારે નામે કરવાની વાત ઊંઘમાં કરી હતી એવો તું આરોપ મૂકે છે?'

પોતાનો કાન છોડાવવા માટે રોશને તેના કાંડા પર ચીંટિયો ભર્યો: 'ડૉક્ટર રોશનલાલનાં મિસિસ! ઊંઘમાં ચાલવું એ એક પ્રકારનો રોગ ગણાય અને બચપણમાં આવો રોગ હોય તો મોટા થતાં એકાએક મટી ન જાય. શું સમજ્યાં?' પછી એકાએક તેના મગજમાં ઝબકારો થયો હોય તેમ ઉમેર્યું: 'કદાચ મટી જાય તોપણ ફરીવાર થાય ખરો.'

'તમને ડૉક્ટરોને તો દરેક વાતમાં રોગ જ દેખાય છે.' અનુરાધાએ ફરી રોશનના ખભા પર માથું ટેકવી દીધું: 'પણ મારે શું ફિકર છે! રોગ થશે તો ઘરનો ડૉક્ટર એનો ઇલાજ કરશે. મારે ક્યાં વિઝિટ ફી કે દવાનું બિલ આપવું પડે એમ છે.'

આમ કહીને અનુરાધા ફરી તંદ્રામાં ઊતરી ગઈ અને રોશન પાછો વિચારે ચડી ગયો.

વિચારો જેમ જેમ ઘૂંટાતા ગયા તેમ તેમ રોશન ખુશ થતો ગયો. અત્યાર સુધી બધું ગોઠવાઈ ગયું હતું પણ એક કડી જડતી નહોતી તે આજે હમણાં જ હાથ લાગી ગઈ:

અનુરાધાને ઊંઘમાં ચાલવાની આદત હતી! શું આ રોગ ફરી લાગુ ન પડી શકે?

હા, હા, ચોક્કસ પડી શકે.

અને તેણે આવેશમાં ચપટી વગાડી: હવે કામ આસાનીથી પતી જવાનું... અનુરાધા! આજે તું મારા ખભા પર આરામથી સૂતી છે, થોડા દિવસ પછી તું કાયમને માટે ઊંઘી જઈશ અને મારા ખભા પર ઊંચકાઈને અંતિમ મુકામે પહોંચી જઈશ.

* * *

૮

પલંગ પર સાડીઓની થપ્પી પડી હતી. અનુરાધા એક એક સાડી લઈ, ખોલી, તેને ફરી સંકેલી હેન્ગરમાં ગોઠવી રહી હતી. નવરાશ મળે ત્યારે વસ્ત્રોને ઠીકઠાક કરીને ફરી પાછાં કબાટમાં સુઘડપણે ગોઠવી દેવાનું કામ તેને ગમતું હતું. ગીત ગણગણતી એ તેમાં તલ્લીન થઈ જતી. એ વખતે એવું અનુભવતી કે જાણે સુખનાં રંગબેરંગી સપનાં સંકેલી રહી છે અને તેમાં કોઈ કરચલી રહી ન જાય એની ચીવટ રાખે છે.

ત્યાં અચાનક પાછળથી કોઈના બે હાથ તેની આંખો દાબી દે છે. અનુરાધાનું ગીત અટકી ગયું. દબાયેલી આંખોની પાંપણો પર મૃદુ સ્પર્શની મીઠી ગલીપચી થઈ, 'કો...ણ?'

એમ પૂછીને તે ચૂપચાપ બેસી રહી. જાણે હમણાં પોતે જે ગીત ગાઈ રહી હતી તેનો સાક્ષાત્કાર થતો હોય તેવો આભાસ થયો. આંખો દબાવનાર નાની નાજુક આંગળીઓમાં તેને શીતળતા અને ઉષ્મા વરતાઈ, એ સ્પર્શમાં શરારત અને વહાલપ અનુભવી.

મરકતી અનુરાધાએ ધીમે ધીમે પોતાના બન્ને હાથ ઊંચા કરીને આંખો દબાવનારનાં બન્ને કાંડાં પકડી લીધાં. તેનું આશ્ચર્ય ઊછળી આવ્યું: ખરેખર, આ તો બાળકના જ કૂણા-કૂણા હાથ છે. હેતથી થોડી વાર તેણે એ હાથ પંપાળ્યા. પોતે તંદ્રાવસ્થામાં નથીને તેની ખાતરી કરવા ગાલ પર ચૂંટી ખણી જોઈ. ના, ના, આ સપનું નથી... તો પછી બાળક વિનાના આ ઘરમાં ચૂપચાપ ઘૂસી જઈને આટલા હેતથી કોણ આંખો દબાવીને ઊભું છું?

તેનાથી વધુ વાર રહસ્ય જિરવાયું ન હોય તેમ હળવા આંચકા સાથે આંખો

દાબનારના હાથ હઠાવી લીધા અને પાછળ ફરીને જોયું ત્યારે એ ચમકી ગઈ.

પાંચેક વરસની ગોળમટોળ છોકરી હસતી-હસતી આંખો પટપટાવી રહી હતી. તેના રતુંમડા ગાલમાં ખંજન પડતાં હતાં, તેની આંખોમાંથી આનંદ નીતરતો હતો અને જાણે વરસોજૂની ઓળખાણ હોય એવી આત્મીયતા તેનાં અંગેઅંગમાંથી ઊભરાતી હતી. સફેદ મોજાં અને કાળાં શૂઝવાળા તેના પગ સ્થિર રહી શકતા ન હોય તેમ એ રમતિયાળપણે શરીર નચાવ્યા કરતી હતી. વાળની પોનીટેલ પણ તાલબદ્ધ રીતે ઊછળ-કૂદ કરતી હતી.

પહેલી નજરે જ પ્રેમ ઊભરાઈ આવે એવી ઢીંગલી જેવી ચાર-પાંચ વરસની એ છોકરીને આશ્ચર્યમુગ્ધ થઈને જોઈ લીધા પછી અનુરાધાએ ઓરડાના દરવાજા તરફ નજર કરી જોઈ. કદાચ તે કોઈકની સાથે આવી હશે. પણ ક્યાંય કોઈ દેખાયું નહીં ત્યારે ફરી તેણે એ છોકરી પર નજર માંડી:

'બેબી, હું તને ઓળખતી નથી.'

'પણ આન્ટી, હું તમને ઓળખું છું ને!'

એટલી ચબરાકીથી તે બોલી ગઈ કે અનુરાધાની આંખો પહોળી થઈ. તેના 'આન્ટી' સંબોધનમાંય કેવી તાજગી હતી! પહેલી વાર જેને જોઈ હોવા છતાં પોતાને ઓળખવાનો દાવો કરતી છોકરીને અનુરાધાએ મજાકમાં પૂછ્યું:

'તો કહે જોઈએ બેબી, મારું નામ શું?'

'તમારું નામ અનુરાધા આન્ટી!'

'હેં!' હવે અનુરાધાનું વિસ્મય હાથ રહ્યું નહીં. ઊભી થઈને તે દરવાજા તરફ ગઈ. બહાર ડોકિયું કરીને જોયું તો વસુંધરા છુપાઈને ભીંત સરસી ઊભી હતી:

'ઓત્તારીની!' કહેતી અનુરાધા હાથ પકડીને વસુંધરાને અંદર ખેંચી લાવી: 'હવે સમજાયું કે આ બધી તારી જ શરારત છે. બેબીને છાનીમાની અંદર મોકલીને મને વિમાસણમાં નાખી દીધી.'

'આન્ટી, પ્લીઝ... મારું નામ સ્મિતા છે, બેબી નહીં.' પેલી બટકબોલી બન્નેની વચ્ચે ટપકી પડી: 'છતાં તમારે મને લાડમાં બોલાવવી હોય તો ખુશીથી ટોમેટી કહેજો.'

અનુરાધા હવે વહાલનો ઊભરો રોકી શકી નહીં. હેતથી તેને પકડીને તેડી લેવા ગઈ પણ સ્મિતાનું વજન એટલું બધું હતું કે ખભા સુધી માંડ ઊંચકી શકી: 'અરે બાપ રે, તું જેટલી બોલકી છો એટલી બળૂકી પણ છો.' પછી તેના ભરાવદાર ગાલ પર ચીંટિયો ભરીને પૂછ્યું: 'છોકરી, તારું લાડકું નામ ટોમેટી કોણે પાડ્યું? આવું નામ તો પહેલાં ક્યારેય સાંભળવા મળ્યું નથી.'

પેલીએ ગાલ પંપાળતાં જવાબ આપ્યો: 'એ તો છે ને, સ્કૂલમાં બધી છોકરીઓ

મને ટોમેટી કહે છે—ટમેટાં ખાઈ ખાઈને હું ગોળમટોળ થઈ ગઈ છું ને... એટલે!'

'એ...મ!' અનુરાધાએ લાડથી તેના બીજા ગાલે ટપલી મારી: 'પણ હું તને ટોમેટી નહીં, ટોકેટિવ કહેવાની, કારણ કે તું બહુ મીઠું મીઠું બોલે છે!'

'એ વાત સાચી હોં આન્ટી!' ફરી પેલી બોલી ઊઠી: 'અમારી ક્લાસ-ટીચરેય મને ટોકેટિવ કહે છે... પણ તમારી જેમ હેતથી નહીં, મારા પર ચિડાઈને!'

અત્યાર સુધી સ્મિતા અને અનુરાધા વચ્ચેની વાતચીત સાંભળીને મલકાતી વસુંધરા વચ્ચે પડી: 'સ્મિતા, તું આન્ટીને એકીસાથે જ બધું કહી દેવા માગે છે! જા તારી બૅગમાંથી બધાં કપડાં કાઢીને કબાટમાં ગોઠવી દે.'

વસુંધરાએ જવાનું કહ્યું તે બેબીને ગમ્યું નહીં છતાં દોટ મૂકતી એ ત્યાંથી ઊપડી: 'હું જલદી જલદી કપડાં ગોઠવીને આવું છું હો આન્ટી!'

પોનીટેલ સ્ફૂર્તિથી ઝુલાવતી દોડી જતી સ્મિતાને અનુરાધા એકીટશે જોઈ રહી: 'વસુ, તારી દીકરી ખરેખર રાખી લેવાનું મન થાય એવી છે.' પછી સુધારી લીધું: 'અહીં રહેશે ત્યાં સુધી હું તેને મારી સાથે જ રાખવાની.'

'તમારા આગ્રહથી તો હું એને અહીં લઈ આવી.' વસુંધરા ધારી ધારીને અનુરાધાનો ચહેરો નીરખતી હતી. પાંચ-છ દિવસની પોતાની ગેરહાજરીમાં અનુરાધા વધુ ખુશમિજાજી બની ગયેલી દેખાઈ.

'અરે વસુ, તું તો બેચાર દિવસ વધુ રોકાવાની હતીને.' અનુરાધાને યાદ આવ્યું હોય તેમ પૂછી બેઠી: 'બે દિવસ વહેલી કેમ આવી ચડી?'

'કેમ, વહેલી આવી તે તમને ન ગમ્યું?'

'ગમ્યું ને... બહુ જ ગમ્યું.' અનુરાધાએ વસુંધરાનો ખભો દાબ્યો: 'વધારે તો એટલા માટે ગમ્યું કે તારી ટોમેટી મારી સાથે બે દિવસ વધુ રહેશે.'

'એમ!' વસુંધરા લુચ્ચાઈભર્યું હસી: 'ત્યારે તો મારે ડૉક્ટર સાહેબને કહેવું પડશે.'

'ડૉક્ટરસાહેબને એમાં શું કહેવાનું?'

'એ જ કે અનુરાધાને મા બનવાની અધીરાઈ જાગી છે.'

'છટ!' તેણે વસુંધરાના ગાલે ટપલી મારી. પછી એક આછો નિસાસો નંખાઈ ગયો તેનાથી:

'મા પણ એમ જ કહેતી હતી... પ્લાસ્ટિક સર્જરી કરાવવાને બદલે માતા બનવાનો વિચાર કર. પછી ચહેરાનો ડાઘ તું આપોઆપ ભૂલી જઈશ અને રોશન પણ મોડે સુધી દવાખાને રોકાતો બંધ થઈ જશે.'

'માજીએ એમ કહ્યું!' વસુંધરા વિસ્મય પામી. સાથે સાથે પૂછી લીધું: 'અરે

હાં, પ્લાસ્ટિક સર્જરીનું કેટલે પહોંચ્યું!'

પણ અનુરાધા જવાબ આપે તે પહેલાં જ બટકબોલી સ્મિતા દોડી આવતી દેખાઈ એટલે તેણે જવાબ બદલી નાખ્યો: 'વસુ, પ્લાસ્ટિક સર્જરીનું તો તું જ ડૉક્ટરસાહેબને પૂછી લેજે ને... સવારે કહેતા હતા કે આજકાલમાં લંડનથી જવાબ આવવો જોઈએ.'

નાનકડી સ્મિતા આવી પહોંચી અને વસુંધરાએ કાંડાઘડિયાળમાં જોયું 'સાડાત્રણ થયા. હું દવાખાને વહેલી પહોંચીને ડૉક્ટરસાહેબને સરપ્રાઇઝ કરું છું.'

'અને હું આન્ટીને સરપ્રાઇઝ કરવાની' સ્મિતા મરક મરક હસતી બન્ને હાથ પીઠ પાછળ સંતાડીને બારણે ઊભી હતી. વસુંધરાએ ત્રાંસી નજરે જોઈ લીધું કે એ તેનું આલ્બમ લઈ આવી છે. કોઈની પણ સાથે નવી ઓળખાણ થતી કે સ્મિતા પહેલું કામ તેને પોતાના સ્કૂલના ફોટા બતાવવાનું કરતી.

'અનુબહેન, આ ચિબાવલીને ફેન્સી ડ્રેસ કૉમ્પિટિશનમાં ફર્સ્ટ પ્રાઇઝ મળ્યું છે. એ એનો ફોટો બતાવીને બડાઈ હાંકવા આવી છે.' પછી જતાં સ્મિતાના પોનીટેલ પર ટાપલી મારતી ગઈ: 'મને લાગે છે કે એ તમને પહેલે જ દિવસે તંગ કરી દેવાની.'

સ્મિતાએ ફુલાવેલા ગાલને વધુ ફુલાવીને મમ્મીની ટકોર પર જોરથી ફૂંક મારી અને તેના એ ચેનચાળા જોઈને ખડખડાટ હસતી અનુરાધાએ સ્મિતાને પોતાની પાસે ખેંચી લીધી: 'મમ્મી ભલે ને ગમે તેમ બોલે... તું મને તંગ કરીશ તેમાંય મને તો મજા પડવાની.'

*

'હવે તો તમે મને રોજ રોજ તંગ કરવા લાગ્યા છો!'

વસુંધરાના પગ સીડી પર જ થંભી ગયા. દવાખાનાને અટકાવેલો દરવાજો ઉઘાડીને તે અંદર દાખલ થઈ ત્યારે રોશન ન દેખાયો. ભોલો સ્ટૂલ પર બેઠો બેઠો ભીંતે માથું અઢેલીને ઝોકાં ખાતો હતો. ડૉક્ટરસાહેબ ઉપર આરામ કરતા હશે એમ માની તેણે ટેબલ પર પડેલા કેસપેપર્સ તપાસવા માંડ્યા. અચાનક તેની નજર બાજુમાં પડેલા પુસ્તક પર ગઈ. એની વચ્ચે એરમેઇલ પોસ્ટ ભરાવેલી દેખાઈ. વસુંધરાએ આનંદના આંચકા સાથે પુસ્તક ઉઘાડીને કવર ઉપર નજર દોડાવી. તેની ધારણા સાચી ઠરી, લંડનથી ડૉક્ટર સ્કૉટનો જ પત્ર હતો. કિનારીથી પરબીડિયું ખોલેલું હતું એટલે અનુમાન કરી લીધું કે ડૉક્ટરસાહેબે પત્ર વાંચી લીધો છે. અધીરાઈથી તેની આંગળીઓ અંદરથી પત્ર કાઢવા પરબીડિયામાં સરકી પણ તરત જ તેણે હાથ પાછો ખેંચી લીધો: 'મારાથી એમને પૂછ્યા વિના પત્ર કેમ વંચાય?'

પરબીડિયું ફરી પુસ્તકમાં દબાવી વસુંધરા એક બાજુ બેસી ગઈ. બેચાર મિનિટ થઈ છતાં ન તો ઝોકાં ખાતો ભોલો જાગ્યો કે ન ડૉક્ટરસાહેબ નીચે આવ્યા ત્યારે જોર કરતી જિજ્ઞાસાએ તેને ઉપર પહોંચી જવા માટે પ્રેરી.

પણ સીડીનાં પાંચ-સાત પગથિયાં ચડી હશે ત્યાં જ તેના કાને શામલીનો રસભીનો અવાજ અફળાયો: 'હવે તો તમે મને રોજ રોજ તંગ કરવા લાગ્યા છો.' એ શબ્દોના જવાબમાં કોઈએ સામી ગલીપચી કરી હોય તેમ એ ખિલખિલાટ હસી પડી. તેના એ હાસ્યે વસુંધરાનું હૃદય વીંધી નાખ્યું ન તે ઉપર જવા આગળ વધી શકી કે ન ત્યાં વધુ વાર ઊભી રહી શકી... નિસાસા સાથે સીડીનાં પગથિયાં ઊતરી ગઈ. પોતે કાંઈ જ જાણતી નથી એવો ભ્રમ પેદા કરવા માટે હળવેકથી વસુંધરાએ દવાખાનાની બહાર નીકળીને બારણું ખટખટાવ્યું.

ઝોકાં ખાતો ભોળો ઝબકીને ઊભો થયો. નર્સને જોઈ ઝટપટ ઊંઘવાળા ચહેરા પર હાથ ફેરવી અધખુલ્લું બારણું પૂરું ઉઘાડી નાખ્યું. પછી યાદ આવ્યું હોય તેમ સીડીની પછવાડે દોડી જઈને ઉપરવાળાને ચેતવી દેવા જોરથી ઘંટડીની દોરી ખેંચી.

રોશન નીચે આવે ત્યાં સુધીમાં સ્વસ્થ થવા માટે વસુંધરાએ સારી એવી મથામણ કરી છતાં તેમાં એ પૂરેપૂરી ફાવી નહીં. અનુરાધાએ તેની પાસેથી એક વચન લીધું હતું, જ્યારે પણ તને એમ લાગે કે શામલી રોશનને ફસાવી રહી છે ત્યારે તું મારાથી એ છાનું નહીં રાખતી... પોતે ડૉક્ટરને વિસ્મય પમાડવા જલદી જલદી દવાખાને આવી પણ તેને બદલે તેના પોતાના ફાળે જ વિસ્મય પામવાનું આવ્યું. તો શું પ્લાસ્ટિક સર્જરીની વાતમાં બનાવટ હતી? અનુરાધાને રાજી રાખવાની એક ચાલ જ હતી?

સીડીનાં પગથિયાં ઊતરવાનો અવાજ સંભળાયો એટલે વસુંધરા વિચારો ખંખેરીને કામે લાગી ગઈ. રોશન એને જોઈને ચમક્યો. પણ એ આશ્ચર્ય સુખદ નહીં, અકળાવનારું હતું:

'અરે વસુંધરા, તું ક્યારે આવી?'

'બપોરની બસમાં!' કહેતી વસુંધરાએ ડૉક્ટર સામે નજર કરી. રોશનના વિખરાયેલ વાળ તેની આંખોમાં ખૂંચ્યા.

'તારા ચહેરા પર થકાવટ દેખાય છે.' રોશને ખુરશી પર બેઠક લીધી. 'અર્ધો દિવસ આરામ કરીને કાલથી જ ડ્યુટી પર ચડી હોત તો...'

'એ થાક તો છે ને...' ટેબલ પર પડેલા કેસપેપર જોઈ જવાને બહાને વસુંધરા નીચું જોઈને બોલતી હતી: 'બસની મુસાફરીનો દેખાય છે. બે કલાક કામ કરીશ એટલે થકાવટ ભાગી જશે.'

'કમાલ છે તું પણ!' હવે રોશન વસુંધરાને તુંકારે બોલાવતો થઈ ગયો હતો: 'થાકને ભગાવવા માટે કામ કરવું જોઈએ એવું તો તારી પાસેથી સાંભળ્યું.'

'એ હું તમારી પાસેથી શીખી છું ડૉક્ટરસાહેબ!' વસુંધરા બોલતાં તો બોલી ગઈ એટલે પૂરું કર્યા વિના છૂટકો નહોતો: 'જુઓને તમે પણ બપોરે ક્યાં આરામ કરો છો. જમવા માટેય ઘેર નથી જતા.'

રોશને ધારદાર નજરે તેની સામે જોયું. એના બોલવામાં કોઈ કટાક્ષ છુપાયો નથી ને એની ખાતરી કરવા માંડી. એ આવી ત્યારે પોતે ઉપર હતો એનો ખુલાસો કરવો જરૂરી લાગ્યો પણ કોઈ બહાનું હોઠે આવ્યું નહીં ત્યારે ટેબલ પર પડેલું પુસ્તક નજરે પડ્યું.

'અરે હાં સિસ્ટર, સવારે જ લંડનથી ડૉક્ટર સ્કૉટનો જવાબ આવ્યો છે.' કહેતાં તેણે પુસ્તક વચ્ચેથી પરબીડિયું ખેંચ્યું અને વસુંધરાની આંખોમાં ઊપસેલી ચમક પણ જોઈ લીધી: 'જવાબ આશાસ્પદ છે. એમણે લખ્યું છે કે અનુરાધાની ખામી બહુ આસાનીથી દૂર થઈ શકશે. એ ઑપરેશન બહુ મેજર નહીં હોય. પણ ત્રણેક મહિના રાહ જોવી પડશે.

'ત્રણ મહિના!' વસુંધરા ચોંકી ત્યારે રોશન લુખ્ખું હસ્યો:

'હા, તારી જેમ મને પણ નેવું દિવસનો ગાળો બહુ લાંબો લાગ્યો...' એક હળવો નિસાસો નાખ્યો: 'પણ શું થાય. વરસમાં બે વખત જ એ યુરોપની બહાર નીકળી શકે છે. ત્રણ મહિના પછી જ સર્જન ઇન્ડિયા આવી શકશે અને આ વખતે કલકત્તામાં મુકામ રાખવાના છે.'

'ત્યારે તો આપણે સર્જરી માટે કલકત્તા જવું પડશે.'

'આપણે' શબ્દ રોશનને બહુ ખટક્યો છતાં તેણે દેખાવા દીધું નહીં: 'સિસ્ટર, અનુરાધાના ઇલાજ ખાતર કલકત્તા તો શું યુરોપ જવું પડે તોય હું ખચકાઉં નહીં.'

પછી એરમેઇલ લેટર તેણે વસુંધરા તરફ લંબાવ્યો: 'આમાં ડૉક્ટર સ્કૉટે સર્જરીની પૂર્વતૈયારી માટે કેટલીક પ્રી-ટ્રીટમેન્ટ પણ લખી મોકલી છે. આપણે થોડા દિવસમાં જ શરૂ કરી દેવી પડશે.'

વસુંધરા પત્ર વાંચતી હતી એ દરમિયાન રોશન પુસ્તકમનાં પાનાં ઉથલાવતો રહ્યો. આ ધીરગંભીર અને ચબરાક નર્સની હાજરી તેને કોઈક વાર બહુ ખટકતી. એના પર અનુરાધાને બેહદ વિશ્વાસ હતો અને તેથી જ રોશન પરેશાન રહેતો. અનુરાધાથી છુટકારો મેળવવાની તેની સમગ્ર યોજના આ બાઈને બેખબર રાખીને જ પાર પાડી શકાય તેમ હતી અને છતાં કોઈને શંકા ન જાય એ રીતે કામ પતાવવા માટે આ બાઈનો સાથ પગલે પગલે જરૂરી હતો. વસુંધરા ન હોત તો

આ કાર્ય બહુ આસાનીથી પોતે પતાવી શકત, પણ હવે તે છે જ ત્યારે એનો ઉપયોગ કરીને એમાં પાર ઊતરવાનો લાંબો રસ્તો તેણે વિચારી રાખ્યો હતો. સાચવી સાચવીને તે એક એક પગલું ભરવા માગતો હતો અને વિચારી રાખેલું દરેક પગલું વારે વારે ચકાસી લેતો હતો. જાણે કુદરત પણ તેના પ્લાનમાં મદદરૂપ થવા માગતી હોય તેમ મુશ્કેલીઓનો ઉકેલ આપોઆપ સામે આવી જતો હતો.

વસુંધરા પત્ર પૂરો કરી કાગળની ઘડી વાળતી મરકતી હતી ત્યારે રોશને તેની સામે પેલું પુસ્તક ધરી દીધું: 'એક અણધારી મુશ્કેલી ઊભી થઈ છે.' બહુ સાવચેતી સાથે તેણે વાત રજૂ કરી: 'જો આ વાંચ!'

વસુંધરાએ પુસ્તકના મથાળા પર નજર નાખી: 'સોમનામ્બુલન્સ.' બે-ત્રણ વાર વાંચી ગઈ છતાં તેનો અર્થ ઊકલ્યો નહીં ત્યારે પ્રશ્નસૂચક નજરે ડૉક્ટર સામે જોયું: 'હું કાંઈ સમજી નહીં.'

રોશન પણ સામું મલક્યો: 'સોમનામ્બુલન્સ એટલે સ્લીપ વૉકિંગ... ઊંઘમાં ચાલવાનો રોગ.'

'ઓહ...' વસુંધરાએ ધરપત અનુભવી: 'મેડિકલ નામ વાંચીને પહેલાં તો હું મૂંઝાઈ ગઈ કે આ વળી કઈ બીમારી હશે? નામ બોલતાં જ જીભને લોચા વળે છે.'

છતાં ડૉક્ટરને ગંભીર જોઈ એ જરા ગંભીર બની ગઈ: 'પણ સાહેબ, આ બીમારીવાળો કોઈ દર્દી આવ્યો છે?'

'દર્દી આવ્યો નથી.' રોશને સિફતથી કહી દીધું: 'ઘરમાં જ દર્દી છે!'

'ઘરમાં?' વસુંધરાના મગજમાં ઝબકારો થયો: 'શું... અનુરાધા... બહેન!'

રોશને ગંભીરભાવે માથું નમાવતાં કહ્યું: હા! પણ તારે એની બહુ હોહા કરવાની નથી.' તેના બોલવામાં સાવચેતીનો સૂર ઉમેરાયો. ભોલાને પણ સંભળાવવા જેવી વાત નથી એવું સૂચવવા માટે તેણે છોકરાને 'ઉપરથી ચા લઈ આવ' એમ કહી આઘોપાછો કરી દીધો. વસુંધરાને સામેથી ખુરશી પર બેસવા ઇશારત કરી. ટેબલ પર પડેલા પાણીના ગ્લાસમાંથી બે ઘૂંટડા પીધા, ગળામાં લટકતા સ્ટેથોસ્કોપને ઠીકઠાક કરતાં ખોંખારો ખાઈને કહ્યું:

'બે દિવસ પહેલાંની રાતે અચાનક હું જાગીને જોઉં છું તો અનુરાધા પથારીમાં નહોતી. બેડરૂમનું બારણું ઉઘાડું હતું. મેં માન્યું કે કદાચ માના રૂમમાં આંટો મારવા ગઈ હશે કે દૂધ મેળવવાનું યાદ આવ્યું હશે તો રસોડામાં ગઈ હશે. મારી ઊંઘમાં ખલેલ ન પહોંચે એટલા ખાતર તેણે રૂમની લાઇટ પણ ઑન કરી નહોતી. તેની રાહ જોવામાં મને ક્યારે ઊંઘ આવી ગઈ એનો ખ્યાલ ન રહ્યો. સવારે શું થયું ખબર છે?'

સવાલ પૂછીને રોશન અટક્યો. વાતના પ્રવાહમાં ખેંચાયેલી વસુંધરાએ સામું પૂછ્યું પણ નહીં કે, સવારે શું થયું? છતાં તેણે આગળ ચલાવ્યું:

'સવારે તેણે મને જગાડ્યો. હાથ ખેંચીને બેઠો કર્યો. મારી તરફ પીઠ ફેરવીને ઊભી રહી: બોલો જોઈએ, રાત્રે આ પરાક્રમ તમે કર્યું?'

'હું કાંઈ સમજ્યો નહીં. આંખો ચોળીને જોયું પણ મને તેની પીઠ પર કાંઈ જ પરાક્રમ જેવું દેખાયું નહીં: રાધા, તું શું કહેવા માગે છે એમ પૂછ્યું ત્યારે છંછેડાઈને મારો કાન પકડ્યો...'

કાન પકડવાની વાત પર વસુંધરા શરમાઈ નીચું જોઈ ગઈ ત્યારે રોશનને ખ્યાલ આવ્યો કે પોતે વધુ પડતી વિગત કહી રહ્યો છે:

'સિસ્ટર, હું રૉમેન્ટિક કિસ્સાના મૂડમાં આ બધું નથી કહી રહ્યો. શરમાવાની કોઈ જરૂર નથી. અનુરાધાએ મારો કાન પકડીને પૂછ્યું કે સૂતી ત્યારે મારા ચોટલામાં ફૂલ ખોસેલું નહોતું તો પછી ક્યાંથી આવી ગયું?'

'સિસ્ટર, હું તેની વાત પર ચોંક્યો. પહેલાં તો મેં એને મજાક માની લીધી ત્યાં યાદ આવ્યું કે એ રાતે ઊઠીને બહાર ગઈ હતી. કદાચ બગીચામાં જઈને ફૂલ ચૂંટી આવી હશે અને હવે સવારે શરારત કરવાનું બહાનું બતાવે છે.'

'હું એને કહેવા જ જતો કે રાધા, મને બનાવ નહીં. રાતે તું જ તારી મેળે જઈને બગીચામાંથી ફૂલ લઈ આવી છો. પણ એ કહેવા જાઉં તે પહેલાં મને અનુરાધાએ ચારેક દિવસ પહેલાં કહેલી વાત યાદ આવી ગઈ. તેની મા પાસેથી એ જાણી આવેલી કે બચપણમાં તેને ઊંઘમાં ચાલવાની આદત હતી... આદત... નહીં પણ રોગ હતો, કદાચ અનુરાધાને પુરાણો રોગ ફરી લાગુ પડ્યો હશે...'

'તો શું ડૉક્ટરસાહેબ, તમે એ ફૂલ તેના વાળમાં નહોતું ખોસ્યું?' વસુંધરા એવી રીતે પૂછી બેઠી કે રોશન ચોંક્યો. જાણે ઊલટતપાસ લેતી હોય એવો એ સવાલ હતો, પણ ગુસ્સો થવાને બદલે રોશને નિસાસો નાખ્યો: 'વસુંધરા, ખરેખર જો મેં એ ફૂલ ખોસ્યું હોય તો મને આનંદ થાત... છતાંય અનુરાધાને તો મેં એમ જ કહ્યું કે હા, મને ઊંઘ નહોતી આવતી એટલે બગીચામાં લટાર મારવા ગયેલો. ત્યાંથી ફૂલ તોડી લાવેલો અને તારા ચોટલામાં ગોઠવી દીધું...'

'શું તેણે એ માની લીધું?'

'હા. મને ઠપકો આપ્યો: તમને ઊંઘ નહોતી આવતી તો મને જગાડી કેમ નહીં? હુંય તમારી સાથે બાગમાં આવત ને... ફૂલ ભરાવવાનું હેત ઉભરાયું ત્યારેય મને ઊંઘતી રાખી...'

વસુંધરા ગંભીર થવા લાગી: 'એટલે શું બચપણનો રોગ...'

'કદાચ એમ જ હશે.' રોશને ચાની ટ્રે લઈ આવેલા ભોલાને સિગારેટનું પાકીટ લઈ આવવાના બહાને ફરી આઘો કર્યો: 'સિસ્ટર, તેને જાણ ન થાય તેમ હું બાગમાં લટાર મારી આવ્યો. જઈને જોઉં છું તો ભીની માટીમાં કોઈકનાં પગલાં પડેલાં હતાં. પાછા આવીને અનુરાધાના પગ જોઈ લીધા પણ તેનાં તળિયાં પર જરાય મેલ લાગ્યો નહોતો એટલે વધારે ઉલઝનમાં પડ્યો. પણ ત્યાર પછી રાધાના સ્લીપર પર નજર પડી અને પુરાવો મળી ગયો.'

'શું?'

'તેના સ્લીપરનાં તળિયાં કાદવવાળાં હતાં.'

'હેં!' વસુંધરાનું મોં અધખુલ્લું રહી ગયું.

થોડી વાર બેમાંથી કોઈ કાંઈ બોલી શક્યું નહીં. રોશને કાંડાઘડિયાળમાં જોયું તો ચાર વાગી ગયા હતા. પેશન્ટો આવવાનો સમય થઈ ચૂક્યો હતો. છતાં થોડીક વાત કહેવાની બાકી હતી. ભોલાએ લાવીને ટેબલ પર મૂકેલા સિગારેટના પાકીટનું રેપર ખોલતાં તેણે વસુંધરા સામે જોયું:

'બસ, ત્યારથી હું આ પુસ્તક વાંચવામાં ડૂબી ગયો છું. બચપણનો રોગ શા કારણસર ફરી લાગુ પડ્યો, એનાં લક્ષણો, ઉપાયો અને આઘાત- પ્રત્યાઘાતો સમજી લઉં.'

વસુંધરા વિચારવા લાગી: અનુરાધાને જાણ થાય તેમાં શું વાંધો હોઈ શકે? દર્દીને આવા રોગથી લાંબો સમય અજાણ રાખી કેમ શકાય?

'ડૉક્ટરસાહેબ, અનુરાધા જાણી જાય તો કાંઈ હરકત થાય ખરી?'

'અત્યારના સંજોગોમાં હરકત ખરી.' રોશન આવા જ કોઈ સવાલની રાહમાં હોય તેમ બોલી ગયો: 'ડૉક્ટર સ્કૉટના પત્રમાં તેં વાંચ્યું ને? પ્લાસ્ટિક સર્જરીની પ્રી-ટ્રીટમેન્ટમાં બહુ કાળજી લેવી પડે છે. દર્દીના ચહેરા પર ચામડી લગાડવા માટે શરીરના કયા ભાગમાંથી ચામડી લેવી તે તો એ રૂબરૂ આવીને તપાસશે ત્યારે જ ખબર પડશે. ત્યાં સુધી અનુરાધાના શરીરનું, હાથ-પગ અને કપાળની ચામડીનું બરાબર જતન થવું જોઈએ. ચામડી પર ફોડકી હોય, ખરાબી હોય, અરે, નાનો એવો ઉઝરડો પડ્યો હોય તોપણ એ કામમાં ન આવે.'

વસુંધરા વિચારતી હતી કે એને અને અનુરાધાને જાણ કરવાને શું લાગેવળગે? પણ રોશને વગરપૂછ્યે એનો ખુલાસો કરી દીધો:

'સાથે સાથે પેશન્ટની માનસિક સ્વસ્થતા પણ બરાબર હોવી જોઈએ. અનુરાધાને જો ખબર પડે કે પોતે ઊંઘમાં ચાલે છે તો કદાચ મન પર વિપરીત અસર થાય. અરે રોગ વધુ એક્યૂટ પણ બની જાય અને એમાં કદાચ પ્લાસ્ટિક

સર્જરીનો આપણો ઇરાદો જ માંડી વાળવો પડે.'

'તો પછી?' વસુંધરા લાચાર નજરે રોશનની સામે જોવા લાગી: 'એને માટે કંઈ ઇલાજ...'

'ઇલાજ એ કે આપણે એને ખુશ રાખવી. આમે પ્લાસ્ટિક સર્જરીની વાત થઈ ત્યારથી એ 'મૂડ'માં આવી ગઈ છે.'

'અને હાં ડૉક્ટરસાહેબ', વસુંધરાના અવાજમાં રણકો ઊપસ્યો: 'હું સ્મિતાને લઈ આવી છું. એની કંપનીમાં અનુબહેન ઓર મૂડમાં આવી જશે. આવતાંની સાથે જ એ આન્ટીની વહાલી થઈ ગઈ છે.'

'ત્યારે તો કુદરત આપણી 'ફેવર'માં છે.' રોશને સિફતથી વાત આટોપી લીધી અને વસુંધરા પણ દિલનો બોજ ઓછો થયો હોય તેમ હળવી ફૂલ થઈ કામમાં ગૂંથાઈ ગઈ.

દવાખાનામાં દાખલ થઈ ત્યારે શામલીના પેલા શબ્દોએ તેને ઉચાટમાં નાખી દીધી હતી. રોશનની દાનત વિશે તેને શંકા જાગી હતી. પણ ડૉક્ટર સાથેની આટલી વાતચીતે તેનાં ઉચાટ અને શંકાને શરમાવી દીધાં. ઉપરથી તેણે જાતને ઠપકોય આપી દીધો: ડૉક્ટરસાહેબ વિશે હું અજુગતી શંકા કરી બેઠી. એ બિચારા દિવસરાત અનુરાધાની જ ઉપાધિમાં અટવાયેલા રહે છે. છતાં હું માની બેઠી કે પત્ની પ્રત્યે એમને પ્રેમ નથી. પ્લાસ્ટિક સર્જરીની બનાવટ કરીને અનુરાધાને લુખ્ખો આનંદ આપવા મથે છે. કામને બહાને ક્લિનિકમાં રહીને આખી બપોર શામલી સાથે લહેર માણતા લાગે છે... પણ આ મારો ભ્રમ છે. શામલીની દાનત ભલે ગમે તે હોય પણ ડૉક્ટરસાહેબ તો અનુરાધાને સાચા દિલથી ચાહે જ છે!

*

'આવ આવ, વસુંધરા! કાલની હું તારી રાહ જોઉં છું.'

અનુરાધાની માએ જરૂર કરતાંય વધુ ઉમળકાથી તેને આવકારી: 'છોકરીને સાથે ન લઈ આવી?'

'માજી, એ તો અનુબહેનથી ઘડીક વાર પણ છૂટી પડવા રાજી નથી.'

'સારું થયું!' સાવિત્રીબહેને છીંકણીની ડબ્બી ખોલી તપકીરની ચપટી લેતાં કહ્યું: 'અનુને સંતાનની માયા લગાડવાની જરૂર છે.'

વસુંધરા સાવિત્રીબાનો સ્વભાવ જાણતી હતી. મૂળ વાત પર આવવામાં એમને વાર ન લાગતી. જે લાગતું તે સ્પષ્ટ કહી દેવું.

'માજી, સંતાનની માયા તો દરેક સ્ત્રીમાં સૂતેલી હોય છે જ. સમય આવે

ત્યારે આપોઆપ એ જાગ્રત થાય છે.'

'એટલે અનુનો હજુ એ સમય નથી આવ્યો એમ તારું કહેવું છે?'

સવાલ પણ કેવો સ્પષ્ટ પૂછી નાખ્યો! વસુંધરા નર્સ ન હોત તો વડીલ સમક્ષ આવી ચર્ચા કદાચ તેણે ટાળી હોત!

'મારું કહેવું એમ છે કે આ જમાનામાં આવી ઉતાવળ કોઈને ગમતી નથી. તેમાં ડૉક્ટરસાહેબ જેવા ભણેલા-ગણેલા પુરુષને તો...'

'રોશનને ઉતાવળ ન હોય તે હું સમજું છું.' સાવિત્રીબહેનના બોલવામાં આછેરો કટાક્ષ હતો કે નહીં તે વસુંધરા પારખી શકી નહીં. તેમને આગળ બોલવા દીધા. 'પણ અનુએ ઉતાવળ કરવી જોઈએ. તમે ભણેલાંગણેલાં આ ખોટું તૂત પકડી બેઠાં છો. બાળક આવવાથી આફત આવી પડશે એવું માની જ કેમ શકાય?'

એનો જવાબ વસુંધરા આપી ન શકી.

'તારી જ વાત લે, વસુ!' હવે સાવિત્રીબહેન સહેજ લાગણીવશ બની ગયાં: 'એક દીકરીના આધારે તને જીવનનો ભાર વહેવાનું કેટલું બધું આસાન બની ગયું!'

વસુંધરાને એમની વાત સો ટકા સાચી લાગી, છતાંય નિઃશ્વાસ નાખ્યો: 'પણ મારી વાત જુદી છે. અનુબહેનના સૌભાગ્યને થોડી આંચ આવવાની છે? તમારે એવો વિચાર ન કરવો જોઈએ, માજી.'

'વસુ; વાતને વાળી લેવાથી શું ફાયદો?' સાવિત્રીબહેનના અવાજમાં દઢતા વરતાવા લાગી: 'અનુના સૌભાગ્યનો નહીં, દુર્ભાગ્યનો વિચાર મને સતાવ્યા કરે છે.'

'એ પણ હવે બહુ વાર નહીં સતાવે.' વસુંધરા આવેશમાં બોલી ગઈ: 'ત્રણ મહિનામાં જ પ્લાસ્ટિક સર્જરી થઈ જશે.'

અને સાવિત્રીબહેનના ચહેરા પર કરચલીઓ પડી ગઈ. વસુંધરાનું ભીતર માપતાં હોય તેવી વેધક નજરે થોડી વાર તેમણે જોયા કર્યું:

'તમને બધાંને આ શું ગાંડપણ વળ્યું છે. સ્ત્રીના ચહેરાનો ડાઘ દૂર કરવાથી પુરુષના મનનો ડાઘ ઓછો ધોવાઈ જવાનો?' કહેતાં પોતાનો નિર્ણય ઉચ્ચારી દીધો: 'હું તો પ્લાસ્ટિક સર્જરી માટે રાજી નથી. એના કરતાં સુવાવડ વધુ સારી.'

વસુંધરા ડઘાઈ ગઈ.

પ્લાસ્ટિક સર્જરી અને સુવાવડની સરખામણી શું કામ કરવી જોઈએ? અનુરાધાએ તેને મા પાસે મોકલતી વખતે કહ્યું હતું: વસુ, બાને તારી વાત પર ભરોસો પડે છે. તને એમણે એ પૂછવા જ બોલાવી છે કે પ્લાસ્ટિક સર્જરીમાં કોઈ જોખમ તો નથી ને? તું બરાબર સમજાવીને એમના મનનો ભાર હળવો કરી નાખજે.

'પ્લાસ્ટિક સર્જરીને ગાંડપણ કેમ કહી શકાય, માજી?' વસુંધરા તેના સ્વભાવ પ્રમાણે સ્વસ્થપણે સમજાવવા લાગી: 'આજના જમાનામાં તો કુદરતે આપેલી ખોડ સુધ્ધાં ઑપરેશનથી દૂર થાય છે ત્યારે અનુબહેનનો ચહેરો તો જન્મથી સુંદર હતો અને અકસ્માતમાં ખરબચડો બની ગયો. એમનું અસલી રૂપ વિના જોખમે પાછું મળી જતું હોય તો એમાં ખોટું શું છે?'

'વિના જોખમે?' સાવિત્રીબહેન એ શબ્દ દાંત વચ્ચે કચડીને બોલ્યાં: 'તને ખાતરી છે કે મારી એકની એક પુત્રીના જીવનું તેમાં કોઈ જોખમ નથી? સાચું કહેજે વસુંધરા...'

વસુંધરા વિચાર કરવા ન રોકાઈ. શ્રદ્ધાના રણકા સાથે કહ્યું: 'એક રીતે તો કોઈ જ જોખમ દેખાતું નથી.'

પણ તેને અટકી જવું પડ્યું. કેટલું જોખમ છે એ સમજાવવા સરખામણી શોધવી પડી અને તે તરત જ જડી આવી:

'એમ તો આપણી સ્ત્રીઓની સુવાવડમાંય જોખમ ક્યાં નથી હોતું...છતાં આપણે એનાથી ડરીએ છીએ ખરાં?'

સાવિત્રીબહેન વસુંધરાની ચબરાકી પર ચોંકી ગયાં. પોતાની જ વાતનો દાખલો પોતાને આપી નર્સે પોતાને બોલતાં બંધ કરી દીધાં. એમનાથી મલકી જવાયું.

'વસુ, ક્યારેક તું મને મારી અનુ કરતાંય વધારે વહાલી લાગવા માંડે છે, કારણ કે એની જેમ તું જીદ નથી કરતી. તને વાત ગળે ઉતારતાં બહુ સરસ આવડે છે હં.'

એમના એ લાગણીભર્યા શબ્દોથી વસુંધરાની પાંપણોમાં આછેરી ભીનાશ છવાઈ ગઈ. સૂના જીવનમાં પણ તેને ચારેબાજુથી કેટલી બધી મમતા મળ્યા કરતી હતી! આ સૌનું ઋણ હું કંઈ રીતે ચૂકવી શકીશ? માને પુત્રીની ચિંતા થાય એ સ્વાભાવિક છે, પણ સાવિત્રીબાને તો ચિંતા કરતાંય કાંઈક વિશેષ સતાવી રહ્યું છે. એમના મનમાં કોઈક આશંકા ઘર કરી ગઈ છે. દીકરીના સૌભાગ્યને બદલે દુર્ભાગ્યની પીડા એમને સતાવે છે. એનો અર્થ શું કરવો?

'શું વિચારમાં પડી ગઈ છોકરી?' વસુંધરાને ચમકાવતાં એ બોલ્યાં: 'ભગવાન બધાં સારાં વાનાં કરશે એવી શ્રદ્ધા પર જીવી રહી છું, પણ જીવ બળ્યા કરે છે એને રોકી શકતી નથી.'

'જીવ બાળવાનું કોઈ કારણ તો હશે ને!'

'કા...ર...ણ' સાવિત્રીબહેને હોઠ કરડ્યા: 'જ્યાં સુધી પેલી હરામજાદીનો ઓછાયો રોશન પરથી હઠશે નહીં ત્યાં સુધી મારા જીવને શાંતિ નહીં થાય.'

એમનો ગુસ્સો ધૂંધવાતો ગયોઃ 'સ્ત્રી માટે બળીને મરી જવું સહેલું છે, પણ રોજ થોડું સળગ્યા કરીને અંદર ને અંદર ખાખ થયા કરવાની સજા ભગવાન કોઈને ન કરે.'

દુઃખતી રગ દબાવે તેવી પીડા વસુંધરાએ અનુભવી. મા અને દીકરીને આ કેવો અસાધ્ય રોગ લાગુ પડી ગયો છે. એનો ઇલાજ માત્ર રોગ લગાડનાર વ્યક્તિ પાસે જ છે. શામલી જો રોશનના જીવનમાંથી હઠી જાય તો બધાં જ દુઃખનો અંત આવે, પણ એ કેમ થઈ શકે? કોણ કરી શકે?

ના, ના, પ્રેમમાં બળજબરીથી કોઈ દૂર થતું નથી કે જબરદસ્તીથી કોઈને પામી શકાતું નથી. વસુંધરાને થયું કે શામલીને હઠાવવાનો વિચાર કરવાનો પોતાને કોઈ અધિકાર નથી. તેનું કામ તો રોશન અને અનુરાધાને નિકટમાં લાવવાનું છે.

'વસુ, તારા પર વિશ્વાસ છે એટલે કહું છું.' અનુરાધાની માતાએ તપખીરનો ઊંડો દમ લેતાં કહ્યુંઃ 'હું એ હરામજાદીને 'અનુરાધા ક્લિનિક'માંથી તગડ્યા વિના નહીં રહું, પછી ભલે તેનું ગમે તે પરિણામ આવે.'

'મા...જી!' વસુંધરા હેબતાઈ ગઈ. સાવિત્રીબહેનના ચહેરા પરની મક્કમતાએ તેને હચમચાવી દીધી. 'બળજબરીનું પરિણામ ક્યારેય સારું આવતું નથી, શામલીને પરાણે કાઢવા જશો તો રોશનને અનુરાધા માટે જે થોડોઘણો પ્રેમ છે એ નફરતમાં ફેરવાઈ જશે. રોગ કરતાંય તેનો આવો ઇલાજ વધારે ખતરનાક છે...'

પણ વસુંધરા આવું બધું કહી શકી નહીં.

'વસુ, તું કોઈને કહેતી નહીં, પણ મેં બધું જ વિચારી લીધું છે.'

'શું?' વસુંધરાનો અવાજ ધ્રૂજવા લાગ્યો.

'એ હરામજાદીનો ધણી અહીં પાછો આવીને તેને કાયદેસર ઉપાડી જાય એવી વેતરણ હું કરી રહી છું. પૈસાના જોરે બધું થઈ શકે છે; એક વાર એનો પત્તો લાગી જાય એની જ રાહ જાઉં છે.'

વસુંધરા ફફડી ઊઠી. વાત ગૂંચવાઈ રહી હતી. 'અનુરાધાની માતાનું આવું પગલું ડૉક્ટર રોશનલાલની આબરૂ પર ઘા કરવા જેવું પુરવાર થશે. આખું ખાનદાન બદનામ થઈ જશે. હવે થોડી ધીરજ રાખવાની જરૂર છે ત્યારે જ માજી અધીરાઈના આવેશમાં બાજી બગાડી નાખવા તૈયાર થયાં. ના, હું એમ નહીં થવા દઉં. મારાથી બરબાદીનો આ તમાશો નહીં જોઈ શકાય.'

'ભલે માજી, તમે વડીલ છો. તમારી પીડા હું સમજું છું.' વસુંધરાનો શ્વાસ ઘૂંટાતો હોય તેમ એ અટકી અટકીને બોલતી હતીઃ 'પણ તમારે આ જ માર્ગ અપનાવવો હોય તો હું વચ્ચે નહીં આવું બસ! મને થોડા દિવસનો સમય આપો.

હું કોઈ પણ બહાનું કાઢી અનુરાધા ક્લિનિકમાંથી છૂટી જઈશ. જમ્મુ છોડીને બીજે ક્યાંય ચાલી જઈશ. પછી...'

'વસુ!' માજી ઢીલાં પડી ગયાં: 'હું તારો સાથ માગી રહી છું અને તું નાસી છૂટવા માગે છે!'

'તમને મારી પાસેથી બધું જ માગવાનો હક્ક છે. તમે મારા પર વિશ્વાસ મૂક્યો છે, મારા પર સ્નેહ રાખ્યો છે. અનુરાધાની જેમ મનેય દીકરી જેવી ગણી છે.'

'છતાં પણ...'

'હાં, છતાં પણ હું આમાં સાથ આપી શકું તેમ નથી.' વસુંધરા હવે દઢતાથી બોલી: 'સચ્ચાઈનો માર્ગ ગમે તેટલો લાંબો કે વિકટ હોય તો મને મંજૂર છે, પણ છળકપટના ટૂંકા રસ્તા પર પગલાં માંડવાં હું ક્યારેય તૈયાર નહીં થાઉં, કારણ કે એનું પરિણામ પણ બનાવટી આવવાનું એમ હું માનું છું.'

'શામલીને તેનો વર લઈ જાય એમાં છળકપટ ક્યાં આવ્યું?'

'તમારા પૈસાની લાલચમાં એ શામલીને લેવા આવે તેમાં કોઈ કપટ નથી?' ધારદાર સવાલ પૂછી બેઠી વસુંધરા: 'પત્નીને છોડી જનાર એ કાયર પુરુષને હથિયાર બનાવવા જતાં આપણે જ જખમી નહીં થઈએ એની ખાતરી શું?'

સાવિત્રીબહેનને તેના બોલમાં સચ્ચાઈનો રણકો સંભળાયો. આ સ્ત્રીનું દિલ સાફ છે. બીજાને અવળે માર્ગે જતા એ જોઈ શકતી નથી. કોઈને અન્યાય કરવાથી પોતાને ન્યાય મળે છે એવું એ માનતી નથી.

'પણ તો પછી ક્યાં સુધી મૂંગા મૂંગા આ અજંપો વેઠ્યા કરવો?' લાચારપણે એ બોલી ગયાં: 'વસુ, આનો કોઈ ઇલાજ નથી.'

'છે!' એટલું કહ્યું ત્યાં સાવિત્રીબહેન આગળ સાંભળવા ટટ્ટાર થઈ ગયાં: 'એક જ ઇલાજ છે... અને તે ધીરજ.'

'ધીરજ!' સાવિત્રીબહેને મૂંગો નિસાસો નાખ્યો. ધીરજ એ કેવો છેતરામણો શબ્દ છે. ધીરજ રાખવાને બહાને માણસ મોટે ભાગે પોતાની જાતને જ છેતરતો હોય છે. ધીરજના ફળ મીઠાં હોય છે!

'વસુ, તમારે ત્યાં કોઈ દર્દી આવે તો તમે એનો ઇલાજ કરવાને બદલે એમ કેમ નથી કહી દેતાં કે ધીરજ રાખો, રોગ આપોઆપ મટી જશે.'

તેમની આ દલીલ વસુંધરાને ચોંકાવી ગઈ. છતાં જવાબ આપવામાં તેણે વાર ન લગાડી.

'માજી, ઇલાજ ન કરીને ધીરજ રાખવાનું અમે નથી કહેતાં, પણ ઇલાજ ચાલે ત્યાં સુધી ધીરજ રાખવાનું જરૂર કહીએ છીએ.'

'પણ અનુરાધાના રોગનો કોઈ ઇલાજ તારી પાસે તો નથી.'

'ઇલાજ તો છે, પણ તમને એ ગમતો નથી.' વસુંધરા જરાય કંટાળ્યા વિના સમજાવવા લાગી: 'પ્લાસ્ટિક સર્જરી સામે તમે સુવાવડનો ઇલાજ સૂચવ્યો હતો હું એમાં સંમત છું, પણ પ્લાસ્ટિક સર્જરીની અનુબહેનને પહેલી જરૂર છે. એ બે મહિનાથી કેટલાં ખુશ રહે છે એ તમે એક માની આંખે જોઈ શક્યાં હશો. એમને ડૉક્ટરસાહેબ માટે કેટલી લાગણી ઊભરાય છે એ હું પણ જોઈ શકું છું.'

'અને એ લાગણીના જોરે અનુરાધા પોતાનું બધું લૂંટાવા તૈયાર થઈ છે એની તને જાણ નહીં હોય.'

'પોતાનું બધું?' વસુંધરા એમને તાકી રહી.

'હા વસુ, હવે તે એના પિતાનો બધો જ વારસો રોશનના નામે કરી દેવા માગે છે. મેં સમજાવવા કોશિશ કરી તો મારી સાથે ઝઘડવા તૈયાર થઈ. પતિને ખાતર સ્ત્રીએ સર્વસ્વ સમર્પણ કરી દેવું જોઈએ એ હું અનુરાધા કરતાં વધુ સારી રીતે સમજું છું, છતાંય હું કહું છું કે વારસો રોશનને નામે કરી દઈને તે લૂંટાઈ જવાની મૂર્ખાઈ કરે છે.'

વસુંધરા માટે આ નવો ફણગો હતો. એ તેના પર વિચારતી હતી ત્યાં અનુરાધાની બાએ બાકીનો ઊભરો ઠાલવી દીધો:

'લાખ સુવાવડે એકાદ સ્ત્રી મરી જાય છે તેમ પ્લાસ્ટિક સર્જરીના ઑપરેશનમાં મારી અનુને કાંઈ થઈ જાય તો...'

'માજી!' વસુંધરા લગભગ બરાડી ઊઠી.

'હા વસુ, હું આટલી હદે વિચારી શકું છું એનો તને આઘાત ભલે લાગે, પણ હું મૂંગી નહીં રહું... તારી પાસે તો મનના આવા અમંગળ વિચાર ખુલ્લા કરતાંય નહીં અચકાઉં.'

'તમે તો મને મૂંઝવી દીધી.' વસુંધરાએ ઘડિયાળમાં જોયું. બપોરનો એક કલાક કાઢીને તે આવી હતી પણ સવા કલાકે વાત પૂરી થવાને બદલે જાણે શરૂ થતી હોય તેમ એને લાગ્યું.

'તને મૂંઝવવા માટે મેં નથી બોલાવી.' સાવિત્રીબહેને વાતનો દોર સાધ્યો: 'મૂંઝવણમાંથી તારે જ માર્ગ કાઢવાનો છે. અનુને તું કોઈ પણ હિસાબે મનાવી લે કે ઑપરેશન પહેલાં વારસાનો કોઈ જ વિચાર ન કરે.'

'પણ મારાથી આવી બાબત...' વસુંધરાને આનાકાની કરતી જોઈ એટલે અનુરાધાની માએ સંભળાવી દીધું:

'તો મારાથી પણ ઑપરેશન સુધી રાહ નહીં જોવાય. શામલીના ધણીને

હાજર કરવામાં ત્રણ મહિનાય નહીં લાગે. પછી ભલે જે થવાનું હોય તે થાય.'

થોડી વાર ખામોશ રહીને વસુંધરા જવા માટે ઊઠી: 'ભલે હું વિચાર કરીને કોઈક રસ્તો કાઢું છું.' એવું આશ્વાસન આપી તેણે રજા લીધી. પણ દવાખાના સુધીનો ટૂંકો રસ્તોય તેને બહુ લાંબો લાગ્યો. પગલે પગલે પોતે કોઈ ભુલભુલામણીમાં અટવાતી ફાંફાં મારી રહી હોય એવો થાક તેને લાગ્યો.

*

'ટોમેટી, તું આટઆટલું બોલે છે છતાં તને થાક લાગતો જ નથી?' રસોડામાં અનુરાધાને મદદ કરતી સ્મિતાએ આ સવાલ સાંભળીને આંખો પહોળી કરી: 'કેમ આન્ટી, અઠવાડિયામાં મારી બોલ-બોલથી બોર થઈ ગયાં?'

'લુચ્ચી, હું પૂછું છું એનો જવાબ આપ!' અનુરાધાએ તેના કાનની બુટ્ટી પકડી: 'આટલું બધું બોલવા છતાં શરીરે તો તગડી રહે છે.'

'તો સાંભળો.' પેલીએ ગંભીર મુખમુદ્રા કરીને કહ્યું: 'બોલવાથી ફેફસાંને કસરત મળે છે અને જેનાં ફેફસાં મજબૂત હોય તેને શ્વાસમાં વધારે ઑક્સિજન મળે છે અને ઑક્સિજન નામનો ગૅસ ફુગ્ગાની જેમ માણસને ફુલાવી દે છે.'

અનુરાધા તેના જવાબ પર ખડખડાટ હસી પડી. પણ સ્મિતાએ ઠાવકાઈ ન છોડી:

'હસો નહીં આન્ટી, મારી વાત ખોટી લાગતી હોય તો ડૉક્ટર અન્કલને પૂછી જોજો.'

સ્મિતા સાથે આવી છેડછાડ કરવાની અને તેની હાજર-જવાબી સાંભળવાની અનુરાધાને બહુ મજા પડતી. સવારે ઊઠીને સ્મિતા તેની પાસે 'ગુડમૉર્નિંગ આન્ટી' કહેતી દોડી આવતી. હાથમાં બે ફૂલ લેતી આવે. એક અનુરાધાના અંબોડામાં ખોસે અને બીજું ફૂલ અનુરાધા તેની પોનીટેલમાં ભેરવી દે. રોશન મોટાભાગે દવાખાને જવા નીકળી ગયો હોય નહીંતર તેને 'હલ્લો અન્કલ' કહીને એકાદ સવાલ અચૂક પૂછે: 'હેં અન્કલ, માણસ રાત્રે ઊંઘમાં નસકોરાં બોલવતું હોય છે એની શું દવા કરાય?'

'કેમ, તારી મમ્મી નસકોરાં બોલાવે છે?' રોશને આમ પૂછ્યું તો એણે લહેકાથી કહ્યું...

'નહીં અન્કલ, મારી રૂમ પાર્ટનરને આવી આદત છે. એક વાર મને એવી ચીડ ચડી કે તેના નાકમાં રૂ ભરાવી દીધું. પણ બીજા દિવસે મેટ્રને મને પનિશમેન્ટ આપી.'

રોશન હસી પડ્યો.

‘બેબી, નસકોરાંની કોઈ દવા નથી હોતી. તેના નાકમાં રૂ ભરાવવાને બદલે તારા કાનમાં રૂ ભરાવીને સૂવાનું તને ન સૂઝ્યું?’

‘એ કેમ બને? નસકોરાં પેલી બોલાવે અને રૂ હું ભરાવું? તો તો પછી સવારે ઊઠવાનો બેલ મને ક્યાંથી સંભળાય? અને મોડા ઊઠવાની પનિશમેન્ટમાં નાસ્તો ગુમાવવો પડે.

રોશને માથું ખંજવાળીને પોતાની હાર કબૂલી લીધીઃ ‘નસકોરાંનો ઇલાજ ખરેખર કોઈએ શોધવો જોઈએ.’

ત્યાર પછી રોશન સાંજે દવાખાનેથી આવે એટલે સ્મિતા એને પૂછી બેસે, ‘કેમ અન્કલ, નસકોરાંનો ઇલાજ મળ્યો?’

અનુરાધાને સ્મિતાની કંપનીમાં દિવસ ક્યાં પસાર થઈ જતો એનો ખ્યાલ રહેતો નહીંઃ પહેલાં નવરી પડતી ત્યારે શામલી યાદ આવી જતી અને જીવ બળવા લાગતો એ હવે ભૂતકાળની વાત બની ગઈ. જાણે પોતાનું બચપણ સ્મિતા રૂપે પાછું મળ્યું હોય તેમ એને લાગવા માંડ્યું. બાળકની કલ્પનામાંય કેવી નિખાલસતા હોય છે એ વિચારથી તેનું દિલ હળવું બની જતું.

એક વાર રસોઈ કરતાં કરતાં તેણે સ્મિતાને પૂછ્યુંઃ

‘હેં છોકરી, બહુ આનંદમાં આવી જાય તો તને શું કરવાનું મન થાય?’

જાણે જવાબ તૈયાર હોય તેમ પેલી બોલી ઊઠીઃ

‘બહુ આનંદમાં આવું ત્યારે ખૂબ ખૂબ ખાવાનું મન થઈ જાય.’

‘એ તો તને હંમેશાં મન થાય છે.’

‘એમ નહીં આન્ટી, મને ઘણી વાર એવું મન થાય છે કે રસોડામાં દાખલ થાઉં કે તરત જ હું તમારા જેવી મોટી થઈ જાઉં. પછી મારા હાથે જ સરસ સરસ રસોઈ બનાવું. પછી શું કરું ખબર છે?’

‘શું?’

‘બધી રસોઈ થાળીમાં પીરસીને હું બહાર જાઉં અને ફરી અત્યારે છું એવી નાનકડી થઈને પેટ ભરીને જમું.’

અનુરાધા તેની આ કલ્પના પર મુગ્ધ બની ગઈ.

‘પણ તેમાં મોટા થવાની અને ફરી નાના બની જવાની શું જરૂર?’

‘કેમ તમે સમજ્યાં નહીં, આન્ટી!’ એ બન્ને હાથના લહેકા કરીને બોલી ઊઠીઃ ‘મોટા થયા વિના રસોઈ સારી બને નહીં અને નાના થયા વિના જમવાની જ શું મજા પડે?’

અનુરાધા તેના આ જવાબ પર એટલી ખુશ થઈ ગઈ કે એ વાતને આખો દિવસ વાગોળ્યા કરી અને રાત્રે વસુંધરાને પણ કહી સંભળાવી: 'તારી દીકરીની ચાતુરી કોઈને પણ અદેખાઈ ઉપજાવે એવી છે. ભગવાન કાંઈક છીનવી લે છે તેના બદલામાં કાંઈક એવું પણ આપી દે છે કે ગમે તેવું દુઃખ ભૂલી જવાય. આવી મીઠી છોકરીને હૉસ્ટેલમાં રાખવાને બદલે અહીં સાથે જ શું કામ નથી રાખતી?'

'એને સાથે રાખું તો આખો દિવસ કામ કરવા કેમ જાઉં?'

'એની ચિંતા તારે નથી કરવાની.' અનુરાધાએ વિચારી રાખેલું હોઠે આવી ગયું: 'સ્મિતાને સંભાળવાની બધી જ જવાબદારી મારી.'

વસુંધરાએ આનાકાની કર્યા વિના હા પાડી દીધી: 'ભલે, પરીક્ષા પછી અહીં રાખીશું. ત્યાં સુધીમાં તમારી સર્જરી પણ સુખેથી પતી ગઈ હશે.'

વસુંધરાની ઇચ્છા થઈ કે અનુરાધાની બાએ પેલી વારસાની જે વાત કરી તે ઉચ્ચારવી. પણ પછી વિચાર માંડી વાળ્યો. કદાચ આવી ચર્ચામાંથી વિવાદ જાગી પડે તો તેની માનસિક તાણ, સર્જરીની પ્રી-ટ્રીટમેન્ટમાં વિઘ્ન ઊભું કરશે.

છતાં એક વિઘ્ન તો સ્મિતા જવાની હતી તેના આગલે દિવસે જ ઊભું થયું.

વહેલી સવારે રોશનની માતા પૂજાનાં ફૂલ તોડવા પગથિયાં ઊતરતાં હતાં ત્યાં એમની નજર ઉપર વરન્ડા તરફ ચોંટી ગઈ. સવારના આછા ઉજાસમાં તેમણે જોયું કે વરન્ડામાં રાખેલા દીવાન પર કોઈક ટૂંટિયું વાળીને સૂતું છે. લટકતા ચોટલા પરથી સ્ત્રી હોવાનો ખ્યાલ આવ્યો અને એ ભડક્યાં: 'અનુરાધા આવી ઠંડીમાં બહાર સૂતી છે.' પછી મનમાં ફડકો જાગ્યો: 'શું રોશન સાથે ઝઘડો કરીને...'

અને પગથિયાં ઊતરવાને બદલે નિર્મળાબહેન ઉતાવળે ઉતાવળે સીડી ચડવા લાગ્યાં. હમણાં હમણાં તેમને દાદર ચડવાથી શ્વાસ ચડી જતો છતાં પરવા ન કરી. હાફતાં હાફતાં રોશનના શયનખંડ પાસે પહોંચ્યાં. ઓરડાનાં બારણાં ખુલ્લાં હતાં. રોશન અંદર પલંગ પર ઓઢીને સૂતો હતો. બહાર વરન્ડામાં વહુ પણ ઘસઘસાટ ઊંઘતી હતી. ના, તેના ચહેરાની રેખાઓ તંગ નહોતી. ઊંઘમાંય હોઠ મરક મરક થતા હતા. ઠંડીને કારણે હાથની રુવાંટીઓ ઊભી થયેલી દેખાતી હતી.

કોને ખબર ક્યારની અહીં આવીને સૂઈ ગઈ હશે! એ મનમાં બબડ્યાં. થોડાં મૂંઝાયાં પણ ખરાં: પહેલાં રોશનને જગાડું? ના, એ ભલે સૂતો, વહુને જ ઉઠાડીને પૂછી જોઉં કે શું બાબત છે?'

'અનુરાધા!' હળવે હાથે તેમણે એના માથા પર હાથ ફેરવ્યો: 'વહુ બેટા!' ધીમા છતાં મમતાભર્યા અવાજે તેને ઢંઢોળી: 'આવી ઠંડીમાં અહીં...'

અને અનુરાધાની પાંપણો સહેજ સળવળી. ઠંડીની ધ્રુજારી વર્તાઈ હોય તેમ

તેણે ઓઢવાનું ખેંચવા માટે મીંચેલી આંખે હાથ ફંફોસ્યા.

'ઊઠ અનુરાધા, અંદર જઈને સૂઈ જા.'

ત્યારે અનુરાધાની આંખો ઊઘડી અને ઝબકી જતી હોય તેમ સાસુને જોઈ સફાળી બેઠી થઈ ગઈ. પહેલાં તો માન્યું કે પોતે બહુ ઊંઘતી રહી એટલે સાસુને ઉઠાડવા આવવું પડ્યું પણ બહાર ઉજાસ જોયો નહીં ત્યારે સાસુની હાજરીએ તેને ચમકાવી. આંખોનાં પોપચાંમાં હજુયે તેને બોજ વરતાતો હતો. તે ફરી સૂઈ જવાનું વિચારતી હતી ત્યાં સાસુએ પૂછ્યું:

'વરન્ડામાં આવીને કેમ સૂઈ ગઈ?'

અને એ આંચકા સાથે ઊભી થઈ ગઈ. શરીરમાં ધ્રુજારી વ્યાપી ગઈ હોય તેમ થરથર ધ્રૂજવા લાગી. સાસુએ પોતાની શાલ વહુને ઓઢાડી છતાં તેનું કંપન ઓછું થયું નહીં. એ આભી બનીને ઘડીક શયનખંડમાં નજર નાખતી તો ઘડીક દીવાન સામે જોઈ લેતી અને પછી શૂન્યભાવે સાસુ સામે તાકી રહેતી.

આમ કેમ બન્યું? એવા ભાવ તેના ચહેરા પર ઘૂંટાવા લાગ્યા ત્યાં રોશનનો અવાજ સંભળાયો:

'મા, શું ચાલી રહ્યું છે?' એ પલંગમાં સૂતો સૂતો બગાસું ખાઈને પૂછતો હતો: 'પિતાજીની તબિયત તો સારી છે ને?'

નિર્મળાબહેનને હવે એટલું તો સમજાઈ ગયું કે દીકરા-વહુ વચ્ચે કાંઈ તકરાર થઈ નથી પણ એથી તો એમનું વિસ્મય અનેકગણું વધી ગયું. અનુરાધાને ઓરડામાં લઈ આવી તેમણે રોશનને કહ્યું: 'બગીચામાં ફૂલ ચૂંટવા જતી હતી ત્યાં અચાનક મારી નજર વરન્ડામાં ગઈ. અનુરાધા ત્યાં ઊંઘતી હતી.'

'હેં!' રોશન પણ આશ્ચર્ય ઉછાળતો બેઠો થયો: 'ઉઘાડા આકાશ નીચે સૂવાની એની ઘેલછા ક્યારેક ન્યુમોનિયા લાગુ પાડી દેશે.'

એના અવાજમાં ઠપકો નહીં, પણ હમદર્દી હતી.

અનુરાધા હજુય ડઘાયેલી દેખાતી હતી. તેના મુખ પર હવે દુઃખની આછી રેખા ઊપસી આવી: 'બા, ખરેખર હું ત્યાં જઈને ક્યારે સૂઈ ગઈ એની જ મને ખબર નથી.'

'હાય, હાય,' સાસુએ ઉચાટ વ્યક્ત કર્યો: 'તારું મગજ તો ઠેકાણે છે ને, વહુ!'

અનુરાધા અપરાધના ભાવ સાથે નીચું જોઈ ગઈ. હવે રોશન પલંગમાંથી ઊભો થયો. હાથ પકડી માને ઓરડાની બહાર લઈ ગયો. કાનમાં કાંઈક કહ્યું અને પછી એકલો જ પાછો આવ્યો. અંદર આવતાં પહેલાં શયનખંડના દરવાજા તેણે વાસી દીધા. નીચું જોઈને ઊભેલી અનુરાધાના ખભે પાછળથી હાથ મૂક્યો:

'એમાં તારો કોઈ વાંક નથી, રાધા!'

'તો શું તમે મને ઊંચકીને બહાર સુવાડી દીધી હતી?' અનુરાધા તેના તરફ ફરીને પૂછી બેઠી: 'તમને એવી મજાક સૂઝી?'

એના સવાલે રોશનને એવો ચમકાવ્યો કે અજાણતાં જ તે બે ડગલાં પાછો હઠી ગયો: 'રા... ધા!' તેણે ગભરાટભર્યા અવાજે કહ્યું: 'તું ખરેખર એમ માને છે?

અનુરાધા ગૂંચવાઈ ગઈ: 'તો પછી...'

'હા રાધા, તું નર્વસ ન થવાની હો તો એક વાત કહું.' રોશન આટલું કહીને નજીક આવ્યો. બન્ને હાથ તેના ખભા પર ટેકવી હેતથી કહેવા લાગ્યો: 'તે દિવસે પણ તું જ ઊંઘમાં ચાલતી બગીચામાં જઈને ફૂલ ચૂંટી આવી હતી.'

અનુરાધાના ખભા ધ્રૂજી ઊઠ્યા એટલે રોશને તેના બન્ને ગાલ પર હાથ મૂક્યા: 'કદાચ બચપણમાં ઊંઘમાં ચાલવાની આદત હતી તે ફરી વળગી હશે.'

'સાચ્ચે!' અનુરાધાએ ઝૂકેલી પાંપણો ધીમે ધીમે ઊંચકી. કીકીઓ ચકળવકળ ઘુમાવતી તેની સામે જોવા લાગી: 'ઊંઘમાં ચાલવાની આદત નહીં, રોગ કહો!'

રોશન લુખ્ખું હસ્યો: 'પણ એમાં ગભરાવવાની કોઈ જરૂર નથી. અત્યારે તારે આરામની જરૂર છે...' પછી પોતાના બન્ને હાથ તેની પીઠ પાછળ લઈ જઈને ઉમેર્યું: 'અને હૂંફની પણ...'

ધીમે ધીમે તેના દેહ પર રોશનની ભીંસ વધતી ગઈ. ધીમે ધીમે બન્ને પલંગ તરફ સરકતાં ગયાં. રોશને હળવે હળવે એને પલંગ પર સુવાડી પછી રગ ખેંચીને પોતે પણ તેની પડખે ગોઠવાઈ ગયો: 'કેવી ખુશનુમા સવાર છે...'

અનુરાધા ગરમાવો અનુભવવા લાગી છતાંય તેના મનનો ભાર હળવો થતો નહોતો:

'તમે બાને કહી દીધું કે મને ઊંઘમાં ચાલવાની....'

'અત્યારે એ ભૂલી જા...' રોશને તેના હોઠની ફાડ આડે આંગળી મૂકી દીધી: 'ઘણી વાર માણસનું મન આનંદના અતિરેકમાં આવી જાય છે ત્યારે બચપણની યાદ સાથે બચપણની આદત પણ તાજી થાય છે.'

અનુરાધાને સ્મિતા યાદ આવી ગઈ. શું એના સહવાસે પોતાનું બાળપણ તાજું થયું?

'ઊંઘમાં ચાલવાની ચિંતા નહીં કર.' રોશનના ઘૂંટાતા શ્વાસ વચ્ચેથી અવાજ સંભળાયો: 'તારે આનંદમાં રહેવાની વધારે જરૂર છે. પ્લાસ્ટિક સર્જરી માટે એ સુખદ સંજોગો ગણાય.'

અને રોશનના વધતા જતા ઉશ્કેરાટને અનુરાધા માણવા લાગી. જાણે ઘણા

વખતે પતિનો ભરપૂર પ્યાર છલકાઈ રહ્યો હોય એવી લાગણીની ભીનાશ તેણે મહેસૂસ કરી.

આનંદના એ કેફમાં પોતે ક્યારે ઊંઘી ગઈ, રોશન ક્યારે દવાખાને ચાલ્યો ગયો અને સ્મિતા બે ફૂલ લઈને પલંગ પાસે આવીને ગુડમૉર્નિંગ કહેવા ક્યારની ઊભી રહી હતી તેનું તેને ભાન ન રહ્યું.

'આન્ટી, તમારી તબિયત તો સારી છે ને?'

'બહુ સારી છે, ટોમેટી! એકદમ સારી છે.' કહેતી અનુરાધાએ તેને પોતાના પડખામાં ખેંચી લીધી. તેને મન થયું કે સ્મિતાને ઊંઘમાં ચાલવાની વાત કહીને ખૂબ હસાવું, પણ તે કહી શકી નહીં. બટકબોલી સ્મિતા આખા ઘરમાં વાત ફેલાવી દેશે એ ખ્યાલથી તે શરમાઈ ગઈ.

'તું મને ગુલમર્ગથી રોજ પત્ર લખીશ ને?'

'ના આન્ટી, રોજ તો નહીં લખી શકાય.'

'કેમ એટલી બધી કામમાં રહે છે?'

'ના, અઠવાડિયામાં એક જ વાર લેટર લખવાનો અમારો નિયમ છે.'

'પણ હું તો તને રોજ પત્ર લખવાની. 'અનુરાધાએ ટાપલી મારીને તેને કહેલું: 'રોજ પત્ર આવે તેની સામે તો કોઈ મનાઈ નથી ને?'

બીજા દિવસે સ્મિતા વિદાય લેતી હતી ત્યારે અનુરાધાની આંખે ઝળઝળિયાં આવી ગયાં. સ્મિતાએ યાદ દેવડાવ્યું: 'રોજ લેટર લખવાનો તમારો વાયદો પાળશો ને?'

'હા ટોમેટી!' અનુરાધાએ તેના ગાલ ચૂમતાં કહ્યું: 'પણ એ ચાર-છ મહિના પૂરતું જ... પછી તો તને જ હું રોજને માટે અહીં બોલાવી લેવાની છું.'

અરીસામાં જોઈ ટાઈ બાંધતાં રોશને ત્યારે ઝાટકા સાથે ગરદન ફેરવીને અનુરાધાના નિખાલસ ચહેરા સામે નજર કરી. ટાઈની ગાંઠ વાળતાં તેના મનમાં એક પડઘો સંભળાયો: અનુરાધા, સ્મિતાને છેલ્લી વાર મળી લે. ફરી તું એને કદી મળી શકવાની નથી.

અને રોશનને અરીસામાં પોતાનો જ ચહેરો ભયાનક દેખાયો એટલે મોં ફેરવી લેવું પડ્યું.

* * *

૯

અનુરાધાના ઊંઘમાં ચાલવાના ત્રણ-ચાર કિસ્સા બની ગયા પછી ઘરમાં પહેલી વાર તેની ચર્ચા થઈ. અનુરાધા તેની માતાને મળવા ગઈ હતી એટલે તેની ગેરહાજરીમાં વાત ઉચ્ચારવાની રોશનનાં માતા-પિતાને તક મળી. રવિવારે દવાખાનું અર્ધો દિવસ બંધ હોવાથી રોશન ને વસુંધરા પણ ફુરસદમાં હતાં.

'મને તો બીક લાગે છે.' રોશનની માએ શરૂઆત કરી: 'આ રીતે ઊંઘમાં કોઈક વાર એ સીડી પરથી પડી જશે કે કમ્પાઉન્ડની બહાર નીકળી જશે તો...'

'મને એક વિચાર આવે છે.' પિતાએ ગંભીર રહેવાના પ્રયાસ સાથે રોશનને કહ્યું: 'તમારા બેડરૂમનાં બારણાં રાત્રે બહારથી બંધ કરી દઈએ તો?'

રોશનને જરા હસવું આવી ગયું: 'પિતાજી, ઇલાજ એવો ન હોવો જોઈએ કે જે રોગ કરતાં વધુ નુકસાનકારક નીવડે.' પછી તેણે વસુંધરા તરફ જોયું: 'વસુ, અત્યારે અનુરાધાને આપણે ખુશમિજાજમાં રાખવાની છે. પોતાના બેડરૂમનાં બારણાં બહારથી રાતે બંધ કરવામાં આવે તો એની તેના પર વિપરીત અસર થાય કે નહીં?

અભિપ્રાય આપતાં પહેલાં વસુંધરા વિચાર કરવા રોકાઈ એટલી વારમાં જુગલકિશોર પૂછી બેઠા: 'શું વિપરીત અસર થાય, રોશન?'

જવાબ આપવામાં રોશન સહેજ ખચકાયો. તેણે હવે વસુંધરા પરથી નજર વાળી લઈ માતાપિતા સામે જોયું:

'આપણે એની ઊંઘમાં ચાલવા બાબત બહુ ફિકર કરીએ છીએ એવું અનુરાધાને 'ફિલ' ન થવું જોઈએ. માણસ પાગલ હોય અને તેને વારે વારે પાગલ હોવાનું યાદ કરાવ્યા કરો કે ઓરડામાં પૂરી રાખો તો સાજા થવાને બદલે એનો રોગ વધી જાય છે. અનુરાધા તેની આદત મુજબ ઊંઘમાં ઊઠીને

બેડરૂમનાં બારણાં ઉઘાડવા જશે. તમે બારણાં બહારથી બંધ કર્યાં હશે... ઊંઘમાં એ બારણાં ખખડાવશે. પછી જાગ્રત અવસ્થામાં આવીને મને જગાડશે: બારણાં બહારથી કેમ બંધ કર્યાં છે? આપણને શું કામ પૂરી દીધાં છે? એમ પૂછશે. ત્યારે મારે તો એને સાચો જ જવાબ આપવો પડશે. 'તું ઊંઘમાં ચાલે છે અને ચાલતાં ચાલતાં પડી-બડી ન જાય એટલા માટે પિતાજીએ આ ઉપાય અજમાવ્યો છે.' એમ કહીશ એટલે એ વિચારતી થઈ જશે. વારંવાર તેને એ યાદ આવ્યા કરશે. પોતાની આવી આદત માટે ખેદ થશે, જાતને ઠપકો આપતી રહેશે અને આપણી સાથેના વર્તાવમાં એ અતડી અતડી રહેવા લાગશે. પોતે ગુનેગાર છે એવી 'ફીલિંગ' તેને સતાવ્યા કરશે.'

રોશને ડૉક્ટરની શૈલીથી, પિતાએ સૂચવેલા ઉપાયના આઘાત-પ્રત્યાઘાત સમજાવ્યા ત્યારે ત્રણેને તેની દીર્ઘ-દૃષ્ટિ અને ઊંડી સૂઝ પર માન થયું.

'તો તો પછી મેં જે ઉપાય વિચાર્યો હતો એ કહેવાનો કોઈ અર્થ જ નથી.' બોલતાં બોલતાં રોશનની માતાથી મરકી જવાયું.

'કેવો ઉપાય, મા?' રોશને જિજ્ઞાસા દર્શાવી ત્યારે નિર્મળાબહેન માથું હલાવી હસી પડ્યાં: 'કાંઈ નહીં, કહેવા જેવો નથી.'

'અરે મા, આ તો આપણી અંદર અંદરની વાતચીત ચાલે છે એમાં બધું જ કહેવાય. તમે કહેશો એટલે થોડું એમ જ થવાનું છે?'

'મને બહુ વિચિત્ર ઉપાય સૂઝેલો.' હસવાનું રોકીને માંડ માંડ એ કહી શક્યો, 'રોજ સૂતી વખતે અનુરાધાના પગ પલંગ સાથે બાંધી દીધા હોય તો?'

અને આ ઉપાય પર વસુંધરા સિવાય ત્રણે જણાં ખડખડાટ હસી પડ્યાં.

વસુંધરા હસી-બોલી નહીં તે રોશનના ધ્યાનમાં આવ્યું.

'તું કેમ કાંઈ કહેતી નથી? ઊંઘમાં ચાલવાની વાત તને એટલી બધી ચિંતાકારક લાગે છે ખરી?'

'ઊંઘમાં ચાલતાં કોઈ દર્દીનો મને હજુ સુધી અનુભવ થયો નથી.' વસુંધરા સાવધપણે અભિપ્રાય આપતી હતી: 'છતાં મૂંઝવણ એ વાતની થાય છે કે પ્લાસ્ટિક સર્જરીનું નક્કી થયા પછી આ રોગ કેમ લાગુ પડ્યો?'

રોશન સહેજ ચોંક્યો. વસુંધરાના બોલવામાં કોઈ ભેદ તો નથી ને? આ સ્ત્રીથી સંભાળવું પડશે.

'પ્લાસ્ટિક સર્જરી અને ઊંઘમાં ચાલવાને આમ તો કોઈ સંબંધ નથી.' તેણે સમજાવવા માંડ્યું: 'આવા રોગ ધરાવતા દર્દીઓની કેસ હિસ્ટરીમાંથી એક બાઈનો કેસ અનુરાધાને મળતો આવે છે.'

'કઈ રીતે, ડૉક્ટરસાહેબ?'

'એ બાઈને વર્ષો પછી સોમનાબ્યુલન્સ ફરી લાગુ પડ્યો અને તે પણ કેવી હાલતમાં... બાઈ પ્રેગનન્ટ હતી ત્યારે! પરણ્યાં પછી દસ વર્ષ સુધી બાઈને કોઈ સંતાન થયું નહોતું, મા બનવાની છે એ ખબર પડી ત્યારે એ ખૂબ ખુશ રહેવા લાગી. ચોથો-પાંચમો મહિનો થયો ત્યારે એકાએક ઊંઘમાં ચાલવાનું શરૂ થયું ડૉક્ટરો વિમાસણમાં પડી ગયા. તપાસ બાદ એટલું જાણવા મળ્યું કે બાઈને નાનપણમાં ઊંઘમાં ચાલવાની ટેવ હોય એવું ક્યારેક એના બાપે તેને કહ્યું હતું, પણ એ તેને મજાક માનતી હતી.'

રોશન અટક્યો, વસુંધરાના હાવભાવ નીરખ્યા.

'પછી રોશન, એ બાઈનું શું થયું?' આ સવાલ માએ પૂછ્યો હતો: 'એ બિચારી સુવાવડી ઊંઘમાં ચાલતાં ક્યાંય પડી ગઈ હોય તો...'

'મા, હું એ જ કહેવા માગું છું.' રોશને ટેબલ પર હાથની થાપી મારીને કહ્યું: 'તેને કાંઈ જ થયું નહોતું. નિર્વિઘ્ન ડિલિવરી પતી ગઈ એટલું જ નહીં, બે વરસ બાદ ઊંઘમાં ચાલવાનુંય બંધ થઈ ગયું.'

'એટલે, તમે એમ જ કહેવા માગો છો ને ડૉક્ટરસાહેબ, કે એ બાઈની જેમ અનુબહેનને આનંદના અતિરેકમાંથી સોમનાબ્યુલન્સ લાગુ પડ્યો.'

'એક્ઝેટલી!' રોશન આવેશમાં બેલ્યો: 'મુદ્દો તેં ઝડપથી પકડી પાડ્યો. આપણે બધાં જોઈએ છીએ કે પ્લાસ્ટિક સર્જરીનો પ્રસ્તાવ મૂક્યો ત્યારથી અનુરાધા ખુશ રહેવા લાગી છે. માણસના મનની કોઈ તીવ્ર ઝંખના તૃપ્ત થવાની હોય ત્યારે આવો પ્રત્યાઘાત થાય તે સ્વાભાવિક છે. એમાં આપણે ચિંતાતુર રહેવાની જરૂર નથી. હા, થોડી સાવધાની રાખવાની... પણ એ અનુરાધાના ધ્યાનમાં ન આવે એવી સિફતથી.'

માતા-પિતાએ રોશનના આ ખુલાસા પછી રાહત અનુભવી. વસુંધરાએ શું અનુભવ્યું તેની કોઈને જાણ થઈ શકી નહીં. રોશન પણ એ વાતને વધુ ચોળવા માગતો નહોતો, કારણ કે બીજી એક મહત્ત્વની ચર્ચા બાકી હતી.

'હવે પ્લાસ્ટિક સર્જરીની વાત...' બધાંનું ધ્યાન તેણે પોતાના તરફ કેન્દ્રિત કર્યું: 'બીજી એપ્રિલે અહીંથી નીકળવું. પઠાણકોટથી કલકત્તાની ટ્રેન પકડવી, પાંચમીએ સવારે ત્યાં પહોંચીને અનુરાધાને સીધી સિવિલ હૉસ્પિટલમાં જ લઈ જવી. ડૉક્ટર સ્કૉટ પંદરમીએ આવી પહોંચશે. ત્યાં સુધી દસેક દિવસ સર્જરી પહેલાંની ટ્રીટમેન્ટ ચાલશે. મને લાગે છે કે ૧૬ યા ૧૭મી એપ્રિલે ઑપરેશન થશે. પણ, એ તો ડૉક્ટર સ્કૉટ આવીને દર્દીને તપાસ્યા પછી ફાઇનલ કરશે.'

આ બાબતમાં કોઈએ કાંઈ પૂછવા-કહેવાનું હતું નહીં એટલે રોશને મૂળ મુદ્દો છેડ્યો:

'હવે એ નક્કી કરીએ કે કોણે કોણે કલકત્તા જવું... હું – અનુરાધા તો ખરાં, ઉપરાંત બીજાની જરૂર છે?'

'અનુરાધાની બા કહેતાં હતાં કે એ જવા માગે છે.' નિર્મળાબહેને, રોશનનું ધ્યાન ખેંચ્યું: 'એમને ઑપરેશનનો બહુ ડર લાગે છે.'

રોશનના ચહેરા પર અણગમાની ઓછી રેખા ફરકી.

'માને દીકરીની ચિંતા થાય એ સમજી શકાય એમ છે પણ એમ તો તુંય અનુરાધાની ક્યાં ઓછી ફિકર કરે છે, મા? આમાં લાગણીવેડા ન ચાલે, સાથે જવાથી દર્દીને કોણ ઉપયોગી નીવડે એ જોવું જોઈએ.'

'પણ એક બાઈ માણસ સાથે હોય તો...'

'હા, ત્રીજા એકાદની જરૂરત ખરી.' રોશને માને કહ્યું: 'પણ એ અનુરાધાની બા, તું કે વસુંધરા ત્રણમાંથી કોણ હોય તો સારું?'

હવે વસુંધરા તરફ ત્રણેની નજર ફરી. ત્યારેય પેલીએ અભિપ્રાય ન ઉચ્ચાર્યો. રોશનને જ આગળ કહેવું પડ્યું...

'વસુંધરા સાથે આવે તો સૌથી સારું. પહેલાં મને થયું કે હું અને એ બન્ને જઈએ તો ક્લિનિક બંધ રાખવું પડે પણ બહુ વિચારતાં લાગે છે મારી ગેરહાજરીમાં વસુંધરા જૂના કેસની ચાલુ દવા જ આપી શકશે. નવા કેસ તો નહીં લઈ શકે. તેને બદલે ક્લિનિક પંદર-વીસ દિવસ ભલે બંધ રહે. વસુંધરા સાથે હશે તો બધી રીતે અનુરાધાને ફાવશે. તેને માટે ખાસ નર્સ તો નહીં રાખવી પડે.'

'એના જેવું એકેય નહીં.' રોશનનાં માતાપિતા એકસાથે બોલી ઊઠ્યાં: 'પણ અનુરાધાની બાને ખોટું ન લાગવું જોઈએ.'

'ફરી પાછા ખોટું લગાડવાના લાગણીવેડા!' રોશન નારાજ થયો: 'અમારી સાસુમા એક તો મરજાદી છે. કલકત્તા જેવા અજાણ્યા શહેરમાં રહેવા કરવાની બધી સગવડ ઊભી ન થાય. પૂજા કર્યા વિના એ મોંમાં પાણી ન મૂકતાં હોય, બીજાનું અડેલું ખાતાં ન હોય, ખ્રિસ્તી-મુસલમાનથી આઘાં રહેતાં હોય તો હૉસ્પિટલમાં આ બધી મરજાદ કઈ રીતે સાચવી શકવાનાં?'

'રોશનની મા, એ સાચું કહે છે.' પિતાએ સૂર પુરાવ્યો: 'એક તો અનુરાધા સાથે આપણાં વેવાણ કરતાં વસુંધરા જાય તે બરાબર છે. બીજું વહુની સાથે એની મા જાય અને સાસુ ન જાય તે સમાજની દૃષ્ટિએ સારું નહીં દેખાય. વેવાણને હું સમજાવી દઈશ, બસ?'

એ સાંભળીને જાણે મોટો બોજો ઊતર્યો હોય એવી હળવાશ રોશને અનુભવી. પણ હજુ વસુંધરાને પૂછવાનું બાકી હતું:

'સિસ્ટર, તને સાથે આવવામાં વાંધો નથી ને?'

નર્સ તેના સિસ્ટર સંબોધન પર હસતી હોય તેમ બોલી: 'ડૉક્ટરસાહેબ, અનુરાધાને માટે તમે મને ગમે ત્યાં લઈ જાવ હું ના નહીં પાડું. મારી તો પહેલી ફરજ છે.'

'ધૅટ્સ વેરી નાઇસ ઑફ યુ...' રોશને પ્રશંસાભરી નજરે તેની તારીફ કરી: 'તારી હાજરી અનુરાધાને ઉમંગ અને ઉત્સાહમાં રાખશે.'

ત્યાં અવાજ સંભળાયો:

'કોને ઉત્સાહમાં રાખવાની વાત ચાલી રહી છે?'

અનુરાધા હસતી હસતી ખંડમાં દાખલ થઈ, તેને ખુશમિજાજમાં જોઈને રોશન રાજી થયો:

'આવ, આવ; અમે તારી જ વાટ જોતાં તારી જ વાત કરતાં હતાં.'

'કે પછી મારી ગેરહાજરીનો લાભ લઈને મારી વાત કરતાં હતાં?'

સાસુ-સસરા હોવા છતાં અનુરાધા મજાક છેડવાનું રોકી ન શકી.

'તુંય તારી મા સાથે ખાનગી વાત કરવા જ ગઈ હતી ને?' રોશને સામો કટાક્ષ કર્યો: 'જતાં જતાં કહેતી ગયેલી કે ખાસ કામ છે, જવું જ પડે એમ છે. કામનું નામ પૂછ્યું ત્યારે શેઠાણીની જેમ કહ્યું: એ ખાનગી છે.'

'તેં સાચું જ કહ્યું હતું ને...' અનુરાધાએ માથે ઓઢીને ખાલી ખુરશી પર બેસતાં કહ્યું: 'ખાસ હતું, ખાનગી હતું અને ખુશખબરીનું પણ હતું!'

'ખુશખબરી?' રોશન ચોંક્યો. તેના ભીતરમાં એક કલ્પનાનો લિસોટો ખેંચાયો: કદાચ રાધા મા તો નહીં બનવાની હોય ને!

'એવી શું ખુશખબરી હતી કે જે પહેલાં તારી માને જ કહી શકાય?' ફફડતા જીવે તેણે પૂછ્યું: 'હવે અમને કહેવામાં વાંધો ન હોય તો...'

'તમને બધાંને એકસાથે ખુશખબર આપવા માટે તો ઉતાવળી આવી પહોંચી.' અનુરાધાએ વસુંધરા સામે મીટ માંડી: 'આજે મારા મન પરથી મેં એક બહુ મોટો બોજો ઓછો કરી નાખ્યો.'

'શું?'

'પિતાના વારસા પરથી મેં હક્ક ઉઠાવી લીધો.'

'એટલે?' રોશન અને તેના પિતા બન્ને એકસાથે જ ચોંક્યા: 'હક્ક ઉઠાવી લીધો?'

'હા બાપુજી! માને ઘેર અમારા સૉલિસિટર આવેલા. કહોને કે મેં ખાસ બોલાવેલા. કલકત્તા જતાં પહેલાં મારે વારસાનો નિકાલ કરી નાખવો છે. બધું પાકું કરી લીધું.'

'પણ બધું એટલે શું?'

'મેં બે દસ્તાવેજ તૈયાર કરાવ્યા છે.' રોશન અને વસુંધરા તરફ વારાફરતી જોઈને કહ્યું: 'એક ડૉક્ટરસાહેબ માટે અને બીજો એમની આ નર્સ વસુંધરાના નામે.'

'મારા નામે?' વસુંધરા ભડકી ગઈ.

'હા વસુ', અનુરાધા સહેજ ગંભીર થઈ: 'અનુરાધા ક્લિનિક અને નર્સિંગ હોમ માટે ડૉક્ટર રોશનલાલને રૂપિયા સવાલાખ સોંપવા છે અને નર્સ વસુંધરા ચોપરાને ફક્ત પચ્ચીસ હજાર.'

'પચ્ચીસ હજાર રૂપિયા... મને? શું કામ અનુબહેન તમે મારા પર આટલો બધો બોજ...' વસુંધરા ગળગળી થઈ ગઈ. ખરેખર બોજ અનુભવતી હોય તેમ અકળાઈ ગઈ.

રોશનના પિતા ખુશ હતા, માતા રાજી થયાં પણ ડૉક્ટર રોશન પોતે બહુ હરખાયો નહીં: 'તારે આવી ઉતાવળ કરવાની શી જરૂર હતી?'

'હું અત્યારે તમને ક્યાં સોંપી રહી છું.' ફરી ગેલમાં આવીને કહેવા લાગી: 'ક્યારે આપવાની છું ખબર છે? કલકત્તામાં મારી પ્લાસ્ટિક સર્જરી થઈ જાય અને હું એક વાર મારા ચહેરા પર હાથ ફેરવીને તમને બન્નેને મોં દેખાડીશ ત્યારે... જિંદગીના એ યાદગાર દિવસની ખુશાલીમાં... સમજ્યા હવે?'

ખરેખર મોટો ભાર હળવો કરી નાખ્યો હોય એવી હળવાશથી એ કહી ગઈ. રોશન તેની સામે જ જોઈ રહ્યો. જાણે માનવામાં જ આવતું નહોતું કે આ અનુરાધા છે!

'પણ એ તો કલકત્તાથી આવ્યા પછીય થઈ શકતું'તું.'

'ના, કલકત્તા સાથે જ એ સંભારણાને સાંકળી લેવું છે. ન તો કલકત્તા ગયા પહેલાં કે ન ત્યાંથી આવ્યા પછી.'

હવે વસુંધરાથી ચૂપ ન રહેવાયું:

'તો હું કલકત્તા જ નહીં આવું.' પછી હાથ જોડતી હોય તેમ કરગરી: 'અનુબહેન, પ્લીઝ... મને પૈસાની માયામાં નહીં લપેટો.'

'પણ વસુ, હજું પૂરું સાંભળ્યું છે જ ક્યાં!' અનુરાધા રહસ્યમય ઢબે બોલી: 'પચ્ચીસ હજાર તારા માટે છે જ નહીં, એ તો સ્મિતાને નામે રહેવાના.'

વસુંધરા વધારે મૂંઝાણી.

'જો વસુ, તું ભલે સાધ્વી રહી પણ મારે સ્મિતાને, મારી એ ટોમેટીને તારે કારણે દુઃખી નથી થવા દેવી. એના ભણતરમાં — એના ઉછેરમાં પૈસાની કદી ખોટ વરતાવી ન જોઈએ. એ ખૂબ ભણે, ભણીગણીને ડૉક્ટર બને મારા આ ડૉક્ટરને રિટાયર્ડ થવાનો સમય થાય ત્યારે આવીને અનુરાધા ક્લિનિકનો ચાર્જ સંભાળી લે. મારી આ ઇચ્છા છે અને તારે એ પૂરી કરવાની છે. બોલ, છે મંજૂર? અને મંજૂર ન હોય તો મારે પ્લાસ્ટિક સર્જરી જ નથી કરાવવી.'

વસુંધરા અનુરાધા સામે ભીંજાતી પાંપણે જોઈ રહી. રોશનને ફડકો પડ્યો. પ્લાસ્ટિક સર્જરીની વાત એટલે પહોંચીને એક નજીવા કારણસર ફંટાઈ જાય તે પાલવે તેમ નહોતું.

'જો વસુ, અનુરાધાનું મન દુઃખાવવામાં સૌને નુકસાન છે. પ્રેમથી આપેલું ન સ્વીકારવામાં સામાનું અપમાન ગણાય. પ્લીઝ સિસ્ટર, નાઉ ડોન્ટ સે નો.'

ધ્રૂજતા હોઠે 'ભલે' કહેતી વસુંધરા ઊઠીને ત્યાંથી સડસડાટ ચાલતી થઈ ગઈ. તેની ધ્રૂજતી પીઠ પરથી લાગતું હતું કે એ એનાં ડૂસકાં રોકી શકતી નહોતી.

*

રોશને શામલીની પીઠ પંપાળી: 'અરે ગાંડી, તારી ધીરજનું ફળ હવે પાકવા આવ્યું છે ત્યારે જ તું ધીરજ ખુટવાડી રહી છે.'

છતાં શામલીએ રડવાનું ચાલુ રાખ્યું.

'તને આજે થયું છે શું? નાના બાળકની જેમ કેમ રડે છે?'

ત્યારે ઝાટકા સાથે શામલીએ ગરદન ઊંચી કરીને આંસુ નીતરતી આંખે તેની સામે જોયું:

'ડૉક્ટરબાબુ, બાળકની જેમ રડું છું, કારણ કે મારે બાળક જોઈએ છે. જેને હું મારું કહી શકું એ મને જોઈએ છે. ચોરીછૂપીથી પ્રેમ કરવાથી માણસનું પેટ ભરાતું નથી. હું હવે પહેલાંની શામલી રહી નથી. મારું રમતિયાળપણું, મારી બેફિકરાઈ, મારી અલ્લડાઈ ખોઈ બેઠી છું છતાં એનોય મને અફસોસ ન થાત. જો હું મા બની શકી હોત, કોઈકના ઉપર ચોવીસે કલાક પ્રેમ વરસાવી શકતી હોત...'

રોશને તેના ગાલ પરથી આંસુ લૂછવા હાથ ફેરવ્યો. તેની હડપચીને હેતથી પકડી અને આંખોમાં આંખ પરોવી:

'તને કેમ સમજાવું કે તને મારી બનાવવા માટે હું દિવસરાત કેવો તડપું છું. એ દિવસ હવે દૂર નથી શામલી, મારા પર વિશ્વાસ રાખ.'

'મને તમારી બનાવવાની વાત કરો છો.' શામલી નિસાસો નાખતી બોલી: 'હમણાં જ તો કહેતા'તા કે પંદર-વીસ દિવસ તમે મારાથી દૂર રહેવાના છો. અનુરાધાને લઈને કલકત્તા જવાના છો. એનો ચહેરો સુધરાવવાના છો... સાચું શું કામ નથી કહી દેતા કે અનુરાધાને તમે છોડી શકવાના નથી. તમારે ઘરમાં ભણેલી, ગણેલી અને બાપનો વારસો લઈ આવેલી એક પત્ની જોઈએ છે અને અહીં દિલ બહેલાવવા માટે એક અભણ રૂપાળી રખા...ત!'

'શા...મલી!' રોશને તમાચો મારવા માટે હાથ ઉગામ્યો. છતાં પેલી નજર હઠાવ્યા વિના, તેની સામે પાંપણ ફરકાવ્યા વિના જોઈ જ રહી ત્યારે તેનો ઉગામેલો હાથ પાછો ખેંચાઈ ગયો: 'એ શબ્દ સામે મને સખત નફરત છે શામલી! અને એટલી જ નફરત મને અનુરાધા માટે છે, હું તને મારી બનાવવા માટે...' બાકીનું વાક્ય — અનુરાધાને મારી નાખવા તૈયાર થયો છું એ — તેણે હોઠ સુધી આવવા દીધું નહીં. દાંત ભીંસીને એ શબ્દો તેણે ગળી જવા પડ્યા. એ વખતે તેના ચહેરાનો દેખાવ જોઈને શામલીનાં આંસુ સુકાઈ ગયાં. રોશનની તંગ મુખમુદ્રા તેને ત્રાસદાયક લાગતી હોય તેમ શામલીએ હળવા હાથે એનું મુખ પંપાળ્યું:

'હું તમને બહુ પજવું છું ને, નાના શેઠ?'

રોશને તેનો હાથ પકડી લઈ આવેશમાં ચૂમી લીધો!

'શામલી, કલકત્તાથી આવ્યા પછી તારી કોઈ ઇચ્છા અધૂરી નહીં રહે. બસ, થોડી સબૂરી રાખ, મારા પર મૂકેલા વિશ્વાસને ડગવા નહીં દે. જરૂર પડશે તો હું આ દવાખાનું, મારું ઘર, માતાપિતા અને અનુરાધા સુધ્ધાંને ત્યજીને તારી સાથે ચાલી નીકળીશ.'

છેલ્લા શબ્દો બોલાઈ રહે ત્યાં સુધીમાં તો શામલી રોશનના ખભા પર માથું ટેકવી એની પીઠ પાછળ બન્ને હાથના અંકોડા ભીડી તેને પોતાનામાં સમાવી લેવા માગતી હોય એટલું જોશ અજમાવી ચૂકી હતી.

તેના આ ઊભરાને ઉત્તેજવા માગતો હોય તેમ રોશન એક હાથ શામલીના માથા પર ફેરવતો, બીજા હાથે એની કાયાને પસવારતો અનુરાધા સાથે શરૂ કરેલી રમતના અંતના વિચારે ચડી ગયો.

અત્યાર સુધીમાં નાખેલા દરેક પાસા સીધા પડતા ગયા હતા. અનુરાધાને ઊંઘમાં ચાલવાનો રોગ લગાડી દીધો, ઘરનાઓના મનમાં એ વાત જડબેસલાક બેસાડી દીધી. જમ્મુના જાણીતા ડૉક્ટરોની સલાહ લેવાને બહાને એમનેય વાકેફ કરી દીધા, કલકત્તા સાથે આવવા માગતી સાસુને ટાળી દીધી. પઠાણકોટથી

કલકત્તાની ફર્સ્ટ ક્લાસની ટિકિટ પણ બુક કરાવી લીધી હવે એક અઠવાડિયાની જ વાર છે જ્યારે આ ખેલ મારી મરજી મુજબ ખતમ થઈ ચૂક્યો હશે. કોઈને કલ્પના પણ નહીં આવે કે ખરો ખેલાડી તો હું છું. અનુરાધા કાંઈ કહેવા માટે જીવતી નહીં હોય... અને વસુંધરા! તું બહુ ચાલાક છો છતાં તારી કોઈ ચાલાકી આ રોશનમાં રહેલા ખૂનીને કદી ઓળખી નહીં શકે. તું બહુ હોંશિયારી બતાવવા જઈશ તો કદાચ પોતે જ આ ચક્કરમાં ફસાઈ જઈશ. પણ તારી દયા આવે છે. તારી એ મીઠીબોલી છોકરીને ખાતર તને માફ કરી દઉં છું–જા!

*

અનુરાધાની માને મળવા જઈ રહેલી વસુંધરાના પગ ભારે થઈ ગયા. વારસાની વાત એવી ચગડોળે ચડી હતી કે મા-દીકરી વચ્ચે મોરચા મંડાઈ ગયા અને બન્નેની ભીંસમાં વસુંધરાની હાલત કફોડી બનવા લાગી.

અનુરાધા એની જીદ છોડવા તૈયાર નહોતી. 'મેં જે સંકલ્પ કર્યો છે તેમાંથી કોઈ મને પાછી વાળી નહીં શકે. હું કલકત્તાથી પાછી આવું ત્યારે મારા નામે એક પાઈ પણ રહેવી ન જોઈએ. રોશનને હું સર્વસ્વ સમર્પણ કરી દેવા માગું છું.'

જ્યારે સાવિત્રીબહેન મક્કમપણે કહેતાં હતાં: 'એક વાર દીકરીએ રોશનને પરણવાની જીદ કરીને એના પિતાનો જીવ લીધો હતો, હવે બીજી વાર તે એની માનું મોત જોવા તૈયાર થઈ છે.'

વારસા બાબત અનુરાધાએ સૌને પોતાનો ફેંસલો સંભળાવ્યા પછી પહેલી વાર વસુંધરા સાવિત્રીબહેનને મળવા ગયેલી ત્યારે એ ધૂંઆપૂંઆ થઈ ઊઠ્યાં હતાં: 'વસુ, આમાં પણ રોશનની કોઈ ચાલ છે. એને ખબર પડી હશે કે તારી વાત હું માની લઉં છું એટલે જ તેણે અનુરાધાને ફોસલાવીને તારી દીકરીને નામે પચ્ચીસ હજારનો વારસો આપવાનું ગોઠવ્યું.'

'નહીં માજી, મને તમારી કે બીજી કોઈની એક પાઈ પણ નથી જોઈતી.' વસુંધરાએ હાથ જોડીને કહેલું: 'મારી એકની એક દીકરીના સોગન પર કહું છું. કોઈના પૈસા પર મેં કદી નજર નાખી નથી. લક્ષ્મીથી જ સુખ મળે છે એમ હું માનતી પણ નથી, કારણ કે લક્ષ્મીએ સર્જેલા દુ:ખના દાખલા ઘણા જોઈ ચૂકી છું.'

સાવિત્રીબહેન તેની પીડા પામી ગયાં હોય એ રીતે ઊંડો શ્વાસ લેતાં બોલેલાં: 'છોકરી, તારી દાનત પર મેં ક્યારેય શંકા કરી નથી. તું પૈસાથી લલચાઈ જઈશ એવું પણ મેં ક્યારેય માન્યું નથી. છતાં અનુરાધાને મૂર્ખાઈ સૂઝી છે એ માન્યતાને તો હું વળગી રહેવાની. સવાલાખ રૂપિયાનો વારસો રોશનને આપી દેવાને બદલે

એ દાન કરી દે તેનો મને વાંધો નથી.'

'તો શું પતિના ઉજ્જ્વળ ભાવિ માટે અનુરાધા ત્યાગ કરી દે એની સામે વાંધો છે?'

'તને મારે કેટલી વાર સમજાવવું?' સાવિત્રીબહેન અકળાયાં: 'પત્નીનો વારસો કોઈક વાર પતિને કુબુદ્ધિ સુઝાડે છે. પુરુષ ત્યારે ગમે તેવો હીચકારો રસ્તો લેતાં અચકાતો નથી... તેમાં પાછો એ ડૉક્ટર હોય, ચાલાક હોય અને તેને બીજી સ્ત્રી સાથે આડો સંબંધ બંધાઈ ગયો હોય તો તો પત્નીનો કાંટો કાઢી નાખવાની લાલચ જલદી જાગે છે.'

'મા...જી!' વસુંધરા ફાટી આંખે તેમને જોઈ રહેલી: 'ડૉક્ટરસાહેબ માટે તમે આટલી હદે...'

'હા, મારા જમાઈ માટે હું આવા હલકા વિચાર કરી શકું છું, કારણ કે એણે મારી દીકરીને સાચા સુખથી વંચિત રાખી છે. એ ભરમાઈ ગઈ છે, મોહાંધ બની ગઈ છે.'

વસુંધરા એમનું એ રૌદ્ર સ્વરૂપ જોઈને હેબતાઈ ગઈ હતી. કોઈ ભયાનક વાવાઝોડું આવી રહ્યું હોય, બધું જ ખેદાનમેદાન થઈ જવાનું હોય એવી દહેશત જાગેલી. પોતે આ આંધીને કોઈ પણ હિસાબે રોકવા માગે છે, પણ એ માટેની તાકાત ક્યાંથી લાવવી?

'તને આ છેલ્લી વાર કહું છું વસુંધરા! પેલી હરામજાદી શામલીના વરનો પત્તો મેળવવાનું કામ મેં એક માણસને સોંપ્યું છે. અનુરાધા જો એનું ધાર્યું જ કરવા માગતી હોય તો હુંય રોશનલાલને દેખાડી દેવા માગું છું, કલકત્તા જતાં પહેલાં જ પેલો સુતાર, પોલીસને લઈ શામલીનો કબજો લેવા હાજર થઈ જશે.'

'નહીં માજી!' હાથ જોડી ધ્રૂજતા હોઠે તેણે કહેલું: 'એમ કરવું રહેવા દેજો. ભગવાનને ખાતર એ પગલું ન ભરશો. એ તમાશામાં કોઈ ખૂન-ખરાબી થઈ જશે.'

'થવા દે!' શું એક સ્ત્રી આમ બોલતી હતી? વસુંધરા ફાટી આંખે જોઈ રહી, હાથ મસળતી સાંભળી રહી:

'મારી દીકરીને બદલે બીજા ગમે તેનું ખૂન થઈ જાય એની મને પરવા નથી.'

વસુંધરાએ બન્ને હાથે છાતી દાબી દીધેલી.

કેવું છે માણસનું મન! કેવી છે સંસારની આ માયા. મા એની પુત્રી માટે મરી જવા તૈયાર થાય છે તો ક્યારેક કોઈકને મારી નંખાવતાંય અચકાતી નથી! શું સ્મિતાના જીવનમાં આવો ઝંઝાવાત જાગે તો પોતે પણ આવું જ કરે? ના ના, હું હોઉં ત્યાં આવું ન બની શકે. જરૂર કોઈ વ્યવહારુ માર્ગ નીકળી શકે.

'માજી, તમારી એ જ ઇચ્છા છે ને કે કલકત્તા જતાં પહેલાં વારસાના દસ્તાવેજો તૈયાર ન થવા જોઈએ?'

'હા, પ્લાસ્ટિક ઑપરેશનમાં હું મારી દીકરીના જીવનું જોખમ જોઉં છું. મને એમાં કાંઈક ભેદ જેવું દેખાય છે. એક માનું દિલ આમ કહી રહ્યું છે વસુંધરા. મારી ઊંઘ હરામ થઈ ગઈ છે.'

'તો માજી, તમે નિરાંતે ઊંઘતા જાવ.' એક નર્સની અદાથી તેણે હસીને કહેલું: 'ઉજાગરાથી મગજ વારંવાર ઉશ્કેરાઈ જાય છે અને ઉશ્કેરાટમાં માણસ ખોટું પગલું ભરી બેસે છે.'

'મને આશ્વાસન કે શિખામણ નહીં જોઈએ.'

'ના, તમને હું ખાતરી આપું છું.'

'શું?'

'કે તમારું ધાર્યું થશે. વારસાની વાત વિલંબમાં નંખાઈ જશે.'

'કઈ રીતે?'

'એ હું તમને ત્યારે કહીશ.'

'ક્યારે?'

'જવાનો દિવસ નજીક આવશે ત્યારે.'

ત્યારે માજીએ એની સામે વિચિત્ર રીતે જોયા કરેલું; ખરેખર એ તેને બનાવતી તો નથી ને? પણ વસુંધરાના નિર્દોષ સ્મિતમાં બનાવટનો કોઈ અણસાર દેખાયો નહીં ત્યારે શંકા ઓસરી ગઈ.

'ભલે, મને તારા પર પૂરો ભરોસો છે.'

છતાં વસુંધરા ઘરનો ઉંબરો ઓળંગતી હતી ત્યારે યાદ કરાવ્યું: 'જોજે મેં તને મારી દીકરી કરતાંય વધારે માની છે. માનું દિલ બહુ નાજુક હોય છે, બેટી!

ત્રણ અઠવાડિયાં પહેલાંના એ શબ્દો તાજા થયા.

અત્યારે તેમને મળવા જતી વખતે વસુંધરા એટલું સાચવીને ચાલતી હતી કે જાણે પગ નીચે એક માનું દિલ કચડાઈ જવાનો ડર લાગતો હોય. છેલ્લા પંદર દિવસથી આ ચિંતાને કારણે તેનું ચિત્ત કામમાં ચોટતું નહીં. ડૉક્ટર રોશનલાલેય એકબે વાર ટકોર કરેલી: 'સિસ્ટર, હમણાં કેમ આમ થાય છે? શેની ચિંતા છે? બેબી તો મજામાં છે ને? કાંઈ પણ તકલીફ હોય તો કહી દેજે.'

પણ વસુંધરા આ તકલીફ તેને કઈ રીતે કહી શકે? કલકત્તા જવા આડે હવે એકાદ અઠવાડિયું માંડ રહ્યું હતું. બેત્રણ વાર સાવિત્રીબહેનનો નોકર મળવા આવી જવાનું કહી ગયો હતો છતાં એ જઈ શકી નહીં. માજીને શિખામણ

આપનારી પોતે જ ઉજાગરા કરતી થઈ ગઈ હતી. 'આવ આવ વસુ!' તેને જોઈને સાવિત્રીબહેન છેક દીવાનખાનામાંથી ઓસરી સુધી દોડી આવ્યાં: 'આજે ન આવી હોત તો હું જ તને મળવા આવવાની હતી.'

વસુંધરા હજુ હાંફતી હતી. સાવિત્રીબહેનનું ધ્યાન તેના મોં પર ગયું: 'અરે, આટલા દિવસમાં તું કેટલી સુકાઈ ગઈ! આંખની નીચે આ ડાઘ શેના પડી ગયા?'

વસુંધરા તેની રીત મુજબ હસી ને જાણે આંખ નીચેના ડાઘ ભૂંસી નાખતી હોય તેમ પાલવથી ચહેરો લૂછવા લાગી.

'હું જાણું છું તને દીકરી બનાવીને મેં દુ:ખમાં નાખી. તું બધાંનું ભલું થાય એમ ઇચ્છે છે, પણ તેમાં તારું પોતાનું શરીર સુકાતું જાય છે. હુંય કેવી મતલબી છું કે તને મેં જંજાળની જાળમાં ફસાવી.'

'તમારે મને ચા-પાણી પાવાં છે કે પછી અહીંયાં ઊભાં ઊભાં જ ખબર લેવી છે?' વસુંધરાએ બગાસું ખાધું: 'હમણાંની બપોરે ઊંઘ બહુ આવે છે.'

'ચાલ, અંદર હિંડોળે બેસીએ.' સાવિત્રીબહેન હાથ પકડીને તેને અંદર ખેંચી ગયાં: 'એવી કડક ચા પિવડાવું કે તારી ઊંઘ ભાગી જાય.'

વસુંધરા સમજતી હતી કે આ બધી ક્રિયા પાછળ માજીની અધીરાઈ કામ કરી રહી છે. મેં શું ઉપાય શોધી કાઢ્યો છે એ જાણવાનો અજંપો છે.

ચા પિવાઈ ત્યાં સુધી તો સાવિત્રીબહેને આડીઅવળી વાતો ચલાવી. અનુરાધાના ખબર પૂછ્યા: જવાની તૈયારી કેમ ચાલે છે, સ્મિતા કાગળમાં શું લખે છે?

પોતે તેના જે જવાબ આપતી હતી તેમાં માજીને રસ પડતો નહોતો એ પણ વસુંધરાથી અજાણ્યું નહોતું. થોડી વાર આવી હાલત રહ્યા પછી આખરે સાવિત્રીબહેનને પૂછવું જ પડ્યું:

'પછી અનુરાધા માની ગઈ?'

'ના!' વસુંધરાએ માથું ધુણાવ્યું ત્યારે એમણે નિસાસો નાખ્યો.

'માજી, કપટ કરતાં મને આવડતું નથી છતાં એ કરવાનું કહેવા આવી છું.'

'બોલ... બોલ...'

'સૉલિસિટર વારસાના દસ્તાવેજ તૈયાર કરીને ક્યારે આવવાના છે?

'અનુરાધા તો ચાર દિવસથી ઉતાવળી થાય છે. પણ હું વિલંબમાં નાખતી આવી.'

'સૉલિસિટરને કામસર અવારનવાર બહાર જવાનું થાય છે ને?'

'હા, હમણાં જ શ્રીનગર જઈને આવ્યા. પહેલાં દિલ્હી પણ ગયેલા.' સાવિત્રીબહેન ઊંચાંનીચાં થઈ બોલ્યાં: 'પણ તું એ શું કામ પૂછે છે?'

'અમે બીજીએ અહીંથી નીકળવાનાં છીએ. પહેલી તારીખે સહીસિક્કા કરવાનું નક્કી રાખો. તે પહેલાં દસ્તાવેજની કાચી નકલ વાંચવા અને મંજૂર કરાવવા અનુબહેનને મોકલો. તેમને એમ લાગવું જોઈએ કે બધું જ નક્કી થયા મુજબ થઈ રહ્યું છે.'

'અને પછી?'

'પછી પહેલી તારીખે સૉલિસિટરને અચાનક દિલ્હી જવાનું થાય. અર્જન્ટ જવું જ પડે તેમ હતું એટલે ગયા છે એમ કહેવાનું. અનુબહેન ધૂંઆપૂંઆ થશે. પણ એથી વધારે કાંઈ જ નહીં કરી શકે. પ્લાસ્ટિક સર્જરી માટે જવાનું તો મોડું કરી જ નહીં શકાય અને સૉલિસિટરને પાછા આવતાં ચારપાંચ દિવસ લાગવાના છે, એટલે તેમની રાહ જોવાય રોકાવાય નહીં.'

'બસ! આટલી સાદી-સીધી વાત!' સાવિત્રીબહેને ખુશ થતાં તેનો હાથ પકડી લીધોઃ 'આમાં કોઈ કપટ તો લાગતું જ નથી.'

'હં, માજી!' વસુંધરાએ ઊંડો શ્વાસ લઈને બહાર કાઢ્યોઃ 'મારા જેવી સીધીસાદી સ્ત્રીને આથી વધારે કપટ કરતાં આવડે જ ક્યાંથી?'

જેમ જેમ માજી તેની આ તરકીબ વિચારતાં ગયાં તેમ તેમ એમનો મલકાટ વધતો ગયોઃ

'ખરેખર, આવું તો મને કોઈ કાળે સૂઝત નહીં. ન કોઈ હો-હા, ન તમાશો કે તાસીરો! જાણે કંઈ જાણતાં જ નથી. સૉલિસિટરને બે-ચાર દિવસ બહાર મોકલીને પાંચસો હજારના ખરચમાં બધું જ ભીનું સંકેલાઈ જાય.'

'પણ માજી, તમારે ત્યાં સુધી બહુ સાચવીને વર્તવું પડશે. અનુરાધાને મનમાં ઠસી જવું જોઈએ કે આખરે તમે એની જીદ પાસે નમતું જોખવા તૈયાર થયાં છો, એ સિવાય બીજું કાંઈ જ નહીં.'

'તું એની ફિકર ન કર.' માજીએ હરખાતાં કહ્યુંઃ 'શૂળીનું વિઘન સોયથી જાય એવો ઇલાજ તેં બતાવ્યા પછી હું કોઈ ભૂલ નહીં થવા દઉં, બસ!'

અને વસુંધરા મનનો ભાર હલકો કરી દવાખાને જવા નીકળી.

કૅલેન્ડર પરથી તારીખનું પાનું ફાડતી વખતે અનુરાધા રોમાંચ અનુભવતી. એકનું એક ગીત દિવસમાં દસ વાર ગણગણતી હોવા છતાં એને તેમાંથી વધુ ને વધુ આનંદ પ્રાપ્ત થયા કરતો. કલકત્તા પહોંચીને સીધા હૉસ્પિટલમાં જ દાખલ થવાનું હોવા છતાં સામાનમાં તેણે ભારે કીમતી સાડીઓ પૅક કરી રાખેલી. રોજ ખરબચડા ગાલ પર હાથ ફેરવીને અરીસાને કહેતીઃ બસ, હવે આ ખરબચડા ચહેરાનું પ્રતિબિંબ તારે વધુ ઝીલવું નહીં પડે, પાછી આવીશ ત્યારે એ તારા

જેવો લીસો-સુંવાળો થઈ ગયો હશે.

સ્મિતાને પત્ર લખ્યો તેમાંય આ આનંદ વ્યક્ત થયા વિના રહ્યો નહીં: 'જો મારી ટોમેટી, કલકત્તાથી પાછાં ફરતી વખતે અહીં જમ્મુ આવતાં પહેલાં અમે ગુલમર્ગ થઈને આવશું, ત્યારે મારા બન્ને ગાલ સુંવાળા-સુંવાળા થઈ ગયા હશે, અત્યાર સુધી તું મને એક જ ગાલે ચૂમી ભરતી હતી એ યાદ છે ને, હવે આન્ટીને તારે બન્ને ગાલે ચૂમી ભરવી પડશે. તને ખબર નહીં પડે કે બેમાંથી કયો ગાલ પહેલાં વધારે ખરબચડો હતો.

'આજે તારા ડૉક્ટરઅંકલ એક દિવસ માટે શ્રીનગર ગયા છે, મેં તેમને કહ્યું છે કે વળતાં તને મળતા આવે અને મારા વતી તને એક કિસ કરતા આવે.'

'અને હાં, આ પત્ર કદચ તને પહેલી એપ્રિલે મળે તો જોજે, એને એપ્રિલફૂલ નહીં માની બેસતી.'

જોકે પોતે જ ૧લી તારીખે એપ્રિલફૂલ બની હોય એવું તેને લાગ્યું. મા સૉલિસિટરને લઈને પોતાને ઘેર આવવાની હતી તેની રાહ જોવામાં બે કલાક નીકળી ગયા ત્યારે એ ઊંચીનીચી થવા લાગી હતી. સાસુ-સસરા, વસુંધરા, રોશન બધાંને તેણે ચાના ટેબલ પર બેસાડી રાખ્યાં હતાં. રોશન આગલે દિવસે શ્રીનગર જઈને આવેલો, દવાખાનું બે દિવસથી બંધ રાખ્યું હતું. આજે એ મોડો ઊઠવાનો હતો છતાં પોતે પરાણે જગાડી તેને ચાના ટેબલ પર ખેંચી લાવી હતી. ત્યારે એવું લાગતું હતું કે સવાલાખનો વારસો સોંપી દેનારને અનહદ ઉમળકો છે પણ વારસો જેને મળવાનો છે તેને તો જરાય પરવા નથી! અને પેલી વસુંધરા તો મનમાં ફફડતી હતી.

આખરે માની રાહ જોઈને કંટાળેલી અનુરાધા ખુદ તેને લેવા માટે સામી ગઈ. હમણાં ચાર દિવસથી રોશનના શ્રીમંત દર્દી ઉસમાન શેઠની મોટર ઘેર વાપરવા રાખી હતી. મોટર લઈને તે પિયર પહોંચી તો મા દરવાજે જ ઊભી હતી.

'હું તારે ત્યાં જ આવવા નીકળી હતી.'

'પણ સૉલિસિટર ક્યાં?'

'એ જ તો મુસીબત છે ને?' માએ ઝંખવાણા ચહેરે કહ્યું: 'થોડી વાર પહેલાં એની આ ચિઠ્ઠી આવી. તું જ વાંચી લે.'

અનુરાધાએ અધીરાઈભેર ચિઠ્ઠી પર નજર ફેરવવા માંડી અને તેના ચહેરાના ભાવ ઝડપથી ફરવા લાગ્યા:

'સાવિત્રીબહેન, રાત્રે દિલ્હીથી કૉલ આવ્યો. મારા એક અસીલની તબિયત સિરિયસ છે. તેનું વિલ બનાવવા માટે મને તાબડતોબ બોલાવ્યો હોવાથી મારે નાછૂટકે જવું પડે છે. અનુબહેનને કહેજો કે મને માફ કરી દે.'

અનુરાધાએ દાંત ભીંસ્યાઃ 'સૉલિસિટર કાકાએ ખરે વખતે જ મને રખડાવી!' પછી ધારદાર નજરે મા સામે જોયું, પણ તેમના પર વહેમ પડવાનું કોઈ કારણ ન દેખાયું.

છતાં ડ્રાઇવરને મોટર ચલાવવાનું કહેતી વખતે એ બબડીઃ 'ચાલ સૉલિસિટર કાકાને ત્યાં લઈ લે. જોઉં તો ખરી મને એ એપ્રિલફૂલ નથી બનાવતા ને?'

આખરે અનુરાધા વીલે મોંએ ઘેર આવી. તેનો રડમસ ચહેરો જોઈને સાસુને ફડકો પડ્યોઃ મા સાથે ઝઘડી તો નથી આવી ને!

રડતાં રડતાં તેણે સૉલિસિટરની ચિઠ્ઠી રોશનના હાથમાં આપીઃ 'કાકાને અચાનક દિલ્હી જવાનું થયું.'

વસુંધરાએ મોં ફેરવી લીધું, કદાચ અનુરાધા તેના ચહેરા પરથી કાંઈક જાણી જાય તો?

રોશનના પિતાએ મોં ચડાવી કહ્યુંઃ 'કાંઈ વાંધો નહીં. કલકત્તાથી આવીને દસ્તાવેજ કરાવશું. એમાં ખાટુંમોળું શું થઈ જવાનું?'

સાંજ સુધી અનુરાધા ઉદાસ જ રહી. એની ઉદાસી વસુંધરાને આખો દિવસ ખટક્યા કરી. તેને ખુશ રાખવા તેણે રાત્રે અંતકડી રમવાનું, કિસ્સાઓ કહેવાનું, શેર સંભળાવવાનું ઘણું ઘણું કરવું પડ્યું ત્યારે માંડ અનુરાધાની રીસ ઊતરી.

સવારે વહેલી ઊઠીને અનુરાધા તૈયાર થઈ ગઈ. પહેલાં માને મળી આવી. પછી સાસુ તેને મંદિરે પગે લગાડવા લઈ ગયાં. મોટરમાં સામાન મૂક્યો. રોશન દવાખાનામાંથી અનુરાધાના કેસની ફાઇલ લઈ આવવાના બહાને શામલીને એકાંતમાં મળી આવ્યો. પઠાણકોટ મોટર રસ્તે જતાં આઠનવ તો વાગી ગયા.

પિતા રોશનને ઉતાવળ કરવાનું કહેતા હતાઃ 'તમે મોડા પડશો તો રાત્રે રસ્તામાં કંઈક અકસ્માત જેવું...'

પણ રોશન કાંઈ ને કાંઈ બહાનું કાઢીને વિલંબ કરતો હતો. એ થોડો બેચેન જણાતો હતો. કદાચ શામલી સાથે કાંઈ બોલાચાલી થઈ હશે એવું વસુંધરાએ અનુમાન કર્યું.

ત્યાં...

કમ્પાઉન્ડમાં તારવાળો દાખલ થતો દેખાયો.

'તાર?' મોટરમાં બેસવા જતો રોશન બોલી ઊઠ્યોઃ 'અત્યારે કોનો તાર હશે?' એ બબડ્યોઃ 'કદાચ સૉલિસિટરનો હશે.'

ઝટપટ તારવાળાને સહી કરી આપીને ઉતાવળમાં પરબીડિયું ખોલવા જતો હતો ત્યાં ઉપર નામ વાંચ્યુંઃ 'અરે, આ તો વસુંધરાનો તાર છે.'

મોટરમાં બેઠેલી વસુંધરા તરફ તાર ધર્યો: 'જરા જો તો શું છે?'

વસુંધરાએ ધ્રૂજતા હાથે કવર ફાડ્યું, અંદરથી તાર કાઢ્યો અને વાંચતાં વાંચતાં એનો ચહેરો લેવાઈ ગયો:

'સ્મિતા વેરી સિરિયસ કમ સૂન... મધર મારિયા.'

'શું છે વસુંધરા?' રોશન ચહેરો જોઈને પૂછવા લાગ્યો: 'કાંઈ સિરિયસ તો નથી...?'

'સ્મિ...તા...' તેના હોઠ ફફડ્યા અને કાંઈ બોલે તે પહેલાં તેની આંખો છલકાઈ ઊઠી, આંસુ દડવા માંડ્યાં.

રોશને ઝાપટ મારીને તાર લઈ લીધો. વાંચ્યો અને અફસોસ ઊછળ્યો: 'હવે? વસુંધરા, એ લોકો તને બોલાવે છે. એકાએક સ્મિતાને શું થઈ ગયું?'

રોશનનાં માતા-પિતા પણ ચિંતામાં પડી ગયાં.

'જતી વખતે જ અપશુકન થયાં.'

અનુરાધાને વધારે આઘાત લાગ્યો હતો:

'ચાલ વસુ, હું પણ તારી સાથે આવું છું.' તેણે રોશન સામે જોયું: 'ડૉક્ટર, આપણે આજે પઠાણકોટનું માંડી વાળીએ. પહેલાં ગુલમર્ગ જઈ આવીએ.'

રોશન હા-ના કહે એ પહેલાં વસુંધરા જ બોલી ઊઠી:

'નહીં, નહીં, હું એકલી જ ગુલમર્ગ જાઉં છું. તમે પઠાણકોટ તરફ રવાના થાવ. અનુબહેન, તમે ફિકર ન કરો. ભગવાન પર ભરોસો રાખો. મારામાં કંઈ ખોટ નહીં હોય તો મારી દીકરીને કાંઈ જ નહીં થાય.' મન મક્કમ કરીને તેણે અનુરાધાને દિલાસો આપ્યો. થોડી વારની આનાકાની પછી નક્કી થયું કે વસુંધરાએ ગુલમર્ગની બસ પકડવી. બે-ચાર દિવસ સ્મિતાની સાથે રહ્યા પછી એને સારું લાગે તો અહીં જમ્મુ લઈ આવીને રાખવી અને વસુંધરાએ પ્લેનમાં કલકત્તા આવી પહોંચવું.

બસ-સ્ટૅન્ડ પર રડતી આંખે વસુંધરા અને અનુરાધા જુદાં પડ્યાં.

ત્યારે કોઈને ક્યાં ખબર હતી કે એ તેમની છેલ્લી જ મુલાકાત છે.

* * *

૧૦

પઠાણકોટની દિશામાં મોટર સ્વસ્થ ગતિએ દોડી રહી હતી અને રોશનનું મન તેજ રફતારે દોડતું હતું. ત્યારે અનુરાધા તો શિથિલપણે શરીરને ઢાળી સ્થિર બેસી રહી હતી,

વાદળીઓ સાથે સંતાકૂકડી રમતો સૂરજ, પવનનાં હળવાં અડપલાંથી મસ્તીમાં ડોલતી વૃક્ષોની ડાળીઓ, ભૂખરા ખડકો વચ્ચે વાંકાચૂકા રસ્તે રમતિયાળપણે વહેતાં ઝરણાં, બરફની પાતળી ચાદર નીચેથી ડોકિયું કરતાં પર્વતશિખરો... આવી સૌન્દર્યભૂમિ કાશ્મીરને મોટરની બારીમાંથી નિહાળી રહેલા રોશનની મનોભૂમિ પર તો કદરૂપા વિચારો જ કૂદાકૂદ કરતા હતા.

'અનુરાધા, કલકત્તા જવા માટે સૌથી વધુ ઉત્સાહ તો તને હતો અને અત્યારે એવી ઉદાસ થઈને બેઠી છો કે જાણે બાબુલનું ઘર છોડીને પરાણે સાસરે જતી હો.'

અનુરાધા ખિન્ન હસી: 'રોશન, ઉત્સાહ તો હજુ એટલો જ છે પણ સ્મિતાની બીમારીનો તાર જીવને વારે વારે ઉતરડ્યા કરે છે.'

રોશન જાણતો હતો કે સ્મિતાને કાંઈ જ થયું નથી, પણ અનુરાધાને એમ ચોખ્ખે ચોખ્ખું તો કેમ કહી શકાય? હવે અનુરાધા સાંભળેલી વાત ભલે કોઈને કહેવા જીવતી ન રહેવાની હોય, પણ મોટર-ડ્રાઇવરનો ખ્યાલ રાખવો પડે તેમ હતો.

'તમે સ્ત્રીઓ વાતનો પૂરો તાગ લીધા વિના જ અજંપામાં આળોટવા લાગો છો.' રોશને અનુરાધાનો હાથ દબાવ્યો: 'બાળક છે, અચાનક બીમાર પડી જાય, તેમાં આમ ફફડ્યા કરવાથી શો ફાયદો?'

'ડૉક્ટરો બીમારીની વાત હસતાં હસતાં કરી શકે, પણ જેનું પોતાનું માણસ સિરિયસ હોય તેનો તો જીવ કપાતો હોય.'

'એટલે સ્મિતા તરફ મને કોઈ લાગણી જ નથી એમ ને?'

'લાગણી તો હોય, પણ માની મમતા તમારા પુરુષોમાં ક્યાંથી હોય?' અનુરાધાએ હવામાં ઊડતા વાળની લટ સરખી કરતાં કહ્યું: 'સ્મિતા મારી સાથે કેટલી બધી હળી ગઈ હતી એ તો તમે જાણો છો. ઘેર આવેલી ત્યારે વસુંધરા કરતાંય મારા પર વધુ હેત રાખતી.' અચાનક તે બોલતી અટકી ગઈ. ત્રાંસી નજરે રોશન સામે જોયું, સાથે હોઠ પણ સહેજ વંકાયા: 'સાચું કહું, સ્મિતાના સહવાસે મારા મનમાં કેવી ઝંખના જાગ્રત કરેલી તે જાણવું છે?'

'શું?'

'ઘડીક તો પ્લાસ્ટિક સર્જરીનો વિચાર જ માંડી વાળવાનું મન થયું હતું.'

'શું કામ?' રોશન ભડકીને પૂછી બેઠો: 'સ્મિતાને અને પ્લાસ્ટિક સર્જરીને શું લાગેવળગે?'

જવાબ આપતાં અનુરાધાએ ડ્રાઇવર તરફ જોઈ લીધું: 'વહાલા લાગે એવા બાળકના સહવાસથી માતા બનવાની સ્ત્રીની ઝંખના તીવ્ર બને છે એ તારા જેવા ડૉક્ટરનેય મારે સમજાવવું પડે?'

રોશન સમજી ગયો: અનુરાધાએ મા બનવાની ઇચ્છા ખાતર પ્લાસ્ટિક સર્જરી માંડી વાળવાનું વિચારેલું. ખરેખર જો તેણે એવી જીદ કરી હોત તો?

'પણ રાધા, હવે અત્યારે એવો વિચાર કરવાથી શું ફાયદો? તારી એ ઝંખના પૂરી કરવા માટે જિંદગી આખી બાકી પડી છે. પ્લાસ્ટિક સર્જરીનો મોકો વારંવાર થોડો મળે છે?'

રોશન આ રીતે વાતનો વિષય બદલીને અનુરાધાને ખુશમિજાજમાં રાખવાની કોશિશ કરતો રહ્યો છતાં અચાનક અનુરાધા ઉદાસીમાં ઊંડી ઊતરી જતી ત્યારે તેને એના પર ગુસ્સો ચડતો. પોતાના માથા પર મોત તોળાઈ રહ્યું છે ત્યારે અનુરાધા, જેને કાંઈ જ થયું નથી એ સ્મિતા માટે જીવ બાળે તે રોશનને વિચિત્ર છતાં વસમું લાગ્યું હતું: બેવકૂફ, પતિના હાથે મરતાં પહેલાં જે સમય તારા હાથમાં છે એ માણી લે!

રોશનને આવી ખીજ ચડતી હતી એનું એક કારણ હતું. તેણે નક્કી કરી રાખેલું: અનુરાધાને આજ સુધી નથી આપ્યો એવો અને એટલો પ્રેમ આ આખરી સહવાસમાં આપી દેવો. હું કેટલો કઠણ કાળજાનો છું તેનું મારે પોતે જ પારખું કરવું છે. હાથ તથા હોઠ પર લાગણીની રમત અને હૈયામાં મોતની માવજત! છેવટ સુધી તેને સુંવાળા ભ્રમમાં ભરમાવી શકું તો જ હું સાચો પુરુષ...

રસ્તામાં એક જગ્યાએ ચા પીવા રોકાયા ત્યારે ડ્રાઇવરે કહ્યું: 'ડૉક્ટરબાબુ, સામે દેવીનું મંદિર દેખાય છે એનો ભારે મહિમા છે. લોકો દૂર દૂરથી તેની

માનતા માનવા આવે છે.'

અનુરાધાએ આ વાત પકડી લીધી: 'ચાલ રોશન, આપણે દર્શન કરી આવીએ. સ્મિતા સાજી રહે એવી માનતાથી મારા દિલને રાહત રહેશે.'

રોશને આનાકાની ન કરી, 'ચાલ, હું પણ કાંઈક માનતા માનવા માગું છું. જોઈએ તો ખરા, મારા જેવા નાસ્તિકનું દેવી સાંભળે છે ખરાં?'

'તમારે વળી શી માનતા માનવી છે?'

અનુરાધાએ તો ગંભીરભાવે પૂછ્યું પણ રોશને હસીને તેના ગાલ પર આંગળી રમાડતાં કહ્યું: 'જે કામ માટે તને કલકત્તા લઈ જાઉં છું તે નિર્વિઘ્ને પાર પડે એ સિવાય મારે બીજી શું માનતા માનવાની હોય?'

અનુરાધાએ પ્રેમથી તેનો હાથ પકડી લીધો અને મંદિરમાં પહોંચીને દેવીને હાથ જોડવાનું થયું ત્યાં સુધી હાથ છોડ્યો જ નહીં.

તેની ઊર્મિનો એ ઉછાળો જોઈને રોશન રાજી થયો: બસ, આમ હસતાં-હસતાં જ મારે તને વિદાય આપવી છે. તું જીવતીજાગતી છે, છતાંય મારા ભીતરની અસલિયત જોઈ શકતી નથી તો પછી આ પથ્થરની દેવી બિચારી શું જાણી શકવાની? મારા મનમાં એક જ મૂર્તિને સ્થાન છે અને તે જોબનના ઝંઝાવાત જેવી શામલી!

મંદિરનાં પગથિયાં ઊતરતી વખતે અનુરાધાએ રોશનનાં આંગળાં સાથે અંકોડા ભીડ્યા: 'શું માનતા માની? સાચું કહેજે!'

અનુરાધાની હથેળીમાં અંગૂઠો ફેરવીને રોશન મરક્યો: 'સાચું કહીશ તો તું માનીશ નહીં અને ખોટું બોલીશ તો તને લાગશે કે તારી ખુશામત કરું છું.'

'મને શું લાગશે એની ચિંતા ન કર... મંદિરમાં જતી વખતે કહેલું એ જ માનતા માની કે બીજી?'

'એ અને બીજી.' રોશન રહસ્યમય રીતે હસ્યો.

'બે માનતા?'

'હા, કોઈ માગવાનું કહે છે ત્યારે માણસનો જીવ લાલચુ બની જાય છે. મારાથી પણ થોડું વધારે મંગાઈ ગયું.'

'શું?'

'એ જ કે આવતા વરસે તારા દર્શને આવું ત્યારે અમારી સાથે એક બાળક પણ હોય!'

અને અનુરાધાના ગાલ પર લાલી ઊપસી આવી: 'લુચ્ચા!' કહીને તેણે રોશનના પોંચા પર આંગળીનો નખ ખુતાડ્યો: 'મારા મનની વાત તે ઝૂંટવી લીધી.'

ત્યાર પછી પઠાણકોટ પહોંચતાં સુધીમાં અનુરાધાની ઉદાસી ઓસરી ગઈ. રોશને જમ્મુ પાછી ફરતી મોટરના ડ્રાઇવરને બક્ષિસની સાથે એક ચિઠ્ઠી પણ આપી. તેમાં પિતાજીને તેણે લખ્યું હતુંઃ અમે સમયસર પઠાણકોટ પહોંચી ગયાં છીએ. અનુરાધા વસુંધરાની બેબી માટે ફિકર કરતી હતી. અમે પાંચમીએ સવારે કલકત્તા પહોંચીશું ત્યાં સુધીમાં વસુંધરા ગુલમર્ગથી પાછી આવી જાય અને સ્મિતાની તબિયતમાં ચિંતા કરવા જેવું ન હોય તો તેને પ્લેનથી કલકત્તા રવાના કરજો અને તેના આવવાના સમાચાર તારથી આપજો. હૉસ્પિટલનું સરનામું તમને આપેલું જ છે. માને અનુરાધાએ પ્રણામ લખાવ્યા છે...

*

અનુરાધાને સામાન સાથે વેઇટિંગ રૂમમાં બેસાડી રોશન પ્લૅટફૉર્મ પર ચક્કર લગાવવા નીકળ્યો. સૌ પહેલાં તેણે રિઝર્વેશનનો ચાર્ટ જોઈ લીધો. પોતાનું, અનુરાધાનું અને વસુંધરાનું રિઝર્વેશન બરાબર હતું. સાથે ચોથું એક નામ પણ તેણે વાંચ્યું ત્યારે આંખોમાં ચમક ઊપસી આવી.

અત્યાર સુધી તો બરાબર ગોઠવાયું છે. હવે ટ્રેન પ્લૅટફૉર્મમાં આવે એટલે ખાતરી કરી લઉં.

એ અર્ધા કલાકમાં તેણે ત્રણેક સિગારેટ ફૂંકી નાખી. દરેક સિગારેટ પૂરી કરીને તે વેઇટિંગ રૂમમાં ચક્કર મારી આવતોઃ 'અનુરાધા તારે કાંઈ પીવું છે, નાસ્તો કરવો છે?' એમ પૂછીને ફરી પ્લૅટફૉર્મ પર લટાર મારવા લાગતો. છેલ્લી વાર ગયો ત્યારે અનુરાધાએ તેને યાદ કરાવ્યુંઃ 'રોશન, વસુંધરાની ટિકિટ કૅન્સલ કરાવી નાખને, એટલા પૈસા શું કામ જતા કરવા?'

'જોઉં છું...' કહીને તે વેઇટિંગ રૂમમાંથી બહાર નીકળી ગયેલો. અનુરાધાનું ભોળપણ અને પોતાની ચાલાકી પર તેને હસવું આવી ગયું. સાવ બેવકૂફ છે! વસુંધરા કલકત્તા આવવાની નથી, આવી શકવાની નથી એ જાણવા છતાં મેં ટિકિટ રિઝર્વ કરાવી હતી તે શું કૅન્સલ કરાવવા માટે? અરે મૂરખ, એ સિવાયની વધારાની એક ચોથી ટિકિટ પણ મેં રિઝર્વ કરાવી રાખી છે અને તે પણ કૅન્સલ ન કરવા માટે!

પ્લેટફૉર્મમાં ટ્રેન આવી એટલે રોશન ફર્સ્ટ ક્લાસના ડબા તરફ દોડી ગયો. ડબાની બહાર લગાડેલી રિઝર્વેશનની સ્લિપ વાંચતો વાંચતો એક જગ્યાએ અટક્યો. ચાર નામ વાંચીને ઉત્તેજના સાથે ડબાનું બારણું ઉઘાડી અંદર ઘૂસ્યો. અંદરની બંધિયાર હવા ફેફસાંમાં ભરતાં તેણે ઊંડો શ્વાસ લીધોઃ 'બરાબર છે!' આનંદના ઉછાળા સાથે બોલી ઊઠ્યોઃ 'નક્કી કરેલો જ કમ્પાર્ટમેન્ટ મળ્યો. ચાર જ

પેસેન્જર માટેનો અંગત. સામસામી બબ્બે બર્થ—બે નીચે બે ઉપર... થૅન્ક ગૉડ!'

દોડીને તે વેઇટિંગ રૂમમાં પહોંચી ગયોઃ 'ચાલ રાધા, ગાડી આવી ગઈ.'

નાનો છોકરો પહેલી વાર ગાડીમાં બેસવા માટે અધીરો દેખાય એવી હાલત રોશનની જોઈને અનુરાધાને આશ્ચર્ય થયું પણ તેણે એમાંથી મનગમતો જ મતલબ તારવ્યો; મારા સુખના ખ્યાલથી એ કેવો હરખઘેલો થઈ ગયો!

ડબામાં સામાન ગોઠવાઈ ગયો અને કૂલી પૈસા લઈને દૂર થયા પછી અનુરાધાએ પૂછ્યુંઃ 'રોશન, આ તો જાણે અંગત ડબો મળ્યો હોય એવું લાગે છે. આપણે બે એકલાં જ!'

રોશને બિસ્ત્રો છોડીને બર્થ પર બિછાવ્યોઃ 'હજુ સુધી તો આપણે બે જ છીએ. ચોથું કોઈ ન આવે એમ ઇચ્છીએ.'

'ચોથું?' અનુરાધાને અચરજ થયુંઃ 'ત્રીજું કેમ નહીં?'

રોશને તેની સામે જોયા વિના જ જવાબ આપ્યોઃ 'ત્રણ બર્થ તો આપણી છે. ચોથામાં કોઈ મલ્હોત્રાનું નામ સ્લિપમાં લખ્યું છે.'

'એટલે હજુ લગી તમે વસુંધરાવાળી ટિકિટ કૅન્સલ નથી કરાવી?' અનુરાધા તેનો ઉચાટ છુપાવી ન શકીઃ 'જાવ હજુ પણ સમય છે. નકામા દોઢસો-બસો રૂપિયા જવા દેવા.'

રોશન બિસ્તર પર આડો પડ્યોઃ 'રાધા, અહીં આવ, નિરાંતે બેસ.'

રોશનની આંખમાં અનુરાધાએ ખુશમિજાજનો ચમકારો જોયો. ઊઠીને તેની પાસે બેઠી.

'તને આજે પૈસાની કેમ ફિકર થવા લાગી!' હળવેકથી તેનો હાથ દાબીને સમજાવ્યુંઃ 'આ ચોથા મિસ્ટર મલ્હોત્રાને આવી જવા દે. ગાડી ઊપડવાને હજુ વાર છે. એ આવી જાય તો વસુંધરાવાળી ટિકિટ કૅન્સલ કરાવી દઈશ.'

'પણ એમાં ચોથા પૅસેન્જરની રાહ શું કામ જોવી?'

રોશને પગના અંગૂઠાથી અનુરાધાના ગોઠણ પર ગલીપચી કરીઃ 'તું ન સમજી? કલકત્તા સુધીની સફર અડતાલીસ કલાકે પૂરી થશે. ડબામાં આપણે બન્ને એકલાં હોઈએ તો એકાન્ત બરાબર માણી શકાય ને!'

'ફરી પાછી લુચ્ચાઈ!' અનુરાધાએ તેના પગ પર ચીંટિયો ભર્યોઃ 'ત્યારે તો તું મનમાં ભગવાનને પ્રાર્થના જ કરતો હોઈશ કે હવે આ ડબામાં ત્રીજું કોઈ જ ન આવે!'

'ત્રીજું નહીં ચોથું!' ફરી તેણે એ જ વાત ઉચ્ચારીઃ ત્રીજી ટિકિટ જો હું કૅન્સલ કરાવું તો બીજો કોઈ ચાન્સ લઈ લે. હવે તુંય ભગવાનને પ્રાર્થના કર કે પેલો મલ્હોત્રા

મોડો પડે. હવે ગાડી ચૂકી જાય અને એની જગ્યા બીજો કોઈ પૂરી જ ન શકે.'

અનુરાધાને એ વિચાર ધીમે ધીમે ગમવા માંડ્યો. કલકત્તા સુધીની મુસાફરી એકાન્તમાં થાય તો પરણ્યા પછી પહેલી જ વાર એવું બનશે કે રોશન સતત તેની નજર સામે રહે અને એ એકાન્ત એમની વચ્ચે રહ્યુંસહ્યું અંતર પણ મિટાવી દે...

તેને વિચાર કરતી રાખીને રોશન પ્લેટફૉર્મ પર એક ચક્કર લગાવી આવ્યો. થોડાંક મૅગેઝિન અને એકાદ બે પૉકેટ-બુક ખરીદીને ડબામાં દાખલ થયો ત્યારે અનુરાધા હજુય તંદ્રામાં બેઠી હતી.

'આંખો મીંચીને શું વિચાર કરે છે?'

'વિચાર નથી કરતી. પેલી પ્રાર્થના કરું છું.'

રોશન બનાવટી હાસ્ય ફેંકીને બારી બહાર જોવા લાગ્યો: પ્રાર્થનામાં જ તારું મોત રહેલું છે, મૂરખ!

એ જ વખતે એન્જિનની વ્હિસલે તીણી ચીસ પાડી. અનુરાધા એવી રીતે ઝબકી ગઈ જાણે સીટીની કર્કશતાથી કાનમાં ધાક પડી ગઈ હોય. પણ રોશનને વ્હિસલની એ ચીસમાં શામલી સાથેના ભાવિ જીવનનું સુમધુર સંગીત સંભળાયું.

ટ્રેન ચાલવા લાગી, પ્લૅટફૉર્મ ખસવા લાગ્યું અને રોશનનું દિલ ઉત્તેજનાને લીધે બમણા વેગથી ધબકવા માંડ્યું. ગાડીએ ગતિ પકડી એટલે રોશન સરકતો અનુરાધાની લગોલગ આવી પહોંચ્યો. ઊછળતા આનંદનો ઊભરો ઠાલવ્યા વિના રહી શકતો ન હોય તેવા આવેશ સાથે તેણે અનુરાધાનો ગાલ ચૂમી લીધો: 'કેમ આપણને જોઈતું'તું એવું એકાન્ત હવે સાંપડી ગયું ને?'

એ મોં ફેરવીને ગાલ પંપાળવા માંડી: 'તું તો એવી રીતે વરતે છે કે જાણે કાલે રાત્રે જ આપણાં લગ્ન થયાં હોય. હજુ તો સૂરજ ચડી રહ્યો છે, પઠાણકોટના રસ્તા પર હરતાંફરતાં માણસો ચાલુ ગાડીએ આપણને પ્રેમ કરતાં જોઈને કદાચ એવું ધારી લેશે કે આપણે ભાગેડું પ્રેમીપંખીડાં છીએ.'

'દુનિયા શું ધારે એની મને પરવા નથી, રાધા!' ફરી અડપલું કરવાની ચેષ્ટા સાથે તેણે કહ્યું: 'દોડી જતી ટ્રેનમાં પ્રેમ કરવાનો મોકો જિંદગીમાં પહેલો જ મળ્યો... કલકત્તા પહોંચ્યા પછી લાંબા વિરહની શરૂઆત થશે એ વિચાર મને સતાવી રહ્યો છે.'

'પણ કલકત્તા અને આપણી લાંબી જુદાઈ આડે હજુ બે રાત બાકી છે અને તે પણ બાર-બાર કલાકની લાં...બી રાતો!'

'એટલે શું બાર-બાર કલાકના બે દિવસો એકબીજાનાં માત્ર મોં જોઈને વેડફી નાખવાના!'

પણ રોશન એક વાત ભૂલી જતો હતોઃ ફર્સ્ટ ક્લાસમાં રાતની મુસાફરી માટે જ ચાર બર્થ હતી, દિવસ દરમિયાન એ જ ડબામાં છ જણાને મુસાફરી કરવાની છૂટ રહેતી.

ત્યાર પછીના સ્ટેશને એક પેસેન્જર દરવાજો ખોલીને દાખલ થયો ત્યારે અનુરાધાએ અચરજના ભાવ સાથે રોશન સામે જોયુંઃ કેમ, આ તો મિસ્ટર મલ્હોત્રા નહીં હોય ને!

રોશન પણ જરા ગૂંચવણમાં પડી ગયો! જે મલ્હોત્રાનું અસ્તિત્વ માત્ર પોતાના મગજમાં જ છે તે ખરેખર ક્યાંથી ટપકી પડ્યો?

'આપ ખોટા ડબામાં નથી આવી ચડ્યા ને!' અણગમો છુપાવીને તેણે વિવેકભેર પેલાને પૂછ્યુંઃ 'બહાર રિઝર્વેશનમાં તમારું નામ તો છે ને?'

સામાન ગોઠવતાં ગોઠવતાં તેણે પહેલાં રોશન તરફ અને પછી અનુરાધા સામે નજર કરી લીધીઃ 'ગભરાઈએ નહીં જનાબ, હમ તો આઠ ઘંટેકા મુસાફિર હૈ. અમ્બાલા તક આપકો પરેશાન કરેંગે.'

ત્યારે રોશનને ખ્યાલ આવ્યો કે દિવસની સફરમાં તેણે માન્યું હતું એવું એકાન્ત મળવાનું નહીં. વચ્ચે વચ્ચે આવા એકબે મુસાફરોની ચડ-ઊતર થતી રહેવાની.

મૅગેઝિનનાં પાનાંમાં મોં છુપાવીને અનુરાધાએ તીરછી નજરે સામે જોયું. જાણે કહેતી હોયઃ લે લેતો જા, દિવસના એકાન્તની લાલચ કરી તો ઉપાધિ ટપકી પડી ને!

રોશને ડાહ્યાડમરા થઈને સવારના અખબારમાં ગૂંથાવાની કોશિશ કરી પણ જીવ કોઈ જુદા જ રસ્તે ફંટાઈ ગયો. બે દિવસ પછી આ જ અખબારના પહેલા પાના પર છપાનાર સમાચારના વિચારે ચડી ગયોઃ 'હાવરા મેઇલની એક મહિલા ઉતારુને નડેલો જીવલેણ અકસ્માત! ચાલતી ગાડીમાંથી પડી જતાં ડૉક્ટરની પત્ની કચડાઈ ગઈ.'

કેમ જાણે અત્યારે જ એ સમાચાર વાંચતો હોય તેમ છાપું પકડેલા રોશનના બન્ને હાથ ધ્રૂજી ગયા. મૅગેઝિન વાંચવામાં મશગૂલ બની ગયેલી અનુરાધા પર એક નજર ફેંકી. તેના ખરબચડા ગાલ પર દૃષ્ટિ પડી અને હોઠ કડવા થઈ ગયા. આ સ્ત્રીને એમ લાગે છે કે તેના પર મારો પ્યાર ઊભરાય છે, હું તેની સાથેના એકાન્ત માટે ઝૂરી રહ્યો છું, હું તેને ખૂબ ચાહું છું અને મેં તેના સંતાનના બાપ બનવાની માનતા માની છે...

છટ્!

તારાથી છુટકારો પામવા માટે મહિનાઓથી હું યોજના ઘડતો રહ્યો છું. તેની

એક એક કડીને અનેક વાર ચકાસી ગયો છું. ક્યાંય કોઈ કચાશ ન રહી જાય એ માટે મેં કેટલીય રાતના ઉજાગરા વેઠ્યા છે. જે કામ માત્ર પાંચ જ મિનિટમાં પતી જવાનું છે તેને માટે પાંચ પાંચ મહિના મેં વલોપાત વેઠ્યો... અને હવે તારા પર મને પ્રેમ ઊભરાઈ આવશે?

રોશને અગાઉ સેંકડો વાર વાગોળી લીધેલી સ્કીમના મણકા ફરી એક વાર મનના દોરામાં પરોવવા માંડ્યા.

જેના પર સૌથી મોટો મદાર બાંધ્યો છે તે ઊંઘમાં ચાલવાનો અનુરાધાનો રોગ! તે એક વાર બોલી ગયેલી કે નાનપણમાં મને ઊંઘમાં ચાલવાની આદત હતી એમ આજે મારી માએ કહ્યું... બસ, એ નાની એવી વાત પર મેં યોજનાની મહેલાત ચણી દીધી પછી તો ઘરના લોકો, સગાં-સંબંધીઓ અને જમ્મુના લગભગ બધા જ જાણીતા ડૉક્ટરને કાને વાત પહોંચાડી દીધી કે અનુરાધા ઊંઘમાં ચાલે છે. બેડરૂમનાં બારણાં ખોલીને બહાર નીકળી જાય છે.

છતાં તેનું એને ભાન નથી રહેતું. એક વાર તો છેક દાદર ઊતરીને બગીચા સુધી જઈ આવી. ફૂલ ચૂંટી આવી અને પલંગમાં સૂઈ ગઈ છતાં તેને એનું ભાન જ ન રહ્યું. બધાના મનમાં આ વાત જડબેસલાક મેં જડી દીધી છે.

મારા સિવાય કોઈ જ જાણતું નથી કે અનુરાધા ઊંઘમાં કદી ચાલી નથી. પ્લાસ્ટિક સર્જરી ટ્રીટમેન્ટને બહાને જે ઇન્જેક્શન આપવાં પડતાં તેમાં ત્રણચાર દિવસે એકાદ વખત હું માત્ર ઘેનનું જ ઇન્જેક્શન આપી દેતો. એ રાત્રે તે લાકડાની જેમ જડ થઈને ઘસઘસાટ ઊંઘતી રહેતી. તેને ઊંચકીને હું રૂમની બહાર લઈ જતો કે વરન્ડાના પાટ પર સુવાડી દેતો છતાં તેની એને ખબર ન પડતી. સવારે એને કોઈ જગાડતું ત્યારે પોતે અહીં કેવી રીતે આવીને સૂઈ ગઈ તેનું આશ્ચર્ય થતું, હળવો આઘાત લાગતો. હા, બગીચાના બનાવમાં મારે જરા જુદી તરકીબ અજમાવવી પડેલી. ત્યાં સુધી એને ઊંચકી જવાનો તો સવાલ જ નહોતો એટલે અનુરાધાના સ્લીપર પહેરીને હું બગીચામાં ગયો, તેનું માનીતું ફૂલ ચૂંટીને લઈ આવ્યો અને પછી અનુરાધાના અંબોડામાં ભરાવી ચૂપચાપ ઊંઘી ગયો. અનુરાધાના સ્લીપર કાદવવાળા થયેલા એટલે સૌને એ જ વિચાર આવ્યો કે તે ઊંઘમાં ચાલીને બગીચામાં ગઈ હતી!

–સૌના મનમાં આ પાયો મજબૂતપણે ચણી લીધા પછી ઊંઘમાં ચાલવાની આદતનો ઉપયોગ ક્યાં અને કેવી રીતે કરવો તે નક્કી કરવામાં ભેજું કસી કસીને હું તંગ થઈ ગયેલો. અગાઉ કેટલાક ડૉક્ટરો પત્નીથી છુટકારો મેળવવા માટે સૌથી સહેલો ઉપાય અજમાવીને ફાંસીએ ચડી ચૂક્યા હશે. પત્ની પર ડૉક્ટર ઇન્જેક્શન કે ઝેરી દવાનો ઉપયોગ કરે એટલે સૌથી પહેલાં તેના પર જ શક

આવે તેનો એ લોકોએ શું વિચાર નહીં કર્યો હોય? કદાચ મારા જેટલી બુદ્ધિ કે મનની સ્વસ્થતા એ નહીં ધરાવતા હોય.

પ્લાસ્ટિક સર્જરી માટે કલકત્તા જવાનું નક્કી થયા પછી મેં યોજનાને આગળ વધારી. એટલે બધે દૂર પ્લેનમાં જવાનું કોઈએ સૂચન કર્યું હોય તોય હું કહેતો કે માત્ર ત્યાં પહોંચવા માટે ત્રણ હજારનું ટિકિટભાડું શું કામ ખરચવું જોઈએ? આમ તે પ્લાસ્ટિક સર્જરી પાછળ દસ-પંદર હજાર જેટલી રકમ ખરચવાની જ છે... પણ ટ્રેનમાં જવા સામે કોઈએ હરફ સુધ્ધાં ઉચ્ચાર્યો નહીં એટલે મારું કામ આસાન બની ગયું.

પણ એ વખતે માનેલું એટલું આસાન તો નહોતું જ... ફર્સ્ટ ક્લાસનો એવો ડબો હોવો જોઈએ જેમાં બે જ બર્થ હોય અને એમાં જ રિઝર્વેશન થવું જોઈએ. પહેલાં દિલ્હીથી કલકત્તાની ગાડીમાં જવાનું વિચારેલું પણ દિલ્હી તપાસ કરી આવ્યા પછી એ માંડી વાળવું પડ્યું, કારણ કે ત્યાંના ફર્સ્ટ ક્લાસના ડબામાં બધા 'કુપે' જ આવે છે. એક જ ડબામાં ચાર-ચાર બર્થની આઠ દસ કેબિનો અને ઉપરાંત આખા ડબાનું ધ્યાન રાખનારો રેલવેનો એટેનડન્ટ! એ જાગતા માણસની હાજરીમાં કાંઈ જ ન કરી શકાય અને કરવા જાઉં તો પકડાઈ જવાય... એટલે પઠાણકોટ જઈને તપાસ કરી આવ્યો. ત્યાંથી ઊપડતા હાવરા મેલમાં જૂની ઢબના ફર્સ્ટ ક્લાસના ડબા જોડાય છે એ જાણવા મળ્યું. યાર્ડમાં પડેલી ગાડી તરફ ચક્કર લગાવી આવ્યો તો ફર્સ્ટ ક્લાસના ડબા સાથે ચાર બર્થનું એક નાનું કમ્પાર્ટમેન્ટ જોયું: 'મારે તો ફક્ત બે જ બર્થવાળું કમ્પાર્ટમેન્ટ જોઈતું હતું જેમાં ફક્ત હું અને અનુરાધા જ મુસાફરી કરતાં હોઈએ, એ સિવાય ત્રીજું કોઈ જ નહીં... ત્રીજી વસુંધરા સાથે આવે તોપણ તેનું રિઝર્વેશન અલગ પડી જાય એવું કરવું હતું: પણ બે બર્થનું એવું કોઈ કમ્પાર્ટમેન્ટ જ નહોતું હવે શું કરવું?

–મુશ્કેલીમાંથી માર્ગ ન કાઢી શકું તો હુ રોશનલાલ શેનો? મને વધારે સારો ઉપાય સૂઝ્યો. શું કામ ચારેચાર બર્થ રિઝર્વ કરી ન લેવી? એક મારી, બીજી અનુરાધાની અને ત્રીજી વસુંધરાની પણ ચોથી બર્થ કોના નામે રિઝર્વ કરાવવાથી પાછળથી કોઈને પણ શંકાનું કારણ મળી આવે...ત્યારે એક કાતિલ તુક્કો સૂઝી આવ્યો. પહેલાં મેં ત્રણ બર્થ રિઝર્વ કરાવી લીધી, પછી પઠાણકોટની હૉટલમાં જઈને મૅનેજરને કહ્યું: 'તમે મારા માટે પઠાણકોટથી હાવરાની ત્રીજી તારીખની એક ફર્સ્ટક્લાસ સીટ બુક કરાવી આપો ને...' હૉટેલમાં મેં સાવચેતી ખાતર મારું નામ આર. મલ્હોત્રા લખાવેલું, એટલે એ જ નામે બર્થ રિઝર્વ કરાવવાનું કહ્યું અને સમજાવ્યું કે બની શકે તો નાના કમ્પાર્ટમેન્ટમાં સીટ રિઝર્વ કરાવશો, મને

બહુ ગિરદી ગમતી નથી. કેટલીક વાર બેહૂદા લોકોની કંપની મળી જાય તો લાંબી મુસાફરી ત્રાસદાયક બની જાય છે.

–અને મૅનેજરે મારે જોઈતી હતી એ જ બર્થ રિઝર્વ કરાવી આપી, તેણે ટિકિટ આપતી વખતે મને પોતાના કામની તારીફ સંભળાવવા કહેલું: મલ્હોત્રાસા'બ, બુકીંગ ક્લાર્ક સાથે આપણે સારી દોસ્તી છે. ચાર બર્થના એક નાના કમ્પાર્ટમેન્ટમાં જ તમને રિઝર્વેશન મળી ગયું. ત્રણ બર્થ તો રિઝર્વ થઈ ચૂકેલી. સદ્‌ભાગ્યે એક બાકી હતી એ લઈ લીધી...

–અનુરાધાની મા પણ કલકત્તા આવવા માગતી હતી અને હું એ ડોસીને કોઈપણ હિસાબે લઈ જવા ઇચ્છતો નહોતો. એટલે તો એનું ટાળી દઈ વસુંધરાને લેવાનું ગોઠવાવ્યું. એ નર્સની છોકરી ગુલમર્ગથી વેકેશન ગાળવા જમ્મુ આવી ત્યારથી મારું મગજ કામે લાગી ગયેલું. આ છોકરીનો ઉપયોગ કરીને હું છેલ્લી ઘડીએ વસુંધરાને કલકત્તા આવતી અટકાવી શકીશ. બધું એવી રીતે ગોઠવીશ કે કોઈને જરા સરખી શંકા નહીં જાગે.

–કુદરત પણ ડગલે ને પગલે મને સાથ આપવા લાગી. કલકત્તા જવા માટે જમ્મુથી નીકળવાની તારીખ પણ બીજી એપ્રિલ જ નક્કી થઈ. આગલા દિવસે પહેલી એપ્રિલ હતી અને તેના આગલા દિવસે હું શ્રીનગર જવાનું કામનું બહાનું કાઢી ગુલમર્ગ ઊપડી ગયો. 'સ્મિતા સિરિયસ છે માટે જલદી આવો.' એવો તાર વસુંધરાના નામે ગુલમર્ગથી કરી દીધો. આ એક તાર કરવા માટે છેક ગુલમર્ગ જવા-આવવાની આઠકલાકની હાડમારી વેઠી પણ એ કેવી કામ લાગી?

–હા, મારી ધારણા મુજબ તાર પહેલીએ બપોરે મળવો જોઈતો હતો તે ઠેઠ બીજીએ સવારે મળ્યો. પણ તેમાંય કુદરતે મારી તરફદારી કરી. ઘેરથી નીકળતી વખતે છેક છેલ્લી ઘડીએ તાર આવ્યો એ સારું જ થયું. નહીંતર વસુંધરાને બદલે કદાચ અનુરાધાની મા કલકત્તા આવવા તૈયાર થઈ જાત અને આખી બાજી ઊંધી વળી જાત. પણ છેલ્લી ઘડીએ વસુંધરાને બદલે બીજા કોઈને આવવાનો સવાલ જ ઊભો ન થયો, એવો મોકો જ કોઈને ન મળ્યો અને મારી સ્કીમ પ્રમાણે કલકત્તાની મુસાફરીમાં હું અને અનુરાધા બે જ રહ્યાં. પેલી ચાલાક વસુંધરા રખડી પડી...

–બિચારી! ગુલમર્ગ પહોંચતાં સુધીમાં એકની એક પુત્રીના ઉચાટમાં જીવને પીંખી નાખશે. પણ એની દયા ખાવી જરૂર નથી, અનુરાધાની સખીએય થોડો તો દંડ ભોગવવો પડે ને? સ્મિતાની હૉસ્ટેલમાં પહોંચીને જાણશે કે દીકરી તો સાવ-સારી છે ત્યારે આનંદનો આંચકો લાગશે, સ્મિતાને ભેટી પડશે, છાતીએ

લગાડશે અને હર્ષનાં આંસુ સાથે ઈશ્વરનો પાડ માનશે. હા, તાર અંગે પૂછપરછ થશે. વસુંધરા તાર સાથે લઈ ગઈ છે એટલે બધાને બતાવશે. ત્યાંની 'મધર' ગુસ્સાથી લાલચોળ થઈ જશે. એપ્રિલફૂલની આવી મજાક કોણે કરી—શું કામ કરી એની તપાસ ચાલશે. સ્મિતા સાથે અદાવત ધરાવતી કોઈ છોકરીને થોડો માર પડશે, પનિશમેન્ટ થશે, બસ એટલું જ. એથી વિશેષ ચર્ચા નહીં થાય. બીજી કાંઈ શંકાય નહીં જાગે.'

–કદાચ વસુંધરા જ વચ્ચે પડીને એ વાત ભૂલી જવાનું કહેશે. આવી ક્રૂર મશ્કરી ન હોય પણ હવે તેને ચોળીને ચીકણું શું કરવું? મારી દીકરી સુખરૂપ છે એની ખુશાલીમાં હું વિનંતી કરું છું કે કોઈને શિક્ષા ન કરશો, ભૂલ કરનારને માફી આપવા જેવી બીજી કોઈ સજા નથી... વસુંધરા આવું જ કાંઈક કહેવાની ભલમનસાઈનો ભાર લઈને જીવનારી એ બાઈ બીજું શું કરવાની?

અત્યાર સુધી સાંપડેલી સફળતાનું ઘેન ચડ્યું હોય તેમ રોશને એક મોટું બગાસું ખાતાં કાંડાઘડિયાળમાં જોયું. સવારના સાડાદસ વાગ્યા હતા, હાવરામેલ પુરપાટ દોડ્યે જતો હતો. અનુરાધા પૉકેટબુકની વાર્તામાં તલ્લીન બની ગઈ હતી. સામે બેઠેલો આધેડ વયનો પૅસેન્જર સિગારેટ પીતો બારી બહાર જોયા કરતો હતો. રોશનને કંટાળો આવવા લાગ્યો. ટ્રેન તો તેજ ગતિએ દોડતી હતી, પણ સમય લંગડી ચાલે ઘડિયાળનું ચક્કર કાપતો હતો. મુસાફરીના હજુ તો ફક્ત બે જ કલાક વીત્યા. બીજા ચાલીસ કલાક સુધી તેણે રાહ જોવાની હતી. આજનો આખો દિવસ અને આખી રાત, કાલનો આખો દિવસ અને અર્ધી રાત... અર્ધી નહીં, પોણી રાત!

*

વસુંધરાને બંગલામાં ભારે પગલે દાખલ થતી જોઈને રોશનની માતાનો જીવ ફફડી ગયો. એ એકલી જ આવતી હતી. સ્મિતા તેની સાથે નહોતી એટલે અમંગળ શંકાનો એક ધારદાર લિસોટો કાળજા પર કોરાઈ ગયો: શું સ્મિતા આ દુનિયામાંથી ચાલી...

'રોશનના બાપુજી!' તેમણે ઉંબરે ઊભાં ઊભાં જ પતિને સાદ પાડ્યો: 'જરા જલદી આવો તો... વસુંધરા પાછી આવી. એ એકલી જ છે. ઉદાસ અને થાકેલી દેખાય છે.'

જુગલકિશોર પણ છાપું બાજુએ ફગાવી હાંફળાંફાંફળાં દોડી આવ્યા.

વસુંધરા શૂન્યમનસ્કભાવે પોતાના આઉટહાઉસ તરફ પગલાં ભરતી કમરેથી

ચાવીનો ઝૂડો કાઢતી હતી ત્યાં તેની નજર રોશનનાં માતા-પિતા તરફ ખેંચાણી. એ ઊભી રહી ગઈ. એકાદ મિનિટ પૂતળાની જેમ બન્ને તરફ મીટ માંડીને ઊભી રહી.

નિર્મળાબહેન અને જુગલકિશોર એકબીજા સામે લાચાર નજરે જોવા લાગ્યાં. એમને ખાતરી થઈ ગઈ કે અશુભ સમાચાર સાથે વસુંધરા પાછી આવી છે. એ વિચારથી જ બન્નેને થથરાટી થઈ આવી. નિર્મળાબહેનને વધારે દુઃખી થવાનું કારણ એ હતું કે આ અપશુકન એમનાં દીકરા-વહુને આવશે તો?

'હું જઈને પૂછપરછ કરું.' એમ કહેતાં એ ઉંબરો ઓળંગવા ગયાં પણ પતિએ તેને રોક્યાં: 'રોશનની મા, અહીંયાં જ રહો. એ આ તરફ આવી રહી છે. જરા સંભાળીને કામ લેવું પડશે અને જોજો પડ્યા પર પાટું લાગે એવું કંઈ ન જ બોલતા—કહી દઉં છું.'

પણ આ શું? નજીક આવતી વસુંધરાના હોઠ હવે આછું-આછું મુસ્કુરાવા લાગ્યા હતા! એની ચાલમાં પણ થોડી ચેતના વરતાવા માંડી હતી...

કદાચ દીકરીના આઘાતે તેનું મગજ ચસકી ગયું હશે.

જુગલકિશોર નિસાસો નાખતાં એકાદ બે ડગલાં સામા ગયા. ગળગળા અવાજે તેમણે પૂછ્યું: 'સ્મિતાને સાથે ન લાવી?'

વસુંધરાના પગમાં જાણે બ્રેક લાગી હોય તેમ એ ચારછ પગલાંના અંતરે અણધારી ઊભી રહી ગઈ. તેનું હાસ્ય ધીમે ધીમે ખીલતું જતું હતું. પણ જેવી એની નજર નિર્મળાબહેન પર પડી કે એ હાસ્ય એકાએક ચીમળાઈ ગયું. નિર્મળાબહેન ખરખરો કરતાં હોય એવી ઢબે આંસુ સારતાં તેની સામે દયાભરી નજરે જોતાં હતાં.

વસુંધરાને ઝાટકો લાગ્યો હોય તેમ દોડીને સામી ધસી આવી અને નિર્મળાબહેનને વળગી પડી: 'નહીં, નહી, મા! રડશો નહીં... કાંઈ અમંગળ વિચારશો નહીં.'

કહેતાં ખુદ પોતે જ એટલાં ઊંડાં હીબકાં સાથે રડવા લાગી કે તેનું છેલ્લું વાક્ય રોશનનાં માતા-પિતાને સમજાયું નહીં.

નિર્મળાબહેન રડતી વસુંધરાને છાતીસરસી દાબી એની પીઠ પસારવા લાગ્યાં: 'બાઈ, હિંમત રાખ!'

પણ એ આશ્વાસને તો વસુંધરાના રુદનને ઓર વધારી દીધું ત્યારે જુગલકિશોરની આંખોય ભીની બનવા લાગી.

પણ બેમાંથી કોઈને એ સમજાયું નહીં કે વસુંધરાના આક્રંદમાં દિલનો ઊભરો ઠાલવવાનો આવેશ જ હતો!

'શું દીકરી સાથે આખરી મેળાપ પણ ન થયો?' નિર્મળાબહેનના મોંમાંથી હજુ તો આ વાક્ય પૂરું નીકળે ન નીકળે ત્યાં તો આંચકા સાથે વસુંધરાની ગરદન ઊંચી થઈ ગઈ. ફાટી આંખે તે રોશનની માને જોઈ રહી. થોડી વાર પહેલાંનાં આંસુ વરાળ બની ગયાં હોય તેમ કીકીઓ સાવ કોરીધાકોર થઈ ગઈ:

'તમે શું બોલ્યાં!' બન્ને ખભા પકડીને તેણે નિર્મળાબહેનને હચમચાવી નાખ્યાં: 'મારી સ્મિતાને કાંઈ જ નથી થયું. એ સાજી-નરવી છે.'

નિર્મળાબહેન એનો દેખાવ જોઈને હેબતાઈ ગયાં. બે ડગલાં છેટાં ખસી જઈ રોશનના પિતાને કહ્યું: 'આને તમે સંભાળો, મને તો બીક લાગે છે.'

વસુંધરા એમના વર્તનથી છોભીલી પડી ગઈ. તેને હવે સમજાયું કે આ લોકો મારી હાલત વિશે કાંઈક ઊંધું જ વિચારી-ધારી બેઠાં છે. શું ખરેખર પોતાનો દેખાવ એવો લાગતો હશે કે નિર્મળાબહેનને મારી બીક લાગી?

બેમાંથી કોઈની સામે જોયા વિના જ વસુંધરા ઘરમાં દાખલ થઈ. અંદર જઈને અરીસામાં મોં જોયું. ચહેરા પર થાક હતો, આંખોમાં થોડી ઉદાસી હતી, બસની મુસાફરીને કારણે વાળમાં ધૂળ ભરાયેલી હતી...ના, જોતાં ડર લાગે એવો તો કોઈ ફેરફાર થયો નથી.

ઝટપટ તેણે હાથ-મોં ધોયાં, વાળમાં કાંસકી ફેરવી, ચહેરા પર થોડો પાઉડર છાંટ્યો પછી હસતી હસતી રોશનનાં માતા-પિતા સામે હાજર થઈ ગઈ. નિર્મળાબહેન સામે જોઈને પૂછ્યું, 'કહો હવે મારી બીક લાગે છે?'

રોશનના પિતાના મનમાંથી તરત જ ગેરસમજ દૂર થઈ ગઈ. 'વસુંધરા, અમે તો ગભરાઈ ગયેલાં. આવી ત્યારે તારું મોં સાવ લેવાઈ ગયું હતું. વિચારમાં ખોવાયેલી હો, આઘાતથી હેબતાયેલી હો એવી દેખાતી હતી... ત્યારે શું સ્મિતા ખરેખર કુશળ છે? હવે ચિંતા કરવા જેવું કાંઈ નથી ને?'

'ચિંતા કરવા જેવું તો પહેલાંય નહોતું.' વસુંધરાના અવાજમાં થોડી ખિન્નતા આવી ગઈ: 'કોઈકે બનાવટી તાર કર્યો હતો.'

'બનાવટી તાર!' નિર્મળાબહેન વધુ ચોંક્યાં: 'આવી બાબતમાં બનાવટ?'

'હા માજી, પહેલી એપ્રિલે સ્કૂલની છોકરીઓ અંદર અંદર એપ્રિલફૂલની મજાક કરતી હોય છે. તેમાં કોઈકને વળી આવી ભયાનક મજાક સૂઝી. તાર હાથમાં આવ્યો ત્યારથી જીવ રહેંસાતો હતો. જેમ ગુલમર્ગ નજીક આવતું ગયું તેમ તેમ વધુ ને વધુ નર્વસ થતી ગઈ. બસમાં એક-બે વાર ઊલટી કરી, ચક્કર આવવા લાગ્યાં. આખા રસ્તે અમંગળ વિચારો ભાલાની જેમ કાળજામાં ભોંકાતા રહ્યા. હજુય એ જખમ રુઝાયા નથી. મજાક કરનારને શું ખબર કે એણે માના

જીવના કેટલા કટકા કરી નાખ્યા છે!'

'એટલે શું સ્મિતાને કાંઈ જ થયું નહોતું?' નિર્મળાબહેન હજુય ડઘાયેલાં હતાં.

'કાંઈ જ નહીં.' વસુંધરાએ ફરી ધરપત આપી: 'હું હૉસ્ટેલ પર ગઈ ત્યારે એ સ્કૂલમાં ભણતી હતી. 'મધરે' તેને ક્લાસમાંથી બોલાવી અને એ મારી સામે આવી ત્યાં સુધી હું પણ એમ જ માનતી હતી કે મારી સ્મિતા હવે કાયમને માટે ચાલી ગઈ. એને જોઈને હું તેને એવી રીતે વળગી પડી કે એ બિચારી પણ થોડી વાર તો ગભરાઈ ગઈ. કાંઈ પણ બોલ્યાચાલ્યા વિના ચોધાર આંસુએ મને રડતી જોઈને એનું માસૂમ દિલ હેબત ખાઈ ગયું. 'મમ્મી મમ્મી, અનુરાધા આન્ટીની તબિયત તો સારી છે ને!' ગળગળા અવાજે મારાં આંસુ લૂછતાં તેણે આમ પૂછ્યું ત્યારે હું ભાનમાં આવી. દસ-પંદર મિનિટે હું તેને માંડ માંડ સમજાવી શકી કે કોઈને કાંઈ થયું નથી, બધાં જ સાજાં-સારાં છે. આ તો હું એપ્રિલફૂલ બની ગઈ...'

સાંભળીને જુગલકિશોરના કપાળની નસો ઊપસી આવી: 'આવી મશ્કરી કરનારને તો સખ્તમાં સખ્ત સજા થવી જોઈએ. અંગ્રેજોની વાદે આપણે એપ્રિલફૂલનું શીખ્યા. પણ અક્કલ વગરની નક્કલ કરીને શું સાર કાઢ્યો? વસુંધરા, પછી બનાવટી તાર કરનારને કાંઈ સજા કરી કે નહીં?'

જવાબમાં તેણે હળવો નિસાસો નાખ્યો: 'કોને સજા કરે? તાબડતોબ ભણવાનું બંધ કરીને સ્કૂલની બધી છોકરીઓને હૉલમાં બોલાવી હેડ મધરે તારની વાત કહી સંભળાવી: આ કામ જેણે કર્યું હોય તેને કબૂલી લેવા સમજાવ્યું. જે 'કન્ફેસ' કરશે તેને માફ કરવાનુંય વચન આપ્યું. છતાં કોઈ છોકરી આગળ ન આવી. ત્યારે એમની મૂંઝવણ વધી પડી. નરમાશ છોડીને તેમણે ધમકી આપી: હજુ પણ કહી દેવાનો ચાન્સ છે. સ્મિતાની મમ્મી પોલીસને ફરિયાદ કરશે પછી માફી નહીં મળે... છતાંય કાંઈ ન વળ્યું ત્યારે મેં જ વાતને અટકાવી દેવા મધરને વિનંતી કરી. થતાં થતાં થઈ ગયું. જેણે કર્યું હશે એને મનથી તો પસ્તાવો થવાનો. આટલી હોહા થઈ એટલે હવે ફરી બીજું કોઈ પણ આવું કરતાં અચકાશે. બસ, એ પૂરતું છે.'

વસુંધરા શ્વાસ ખાવા માટે થોડું રોકાઈને બોલી:

'અફસોસ તો મને એ થાય છે કે મારી સાથે સાથે તમને બધાંને પણ ઉચાટમાં નાખી દીધાં. અનુરાધાબહેન સાથે કલકત્તા જવાની જરૂર હતી તેમાં હું કામ ન લાગી શકી.'

'અમારાં બધાંનું તો ઠીક, પણ અનુરાધાને હજુય સ્મિતાની ચિંતા સતાવતી હશે. પઠાણકોટથી મોટર પાછી આવી તેની સાથે રોશને મોકલાવેલી ચિઠ્ઠીમાં પણ એ જ લખ્યું હતું.'

'શું ?'

'કે અનુરાધા સ્મિતાની બહુ ફિકર કરે છે. તું ગુલમર્ગથી પાછી આવી જા એટલે તારથી ખબર આપવાનું અને તારાથી પ્લેનમાં કલકત્તા જઈ શકાય તો તને મોકલી આપવાનું ખાસ લખ્યું છે.'

'એમ !' વસુંધરાની લાગણી ઊછળી આવી: 'હું જરૂર જઈશ. આવે વખતે અનુબહેનના ઉપયોગમાં નહીં આવું તો જિંદગીભર જાતને કોસતી રહીશ.' તેણે અધીરાઈથી પૂછ્યું: 'મારે ક્યારે નીકળવાનું છે?'

હવે જુગલકિશોરને ખ્યાલ આવ્યો કે આટલી વારથી બહાર ઓસરીમાં જ ત્રણે જણાં ઊભાં હતાં. અરે રોશનની બા, પહેલાં આ છોકરીને કાંઈ ખાવા-પીવાનું તો કહો. ભૂખીતરસી બહાર જ ઊભી રાખવી છે એને ?'

પણ નિર્મળાબહેન પગ ઉપાડે તે પહેલાં વસુંધરા જ અંદર જવા લાગી: 'તમારે તકલીફ લેવાની જરૂર નથી. હું મારી મેળે જ રસોડામાં જઈને જમી લઉં છું. જે કાંઈ હશે તે ચાલશે. કકડીને ભૂખ લાગી છે.'

જમીને ફરી પાછી વસુંધરાએ રોશનના પિતા સમક્ષ કલકત્તાની જ વાત ઉચ્ચારી: 'તમને વાંધો ન હોય તો રાતની બસમાં જ પઠાણકોટ માટે નીકળી જાઉં. સવારે ટ્રેનમાં બેસી જઈશ, નકામા પ્લેનનો ખર્ચ શા માટે કરવો?'

'ના, ના, એવી કડાકૂટ નથી કરવી. આઠ કલાક બસમાં અને પછી અડતાલીસ કલાક ટ્રેનની મુસાફરી કરીને કલકત્તા પહોંચીશ તો રોશન નારાજ થશે. તેણે ચિઠ્ઠીમાં ચોખ્ખું લખ્યું છે, હું કલકત્તા પહોંચીને તાર કરું એટલે વસુંધરા આવી શકે તેમ હોય તો પ્લેનથી રવાના કરજો.'

રોશનના પિતાએ ખમીસના ખિસ્સામાંથી ચિઠ્ઠી કાઢીને વસુંધરાને આપી. 'તને સાચું ન લાગતું હોય તો આ વાંચી લે.'

વસુંધરા ચિઠ્ઠી વાંચતી હતી ત્યારે નિર્મળાબહેન ધણીની બાજુમાં આવીને બેસી ગયાં. રોશનના પિતાના કાનમાં એ કંઈક કહી રહ્યાં હતાં તે વસુંધરાના ધ્યાન બહાર ન રહ્યું.

વસુંધરાએ ચિઠ્ઠી પાછી આપી ત્યારે જુગલકિશોરે પત્નીએ કહેલી વાત ઉચ્ચારી: 'વસુંધરા, તારે એક કામ કરવાનું છે.'

'ફરમાવો.'

'આરામ કરીને સાંજના તું જરા અનુરાધાની માને મળી આવજે ને.' જુગલકિશોર જરા ખચકાતાં બોલ્યા: 'રોશનની બાને હું સવારથી કહું છું, વેવાણ પાસે એક આંટો જઈ આવો. હવે તું આવી ગઈ એટલે...'

'હું તો અમસ્તી પણ એમને મળવા જવાની હતી. એમણેય સ્મિતાના ખબર સાંભળ્યા હશે તો ચિંતા કરતાં હશે.'

આટલું કહી ગયા પછી વસુંધરાને ખ્યાલ આવ્યો કે રોશનના પિતા તેને શા માટે ત્યાં જવાનું કહે છે એ તો મેં જાણ્યું નહીં.

'માજીને તમારે કાંઈ ખાસ કહેવડાવવાનું છે?'

'ખાસ તો નહીં...' જુગલકિશોર એટલું બોલીને અટક્યા. વસુંધરા સમજી ગઈ કે કાંઈક ખાસ છે એટલે જ એ થોડા અચકાતા લાગે છે.

'વસુંધરા, વેવાણને કાંઈક ખોટું લાગ્યું હોય એમ આ રોશનની માનું માનવું છે.'

'ખોટું લાગ્યું? કઈ બાબતમાં?'

જુગલકિશોરે ફરી એક વાર રોશનની માતા તરફ જોઈ લીધું: 'જતાં પહેલાં અનુરાધા સવારે માને મળવા ગયેલી. તેની સાથે રોશનની બા પણ ગયેલી. વહુએ માને પગે લાગીને આશીર્વાદ માગ્યા ત્યારે સાવિત્રીબહેન બે કડવા શબ્દ બોલી ગયાં.'

વસુંધરાને ધ્રાસકો પડ્યો: માજી મનની વાત તો નહીં બોલી ગયાં હોય ને? પુત્રી ઑપરેશન કરાવવા જતી હોય ત્યારે કોઈ મા આશીર્વાદને બદલે કડવાં વચન સંભળાવે?

'માજીએ શું કહેલું?'

જુગલકિશોર કહેતાં અચકાયા ત્યારે નિર્મળાબહેન બોલી ઊઠ્યાં, 'એમણે કહ્યું તો અનુરાધાને, પણ સંભળાવ્યું મને... દીકરી મારી, આ બધાને તારા ચહેરાની ફિકર થાય છે પણ મને તો તારા જીવની ચિંતા કોરી ખાય છે. ત્યાંથી જીવતી-જાગતી પાછી આવ તોય મારે મન ઘણું છે.'

'એમણે આવું કહ્યું?' વસુંધરાથી બોલાઈ જવાયું અને રોશનની માતાએ ઊભરો ઠાલવ્યો:

'સાંભળીને મારા રૂંવે રૂંવે આગ લાગી ગઈ. ગમે તેમ તોય હું એની દીકરીની સાસુ થાઉં છું. શું અમે વહુનો જીવ લેવા તેને કલકત્તા મોકલી છે?'

'નહીં નહીં!' વસુંધરા થથરતી બોલી ઊઠી: 'તમે આમ અધીરાં નહીં થાવ... માજીનો કહેવાનો ભાવાર્થ એવો નહીં હોય. માજી બિચારાં ઑપરેશનના નામથી જ ગભરાય એવાં છે. મનેય એકબે વાર પૂછ્યું કે આ પ્લાસ્ટિક ઑપરેશનમાં જીવનું જોખમ તો નથી ને?'

'બરાબર છે વસુંધરા!' જુગલકિશોર ઊઘડતા અવાજે બોલી ઊઠ્યા: 'હું પણ આને બે દિવસથી એ જ સમજાવું છું. માનો જીવ છે, દીકરી એટલે દૂર

જઈને ઑપરેશન કરાવે ત્યારે તો એમને જાતજાતની અમંગળ આશંકા થયા
કરે એ સ્વાભાવિક છે. એનો આપણે અવળો અર્થ શા માટે કરવો જોઈએ?'

'અવળો અર્થ, અવળો અર્થ!' નિર્મળાબહેન ઉશ્કેરાયાં: 'કાલથી અત્યાર
સુધીમાં સો વાર તમે આ શબ્દો મને સંભળાવ્યા, પણ મારે બદલે તમે અનુરાધા
સાથે વેવાણને ઘેર ગયા હોત અને તેમના શબ્દો સાંભળ્યા હોત તો મને જે
વસમું લાગ્યું છે એવું જ તમને લાગત... ત્યારે તમે પણ એવો જ અર્થ કરત.'

પોતાની હાજરીમાં બે વડીલો વચ્ચે આવી જીભાજોડી થાય એમ વસુંધરા
ઇચ્છતી નહોતી. તેણે ટૂંકામાં પતાવવા કહ્યું: 'વડીલ, તમે એ વાત મારા પર
છોડી દો. હું એમને ધરપત આપીશ પછી એમના મનનો ઉચાટ ઓસરી જશે.
હમણાં જ ઊપડું છું.'

કહીને વસુંધરા ઊભી થઈ, પણ જુગલકિશોરને હજુ કાંઈક કહેવાનું બાકી હતું:
'જરા ઊભી રહે, તારે બીજુંય એક કામ કરવાનું રહેશે.'

'બોલો.'

'મને લાગે છે કે વેવાણને કંઈક ખોટું જરૂર લાગ્યું છે. એમની ઇચ્છા કલકત્તા
જવાની હતી. રોશને આનાકાની કરી ત્યારે મેં નમતું જોખ્યું, પણ હવે મને લાગે
છે કે વેવાણનું મન રાખવું જોઈતું'તું. જઈને એમને સમજાવ કે તારી સાથે પ્લેનમાં
કલકત્તા જવાની તૈયારી કરે, આવી બાબતમાં ખટકો રહી જાય તે સારું નહીં.'

વસુંધરાને આ વાત ગળે ઊતરી ગઈ. તેના પગમાં જોર આવ્યું, 'તો તો
જરૂર હું તેમને મનાવી શકીશ. કહીશ કે પઠાણકોટથી ડ્રાઇવર સાથે મોકલાવેલી
ચિઠ્ઠીમાં ડૉક્ટરસાહેબે તમનેય કલકત્તા આવી જવાનું ખાસ લખ્યું છે. પછી એ
આનાકાની નહીં કરે.'

'બરાબર — બરાબર!' વસુંધરાની આ હૈયાઉકલત પર રોશનના પિતાય રાજી
થઈને બોલી ઊઠ્યા: 'કહેજે કે પરમ દિવસે સાંજ સુધીમાં રોશનનો પહોંચનો
તાર આવી જશે પછી તમારે તરત જ નીકળવાનું છે. ચોથા દિવસની શ્રીનગરથી
દિલ્હી અને દિલ્હીથી કલકત્તાની બે ટિકિટ હું મંગાવી રાખું છું.'

'ભલે' કહીને ઉત્સાહભેર વસુંધરા બહાર નીકળી ગઈ, પણ એ કોઈને ક્યાં
કલ્પના હતી કે પરમ દિવસે આવનાર તારનું લખાણ જિંદગીભરનો આંચકો
આપી જવાનું છે.

* * *

૧૧

બક્સર સ્ટેશને હાવરામેલ હાંફતો હાંફતો ઊભો રહ્યો. રોશને ઘડિયાળમાં જોયું. આઠ વાગ્યા હતા. ટ્રેન રાઇટ ટાઇમમાં હતી. અમૃતસરથી ચઢેલા એક સરદારજી સામાન ઉતારવા લાગ્યા એટલે તેણે નિરાંતનો શ્વાસ લઈ અનુરાધા તરફ જોયું, તેને બગાસું ખાતી જોઈને બોલી ઊઠ્યો: 'જમ્યા પહેલાં જ બગાસાં ખાવા લાગી?'

અનુરાધાએ ઊભાં થઈ કપડાં પરથી ધૂળ ખંખેરી: 'બેઠાં બેઠાં થાક લાગે છે. કેટલી લાંબી સફર!'

'કેમ કંટાળી ગઈ?' રોશને પગમાંથી સ્લિપર કાઢી બૂટ પહેરવા માંડ્યા: 'પોણી સફર તો પૂરી થઈ, છત્રીસ કલાક કાપી નાખ્યા. બસ, આજની રાત રહી. સવારે ઊઠશું ત્યારે સોનાર બંગલામાં દાખલ થઈ ચૂક્યાં હોઈશું.'

અનુરાધા ફિક્કું હસી: 'રોશન, તું તો ત્યાં જઈને બધાની સાથે બંગાળીમાં વાત કરવા માંડીશ.' પછી મીઠું હસતાં ઉમેર્યું: 'ઘણા વખતે પિયર જતી સ્ત્રીની જેમ તું મનમાં મલકતો રહે છે. સાચું કહેજે, કલકત્તા કૉલેજનાં સંભારણાં વાગોળતો હતો ને?'

રોશન ચોંક્યો. લાડકી નજરે અનુરાધા સામે થોડી વાર જોતો રહ્યો: 'તું પણ કમાલ કરે છે રાધા, મારા મનની વાત છાની છાની વાંચી ગઈ! તારી વાત સાચી છે, કલકત્તાની મેડિકલ કૉલેજ, હૉસ્ટેલમાં સાથે રહેતા દોસ્તો, ફૂટબૉલની મૅચો, વિદ્યાર્થીઓનાં તોફાનો, બંગાળી નાટકો, રવીન્દ્ર સંગીત... જાણે બધું ગઈ કાલે જ માણ્યું હોય એમ તાજું થવા લાગ્યું.'

'બસ એટલું જ...' અનુરાધા લુચ્ચું હસી: 'કોઈ બંગાળી છોકરી સાથે વિતાવેલી સાંજો યાદ ન આવી?'

રોશનને આશ્ચર્ય થયું... અનુરાધાના બોલવામાં ખટાશ નહોતી. પહેલી વાર આ સ્ત્રીએ આટલી હળવાશથી કોઈક છોકરી સાથેના સંબંધની મજાક છેડી હતી. શું અનુરાધા બદલાઈ રહી છે? પણ જિંદગીની છેલ્લી રાતે બદલાવાથી શું ફેર પડવાનો હતો.

'કેમ રોશન, ચોરી પકડાઈ ગઈ ને તારી!'

'શું?' રોશનને ખરેખર ધ્રાસકો પડ્યો: 'શેની ચોરી?'

'બંગાળી છોકરી સાથે કરેલી દોસ્તીની વાત મારાથી છાની રાખી એ ચોરી...'

ત્યારે એ ખડખડાટ હસી પડ્યો. અનુરાધા સાચે જ મશ્કરીના મૂડમાં છે. જિંદગીની છેલ્લી રાતે જ ભગવાન માણસને શું કામ ખુશમિજાજમાં લાવી દેતો હશે?

'તને કોઈ પ્રેમકિસ્સો સાંભળવાનો મૂડ આવ્યો લાગે છે.' રોશને વાળમાં દાંતિયો ફેરવીને ડબ્બાં જડેલા અરીસામાં જોતાં કહ્યું: 'એ સાંભળવાથી તને આનંદ આવતો હોય તો એકાદ કિસ્સો ઉપજાવી કાઢીશ; બસ!'

અનુરાધા મરક મરક હસતી કાંઈક કહેવા જતી હતી પણ રોશને ડબાનું બારણું ઉઘાડી વચ્ચે જ પૂછી લીધું: 'ચાલ, પ્લેટફૉર્મ પર લટાર મારવા આવવું છે? જરા પગ છૂટા થશે.'

અનુરાધાએ ઊભાં થઈને અરીસામાં જોયું, વિખરાયેલા વાળ સરખા કર્યા: 'જવા દે, આવા વેશે બહાર ક્યાં આવું? તું આંટો મારી આવ.' પછી દરવાજા પાસે આવીને ઊભી રહી: 'આપણે બન્ને લટાર મારવા નીકળશું તો સામાન પર કોઈક હાથ મારી જશે.'

રોશન ખરેખર ચમક્યો. તેની નજર ઉપરના બર્થના ખૂણામાં પડેલી પોતાની દાક્તરી સામાનની હેન્ડબૅગ પર પડી. કદાચ કોઈક ડબામાં ઘૂસીને એ જ ઉપાડી જાય તો? કાંઠે આવેલું કાવતરું ડૂબી જાય: 'સાચી વાત છે અનુ, તું સામાનનું ધ્યાન રાખ. હું હમણાં જ આવું છું.'

જતાં જતાં મનમાં બબડ્યો: અનુરાધા, તું તારા જ મોતના સામાનની ચોકી કરે છે એની તને ખબર નથી!

'જોજે પાછો બહુ દૂર ન નીકળી જતો, ગાડી ઊપડી જશે તો ડબામાં હું એકલી મૂંઝાઈ મરીશ.'

પાછળથી યાદ આવ્યું હોય તેમ અનુરાધાએ હાંક મારીને કહ્યું ત્યારે રોશન ગરદન ફેરવીને હસ્યો. એના હાસ્યમાં અણસાર હતો કે મૂરખ, આટલી બધી તૈયારી કરીને ઘેરથી નીકળ્યો છું તે શું ગાડી ચૂકી જવા માટે?

છતાંય તે નિરાંત જીવે પ્લેટફૉર્મ પર ફરી શક્યો નહીં. સિગારેટ ફૂંકતાં ફૂંકતાં આસપાસમાં જ આંટા માર્યા. અચાનક તેને ખ્યાલ આવ્યો કે સિગારેટ પકડેલી તેની આંગળીઓ સહેજ ધ્રૂજતી હતી. શું પોતે નર્વસ થઈ રહ્યો છે? છટ! તેણે મન મજબૂત કર્યું: નર્વસ થવાનું કોઈ જ કારણ નથી. બસ, હવે થોડાક કલાક જ રહ્યા... પછી હું આઝાદ થઈ જઈશ. અનુરાધાના બંધનમાંથી મને મુક્તિ મળી જશે, શામલીનો સંબંધ કાયમી બની જશે.

સિગારેટને બૂટ નીચે મસળી નાખી રોશન તેના ડબા પાસે આવ્યો ત્યારે ડાઇનિંગ કારવાળો, આગલા સ્ટેશને આપેલા ઑર્ડર મુજબ બે થાળી લઈને અંદર દાખલ થતો હતો. ભાણાં મૂકીને એ નીચે ઊતરતો હતો ત્યાં રોશને તેને રોક્યો: 'પાણીના બે ગ્લાસ લઈ જા.'

વેઇટર ગૂંચવાયો હોય તેમ થોડી વાર સાહેબ સામે જોઈ રહ્યો: 'સાહેબ, એ ઠંડા છે!'

'હા, પણ તું લઈ જા. નહીંતર સાહેબ ગરમ થઈ જશે.' રોશને હવે રોષ દેખાડ્યો: 'ગ્લાસ ઉઘાડા રાખીને અહીં સુધી લઈ આવ્યો તે એમાં કેટલો કચરો પડ્યો હશે એનું ભાન છે...?

પેલો મોં બગાડતો પાણીના ગ્લાસ પાછા લઈ ગયો. કદાચ મનમાં બબડ્યો પણ હશે: 'બહુ રુઆબ કરે છે, પણ એમના ખાણામાંય કોલસાની ભૂકીનો કેટલો મસાલો પડ્યો હશે એનું એને ક્યાં ભાન છે?'

ગાડી આગળ વધી એટલે અનુરાધા-રોશન ગપ્પાં મારતાં જમ્યાં. વદનો ચંદ્રમા ધીમે ધીમે પોતાનું વર્ચસ્વ વધારતો જતો હતો, ઉનાળુ પવનમાંથી ગરમીનો ડંખ ઓસરવા લાગ્યો હતો. દૂર દૂર ટમટમતા દીવડાઓ જોઈને અનુરાધાને ઘર યાદ આવતું હતું. મા, વસુંધરા અને સ્મિતાના વિચાર આવતા હતા.

જમી લીધા પછી તેણે મુખવાસની ડાબલી ઉઘાડી. રોશને સિગારેટનું પાકીટ ખોલ્યું. અનુરાધાનું ધ્યાન પડ્યું એટલે તેની ભ્રમર તણાઈ. રોશન તેની લાડભરી નારાજી સમજી ગયો છતાં સિગારેટ હોઠ વચ્ચે ગોઠવી દીધી: 'જમ્યા પછી જરા લિજ્જત આવે છે.' કહી દીવાસળી સળગાવતાં ઉમેર્યું: 'ચિંતા નહીં કર, તને દુર્ગંધ નહીં આવે. હું બ્રશ કરી લઈશ, ઉપર એકાદ બે એલચી ચાવી જઈશ.'

તેની મતલબ સમજી ગયેલી અનુરાધાએ છંછેડાઈ જવાનો દેખાવ કર્યો. એના હોઠ વચ્ચે લટકતી સિગારેટ તરફ હાથ લંબાવ્યો પણ રોશને અધવચ્ચે જ તેનું કાંડું ઝડપી લીધું. બીજા હાથે તેના શરીર ફરતો ભરડો માર્યો અને આછી ભીંસ આપી: 'હવે તો તારા ગાલ પર સિગારેટનો ડામ જ દઈ દઉં છું.'

અનુરાધા મોં ફેરવી ગઈ: છોડી દે, મને દઝાડી દઈશ.'

રોશને એક હાથે મોંમાંથી સિગારેટ હટાવી લીધી પણ બીજા હાથની ભીંસ વધારી. અનુરાધાએ છટકવાનો બનાવટી પ્રયાસ કર્યો. રોશનની મજબૂત પક્કડમાં તરફડવાની તેને મજા આવતી હતી, શરીરમાં ઉન્માદ જાગતો હતો.

થોડી વાર સુધી આ રમત ચાલી ત્યાં ગાડીનો વેગ ઘટવા લાગ્યો. રોશનની ભીંસ હળવી થવા માંડી અને પ્લેટફૉર્મના દીવા દેખાયા એટલે રોશને હાથ પાછો સેરવી લીધો: 'આરાહ આવ્યું લાગે છે!'

અનુરાધા કપડાં ઠીકઠાક કરતી સહેજ દૂર ખસી. તેનો ચહેરો લાલઘૂમ થઈ ગયો હતો, આંખોમાં માદકતા અંજાઈ ગઈ હતી, શરીરમાં ગરમી વ્યાપી ગઈ હતી, છાતીની ધડકન વધી ગઈ હતી.

ગાડી ઊભી રહી. અનુરાધાએ ડબા સામે પ્લૅટફૉર્મનું પાટિયું વાંચ્યું: એ આર એ એચ.

'રોશન, તું તો ઘણા વખતે કલકત્તા જઈ રહ્યો છે છતાં બધાં જ સ્ટેશનનાં નામ તને હજુય યાદ છે!'

'થોડાંક યાદ હતાં', સહેજ થોથવાતાં તેણે કહ્યું: 'બાકીનાં આ ટાઇમટેબલમાં તાજાં કરી લીધાં.'

અનુરાધાને ત્યારે રોશન નાના બાળક જેવો લાગ્યો. હવે પછી કયું સ્ટેશન આવવાનું છે એની જાણકારીથી બાળક ખુશ થતું હોય છે તેમ રોશન પણ ગૌરવ અનુભવતો હતો.

પણ તેને ક્યાં ખબર હતી કે છેલ્લા કેટલાય દિવસથી રોશન ટાઇમટેબલનું નીરસ થોથું ગીતાની જેમ પાકું કરતો હતો. પઠાણકોટથી હાવરા વચ્ચેનાં દરેક સ્ટેશન, ખાસ કરીને પટણાથી હાવરા વચ્ચેનાં સ્ટેશનના ટાઇમિંગ તેણે ગીતાના શ્લોકની જેમ પાકા કરી લીધા હતા. માણસ પોતાના મોક્ષ માટે ગીતા વાંચે છે જ્યારે રોશન તો અનુરાધાના 'મોક્ષ' માટે ટાઇમટેબલનું 'ભક્તિભાવે' અધ્યયન કરી ગયો હતો!

આરાહ અને પટણા વચ્ચેની સફરના એકાન્તમાં ફરી બન્નેનાં મન મસ્તીએ ચડ્યાં. તાજાં જ પરણીને હનીમૂન કરવા જઈ રહેલા યુગલની અધીરાઈથી રોશન અનુરાધાની છેડછાડ કરતો હતો.

દસ વાગે પટણા આવ્યું ત્યારે બીજી વાર રોશન નર્વસ થઈ ગયો: આમ કેમ થાય છે? કટોકટીની ઘડી નજીક આવે છે એના બોજનું કારણ છે કે પછી અનુરાધા નિર્દોષપણે તેના પ્રેમને ઝીલી રહી છે એનો ખટકો જાગે છે?

મનને સ્વસ્થ કરવા માટે એ પ્લેટફૉર્મ પર ચક્કર લગાવવા ગયો. અનુરાધાને ક્યારેય ન મળ્યો હોય એવો પ્યાર તેના પર વરસાવવાનું તેણે નક્કી કરી રાખ્યું હતું: એ એમ માની બેસે કે હું સંપૂર્ણપણે એના મોહમાં ડૂબી ગયો છું, તેના સિવાય મારા જીવનમાં હવે ક્યારેય કોઈનું સ્થાન નથી એવી ભ્રમણામાં રમમાણ કરીને જ મારે તેને ખતમ કરવી છે. કદાચ સ્વર્ગ જેવું કાંઈ હોય અને તેના આત્માને ત્યાં સવાલ પૂછવામાં આવે કે તને તારા પતિ તરફથી કાંઈ દુઃખ હતું? એના હાથે તારા દેહનું મોત થયું છે એ તું જાણે છે! તો અનુરાધા બેધડકપણે કહી દે: ના, ના; જિંદગીના આખરી દિવસે એ માણસે મને આખા જન્મારાનો પ્રેમ એકસાથે આપી દીધો હતો. મારી આવરદા પૂરી થઈ તેમાં મારો રોશન જવાબદાર નથી, ઊંઘમાં ચાલવાની મારી આદતે મને દગો દીધો...

રોશન પાછો ફરતો હતો ત્યાં એની નજર બાજુના ફર્સ્ટ ક્લાસના મોટા ડબાની બારી પાસે ઊભેલા ગજરા-વેણી વેચવાવાળા પર પડી. તેને નવાઈ લાગી. પ્લેટફૉર્મ પર બીજું ઘણુંબધું વેચાતું હોય છે પણ વેણી વેચાતી આજે જ જોઈ. મોગરાના ફૂલની ખુશબો તેને ત્યાં ખેંચી ગઈ: ‘બે આપજે.’ કહીને પૈસા કાઢ્યા. ખુશાલીના ઊભરામાં રૂપિયાની નોટ આપીને બાકીના પૈસા પાછા પણ ન લીધા.

પોતાના કમ્પાર્ટમેન્ટમાં દાખલ થતી વખતે રોશને બન્ને હાથ પાછળ રાખ્યા હતા છતાં અનુરાધાએ ચમકીને પૂછ્યું: ‘મોગરાની સુવાસ ક્યાંથી આવે છે?’

‘મારા દિલમાંથી...’ રોશન હસતો હસતો નજીક ગયો.

અનુરાધાએ ત્રાંસી નજરે તેની પીઠ પાછળ જોઈ લીધું: ‘લુચ્ચા; મને ગમતો મોગરો ક્યાંથી ઉપાડી લાવ્યો.’

એ જ વખતે ટ્રેનની વ્હિસલ વાગી, વરાળ છોડતા એન્જિનનો અવાજ સંભળાયો અને ધક્કા સાથે ગાડી સ્ટાર્ટ થઈ. રોશનથી બે ફૂટના અંતરે ઊભેલી અનુરાધાએ પણ એ ધક્કો અનુભવ્યો અને રોશન તરફ ઝૂકી ગઈ. વેણી-ગજરાવાળા હાથ રોશને પોતાની પીઠ પાછળથી ઊંચકીને અનુરાધાની પીઠ પર ફેલાવી દીધા. ગાડી ગતિ પકડવા લાગી, પ્લેટફૉર્મ ખસતું ગયું. બારીમાંથી આવતી હવાએ મોગરાની મહેકને ડબામાં પ્રસરાવી દીધી.

રોશનના બાહુપાશમાં જકડાયેલી અનુરાધાએ હળવે હળવે તેના હાથ પતિની પીઠ પાછળ ફેલાવ્યા. આલિંગનનું બંધન બેવડાયું. ટ્રેન દોડતી હતી છતાં સમય જાણે થંભી ગયો હોય એવું બન્નેને લાગ્યું.

હાથમાં પકડેલી વેણીનાં ફૂલ ચીમળાઈ જશે એવી દહેશત લાગી ત્યારે રોશને ભીંસ ઢીલી કરી:

'ચાલ, આજે તો હું તને વેણી બાંધી દઉં.'

પણ અનુરાધા મીંચેલી આંખે કોઈ સુંવાળા સ્વપ્નમાં ખોવાઈ ગઈ હોય તેમ રોશનના ખભા પર માથું ટેકવીને ઊભી જ રહી.

'કેમ ઊંઘી ગઈ કે?'

રોશને ગજરાનાં ફૂલોથી તેના ખરબચડા ગાલ પંપાળતાં પૂછ્યું: 'ક્યાં ખોવાઈ ગઈ રાધા!'

અનુરાધાએ આંખો ખોલી. મધુરા સ્વપ્નથી બોઝિલ બનેલી પાંપણો પટપટાવતાં તેણે રોશન સામે જોયું. સ્ત્રી તેની આંખોથી પણ આટલું મોહકપણે હસી શકે છે એ રોશનને આજે જ અનુભવવા મળ્યું.

'એમ લાગે છે રોશન, કે આજે તું મારા હૃદયના ખોબામાં એકીસાથે બધું જ સુખ ઠાલવી દેવા માગે છે. ખુશી છલકાઈ રહી છે, ઢોળાઈ રહી છે...' મંત્રમુગ્ધ અનુરાધાના અવાજમાંય એક પ્રકારની માદકતા ઘૂંટાતી જતી: 'પ્લાસ્ટિક સર્જરીના બહાને તારું આવું ઉત્કટ સાંનિધ્ય મને સાંપડશે એવું તો ધાર્યું જ નહોતું. ફર્સ્ટ ક્લાસની સફરનું આવું એકાન્ત... મેં કદી કલ્પ્યું નહોતું.'

રોશનને થયું કે પોતે ફરી નર્વસ થઈ જશે અને અનુરાધા તેના મનનું કપટ કળી જશે.

ઝડપથી તેણે અનુરાધાના છૂટા વાળમાં વેણી બાંધી દીધી: 'ચાલ, આ ગજરો તું મારા કાંડે બાંધી દે.'

રોશન સીટ પર બેઠો અને અનુરાધા નીચે ઝૂકીને ગજરાની ગાંઠ બાંધવા લાગી. તેના છૂટા લાંબા વાળ પીઠ પર પથરાયા હતા. રોશને એ સુંવાળા વાળ પંપાળ્યા, પછી ગોરી પીઠ પર હાથ ફેરવ્યો. તેના મનમાં ઘાતકી વિચાર ઘોળાવા લાગ્યો: આ રેશમી કેશ, માખણ જેવી પીઠ, ગોરું-ગોરું બદન, પાતળી ગરદન, સુંદર હોઠ. બધું જ અકાળે કરમાઈ જવાનું... ચેતનથી ઊભરાતી આ કોમળ કાયામાંથી થોડા જ કલાકમાં પ્રાણ ઊડી જવાનો!

ગજરો બંધાઈ ગયો એટલે અનુરાધાએ રોશન તરફ જોયું: 'શું વિચારે ચડી ગયો, એકાએક ગંભીર કેમ બની ગયો!'

'કાંઈ નહીં, કાંઈ જ નહીં!' કહેતાં રોશને બેત્રણ વાર માથું ધુણાવી મનના વિચારને જાણે ખંખેરી નાખ્યા.

'જુઠ્ઠા!' અનુરાધાએ લાડના છણકા સાથે તેનો કાન પકડ્યો, સહેજ આમળ્યો: 'હું જાણી ગઈ તું શું કામ ગંભીર બની ગયો.'

'જાણી ગઈ!' રોશને મોં ફેરવી લઈ બારી બહાર નજર નાખી: 'શું જાણી ગઈ?'

'યાદ છે! તારી ડિસ્પેન્સરી—અનુરાધા ક્લિનિકનું ઉદ્દ્ઘાટન થયું એ રાતે આપણે સુહાગરાત મનાવવાનાં હતાં. બેડરૂમ ફૂલોથી શણગાર્યો હતો. તું પાર્ટીમાંથી નશો કરીને આવેલો. મેં દુર્ગંધની ફરિયાદ કરેલી, તારી સામેથી મોં ફેરવી લીધેલું. તું ગુસ્સે થયેલો, હું ઉપદેશ આપવા લાગેલી અને એ રાત આપણને નજીક લાવવાને બદલે આપણા વચ્ચે ખાઈ ખોદી ગઈ!'

અનુરાધા અટકી ત્યારે રોશને ડોક ફેરવી તો અનુરાધાની આંખોમાં આંસુનાં બિંદુ બાઝી ગયેલાં દેખાયાં.

'એ યાદ કરીને આજે-અત્યારે તું રડવા લાગી?'

'નહીં, રોશન! આ આંસુ પ્રાયશ્ચિત્તનાં છે. અહમ્‌ની પટ્ટી આંખે બાંધીને હું તને ચાહવાની કોશિશ કરતી હતી એટલે તારી સાચી લાગણીને જોઈ-પિછાની ન શકી... મેં કેટલું ગુમાવ્યું, કેવા સોનેરી દિવસો અને રૂપેરી રાતો વેડફી નાખ્યાં એ આજે, અત્યારે તારા આલિંગનમાં ભિડાયા પછી મને સમજાય છે.'

તેના લાગણીભીના શબ્દો ખરેખર રોશનના મેલા અંતરને સ્પર્શી ગયા. એ આંસુ વધુ વાર વહેશે તો મનનો મેલ ધોઈ નાખશે એવી તેને બીક લાગી. અનુરાધાનું માથું પોતાના ખભા પર ખેંચી લઈ તેણે હળવે હાથે હેત વરસાવવાનો દંભ કરવો પડ્યો, કારણ કે મનને એ નબળું પડવા દેવા માગતો નહોતો. પોતાની ઘાતકી યોજનામાં લાગણીવેડાની ખલેલ પહોંચાડવા માગતો ન હતો. તેને વિચારવું હતું:

અનુરાધા, એ રાત યાદ કરાવીને તું મારા ક્રૂર ઇરાદાને બહેલાવી રહી છે. બસ, એ જ રાતે મેં નક્કી કર્યું હતું, તારી સાથે બનાવટ કરવાનું અને શામલીને જિંદગીભર ચાહવાનું! એ જ રાતની તારી વર્તણૂક મને આજે અહીં સુધી ખેંચી લાવી, જેનો અંજામ હવે-હમણાં તું ભોગવવાની છે! તારાં આંસુ, તારી લાગણી, તારી મીઠી વાતો કે તારું પ્રાયશ્ચિત્ત આમાંથી કોઈ મને ડગાવી નહીં શકે. જે ખભા પર માથું ટેકવીને તું દુનિયાભરનું સુખ વાગોળવાનો અનુભવ કરી રહી છે એ મારો ખભો હવે તો માત્ર તારા નિર્જીવ દેહને સ્મશાને પહોંચાડવા માટે જ છે! અને આંચકા સાથે તેણે અનુરાધાને બન્ને હાથમાં ઊંચકી લીધી. પેલીએ એક ઊંહકારો નાખ્યો, ધીમી ચિચિયારી પાડી ત્યાં સુધીમાં રોશને તેને સામેની બર્થ પર બિછાવેલા બિસ્તરમાં સુવાડી દીધી: 'આ છેલ્લી રાતે તું પહેલી રાતની યાદ શું કામ ખોતરે છે?'

'છેલ્લી રાત?' બહુ સ્વાભાવિકપણે અનુરાધાએ પૂછ્યું ત્યારે રોશનને કચરાયેલી જીભ પર દાઝ ચડી: સાલી ખરે વખતે જ ખોટી રીતે કચડાઈ ગઈ!

'હા, અનુરાધા!' બાહોશ અભિનેતાની ઢબે રોશને ચહેરા પર ચાહતનું મહોરું પહેરી બોલ્યો: 'આપણી સફરની આ છેલ્લી રાત છે. ત્યાર પછી લાંબો વિરહ વચ્ચે આવશે.'

'પણ પછીનું મિલન તો વધારે મીઠું લાગશે ને!' અનુરાધા ભોળા ભાવે બોલી: 'ત્યારે મારા ગાલ સુંવાળા-સુંવાળા થઈ ગયા હશે. તેના પર તારા હોઠનું પીછું ફરશે ત્યારે કેવી ગલીપચી થશે મને...'

'મને તો અત્યારેય ગલીપચી થાય છે.' રોશને તેના ભીના હોઠથી ખરબચડા ગાલ પંપાળ્યા: 'પ્રેમ ઉત્કટ બને છે ત્યારે બધું જ સુંવાળું લાગે છે, ક્યાંય ખરબચડાપણું વરતાતું નથી.'

અનુરાધાએ આંખો બીડી દઈ રોશનના શ્વાસનો ગરમાવો અનુભવ્યો. કામદેવના ધનુષ્યની કમાન ખેંચાઈ હોય તેમ તેની નસો તંગ થવા માંડી, હૃદયની ઊર્મિઓ ઝણઝણવા લાગી. ઉન્માદ ઊછળવા લાગ્યો અને તૃષ્ણાઓ તરફડવા માંડી.

પણ કતલખાનાની બકરીને ખબર નથી હોતી કે તેને ધરવી દઈને કસાઈ એની શું હાલત કરવાનો છે.

પ્રણયની બનાવટમાં પારંગત બનેલા રોશને અનુરાધાના પ્રેમતરસ્યા હૃદયને ધરવી દેવાનું નક્કી કર્યું હતું અને એની રમત હવે પરકાષ્ઠાએ પહોંચી ચૂકી હતી.

રોશન અનુરાધાથી અલગ થઈને સામેની બર્થ તરફ જવા માગતો હતો પણ તૃપ્તિનો સંતોષ વાગોળતી અનુરાધાએ તેને જકડી રાખ્યો. રોશન સિગારેટ પીવાની ઇચ્છા દાબી દઈને ત્યાં પડ્યો રહ્યો.

અનુરાધા ધીમે ધીમે નિદ્રામાં ઊંડી ઊતરવા લાગી. રોશને ઊંઘી જવાના ડોળ સાથે આંખો મીંચી રાખી પણ તેનેય ઘેન ચડ્યું હતું. ધીમે ધીમે તેની આંખોય નીંદરથી અંજાવા લાગી. પોણાબાર વાગે મોકામોશ સ્ટેશન આવ્યું, ગાડી ઊભી રહી અને પ્લેટફૉર્મ પર હલચલ થઈ તેની પણ રોશનને ખબર ન પડી. એ ખરેખર ઊંઘી ગયો હતો!

*

એ જ હાવરામેલના એક નાનકડા થર્ડક્લાસ કમ્પાર્ટમેન્ટમાં છ મુસાફરો ગુસપુસ કરતા જાગતા બેઠા હતા. એક સિગારેટ પીતો હતો, બીજો તમાકુવાળું પાન ગલોફામાં રાખીને ચગળતો હતો, ત્રીજો આંખો મીંચેલી રાખી જાગતો હતો. બાકીના ત્રણમાંથી એક જાસૂસી પૉકેટબુક વાંચતો હતો અને બીજા બે વાતો કરતા હતા.

'ગુમનામ!' ઘડિયાળમાં નજર નાખીને એકે બીજાને કહ્યું: 'એ લોકો ઝાઝા અને માધોપુરની વચ્ચે સાંકળ ખેંચી 'માલ' ઉતારતાં આપણે બરાબર સાવચેત રહેવું પડશે.'

'ચેટરજી, મને એક આઇડિયા આવ્યો છે.' ગુમનામે તેના કપાળ પરનો જૂનો ઘા પંપાળતાં કહ્યું: 'બદમાશો માલ ઉતારતા હોય ત્યારે જ તેમને માલ સહિત ઝડપી લેવા.'

'કઈ રીતે!' ચેટરજીની જિજ્ઞાસા સતેજ બની: 'સાલાઓ માલ ફેંકીને નાસી જશે, પણ આપણા હાથમાં નહીં આવે. એ લોકોનો નિયમ છે, જાનના જોખમે ભાગી છૂટવું પણ કસ્ટમવાળાના સકંજામાં સપડાવું નહીં.'

'પણ આપણે થોડું જોખમ ખેડીએ તો એમાંથી એકાદ બેને નક્કી પકડી પાડીએ.'

'શું જોખમ?'

હવે બીજા ત્રણ જણાએ પણ જાણવાની જિજ્ઞાસા સાથે ગુમનામ સામે જોયું. ચોથો હજુ ઝોકાં ખાતો જાગતો હતો!

'હવે આવશે કલુલ જંક્શન, ત્યાર પછી ઝાઝા અને પછી માધોપુર આવવાનું.' ગુમનામે સિગારેટ સળગાવી વાત આગળ વધારી: 'દાણચોરો આપણા ડબાથી પાંચમા ડબામાં બેઠા છે. ઝાઝા અને માધોપુર વચ્ચે જો એ માલ ઉતારી દેવાનો હોય તો આપણામાંથી બે જણાએ ચાલુ ગાડીએ એક પછી એક ડબા ઓળંગી તેમના ડબા પાસે પહોંચી જવું જોઈએ.'

'અરે બાપ રે!' બિહારીએ પહોળા ઉચ્ચાર સાથે આંખો પહોળી કરી: 'આટલી તેજ ગતિએ દોડતી ટ્રેનના સળિયા પકડીને ડબા ઓળંગવામાં તો જાનનો ખતરો છે.'

'છતાં એ જોખમ ઉઠાવવાનું વિચારવા જેવું છે.' ચેટરજીની આંખોમાં ચમક આવી: 'ગુમનામ! કહે જોઈએ પછી શું કરવાનું?'

'પછી... એ લોકોના ડબા પાસે પહોંચીને સાંકળ ખેંચાય ત્યાં સુધી રાહ જોવાની. એમના ડબાના દરવાજા પર ઊભવાનું નહીં, બે ડબા વચ્ચે બફર હોય છે ત્યાં સંતાઈને રાહ જોવાની. સાંકળ ખેંચાય, ગાડી ધીમી પડે અને પેલા લોકો માલ ઉતારીને જેવા નીચે ઊતરે કે આપણે તેના પર ત્રાટકી પડવાનું. કમ-સે-કમ બે જણા તો ઝડપાઈ જાય. બીજા સાગરીતો ભાગવાની કોશિશ કરે કે ઝપાઝપી થાય તે દરમિયાનમાં અહીંથી ચાર જણા તો પહોંચી જાય.'

સ્કીમ સાંભળીને કોઈ કાંઈ બોલ્યું નહીં એટલે ગુમનામ સમજી ગયો કે

વાત કોઈને ગળે ઊતરી નથી. તેને નવાઈ ન લાગી. ચાર વર્ષથી તે કસ્ટમના દરોડા ખાતામાં જોડાયો ત્યારથી એક વાત તેને સમજાઈ ગયેલી કે સૌને જીવ વહાલો હોય છે. દાણચોરોને પકડવા માટે જરૂર કરતાં વધારે સાહસ કરવાનું ભાગ્યે જ કોઈ પસંદ કરે છે. ગુમનામને એ સ્વાભાવિક લાગ્યું. દાણચોરો સાથે દુશ્મની રાખીને પણ દરેક પોતાની સલામતીનો વિચાર કરે, કારણ કે એમને બૈરી-છોકરાંનું જોવાનું હોય છે. થોડા વખત પહેલાં ઝપાઝપીમાં એક જુવાનને દાણચોરે છરીના ત્રણ-ચાર ઘા મારીને પેટનાં આંતરડાં ખેંચી કાઢ્યાં હતાં. બે વરસ પહેલાં જ પરણેલી, તેની વિધવાએ ત્યારે કેવી રોકકળ કરીને દાણચોરો અને કસ્ટમવાળા પર શાપ વરસાવ્યા હતા! ફરજ અને સલામતી બન્નેનું સમતોલપણું ન રાખે તો હોંશીલો માણસ આ દુનિયામાંથી ક્યારે ખોવાઈ જાય એની ખબર ન પડે!

'ગુમનામ! એક વાર આવું જોખમ ખેડવા આપણે તૈયાર છીએ.' ચેટરજીએ થોડો વિચાર કરીને ધડાકો કર્યો: 'જો બે જણાએ ડબા ઓળંગીને ચાલતી ગાડીએ એ લોકોના ડબા પાછળ પહોંચવાનું હોય તો એ બેમાંથી એક હું છું.'

'અને બીજો હું?' ગુમનામે આવેશમાં તાળી લેવા માટે પોતાની ખુલ્લી હથેળી ચેટરજી તરફ ધરી અને ચેટરજીએ સામી તાળી આપી ત્યારે ગુમનામનો હાથ સહેજ ધ્રૂજ્યો. નિસાસો નાખી તેણે કહેવું પડ્યું:

'નહીં ચેટરજી, આ જોખમમાં તમે સામેલ નહીં થઈ શકો.'

'કેમ?' જરા છંછેડાઈને ચેટરજીએ પૂછ્યું: 'હું તારા કરતાં ઉંમરમાં મોટો છું પણ હજુ બુઢ્ઢો નથી થયો.'

'એ વાત નથી દોસ્ત!' ગુમનામે લાગણીભર્યા અવાજે કહ્યું: 'તમે તાળી આપી ત્યારે જ ખ્યાલ આવ્યો કે તમારા જમણા હાથનો અંગૂઠો કપાયેલો છે.'

'પણ એથી શું થયું?' ચેટરજીનો અવાજ બોદો સંભળાયો: 'મારો બીજો હાથ તો મજબૂત છે ને.'

'નહીં યાર, તેજ રફતારે દોડતી ગાડીના સળિયા પકડીને સરકતાં સરકતાં ડબા ઓળંગવામાં બન્ને હાથની મજબૂત પક્કડ જોઈએ. કોઈ જગ્યાએ પગ ટેકવવાનું ન મળ્યું તો હાથ પર જ બધો મદાર રાખવો પડે. નહીં ચેટરજી, તમને એવું જોખમ ખેડવાની અમે કોઈ રજા નહીં આપીએ.'

બીજા સાથીઓએ પણ ગુમનામના અભિપ્રાયમાં ટાપશી પુરાવી: 'હા ચેટરજી, ગુમનામની વાત સાચી છે. આપણે આવું કાંઈ કરવું જ નહીં.'

ચેટરજીએ લાચારીના ભાવે ગુમનામ સામે જોયું.

'ના! આપણે આ અખતરો તો કરવો જ છે?' ગુમનામે જુસ્સાભેર કહ્યું: 'બે જણાને બદલે હું એકલો જ કોશિશ કરીશ. મારી આગળ-પાછળ કોઈ રડવાવાળું નથી—કોઈ હોય તો મને કે એમને ખબર નથી. ભગવાને એ માયા જ ભૂંસી નાખી છે.'

'છતાંય જાનનું જોખમ શું કામ ખેડવું?' પેલા બિહારીએ કહ્યું: 'અમે તારા દોસ્તો છીએ. તને કાંઈ થાય તો અમને વસમું નહીં લાગે?'

'યારો મને કાંઈ નહીં થાય!' ગુમનામે અફર રહીને કહ્યું: 'એક વાર બદમાશોને પરચો મળે તો સાંકળ ખેંચીને અધવચાળ માલ ઉતારવાની ખો ભૂલી જાય.'

સાથીઓએ તેના જુસ્સાને નરમ પાડવાનું માંડી વાળ્યું. નેપાળથી લાખો રૂપિયાનો માલ આ રીતે દેશમાં ઘૂસી જાય છે એની છાપામાં હો-હા વધી ગઈ છે. એકાદ છાપો મારીને માલ સહિત દાણચોરો પકડાય તો ખાતાની આબરૂ રહી જાય.

અને કલુલ સ્ટેશને ગાડી ઊભી રહી ત્યારે ગુમનામ પ્લેટફૉર્મ પર ચક્કર મારી આવ્યો. ડબાની બહાર લટકતા જવા માટે ક્યાં ક્યાં પગને ટેકા મળી રહેશે એની તેણે ચકાસણી કરી લીધી. વચ્ચે પહેલાં એક થર્ડ ક્લાસનો, પછી બે ફર્સ્ટ ક્લાસના, ત્યારબાદ એક થર્ડ ક્લાસનો એમ ચારેક ડબા તેણે ઓળંગવાના હતા. ઉતારુઓ ભરઊંઘમાં હશે. બારીમાંથી કોઈ ડોકાતું નહીં હોય. પોતે આસાનીથી એ ચાર ડબા ઓળંગી જશે એની ખાતરી કરીને ગાડી ઊપડી એટલે ફરી પાછો પોતાના ડબામાં ચડી ગયો.

*

હજુ ટ્રેન ઝાટકા ખાતી પ્લેટફૉર્મ છોડી રહી ત્યાં જ રોશન ઝબકીને જાગી ગયો. પોતે સાચોસાચ ઊંઘી ગયો હતો તેનું ભાન થયું એટલે ગભરાયો. મનમાં ધ્રાસકો પડ્યો, પણ ઘડિયાળમાં જોયા પછી ધરપત થઈ: હજુ તો સાડાબાર જ વાગ્યા હતા. સવાર સુધી આમ જ ઊંઘી રહ્યો હોત તો? એ વિચાર આવતાં એક થથરાટી અનુભવી. કુદરત પોતાની તરફેણમાં છે એવો એક વધુ સંકેત તેણે આમાંથી તારવ્યો: નહીંતર હું સમયસર આમ અચાનક જાગી જ ન શક્યો હોત!

અનુરાધા ઘસઘસાટ ઊંઘતી હતી. બારીમાંથી આવતું ચંદ્રમાનું આછું અજવાળું તેના મુખ પર પથરાતું હતું. ઊંઘમાંય તે મલકતી હોય એવું રોશનને લાગ્યું. હળવેકથી તેણે અનુરાધાની ડોક નીચે દબાયેલો પોતાનો જમણો હાથ સરકાવીને બહાર ખેંચી લીધો.

સામેની બર્થ પર બેસીને રોશને સિગારેટ સળગાવી. બેચાર કશ લઈને એ બાથરૂમમાં જઈ આવ્યો. એણે ચોળાઈ ગયેલા નાઇટડ્રેસની કરચલીઓ પર હાથ ફેરવીને ઠીકઠાક કર્યો. સિગરેટ પિવાઈ ગઈ એટલે બારી ઉઘાડીને ઠૂંઠું બહાર ફેંકી દીધું. ઠંડી હવા અંદર ધસી આવી ત્યારે અનુરાધાના વાળની લટ ગાલ પર ફરકતી દેખાઈ. તેણે બારી ખુલ્લી જ રહેવા દઈને અનુરાધાને ચાદર ઓઢાડી દીધી. જોકે આ ચેષ્ટા પર મનમાં જ તેને હસવું આવી ગયું!

એકાએક તેનો ચહેરો ગંભીર બની ગયો. અનુરાધાને ઘેનનું ઇન્જેક્શન આપતાં પહેલાં તેણે હજુ એક મહત્ત્વનું કામ પતાવવાનું હતું. ફરી ઊઠીને તે દરવાજા તરફ ગયો. જે દરવાજાનું હેન્ડલ ઢીલું હતું તેને એકબે વાર ઉઘાડબંધ કરી જોયું. પછી ઉપરની સેફ્ટી સ્ટૉપર તપાસી જોઈ. ચાલીસ કલાકની સફરમાં તેણે એ સ્ટૉપર અનેક વાર ઉઘાડબંધ કરી હતી અને દરેક વખતે તેણે મહેસૂસ કરેલું કે ના, જાગતા માણસને પણ જે ખોલવામાં મુશ્કેલી પડે તે ઊંઘમાં ચાલતા માણસથી સહેલાઈથી ખૂલી જ ન શકે! સારું થયું કે એ મુદ્દો તેણે અગાઉથી વિચારી રાખેલો અને એ માટેનાં સાધનો પોતે સાથે લેતો આવ્યો હતો!

પોતાની તર્કશક્તિ પર મુસ્કુરાતા રોશને ઉપલી બર્થ પરથી દાક્તરી સાધનની હેન્ડબૅગ ઉતારી. ઇન્જેક્શનનું બૉક્સ અને સિરિંજનો સામાન કાઢીને એક બાજુ મૂક્યો. પછી બૅગના તળિયે એક કાગળમાં વીંટી રાખેલા ઓજારનું પૅકેટ શોધ્યું. અંદરથી સ્ક્રૂ-ડ્રાઇવર, પક્કડ અને બે-ત્રણ સાઇઝનાં પાનાં કાઢ્યાં.

અનુરાધા ઊંઘે જ છે તેની ખાતરી કરી લઈને એ દરવાજા તરફ ગયો. મુસાફરી દરમિયાન તેણે સ્ટૉપરને બરાબર ચકાસી જોયેલી એટલે બત્તીના આછા પ્રકાશમાં એ સહેલાઈથી હાથ ચલાવી શક્યો. સ્ટૉપરના બે પાંખિયામાંથી એકને છૂટું પાડીને બારીમાંથી તેનો ઘા કરી દીધો. પાટા પર લોઢું અથડાવાનો ખણખણાટ સાંભળીને તેણે આછી ધ્રુજારી અનુભવી. ગરદન પર ફૂટી નીકળેલો પસીનો નૅપ્કિનથી લૂછી તે થાક ખાવા બેસી ગયો. પેલાં ઓજાર ફરી કાગળમાં લપેટી સાચવીને પડીકું હેન્ડબૅગના તળિયે ગોઠવી દીધું. કાંઈક વિચાર આવ્યો એટલે ફરી ઊભો થયો. દરવાજા પર નૅપ્કિન ફેરવીને ધૂળ પર પડેલાં આંગળાંનાં નિશાન ભૂંસી નાખ્યાં.

ઘડિયાળમાં જોયું તો એક ને પાંચ થઈ હતી. એક ને વીસે ઝાઝા સ્ટેશન આવવું જોઈએ. ટ્રેન રાઇટ ટાઇમમાં હતી. અનુરાધાને ઇન્જેક્શન ઝાઝા સ્ટેશન છૂટ્યા પછી જ આપવાનું હતું. ત્યાર પહેલાં તેણે એક બીજી તરકીબ પણ અમલમાં મૂકવાની હતી. સ્ટેશનની રાહ જોતાં તેણે એક વધુ સિગારેટ ફૂંકી મારી.

ઝાઝા આવ્યું. ગાડી ઊભી રહી. સ્ટેશન લગભગ સૂમસામ હતું. સ્ટેશનમાસ્તરની ઑફિસ ચાર ડગલાં છેટે દેખાઈ. બગાસું ખાતા સ્ટેશનમાસ્તર ત્યાં જ ઊભા હતા. અહીં ગાડી દસ મિનિટ ઊભી રહેતી હતી. રોશનની નજર ઘડિયાળના કાંટા પર જ ચોંટેલી રહી. પાંચ મિનિટ પસાર થઈ ત્યારે છાતીની ધડકનો જરા તેજ થઈ ગઈ.

સાત મિનિટ, આઠ મિનિટ અને નવમી મિનિટે રોશને બારણું ઉઘાડ્યું. પ્લેટફૉર્મ પર પગ મૂકતી વખતે જોયું કે લાઇટમૅને લાલ બત્તી ફેરવી લઈને લીલી બત્તી દેખાડવા માંડી હતી. રોશન ઉતાવળા ડગલે લગભગ દોડતો સ્ટેશનમાસ્તર તરફ ધસી ગયો. ગાર્ડની વ્હિસલ સંભળાઈ એટલે ચહેરા પર આપોઆપ ગભરાટ ઊપસી આવ્યો.

'સાહેબ, મારા ફર્સ્ટ ક્લાસ કમ્પાર્ટમેન્ટની સેફ્ટી સ્ટૉપર બગડી ગઈ છે. હમણાં જ મને ખબર પડી. રાતની મુસાફરીમાં કોઈ અંદર ઘૂસી જશે તો...'

પણ એટલું બોલે ત્યાં એન્જિનની સિસોટી સંભળાઈ. સ્ટેશનમાસ્તર જવાબ આપે એ પહેલાં જ રોશને ડબા તરફ દોટ મૂકી: 'હું આગલા સ્ટેશને કમ્પલેઇન કરીશ.'

અને ચાલુ ગાડીએ રોશન ડબામાં ચડી ગયો. પ્લેટફૉર્મ પસાર થઈ ગયા પછી ડબામાં દાખલ થઈને પોતાની જાતને શાબાશી આપતો હોય તેમ એ મુસ્કરાયો. પોતાની મુસ્કુરાહટ જોવાની ઇચ્છા રોકી ન શકતો હોય તેમ અરીસામાં ચહેરો જોઈ લીધો. પણ વધુ વાર જોઈ ન શક્યો, કારણ કે ચહેરો બદલાઈ ગયેલો લાગ્યો!

પસીનો નહોતો તોપણ મોં લૂછીને એ અનુરાધા પાસે ગયો. તેના માથા પર હેતથી હાથ પંપાળ્યો: 'ડાર્લિંગ, જરા એક મિનિટ માટે ઊઠી જા તો...' પણ અનુરાધા પડખું ફેરવીને ફરી ઊંઘવા લાગી.

રોશનને થોડી દાઝ ચડી તોય તેણે એના ગાલ પર હાથ ફેરવ્યો, પછી બન્ને હાથે ગાલ થપથપાવ્યો ત્યારે અનુરાધા અચાનક ઝબકીને જાગી. મીંચેલી આંખે બેઠી થતાં બોલી ઊઠી: 'શું કલકત્તા આવી ગયું.'

'નહીં રાધા!' રોશને અવાજને બને તેટલો સ્વસ્થ રાખવા કોશિશ કરી: 'તારે ઇન્જેક્શન લેવાનું હતું એ તો રહી ગયું.'

'અરે... રે' કરતી અનુરાધા ફરી બિસ્તર પર લેટી ગઈ: 'એટલા ખાતર જગાડી દીધી. તમેય સૂઈ જાવ. ઇન્જેક્શન કાલે લઈશ.'

'એમ ન ચાલે ડાર્લિંગ!' રોશને ઊભા થઈ સામેની બર્થ પર પડેલી સિરિંજમાં ઇન્જેક્શનનું પ્રવાહી ભરવા માંડ્યું. સિરિંજને ગરમ પાણીથી ધોવાની સગવડ

નહોતી એ યાદ આવ્યું, પણ... હવે એની શી જરૂર છે? ઇન્જેક્શન લેનારે તો મરવાનું જ છે ને!

અનુરાધાના બાવડા પર સ્પ્રે છાંટ્યું ત્યારે એ સહેજ ધ્રૂજી. રોશને ઇન્જેક્શનની સિરિંજ હાથમાં લીધીઃ 'જરા દુઃખશે પણ લીધા વિના ચાલે નહીં, ટ્રીટમેન્ટમાં કોઈ કચાશ રહેવી ન જોઈએ.'

કહીને તેણે શક્ય એટલા હળવા હાથે અનુરાધાના બાવડામાં સોય ભોંકી દીધી. અનુરાધાએ ઊંહકારો કર્યો. રોશનના દાંત સહેજ ભીંસાયા પણ પ્રવાહી અંદર ઊતરી ગયા પછી રોકી રાખેલો તેનો શ્વાસ બહાર ધસી આવ્યો. જાણે મહિનાઓથી ધરબી રાખેલો ઉચાટ એકસામટો બહાર નીકળી ગયો હોય એવી રાહત અનુભવતાં તેણે અનુરાધાના બાવડે આયોડિનનું પૂમડું ઘસ્યું.

કોણ જાણે શું કામ, પણ નીચે ઝૂકીને રોશને અનુરાધાના ગાલ પર ચુંબન ચોડી દીધું. મરક મરક હસતી અનુરાધા ફરી ઊંઘમાં ઘેરાવા લાગી. તેને ખબર નહોતી કે પોતે ચિરનિદ્રામાં લપેટાઈ રહી છે.

ધીમે ધીમે રોશન ઊભો થઈને સામી બર્થ પર ગયો. અચાનક તેને લાગ્યું કે સિરિંજ પકડેલો હાથ હવે ધ્રૂજવા લાગ્યો છે. સિરિંજમાંથી સોય કાઢી આદત મુજબ લૂછીને ડબીમાં મૂકી. પછી બધી જ સામગ્રી હૅન્ડબૅગમાં ગોઠવી દીધી. હાથમાં આયોડિનની વાસ આવતી હતી એટલે બાથરૂમમાં ગયો. હાથ ધોતાં ધોતાં ફરી એક વાર અરીસામાં મોં જોવાઈ ગયું. ચહેરા પર પસીનાનાં બુંદ ફૂટી નીકળેલાં દેખાયાં. તેણે ફરી મન મક્કમ કરવું પડ્યુંઃ 'ડોન્ટ બી નર્વસ!'

બહાર આવીને કાંડાઘડિયાળમાં નજર નાખી. પોણા બે થઈ ગયા. પોણા ત્રણનો માધોપુર સ્ટેશનનો ટાઇમ હતો. પા કલાકમાં અનુરાધા ઘેનમાં ઘોંટાઈ જશે, લાકડા જેવી જડ થઈ જશે. ત્યારે કામ પતાવી દેવાનું નક્કી કરીને તેણે સિગારેટ સળગાવી.

સિગારેટ પીતાં પીતાં બધું વિચારી લીધું, 'અકસ્માત'ની જાણ થયા પછી થનારી પૂછપરછમાં શું શું જવાબો આપવાના, કેવો અભિનય કરવાનો, કેટલું ભાંગી પડવાનું...

ટ્રેન સડસડાટ દોડતી હતી. ઘડિયાળનો કાંટો સતત ફરતો હતો, સિગારેટ નાની થતી જતી હતી. રોશનલાલ અનુરાધા તરફ જોઈ ન શક્યોઃ શું કામ, એ જાણતો નહોતો. કદાચ એને જોયા કરવાથી દયા જાગી જશે, ઊંઘતા ચહેરાનું ભોળપણ આ ઘાતકીપણાને નિચોવી નાખશે.

સિગારેટ પિવાઈ ગઈ. ઘડિયાળના કાંટા બે વાગવાની અણી પર આવી

ગયા ત્યારે રોશન જાતને ઝાટકો આપી ઊભો થયો. અનુરાધા તરફ જવાને બદલે દરવાજા તરફ ગયો. એ ઉઘાડ્યો. પવન ધસમસતો ડબામાં ઘૂસી ગયો. તેની ધ્રુજારીથી અનુરાધાએ ઓઢેલી ચાદર સહેજ ફરફરી તોય રોશનને ધ્રાસકો પડ્યો: કદાચ એ જાગી ગઈ હશે...

'હવે જલદી કરવું જોઈએ.' બબડતો રોશન અનુરાધા તરફ ગયો ત્યાં ધડાકો સંભળાયો અને એ ચોંકીને-ભડકીને બે ડગલાં પાછળ હઠી ગયો.

અધખુલ્લો દરવાજો હવાના ધક્કાથી ડબાના પાટિયા સાથે અફળાયો તેનો અવાજ હતો. રોશન ધડકતી છાતી પંપાળીને સ્વસ્થ થયો. કદાચ બારણું ખરે વખતે જ બંધ થઈ જાય અને વિઘ્ન ઊભું કરે એવી દહેશતથી તેણે સૂટકેસ નીચે ઉતારી અને ઉઘાડા બારણા આડે ટેકવી દીધી.

હવે કાંઈ જ બાકી રહ્યું નથી તેની છેલ્લી ખાતરી કરી લઈને રોશન સૂતેલી અનુરાધા તરફ જુસ્સાભેર ધસી ગયો. તેણે ઓઢેલી ચાદર ઊંચકી સામેની બર્થ પર ફગાવી દીધી. પછી ઝડપથી એક હાથ અનુરાધાના વાંસા નીચે અને બીજો હાથે ગોઠણ નીચે સરકાવી દીધો. પાંચ-દસ પળ બન્ને હાથને બરાબર ગોઠવીને તેણે ચકાસી લીધું: ના, અનુરાધા જાગશે નહીં, એ ભરપૂર ઘેનમાં જ છે.

છાતીમાં શ્વાસ ભરીને તેણે બન્ને હાથને એકસાથે ઝાટકા આપ્યા. અનુરાધાનો દેહ ઊંચકાયો. ચાર-પાંચ વાર આ જ રીતે તેને ઊંચકી હોવા છતાં રોશનને ત્યારે લાગ્યું કે એનું વજન વધી ગયું છે. છત્રીસ કલાકના સુખમાં શું માણસનું વજન વધી જતું હશે!

હા, બોજાને કારણે કે નર્વસનેસને લીધે રોશનના હાથ કાંપવા લાગ્યા, છાતી હાંફવા માંડી ત્યારે અનુરાધા માટેની બધી જ નફરતને એકસાથે પોટલામાં બાંધીને ઊંચકતો હોય તેમ પત્નીની કાયાને બન્ને હાથમાં ઉપાડી દરવાજા તરફ ખસવા લાગ્યો. ચાલવાનું તો માત્ર ચાર જ ડગલાં હતું છતાં ચાર ગાઉ જેટલું વસમું લાગ્યું. સામેથી પવનનો ધક્કો આવ્યો ત્યારે અર્ધી મિનિટ તેણે થોભી જવું પડ્યું. ઘડીવાર તો લાગ્યું કે પોતે સમતોલપણું નહીં જાળવી શકે. ધ્રૂજતા પગને માંડ માંડ એ સ્થિર કરી શક્યો.

તેણે બધું જ વિચારી રાખ્યું હતું. અનુરાધાને હળવેકથી ચાલતી ગાડીમાંથી નીચે સરકાવી દેવી, માથાનો ભાગ પહેલાં બહાર કાઢવો જેથી ધસમસતાં પૈડાં નીચે પહેલવહેલું માથું કચડાઈ જાય. ખોપરીનો છૂંદો બોલી જાય. જીવતા રહેવાનો એક ટકો પણ ચાન્સ રહી ન જાય...

રોશને ધીમે ધીમે પોતાની પોઝિશન ફેરવી. ઊંચકાયેલી અનુરાધાનું માથું

બારણાં તરફ ગોઠવ્યું. હવે બસ એક ધક્કાની જ જરૂર હતી. એ માટે થોડું વધારે જોર અજમાવવાનું હતું. રોશને ફેફસામાં શ્વાસ ભરવા માંડ્યો. એકઠા થયેલા શ્વાસની સાથે જ અનુરાધાની કાયાને ફંગોળી દેવાની હતી.

પણ આ શું?

બહારથી કોઈનો હાથ દરવાજા પાસેના સળિયા તરફ લંબાતો કેમ દેખાય છે? કોઈનો પંજો સળિયો પકડવા માટે ફાંફાં મારતો લાગે છે, રોશન થથરી ઊઠ્યો. શું આ ભ્રમ છે? નર્વસનેસ છે? ભૂતાવળની અસર છે?

બેચાર પળ માટે આંખો મીંચી લઈને ફરી જોયું તો હવે દરવાજાના ફૂટબૉર્ડ પર કોઈકનો પગ ટેકવાતો હતો. અને કંઈ વિચાર કરે તે પહેલાં તો એક આકૃતિ અને એક ચહેરો પણ દેખાયો.

'કોણ છે?' રોશને તો નહીં પણ સામેની વ્યક્તિએ ડઘાઈ જવાના અવાજ સાથે પૂછ્યું. કદાચ એ ડરી ગયો હશે, ભયભીત બનીને ચીસ પાડશે એવી બીક લાગી ત્યાં રોશને અનુરાધાના માથાનો ધક્કો મારીને તેને નીચે પછાડી દેવા માટે પ્રયાસ કર્યો.

પેલો માણસ ડગમગ્યો, સળિયા પરની તેની પક્કડ ઢીલી થઈ અને સમતોલપણું ગુમાવીને નીચે ઝીંકાઈ પડવાની અણી પર હતો ત્યાં રોશનનો જમણો હાથ પેલાના હાથમાં ઝડપાઈ ગયો.

એક તો અનુરાધાનો ભાર, તેમાં અણધાર્યું વિઘ્ન અને ઉપરથી પેલા માણસે પોતાનો હાથ પકડી લીધો. રોશનને લાગ્યું કે હમણાં જ પોતે પણ અનુરાધાની સાથે બહાર ખેંચાઈ જશે, ત્રણે જણ એકસાથે હાવરામેલના પૈડાં નીચે કચડાઈ મરશે.

ત્રીજી વ્યક્તિની હાજરી અને મૃત્યુના ભયે રોશનને મરણિયો બનાવી દીધો. તેણે પેલા માણસ તરફ લાત ઉગામી, એ એને વાગી પણ ખરી. એ થોડો ડગમગ્યોય ખરો, છતાં પેલાએ એક હાથે રોશનના જમણા હાથની એક આંગળી અને બીજા હાથે દરવાજાનો સળિયો બરાબર પકડી રાખ્યો હતો. પેલાના પગ નીચે લટકતા હતા. હવે માત્ર તેને એક જ ધક્કાની જરૂર હતી. રોશનને થયું કે હાર-જીત અને જીવન-મૃત્યુ વચ્ચે હવે ઘડી-બેઘડીનું જ છેટું હતું. છેલ્લો એક પ્રયાસ કરવાનો હતો. કાં તો એ માણસ નીચે ધકેલાઈ જાય યા તો પોતે અનુરાધા સાથે ટ્રેનમાંથી ઊથલી પડે.

અને તેણે હતું એટલું જોર અજમાવી બીજા પગથી પાટું ઉગામી પગનો ટેકો ગુમાવી બેઠેલા અને હાથના આધારે લટકી રહેલા પેલા આદમીની આખરી પક્કડ

છૂટી ગઈ, એ નીચે ધકેલાઈ ગયો. તેના પડવાનો અવાજ સંભળાયો. રોશનના રાક્ષસી ચહેરા પર રાહતની રેખાઓ ઊપસી આવી.

પણ હવે તે હાંફી ચૂક્યો હતો. માથામાં ચક્કર આવવા લાગ્યા હતા, પગ તૂટતા હતા, હાથમાં ખાલી ચડવા લાગી હતી. જો જરાક મોડું થાય તો અનુરાધા સાથે પોતે ડબામાં જ ફસડાઈ પડવાનો હતો.

દાંત ભીંસીને તેણે ખભાને આખરી ધક્કો આપ્યો અને ઘેનમાં ઊંઘતી અનુરાધાની કાયાને પડતી મૂકી દીધી.

ક...ડ...ડ...ક..ચ

અવાજ સંભળાયો અને રોશન ઉઘાડા બારણા પાસે જ બેસી પડ્યો. ધમણની જેમ છાતી હાંફતી હતી, પીગળતા બરફની જેમ પસીનો રેલાતો હતો.

ટ્રેનનાં પૈડાંનો ખટ-ખટાખટ, ખટ-ખટાખટ-કર્કશ-બિહામણો ઘોંઘાટ રોશનના કાનમાં ભોંકાતો હતો. સાથે સાથે કડ...ડ...ડ... ચ, કડ...ડ...કચ પણ સંભળાયા કરતું હતું, જાણે અનુરાધાની ખોપરી હજુય પૈડાં નીચે કચડાયા કરતી હોય, તેની લાશ એ જ ડબ્બા નીચે લટકતી સાથોસાથ ઘસડાયા કરતી હોય એવું રોશને મહેસૂસ કર્યું, બારણે ટેકવેલી સૂટકેસ પર માથું નાખીને થોડી વાર તો એ બેસી જ રહ્યો. શરીરની બધી જ તાકાત ચુસાઈ ગઈ હોય, હિંમત પસીના સાથે પીગળી ગઈ હોય તેમ શૂન્યમનસ્કપણે તેને બેસી રહેવું પડ્યું.

અને એન્જિનની તીણી લાંબી વ્હિસલ વાગી. સીટીનો અવાજ કાનમાં થઈને આંખોમાં અંજાઈ ગયો હોય તેમ રોશનના ડોળા ભયથી ચકળવકળ થવા લાગ્યા. એકાએક તેની નજર બર્થ નીચે અનુરાધાના સેન્ડલ પર પડી અને ચોંકીને એ ઊભો થયો: ઊંઘમાં ચાલતી વખતે અનુરાધા મોટા ભાગે ચંપલ પહેરતી હતી! એટલે કે ઘરમાં એકબે વાર એવું જ તેણે બધાના મનમાં ઠસાવ્યું હતું. તો પછી આ સેન્ડલ અહીં ન રહેવા જોઈએ. ફેંકી દેવા જોઈએ.

તેણે બન્ને સેન્ડલ ઊંચકીને બારણા બહાર એવી રીતે ઘા કર્યો કે જાણે હાથમાં ચોંટેલા વીંછીને ફગાવી દેતો હોય... આ ક્રિયાથી રોશનની સ્વસ્થતા પાછી આવવા માંડી. તેના દાંત ભીંસાયા: કોણ કમબખ્ત એ વખતે આવી ચડ્યો! એકને બદલે બે હત્યા પોતાના હાથે થઈ ગઈ!

શું એ ચોર હશે? ચાલતી ગાડીએ ફર્સ્ટ ક્લાસમાં ઘૂસીને લૂંટફાટ કે ચોરી કરવા આવ્યો હશે? પણ મારે હવે શું કહેવું? અનુરાધા ઊંઘમાં ચાલતી પડી ગઈ કે પેલા બદમાશ સાથેની ઝપાઝપીમાં બન્ને નીચે ફેંકાઈ ગયાં?

નહીં વિચારેલું-અણધાર્યું વિઘ્ન રોશનની મતિ મૂંઝવી ગયું. સાંકળ ખેંચીને

ગાડી ઊભી રાખતાં પહેલાં ફેંસલો કરી લેવાનો હતો. મોડું થશે તો પોતે ગૂંચવાઈ જશે. જે સ્ટેટમૅન્ટ કરવું તેને છેવટે સુધી વળગી રહેવાનું હતું.

તેણે સિગારેટ સળગાવી. બેચાર કશ લીધા પછી મગજની સ્ફૂર્તિ વધવા લાગી. તેણે વિચારી લીધુંઃ મારી અસલ યોજના જ બરાબર છે. પેલો માણસ ભલે વચ્ચે આવ્યો અને કુટાઈ મર્યો, પણ હું તેને વચ્ચે લાવવાનો જ નહીં. જાણે કાંઈ બન્યું જ નથી, પેલાના બારામાં હું કાંઈ જાણતો જ નથી.

ઊભા થઈને તેણે ઉઘાડા બારણા આડેથી સૂટકેસ ઊંચકીને તેના ઠેકાણે મૂકી દીધી. બારણું બંધ કરી દીધું. ડબાનું નિરીક્ષણ કરી લીધું અને ભગવાનનું નામ લઈને સાંકળ ખેંચી..

ખટ-ખટા-ખટ, ખટ-ખટા-ખટ.

ગાડીનાં પૈડાંના અવાજમાં તફાવત વરતાવા લાગ્યો. ડચકાં ખાતી હોય તેમ એ ધીમી પડવા લાગી. મુઠ્ઠીમાં પકડેલી સાંકળ રોશને છોડી દીધી, ગાડી ધીમા આંચકા સાથે ઊભી રહી કે તરત જ બારણું ઉઘાડીને રોશન હાંફળોફાંફળો નીચે કૂદી પડ્યો.

હજુ તો એ આજુબાજુમાં જોઈને કાંઈક બૂમ પાડવા જાય છે ત્યાં થર્ડ ક્લાસના પેલા નાનકડા કમ્પાર્ટમેન્ટમાંથી એક-બે-ત્રણ જણા નીચે કૂદીને તેના તરફ ધસી આવ્યા. એ ત્રણે તેને પકડવા માટે ધસી આવતા દેખાયા ત્યારે રોશન ગભરાટમાં નાસવા ગયો પણ બીજા બે જણા ડબાની નીચેથી પાછલી બાજુએથી સરકી આવતા દેખાયા એટલે નાસી ન શક્યો. પાંચે જણા વચ્ચે રોશન ઘેરાઈ ગયો. એકના હાથમાં રિવૉલ્વર જોઈ એટલે તેના હાથ કાંપતા કાંપતા ઊંચા થયા, તેણે માની લીધું કે પેલા બદમાશના આ પાંચ સાગરીતો છે અને હવે તેનો બદલો લેવા માગે છે, શું એ લોકો પણ અનુરાધાને ફેંકાતી જોઈ ગયા હશે?

'તમારે શું જોઈએ છે?' માંડ માંડ તેણે બોલવાની હિંમત કરીઃ 'હું તો લૂંટાઈ ચૂક્યો છું. મારી વાઇફ ઊંઘમાં ચાલતી ગાડીમાંથી નીચે પડી ગઈ... એટલે મારે સાંકળ ખેંચવી પડી.'

ચેટરજીની આંખો પહોળી થઈ. રોશન ફર્સ્ટ ક્લાસના ડબામાંથી ઊતર્યો હતો, દાણચોર જેવો દેખાતો નહોતો. ગભરાયેલો હતો. પોતાની મૂર્ખાઈ પર તેને ચીડ ચડીઃ

'આઈ ઍમ સૉરી!' રિવૉલ્વર પકડેલા સાથીને એક બાજુ ખસેડતાં તેણે રોશનની માફી માગીઃ 'અમે કસ્ટમખાતાના માણસો છીએ. સાંકળ ખેંચાણી એટલે દાણચોરોને પકડવા કૂદી પડ્યા.'

એટલી વારમાં તો બીજા ઉતારુઓ પણ ભરઊંઘમાંથી જાગવા લાગ્યા હતા. કેટલાક બારીમાંથી ડોકાતા હતાઃ શું થયું? કોણે સાંકળ ખેંચી? એવા અવાજો સંભળાવા લાગ્યા.

'કોઈ બાઈ પડી ગઈ... કોઈ બાઈ પડી ગઈ' પાંચ મિનિટમાં તો આખી ટ્રેન જાણે આઘાતથી સળવળી ઊઠી. સામેથી હાથમાં બત્તી લઈને ગાર્ડ પણ આવતા દેખાયા, તેમને જોઈને હિંમતવાળા પૅસેન્જરોય ડબામાંથી નીચે ઝંપલાવતા દોડી આવ્યા. રોશનલાલ અને ગાર્ડ ફરતે મોટું ટોળું જામી ગયું.

ચેટરજી અને તેના ચાર સાથીઓ ત્યાંથી ખસી ગયા. કદાચ આ ધાંધલ-ધમાલનો લાભ લઈને દાણચોરો તેમનો માલ સગેવગે કરી નાખશે એવા ઉચાટ સાથે આગળ દોડ્યા.

'આપણો ગુમનામ કેમ દેખાતો નથી?'

એક જણાએ ફફડતા જીવે પૂછ્યું.

'હમણાં ચૂપ રહો!' ચેટરજીએ સાથીઓને ચેતવ્યાઃ 'અકસ્માતના આ મામલામાં ક્યાંય આપણે સંડોવાઈ ન જઈએ. કોને ખબર, હાવરામેલ હવે અહીંથી ક્યારે આગળ વધશે?'

રાતના અઢી વાગે એ સૂમસામ સીમ ગાજી ઊઠી. આસપાસના ખેતરવાળા પણ દોડી આવ્યા. રોશન રડતો-કકળતો હીબકાં ભરતો કહેતો હતોઃ 'જલદી કરો, મારી અનુરાધાને શોધી કાઢો. એને ઊંઘમાં ચાલવાની આદત હતી. કોને ખબર ક્યારે પડી ગઈ, કેમ કરતાં પડી ગઈ... ક્યાં પડી ગઈ?'

અને બધાનાં દિલ રોશનલાલની હાલત માટે સહાનુભૂતિથી દ્રવી ઊઠ્યાં.

હાવરામેલ માધોપુર સ્ટેશન સુધી આગળ વધારવો પડ્યો. ઝાઝા અને માધોપુરની વચ્ચે જ અનુરાધા પડી ગઈ હોવી જોઈએ એવી રોશને ખાતરી આપી ત્યારે, અંધારામાં રેલવેના ટ્રેક પર ચાલતાં ચાલતાં તપાસ કરવાને બદલે માધોપુર પહોંચી જઈ ત્યાંથી ટ્રોલીમાં બેસી પાછા ફરવામાં ઝડપથી તપાસ આદરી શકાય એવો સૌનો મત પડ્યો અને રોશને પણ તેની સામે વાંધો ન ઉઠાવ્યોઃ 'મારું તો મગજ બહેર મારી ગયું છું, શું કરવું કાંઈ સમજાતું નથી. બસ મને અનુરાધા પાસે જલદી પહોંચાડો. એ જખ્મી થઈ હોય તો તાબડતોબ સારવાર આપો. હું ડૉક્ટર છું, તેને તાત્કાલિક સારવાર આપી શકીશ.'

માધોપુર સ્ટેશન હાવરામેલની દુર્ઘટનાથી ખળભળી ઊઠ્યું. દોડધામ મચી ગઈ. તારથી પાછલા સ્ટેશને સંદેશો પહોંચાડ્યોઃ 'તમે ત્યાંથી ટ્રોલીમાં નીકળીને આ તરફ આવો, રસ્તામાં કોઈ સ્ત્રી પડેલી મળે તો ચાંપતી નજર રાખો. અમે

અહીંથી ટ્રોલી લઈને નીકળીએ છીએ.'

માધોપુરના સ્ટેશનમાસ્તર, હાવરામેલના ગાર્ડમાસ્તર, રેલવેના બે પોલીસ અને રોશન ટ્રોલીમાં બેસી ઊંધી દિશામાં રવાના થયા. ચાર માણસો બેઠા હતા અને બે માણસો ટ્રોલીને ધક્કા મારતા હતા છતાં ઝડપ ઘણી હતી. રોશન તેની હૅન્ડબૅગ સાથે લેવાનું ભૂલ્યો નહોતો. આખે રસ્તે એ પાગલની જેમ કાંઈ ને કાંઈ બબડતો રહ્યો: પ્લાસ્ટિક સર્જરી માટે કલકત્તા જતાં હતાં...ઝાઝા સ્ટેશન આવ્યું ત્યારે હું જાગતો હતો. મેં સ્ટેશનમાસ્તરને બારણાની સ્ટૉપર માટે ફરિયાદ પણ કરેલી... પછી કોણ જાણે ક્યારે ઊંઘ આવી ગઈ...જાગીને જોયું તો અનુરાધાની બર્થ ખાલી હતી... હા, એને આ રીતે ઊંઘમાં ચાલવાની આદત હતી. ઘરમાં એક વાર દાદર ઊતરીને બગીચા સુધી જઈ આવેલી, ઊંઘમાં બારણાં ઉઘાડ-બંધ કરતી છતાં સવારે તેની એને કાંઈ ખબર રહેતી નહીં: ઓ ભગવાન!

અચાનક સામેથી બૅટરીનો પ્રકાશ ફેંકાયો અને તેમાં દેખાયું કે એ પાટા પર થોડે દૂર ટ્રોલી ઊભી હતી, ઝાઝાના સ્ટેશનમાસ્તર એમની પહેલાં પહોંચી ગયા હતા.

માધોપુરની ટ્રોલી ધીમી પડી એટલે રોશન તેમાંથી કૂદીને દોડતો ત્યાં ધસી ગયો, તેને એક વાતની ફિકર હતી: અનુરાધા બચી તો નહીં ગઈ હોય ને? જખમી હાલતમાં તો નહીં મળી હોય ને?

'ક્યાં છે મારી અનુરાધા?' હાંફતો હાંફતો સામેની ટ્રોલી પાસે એ અટક્યો. સ્ટેશનમાસ્તર તેને તરત જ ઓળખી ગયા: 'આ પૅસેન્જર જ મને સ્ટૉપરની ફરિયાદ કરવા આવેલા.'

'આઈ ઍમ સૉરી!' સ્ટેશનમાસ્તરનો અવાજ તરડાઈ ગયો: 'શી ઇઝ નો મોર...'

અને સ્ટેશનમાસ્તરે કાંપતા ટ્રેકના પાટા તરફ બૅટરીનો લિસોટો ફેલાવ્યો. રોશનીનું કૂંડાળું એક જગ્યાએ સ્થિર થયું અને એ દૃશ્ય જોઈને રોશને હૃદય ચિરાઈ જાય એવી તીણી ચીસ નાખી.

નિર્જન સીમને એ ચીસે કંપાવી દીધી, અંધકારને ખળભળાવી મૂક્યો. કોઈનાથી પણ જોયું જોવાય નહીં એવું કારમું દૃશ્ય હતું એ.

અનુરાધાનું અસ્તિત્વ ટ્રેનનાં પૈડાં નીચે બહુ બૂરી રીતે ચગદાઈ ચૂક્યું હતું. માથું, છાતી અને પેટ સુધીનો ભાગ લગભગ ચૂંથાઈ ગયાં હતાં. પૈડાંની બહાર રહી ગયેલો એક હાથ ખભાથી કપાઈને પાટાની બાજુમાં પડ્યો હતો, એક પગ સાથળથી અલગ પડી ગયો હતો. એ સિવાયની કાયા ઓળખાય નહીં એવી

રીતે ચૂંથાઈ ગઈ હતી. ખોપરીની કાચલીઓ, માંસના લોચા, લોહીના રેલા અને આંતરડાંનાં ગૂંચળાં જોઈને કઠણ કાળજુંય કંપારી અનુભવે એવો અંજામ અનુરાધાના નસીબમાં લખાયો હતો.

જેના હાથે આ ઘાતકી અંજામ આવ્યો હતો એ રોશને પણ આવા દૃશ્યની કલ્પના કરી નહોતી. આંખો પર હાથ દાબીને તે ત્યાં જ બેસી પડ્યો. હીબકાં ભરતો ધ્રુસકે ધ્રુસકે રડવા લાગ્યો.

બન્ને સ્ટેશનમાસ્તર અને ગાર્ડ વચ્ચે વાતચીત ચાલતી હતી.

'કેવો કરુણ અકસ્માત!' માધોપુરના ગાર્ડે નિસાસો નાખ્યો.

'મને આ માત્ર અકસ્માત નથી લાગતો.' ઝાઝાના સ્ટેશનમાસ્તરનો અવાજ સંભળાયો ત્યારે રોશનનાં ધ્રુસકાં એકાએક અટકી પડ્યાં. એ શું કહેવા માગતા હતા? ધ્રાસકો પડ્યો હોય તેમ રોશને કાન સતેજ રાખ્યા.

'આ લાશ મળ્યા પહેલાં એકાદ ફર્લાંગ આગળ ટ્રેક પર એક જખમી આદમી પણ મળી આવ્યો, બહુ બૂરી રીતે ઘવાયો છે, બેહોશ થઈને પડ્યો છે.'

'એટલે?' માધોપુરના સ્ટેશનમાસ્તરે પૂછ્યું.

'કદાચ એ માણસ આ સાહેબના ડબામાં ચોરી કરવા માટે ઘૂસ્યો હોય, બાઈ જાગી ગઈ હોય અને તેને બારણું ઉઘાડતાં રોકવા ગઈ હોય. તેમાં ઝપાઝપી થતાં બન્ને નીચે ઝીંકલાઈ ગયાં હશે એમ મને લાગે છે.'

'તો તો એ માણસની તત્કાલ સારવાર કરવી જોઈએ. એને જિવાડી લેવો જોઈએ!' રેલવેપોલીસ બોલી ઊઠ્યો: 'નહીંતર આ કેસ વધુ ગૂંચવાઈ જશે.'

ત્યારે રોશનને થયું કે એ શબ્દો પોતાને માટે ફાંસીનો ગાળિયો બની ગયો.

'ડૉક્ટરસા'બ!' માધોપુરના ગાર્ડે નીચે ઝૂકીને રોશનના ખભા પર હાથ દાબ્યો: 'તમારું અનુમાન ખોટું નીકળ્યું!'

'શું?' અત્યાર સુધી જાણે કાંઈ સાંભળ્યું ન હોય તેમ આંસુ લૂછતો એ ઊભો થયો: 'શું બાબત બની?'

'આ ઘટના માટે બીજો કોઈ આદમી જવાબદાર હોય એવું લાગે છે. એ માણસ તમારા ડબામાં ઘૂસવા માગતો હોય અને તમારી પત્ની તેને રોકવા જતાં ખેંચતાણમાં ચાલતી ગાડીએ બન્ને નીચે ફેંકાઈ પડ્યાં હોય.'

'પણ એ બને જ કેમ?' રોશન લગભગ રાડ પાડી ઊઠ્યો: 'આટલું બધું થાય અને હું ઊંઘતો રહું? અનુરાધાએ ચીસ પણ પાડી ન હોય, મને જગાડ્યો ન હોય? એ મારા માનવામાં આવતું નથી.'

બીજા બધા તેની આ દલીલો સાંભળીને સ્તબ્ધ બની ગયા. એની વાત તેમને

સાચી લાગી. મામલો વધારે ગંભીર દેખાયો, કેસ અત્યારથી જ ગૂંચવણભર્યો લાગતો હતો.

'અત્યારે આવી ચર્ચા કરવાનો કોઈ અર્થ નથી.' પોલીસે પોતાની હાજરીની સૌને યાદ દેવડાવીઃ 'પહેલાં બધી વિધિ કરવી પડશે. પેલા માણસને તાબડતોબ હૉસ્પિટલ ભેગો કરીએ, પંચનામું નોંધીએ, આ સાહેબનું સ્ટેટમૅન્ટ લઈએ, આ લાશ...' એ થોડી વાર અટકી ગયોઃ 'તેને પોસ્ટમૉર્ટમ માટે ખસેડવી પડશે.'

બધાય તેની સામે તાકી રહ્યા. જાણે કહેતા હોય કે આ ચૂંથાઈ ગયેલી કાયા પર હવે શું વાઢકાપ કરવાની છે તમારે?

'કાયદો એટલે કાયદો!' પોલીસ તેમના હાવભાવ સમજીને બોલી ઊઠ્યોઃ 'પોસ્ટમૉર્ટમ થાય કે ન થાય પણ લાશ તો હમણાં સોંપી ન શકાય.' પછી હળવેકથી ઉમેર્યુંઃ 'બધો મદાર પેલા જખમી આદમી પર રહે છે. એ બચી ગયો અને ભાનમાં આવ્યો તો તો પછી ચિંતા નથી.'

અને રોશનના હૃદય પર ઊંડો કાપો પડ્યો.

ખલાસ, આખી બાજી ઊંધી વળી ગઈ. એના ઘાતકી હૃદયે ભગવાનને પ્રાર્થના કરવી પડીઃ 'ઓહ ગૉડ, એ માણસ ફરી ક્યારેય ભાનમાં ન આવે એવું કરજે.'

* * *

૧૨

તારવાળાને અંદર આવવા દેવા માટે માળીને કમ્પાઉન્ડનો દરવાજો ખોલતાં જોઈને જ, ઓસરીમાં છાપું વાંચતા રોશનના પિતાએ વસુંધરાને હાંક મારી: 'વસુ! રોશનનો ટેલિગ્રામ આવ્યો લાગે છે.'

નૅપ્કિનથી હાથ લૂછતી વસુંધરા તેના આઉટહાઉસના દરવાજે આવી ત્યાં સુધીમાં તો તારવાળો રોશનના પિતા પાસે પહોંચી ગયો હતો. રોશનની મા પણ રસોડાનું કામ પડતું મૂકી બહાર દોડી આવ્યાં. જુગલકિશોર તાર મળ્યાની સહી કરી આપતી વખતે ખાખી પોશાકવાળા સામે મલક્યા: 'અમે તારી જ રાહ જોતા હતા...'

પણ તારવાળો તેમની સાથે નજર મેળવી શક્યો નહીં, નીચું જોઈને સહીવાળો કાગળ લઈ લીધો અને પાછું ફરીને જોયા વિના તેણે ચાલતી પકડી.

જુગલકિશોર તારના પરબીડિયાની કિનારી ફાડતા હતા ત્યાં જ વસુંધરા દોડી આવી: 'ડૉક્ટરસાહેબ અને અનુબહેન કલકત્તા પહોંચી ગયાં... આપણે તો સાંજે તાર આવશે એમ માનતાં હતાં—સાહેબે અર્જન્ટ તાર કર્યો લાગે છે.'

કવરમાંથી તાર બહાર કાઢતા જુગલકિશોર ગૌરવભેર બોલી ગયા: 'તને તાબડતોબ કલકત્તા બોલાવી હશે... એટલે અર્જન્ટ જ તાર કરે ને!'

પણ તારના લખાણ પર નજર સ્થિર થતાં જ એમના ચહેરાના ભાવ થીજી ગયા. ટટ્ટાર થયેલી કમ્મર એક જ ઝાટકે નમી પડી. તાર પકડેલો હાથ ખોટો પડી ગયો હોય તેમ અધ્ધર રહી ગયો, ગોઠણ પર રાખેલું છાપું નીચે સરકી પડ્યું, ફાટી ગયેલા મોંમાંથી એક અક્ષર બહાર ન આવ્યો અને પહોળી થયેલી આંખોની કીકીઓમાં ઘનઘોર શૂન્યતા છવાઈ ગઈ.

સમાચાર સાંભળવની ઉત્કંઠા સાથે ઊભેલી બન્ને સ્ત્રીઓ તેમના આ પ્રત્યાઘાતથી ડઘાઈ ગઈ છતાં અમંગળ ઘટનાનો અણસાર સુધ્ધાં તેમની કલ્પનામાં આવ્યો નહીં.

'તારમાં શું લખ્યું છે?' વસુંધરાએ સ્વસ્થ રહેવાના પ્રયાસ સાથે પૂછ્યું પણ તેનો જવાબ ન મળ્યો. જુગલકિશોરે આંખની પાંપણ સુધ્ધાં ફરકાવી નહીં ત્યારે વસુંધરાને ધ્રાસકો પડ્યો.

'તમે કેમ સૂનમૂન થઈ ગયા?' નિર્મળાબહેને પતિનો ખભો હલાવીને ઉચાટ વ્યક્ત કર્યો: 'તારમાં કોઈ અશુભ...'

અને એ છેલ્લા શબ્દે જુગલકિશોરની આંખોને છલકાવી દીધી. તેમના ગાલ પરથી આંસુ સરી જવા લાગ્યાં ત્યારે વસુંધરાથી રહેવાયું નહીં. ઝાપટ મારીને એમના હાથમાંથી તેણે તાર તો ઝૂંટવી લીધો પણ લખાણ વાંચીને તેનાથી ચીસ નંખાઈ ગઈ:

'અકસ્માત?'

તેના એ એક જ શબ્દ પરથી બધું જ સમજી ગયાં હોય તેમ રોશનની માએ પછાડ ખાધી: 'મારા રોશનને શું થઈ ગયું?'

પતિના ગોઠણ પર માથું પછાડીને તેમણે રોકકળ શરૂ કરી ત્યારે વસુંધરાથી એ સહેવાયું ન હોય તેમ તારનો કાગળ મુઠ્ઠીમાં મસળતી એ પાગલની જેમ આઉટહાઉસ તરફ દોડી. પણ અર્ધે પહોંચતાં સુધીમાં તો એના પગ ફસકી પડ્યા. કમ્પાઉન્ડની વચ્ચે જ બે પગ વચ્ચે માથું નાખી એ હીબકે હીબકે રડવા લાગી.

રોકકળ સાંભળીને પાછળ રહેતાં માળીની વહુ અને છ સાત વરસનો છોકરો પણ ઉચાટભેર દોડી આવ્યાં.

'શું થયું કનૈયાના બાપા!' માળણ દરવાજે બેઠેલા તેના ધણીને પૂછવા લાગી: 'બધાં કેમ રોવે છે?'

'આપણાં નાનાં શેઠાણી...' માળીનો રૂંધાયેલો અવાજ વસુંધરાના કાને પડ્યો: 'રેલવેના અકસ્માતમાં ગુજરી ગયાં.'

'હાય હાય!' માળણના ગળામાંથી હાયકારો નીકળ્યો ત્યાં વસુંધરાની ડોક આંચકા સાથે ઊંચી થઈ. એને નવાઈ લાગી: આ માળીને એની ખબર ક્યાંથી પડી ગઈ?

'મનજી!' ત્યાં બેઠાં બેઠાં જ આંસુ લૂછતાં તેણે હાંક મારી: 'તને આ કોણે કહ્યું?'

મનજીને આ સવાલે હેબતાવી દીધો. કદાચ ખોટું સમજીને પોતે બફાટ કરી

નાખ્યો હશે એવી બીકે તે નીચું જોઈ ગયો.

વસુંધરા ઊભી થઈ. જાણે ધમકાવતી હોય તેમ ઊંચા સાદે ફરી તેને પૂછ્યું: 'બોલ, તને કોણે કહ્યું કે નાનાં શેઠાણી...'

ગભરાઈ ગયેલો માળી તરડાયેલા અવાજે માંડ માંડ બોલી શક્યા 'બહેનબા, તારવાળો જતાં જતાં મને કહી ગયો. મારી ભૂલ થઈ હોય તો મા...ફ.'

'ઓહ! વસુંધરા છોભીલી પડી ગઈ. હવે તેને સમજાયું કે તારવાળો કોઈની સામે જોયા વિના ચૂપચાપ કેમ ચાલ્યો ગયો હતો. થોડી વારમાં આખા ગામમાં વાત ફેલાઈ જશે. કદાચ અનુરાધાની માતાનેય આની જાણ થઈ જશે.

અને એ વિચાર આવતાં જ તેને કંપારી વછૂટી. સાવિત્રીબહેનના શબ્દો દિમાગમાં પડઘાવા લાગ્યા: મારી દીકરી કલકત્તાથી જીવતી પાછી આવે તોને...

માનવામાં આવતું ન હોય તેમ વસુંધરાએ હાથની મુઠ્ઠીમાં ચોળાઈ ગયેલો તાર ફરી ઉઘાડ્યો અને વિગતથી વાંચ્યો. આગલા દિવસની તારીખ હતી. સવારનો ટાઇમ હતો અને ગામનું નામ માધોપુર લખાયું હતું. તારનો સંદેશ હતો કે 'ટૅરિબલી સૉરી ટુ ઇનફૉર્મ યુ ધૅટ અનુરાધા ડાઇડ ઇન ટ્રેન ઍક્સિડન્ટ—લેટર ફોલોઝ. રોશનલાલ.'

બે-ત્રણ વાર તારના શબ્દો વાગોળતી વસુંધરા મનમાં બબડી: 'ટ્રેન ઍક્સિડન્ટ!' તેના મનમાં સવાલ ઝબક્યો: ટ્રેનનો અકસ્માત થાય તો છાપામાં કેમ ન આવે?

પણ મેં આજનું છાપું જ ક્યાં વાંચ્યું છે?

તેની નજર ઓસરી તરફ વળી. રોશનનાં માતા-પિતા શોકમાં ટળવળતાં બેઠાં હતાં. એમની બાજુમાં સવારનું છાપું પડ્યું હતું. વસુંધરાએ ઝડપથી પગ ઉપાડ્યા. નજીક જતાં જ તેને અટકી જવું પડ્યું.

રોશનની માતા પતિને દિલાસો દેતી હતી: 'આપણો એકનો એક પુત્ર બચી ગયો એ ભગવાનનો પાડ માનો. એને કાંઈ વાગ્યું કર્યું ન હોય તો હું મંદિરમાં ભોગ ધરીશ.'

પણ જુગલકિશોર નાના બાળકની જેમ વહુના મૃત્યુ પર રડતા રહ્યા: 'મારી અનુરાધા ચાલી ગઈ. એના વગરનું આ ઘર સૂનું થઈ જશે, વેવાણને હું શું મોં બતાવીશ.'

કોચવાતા દિલે વસુંધરાએ છાપું ઊંચક્યું. તેનાં દરેક પાનાં ફેરવીને સમાચારો પર ઊડતી નજર દોડાવી પણ ક્યાંય રેલવે અકસ્માતના ખબર જોયા નહીં ત્યારે થોડી વાર ગુમસૂમ ઊભી રહી. તેના મગજમાં બીજો સવાલ ઝબકી ગયો:

શું આ તાર બનાવટી તો નહીં હોય ને?

આઘાતમાંથી કોઈક આશ્વાસન શોધવાની માણસની મનોવૃત્તિ વસુંધરાને થોડી ધરપત આપી ગઈ. એ માટે તેની પાસે એક સબળ કારણ પણ હતું.

'પિતાજી!' વસુંધરાએ ગળગળા અવાજે રોશનના પિતાને કહ્યું: 'મને તો આ તારમાં જ કાંઈક વહેમ પડે છે.'

છતાં જુગલકિશોર તો રડતા રહ્યા પણ નિર્મળાબહેને ચમકીને પૂછ્યું: 'શેનો વહેમ?'

'કોઈએ બનાવટી તાર તો નહીં કર્યો હોય ને?'

'બનાવટી?' જાણે વસુંધરાને ઠપકો આપતાં હોય એવી ઢબે રોશનની માતા બોલ્યાં: 'મરણનો બનાવટી તાર તે કોઈ કરતું હશે?'

'કેમ, મારી બેબી સિરિયસ છે એવો તાર કોઈએ કર્યો જ હતો ને!' વસુંધરા દર્દ તાજું થયું હોય તેમ બોલી ગઈ: 'મશ્કરી કરનારનાં દિલ બહુ ક્રૂર હોય છે.'

રોશનના પિતા તેની વાતથી સહેજ ચમક્યા. થોડા વિચારમાં પડી ગયા. પછી માથું ધુણાવતા બબડવા લાગ્યા: 'વસુંધરા, તું અમને આશ્વાસન આપવા માટે આમ નથી કહેતી ને દીકરી?' દીકરીનું સંબોધન વસુંધરાના હૃદયને ભીંજવી ગયું. ફરી તેને અનુરાધાની માતાનો ખ્યાલ આવ્યો: ખબર સાંભળીને એમની હાલત તો આ બન્ને કરતાંય બહુ વસમી થવાની! જ્યાં ખુદ પોતે જ આઘાતથી ઘવાયેલી છે ત્યાં બીજાઓને આશ્વાસન કઈ રીતે આપવું?

'તમે તારમાં બરાબર વાંચ્યું?' તેણે તારનો કાગળ રોશનના પિતા સમક્ષ ધરતાં કહ્યું: 'તેમાં ટ્રેનમાં અકસ્માતનું લખ્યું છે, પણ છાપામાં તો ક્યાંય કોઈ અકસ્માતના સમાચાર આવ્યા નથી.'

'અં...હં...અ...' બોલતા થોથવાતા હોય તેમ એ વસુંધરા, તાર અને છાપા સામે ચકળવકળ આંખે જોઈ રહ્યા. થોડી વાર ગડમથલમાં પડી ગયા. આશાની એક પાતળી રેખા એમના કરચલીવાળા ચહેરામાં ફરકી ગઈ, કદાચ વસુંધરાનું અનુમાન સાચું પણ હોય. હજુ ચાર દિવસ પહેલાં જ બનાવટી તારનો અનુભવ થઈ ચૂક્યો હતો.

'અને પિતાજી, તમે તો સવાર-સાંજ રેડિયોના સમાચાર અચૂક સાંભળો છે.' વસુંધરાએ એમની આશા દૃઢ કરી: 'શું રેલવે-અકસ્માતના કોઈ સમાચાર સાંભળ્યા હતા?'

'ન....હીં' ડોક ધ્રુજાવતાં એ આંસુ લૂછવા લાગ્યા: 'ના ના, એવું કાંઈ રેડિયો પર તો આવ્યું જ નથી.'

તેમણે અધીરાઈભેર ફરી તાર વાંચવા માંડ્યો. તેના છેલ્લા બે શબ્દો કાળજે ડંખ્યા: લેટર ફૉલોઝ!

'વસુ, રોશને તારમાં લખ્યું છે એ મુજબ તો પત્ર પણ આવવો જોઈએ.'

'હું એ જ કહેવા માગું છું,' વસુંધરા બોલી ઊઠી: 'અત્યારથી આપણે રોકકળ શરૂ કરી દઈશું અને આખી વાત બનાવટી નીકળશે તો? જે રીતે સ્મિતાની બીમારીના ખબરે ચોવીસ કલાક મારું કાળજું ઉતરડ્યા કર્યું હતું એવી રીતે આપણે રિબાયા કરશું.'

'પણ અત્યારે વાત દાબી રાખીએ અને રોશનનો કાગળ આવ્યા પછી અનુરાધાના ખબર સાચા ઠરે તો?' નિર્મળાબહેને દલીલ કરી: 'લોકો એમ જ કહેશે કે આપણે તાર દાબી રાખ્યો અને અનુરાધાની મા અમારી વગોવણી કરવામાં કાંઈ બાકી નહીં રાખે.'

નિર્મળાબહેનના બોલવામાં સાવિત્રીબહેન પરનો અણગમો વસુંધરાને સ્પષ્ટ વરતાઈ આવ્યો. ઘૂંટડો ગળે ઉતારતી હોય તેમ તે થૂંક ગળી જતી બોલી:

'તારની વાત દાબી દેવાનું હું નથી કહેતી.' તેણે રોશનના પિતાને સમજાવ્યું: 'પોસ્ટઑફિસમાંથી આ વાત બધે ફેલાઈ જવાની. પેલો તારવાળો જતાં જતાં આપણા માળીને પણ કહેતો ગયો હતો.'

'તો પછી શું કરવું વસુંધરા! મને તો કંઈ સમજાતું નથી.' જુગલકિશોર ઢીલા પડી ગયા: 'વેવાણને હું શું મોં બતાવીશ!'

'તમારે મોં બતાવવાની જરૂર શી છે?' રોશનની માતાએ છણકો કરતાં કહ્યું: 'વસુંધરા જ જઈને ખબર આપી આવશે.'

સાંભળીને વસુંધરા પગથી માથા સુધી ધ્રૂજી ઊઠી: 'હું...હું...' કંઠ રૂંધાતો હોય તેમ તેણે ગળા પર હાથ દાબી દીધો. 'ના, ના, મહેરબાની કરીને મને આવી આકરી જવાબદારી ન સોંપતાં.' હાથ જોડીને તેણે વિનવણી કરવા માંડી: 'એ કામ મારાથી નહીં થાય. ત્યાં જવા માટે મારા પગ નહીં ઊપડે, આ ખબર આપતાં મારી જીભ નહીં ચાલે.'

ભાંગી પડેલા રોશનના પિતા શૂન્યમાં તાકી રહ્યા. આંસુને બદલે હવે તેમની આંખોમાંથી વ્યથા ટપકતી હતી.

'જેવી તારી મરજી.' નિર્મળાબહેને લાપરવાહી દેખાડી: 'વેવાણને ખબર તો પહોંચાડવા જ પડશે. આ તાર તું માળીને આપી દે. એ જઈને આપી આવશે. વેવાણ ગમે તે કોઈની પાસે વંચાવી લેશે. આ સ્ત્રી પોતાનો રોષ દાબી નથી શકતી! એક મા બીજી માતાના આઘાતનો અંદાજ નથી કલ્પી શકતી: મોતના

ખબરનો તાર 'ગમે તે કોઈ' પાસે વંચાવી લેવાનો વિચાર કેવો ઘાતકી છે.

'ભલે!' ઊંડો શ્વાસ લેતાં તેણે કહેવું પડ્યું: 'હું જાતે જ જઈને વંચાવી આવું છું.'

બોલતાં બોલતાં વસુંધરાની આંખો ફરી છલકાવા લાગી. રોશનના પિતાની દૃષ્ટિમાં દયા ઊભરાઈ આવી: 'વસુંધરા, તને આવી આકરી કસોટીમાં મૂકવા માટે અમને માફ કરજે, દીકરી!'

આંસુ લૂછીને વસુંધરાએ નિસાસો નાખ્યો, કોઈ તેને દીકરી કહેતું ત્યારે ત્યારે દિલ પીગળી જતું હતું. અનુરાધાની માએ દુ:ખમાં તેને દીકરી ગણી હતી, અત્યારે રોશનના પિતાય દીકરી કહીને તેને દુ:ખમાં ભાગીદાર બનાવી રહ્યા છે. શું દુ:ખમાં જ દીકરી બનવાનું પોતાના ભાગ્યમાં લખાયું હતું?

કાળજું કઠણ કરીને વસુંધરાએ પગ ઉપાડ્યા. ઘરમાં જઈને ધ્રુસકે ધ્રુસકે રડી લીધું. હૃદયનો ભાર થોડો હળવો કરીને તેણે મોં ધોયું, કપડાં બદલ્યાં અને તારને પર્સમાં ગોઠવીને તે બહાર નીકળી ગઈ. 'અનુરાધા ક્લિનિક' પાસે પહોંચી ત્યારે ફરી હિંમત ફસકી જવા માંડી. પાછાં ફરી જવાની ઇચ્છા જોર કરવા લાગી: મારાથી આ કામ નહીં થઈ શકે. અનુરાધાની મા ખબર સાંભળીને જ બોલી ઊઠશે: હું નહોતી કહેતી, પ્લાસ્ટિક સર્જરીનું તો બહાનું છે... હું ના પાડતી હતી છતાં તમે બધાંએ જીદ કરી. તેં મને મનાવી લીધી મને બનાવી અને હવે મારી દીકરીના મોતના ખબર આપવા દોડી આવી? તમે બધાંએ ભેગાં મળીને મારી દીકરીને મારી નાખી...

વસુંધરા કદાચ ત્યાંથી જ પાછી ફરી જાત, પણ આકરાં મેણાં સાંભળવામાંથી એ છટકી જવા નહોતી માગતી. આ દુર્ઘટનામાં પોતે નિમિત્ત બની ચૂકી હતી, થોડે અંશે પોતે પણ દોષપાત્ર ઠરી હતી. હવે એની સજા ભોગવ્યા વિના છૂટકો નહોતો. તેમાંથી નાસી છૂટીને બીજો અપરાધ નહોતો કરવો.

તેણે ઝડપથી પગ ઉપાડ્યા.

સાવિત્રીબહેનના આંગણે પહોંચી ત્યારે એ હાંફવા લાગી હતી. ઉંબરો ઓળંગીને ઘરમાં દાખલ થઈ ત્યારે ધગધગતા દેવતા પર ચાલતી હોય તેમ પગના તળિયે ડામ ચંપાવા લાગ્યા. સાવિત્રીબહેન હિંડોળાની ગતિ ધીમી કરતાં બોલી ઊઠ્યાં: 'આવી ગઈ વસુંધરા! અનુરાધાની પહોંચના ખબર લઈને આવી છો ને... મેં સામાન બંધાવી રાખ્યો છે. કાલ સવારને બદલે અત્યારે વિમાનમાં બેસવાનું કહેતી હો તો હું તૈયાર થઈને જ બેઠી છું.'

મીઠાશથી બોલાયેલા શબ્દો વસુંધરાના કાળજાને તો મીઠું પાયેલા કોરડાના

માર જેવા વસમા લાગ્યા. છતાં પીડા સહી લઈને તે ચૂપચાપ એમની બાજુમાં હિંડોળા પર બેસી ગઈ.

એનો ઉદાસ ચહેરો જોયા પછી અનુરાધાની માતાને આછો ધ્રાસકો પડ્યો: 'રોજ હસતી-હસાવતી તું આમ ગુમસૂમ કેમ બેસી ગઈ?'

વસુંધરાએ જવાબ આપવાને બદલે ડોક ફેરવી લીધી.

'શું કલકત્તાથી પહોંચનો તાર નથી આવ્યો?'

'તાર તો આવ્યો છે.' બોલતા બોલતાં તેના ગળામાં દર્દનો ડૂમો જામી ગયો.

'તો શું તારમાં રોશનલાલે મને આવવાની ના લખી?' સાવિત્રીબહેન એ સિવાય બીજી શી કલ્પના કરી શકે? થોડી નારાજી સાથે તેમણે ઉમેર્યું: 'તને એકલીને જ કલકત્તા બોલાવી છે ને?'

વસુંધરા માંડ માંડ માથું ધુણાવીને ના કહી શકી.

'તો શું તનેય આવવા ના લખી નાખી?' વહેમની ખટાશ તેમના અવાજમાં ભળવા લાગી: 'હવે ઑપરેશનમાં તારી પણ જરૂર નથી એમ લખ્યું છે ને?'

'ના...ના, માજી!' જાણે રોડ પાડતી હોય તેમ કાંપતા અવાજે એ બોલી ઊઠી: 'હવે ઑપરેશન જ થવાનું નથી.'

'હેં!' કહેતા અનુરાધાની મા ચમક્યાં: 'સાચ્ચે! વસુંધરા, તું મને બનાવતી તો નથી ને?' એમની ખુશી રોકી રોકાઈ નહીં: 'ના, પણ તું ખોટું નથી બોલતી એ મને સમજાઈ ગયું એટલે જ તો આટલી બધી ઉદાસ દેખાય છે. પણ વસુંધરા, ભગવાને આખરે મારી વિનવણી સાંભળી લીધી. મારી દીકરીને હવે કોઈ આંચ નહીં આવે.'

કહીને એ હિંડોળા પરથી ઊઠતાં રસોડા તરફ ધસી જવા લાગ્યાં: 'ઊભી રહે, તારું મોં મીઠું કરાવું.'

'માજી!' વસુંધરાએ જાણે ચીસ પાડી: 'તમે પૂરું સાંભળો તો ખરાં.' આંખનાં આંસુને રોકવાની મિથ્યા કોશિશ કરતી એ બોલી ગઈ: 'મારી ઉદાસી ઑપરેશન ન થયું એની નથી; અકસ્માત થયો એની છે.'

'અ...ક...સ્માત!' એમના પગ થીજી ગયા અને આંખો પહોળી થઈ, 'શેનો. અકસ્માત?' અકળાતાં-વલખાતાં એ નજીક દોડી આવ્યાં: 'વસુંધરા! મારી અનુરાધા તો સાજીસારી છે ને?'

એક હાથે આંસુ લૂછતી વસુંધરાએ બીજા હાથે પર્સમાંથી તાર કાઢ્યો. 'ન ધાર્યું હોય એવું કાંઈક બની ગયું.'

'શું?' પીંખાતું માતૃત્વ જાણે પોકારી ઊઠ્યું: 'શું અણધાર્યું બની ગયું, વસુંધરા!'

'અનુબહેનને... ટ્રેનનો અકસ્માત નડ્યો.'

સાવિત્રીબહેનના હાથની મુઠ્ઠીઓ ભિડાવા લાગી: 'શું કહ્યું?'

પૂછ્યું તો હતું ત્રાડ પાડીને પણ અવાજે સાથ ન આપ્યો.

'ડૉક્ટરસાહેબનો તાર છે.' હવે એક માના દિલ પર કારમા આપઘાતનો ઘા કર્યા વિના ચાલે તેમ ન હોય એ રીતે વસુંધરા બોલી ગઈ: 'કલકત્તા પહોંચ્યા પહેલાં જ અનુબહેન આપણને છોડી ગયાં.'

સાવિત્રીબહેનના ચહેરાની કરચલીઓ થીજી ગઈ. થોડી વાર માટે એમની આંખની કીકીઓ ભાવશૂન્ય બની રહી. મનમાં ક્રોધ ઘૂંટાવા લાગ્યો, મગજની નસો ખેંચાવા માંડી.

એમના દેખાવમાં આવી રહેલું પરિવર્તન સહી ન શકતી હોય તેમ વસુંધરાએ બન્ને હાથમાં એમનો હાથ પકડી લીધો અને આશ્વાસન આપવાનો પ્રયાસ કરી જોયો: 'માજી, આપણે કોઈએ ધાર્યું નહોતું...'

પણ તે એટલું બોલે છે ત્યાં સાવિત્રીબહેનનો ક્રોધ ભભૂકી ઊઠ્યો, વસુંધરાના હાથને ઝાટકા સાથે તરછોડી દેતાં એ વિફર્યાં: 'અણધાર્યું કાંઈ જ નથી બન્યું! તારા ડૉક્ટરસાહેબને હું બરાબર ઓળખું છું. એણે જ મારી દીકરીને મારી નાખી... અકસ્માત થયો હોત તો એ તાર કરવા કેમ જીવતો રહ્યો અને મારી અનુરાધા જ શું કામ મરી ગઈ?'

એકીશ્વાસે ઊંચા અવાજે ક્રોધના આવેશમાં બોલતાં સાવિત્રીબહેનને રોકવા માટે વસુંધરાએ હાથ જોડ્યા: 'તમે આવું ન બોલો, માજી! તમારું દુ:ખ હું સમજી શકું છું, પણ...'

'વસુંધરા, હવે તું મને શું રોકવા આવી છે? દરેક વખતે તું આડે આવી, મને મારી દીકરીની ચિંતા થતી હતી. હું કહ્યા કરતી હતી કે અનુરાધાને કલકત્તા મોકલવાની મારું મન ના પાડે છે છતાં તારી ડાહીડાહી વાતોમાં આવીને મન મારીને મારે બેસી રહેવું પડ્યું. જો હવે, તમારા દિલને શાંતિ થઈ ગઈ ને? તમારા ડૉક્ટરનો રસ્તો સાફ થઈ ગયો ને!'

પોતાને પણ માજીએ આવા આકરા આક્ષેપમાંથી બાકાત ન રાખી તે વસુંધરાને આકરું તો લાગ્યું છતાં એક માના ઘવાયેલા દિલનો વિચાર કરીને તેણે ધીરજ ન ગુમાવી—સ્વસ્થતા સાચવી રાખી.

'તમારે જે કહેવું-સંભળાવવું હોય તે બોલી નાખો. તમે મને દીકરી ગણી છે તો દીકરીને ચાહે તેવાં આકરાં વેણ કહી નાખો. પણ એ પહેલાં મારી એક વાત સાંભળો—બસ એક વાત.'

માજી માંડ-માંડ ક્રોધને થોડો કાબૂમાં લાવી શક્યા: 'બોલી નાખ જલદી, શું કહેવું છે તારે?'

'આ તાર... કદાચ બનાવટી હોય.' વસુંધરાએ કહ્યું તો ખરું, પણ એના શબ્દોમાં કોઈ વજન નહોતું: 'જે રીતે સ્મિતાની માંદગીનો કોઈએ બનાવટી તાર કર્યો હતો તેમ...'

'વસુંધરા!' દાંત ભીંસતાં સાવિત્રીબહેન બોલ્યાં: 'આમ કહીને તું મને આશ્વાસન આપવા માગે છે કે તારી જાતને છેતરવા મથે છે?'

માજીની ધારદાર નજરનો સામનો કરી શકતી ન હોય તેમ વસુંધરાએ નીચે જોઈ જવું પડ્યું.

'જો આ તાર બનાવટી હોય તો કલકત્તા પહોંચીને તારો ડૉક્ટરસાહેબ જે તાર કરવાનો હતો એ સાચો તાર હવે આવશે ને?'

તેનો જવાબ ન આપી શકી વસુંધરા.

'બોલ, બેચાર કલાક માટે ખોટું આશ્વાસન આપવા-લેવાથી મારી અનુરાધા પાછી આવી જવાની છે?'

અત્યાર સુધી ક્રોધના આવેશમાં દબાઈ ગયેલો આઘાત અચાનક ધક્કો મારીને બહાર આવ્યો હોય તેમ સાવિત્રીબહેનની કાયા કંપવા લાગી, ડોકમાંથી પસીનો વહેવા લાગ્યો. વસુંધરાએ ચેતીને તેમને પકડી લીધાં ન હોત તો એમનો વૃદ્ધ દેહ પોટલાની જેમ નીચે ફસડાઈ પડત.

પોક મૂકીને એ રડવા લાગ્યાં. ઘરનો નોકર દોડી આવ્યો. માજીની આ હાલત જોઈને એ પણ બાઘાની જેમ વસુંધરા સામે તાકી રહ્યો.

'ગોવિંદ, ઘરનાં બારણાં બંધ કરી દે.'

તેને સૂચના આપી વસુંધરા પણ માજીને વળગી પડી. ધ્રુસકે ધ્રુસકે રડી. એ ઇચ્છતી હતી કે અનુરાધાની માતાના હૃદયનો ભાર આંસુ દ્વારા વહી જાય તો સારું. નહીંતર એ બેફામ બોલવા લાગશે અને પૂરી જાણ થયા પહેલાં જ ગામ આખું ડૉક્ટરસાહેબને બદનામ કરી બેસશે.

પણ સાવિત્રીબહેન રડતાંય બોલી જતાં હતાં: 'ભગવાને એક દીકરી આપી એય કરમની કઠણાઈ નીકળી. એ જનમી ત્યારે જ મારો જીવ લેવાની હતી... હું માંડ માંડ જીવી ગઈ, પણ દીકરીના જનમનો આનંદ ઝૂંટવાઈ ગયો. મોટા દાક્તરે કહી દીધું હવે તમારી કૂખે કોઈ સંતાન જ નહીં થાય! છતાંય એના બાપે એકની એક પુત્રીને ખૂબ વહાલથી ઉછેરી અને બદલામાં એમને શું મળ્યું? બાપની વિરુદ્ધ જઈને પરણી ગઈ... એકની એક દીકરીના લગ્નટાણે જ એના બાપની ચિતા જલી.'

અનુરાધાની માતા વચ્ચે વચ્ચે હીબકાં ભરતાં બોલ્યે જતાં હતાં: 'હું મૂરખી ત્યારે એના પિતાનો વિરોધ સમજી શકી નહોતી. મેં માન્યું કે એમના જિદ્દી સ્વભાવે અમારો સંસાર વીંખી-પીંખી નાખ્યો, પણ અરેરે, ત્યારે મને સમજાયું હોત કે બાપને દીકરીના ભાવિના ભણકારા પહેલેથી સંભળાઈ ચૂક્યા હતા. જમાઈનાં અપલક્ષણ એ વહેલા પારખી ગયા, પણ મને અભાગણીને મોડે મોડે બધું સમજાયું.'

શોકના સંતાપમાં એ ક્યારેક અનુરાધાને તો ક્યારેક પોતાની જાતને કોસતાં હતાં. વસુંધરા એમની પીઠ પસરાવતી મૂંગી મૂંગી બધું સાંભળી લેતી હતી.

એકાએક એમનું રુદન થંભી ગયું, બોલવાનું પણ બંધ થયું ત્યારે વસુંધરા ઊભી થઈને પાણીનો લોટો લઈ આવી. તેમણે બે ઘૂંટડા પાણી પીધું પછી વસુંધરાની સામે તાકી રહ્યાં. એમની નજર વસુંધરાનું હૈયું વીંધી ગઈ.

'તું હવે જા: મારી ફિકર કરવાની જરૂર નથી.'

'મા! તમે મારા પર નારાજ થયાં છો ને?'

જવાબમાં તેમણે નિસાસો નાખ્યો, 'નસીબ જ જ્યાં વાંકું હોય ત્યાં બીજા પર નારાજ થયે શું વળે?'

'તો પછી મને શું કામ જવાનું કહો છો?'

'તારે ઘેર જવાનું કહું છું.'

'શું આ મારું ઘર નથી?'

વસુંધરાના સવાલનો તેમણે જવાબ ન આપ્યો ત્યારે એ ગળગળી થઈ ગઈ: 'મા, તમે મને દીકરી માની છે તો દીકરીની જેમ અહીં રહેવા નહીં દો?'

સાવિત્રીબહેનની આંખો પહોળી થઈ:

'અહીં રહીને તું શું કરીશ? મારા હિજરાયલા હૈયામાંથી હવે કાયમ નિસાસો અને શાપ જ વરસતા રહેશે. તને અહીં શાંતિ નહીં મળે.'

'પણ મને હવે ત્યાંય શાંતિ નથી મળવાની.' વસુંધરાની આંખો વહેવા લાગી: 'અનુબહેન વિના ત્યાં રહીને હું શું કરીશ? એ ઘર સાથેનો સંબંધ કોને ખબર હવે કેટલા દિવસ રહેવાનો?'

સાવિત્રીબહેન મૌન રહ્યાં એટલે વસુંધરાએ સંમતિ મળી ગઈ તેમ માની નોકરને સાદ પાડ્યો: 'ગોવિંદ, ડૉક્ટરસાહેબને ત્યાં જઈને મારાં બે જોડી કપડાં લઈ આવ. શેઠને કહેજે કે હમણાં હું માજી સાથે રહેવાની છું.'

અનુરાધાની માતાની હાલત જોઈને જ વસુંધરાએ મનમાં ફેંસલો કરી લીધો કે માજીને એકલાં રાખવાં નથી. આ આઘાતથી કળ વળતાં બહુ વખત લાગવાનો

હતો. એમના મનની શંકાનો ભડકો જલદી શમવાનો નથી. બે કુટુંબો વચ્ચેના સંબંધમાં ગમે ત્યારે કટોકટી સર્જાઈ જવાનો ભય જાગ્યો હતો. અકસ્માતની વિગત જાણ્યા પછી કોને ખબર, માજી કેવાં વીફરી જશે?

*

રોશન એક પછી એક સિગારેટ ફૂંકતો રહ્યો. કલકત્તાની સિવિલ હૉસ્પિટલના એક બાંકડા પર બેસી બેસીને તેનાં અંગો અકડાઈ ગયાં હતાં, મન મૂરઝાવા લાગ્યું હતું. પોતે ડૉક્ટર હોવા છતાં એક ઉપેક્ષિત વ્યક્તિની જેમ હૉસ્પિટલમાં ઉચાટ જીવે સમય વિતાવવો પડ્યો હતો અને વીતી રહેલા એ સમય પર તેની પોતાની જ જિંદગી તોળાઈ રહી હતી. બસ, હવે બહુ બહુ તો બેચાર કલાક, વધુ એકાદ દિવસ બાકી રહ્યો હતો. ટ્રેન અકસ્માતમાં ગંભીરપણે જખ્મી થયેલો ગુમનામ શુદ્ધિની સરહદે પહોંચી ચૂક્યો હતો, 'આઉટ ઑફ ડૅન્જર'ના તબક્કામાં પ્રવેશી ગયો હતો. તેની આંખ ઊઘડે અને જબાન ખૂલે એટલી જ વાર હતી. તેનું સ્ટેટમૅન્ટ લેવા માટે પોલીસ અધીરી બની હતી. કમબખ્ત ગુમનામનો એક શબ્દ તેને માટે ફાંસીનો ગાળિયો ગૂંથવા માંડશે. અત્યાર સુધી પોતાની સાથે હમદર્દી વર્તનારી પોલીસની નજરમાં પોતે ખૂની પુરવાર થઈ જવાનો—પોતાની પત્નીનો ખૂની!

માધોપુર રેલવે હૉસ્પિટલમાં ગુમનામની સારવાર ચાલતી હતી અને એ માણસને સૌ ચોર-મવાલી માની બેઠા હતા ત્યારે જ કસ્ટમ ખાતાનો ચૅટરજી ત્યાં પહોંચી ગયેલો. ઝાઝા અને માધોપુર સ્ટેશન વચ્ચે રેલવેલાઇન પર એક જખમી આદમી મળી આવ્યાની જાણ થઈ એટલે ગુમનામની શોધમાં તે ત્યાં દોડી ગયો હતો. બેહોશ ગુમનામને તેણે તરત જ ઓળખી કાઢ્યો: 'આ ચોર-મવાલી નહીં પણ અમારો ગુમનામ છે. કસ્ટમ ખાતામાં સાડાચાર વર્ષથી કામ કરે છે. પ્રામાણિકતા અને વફાદારીનો તેનો ઉમદા રેકોર્ડ છે. એ રાતે હાવરામેઇલમાં અમે પટણાથી બેઠેલા. નેપાલથી દાણચોરીનો માલ કલકત્તા જઈ રહ્યો હતો એ બાતમીને આધારે કસ્ટમ ખાતા તરફથી અમને કામગીરી સોંપાયેલી. ઝાઝા અને માધોપુર સ્ટેશન વચ્ચે સાંકળ ખેંચીને દાણચોરો ઉજ્જડ વિસ્તારમાં ગાડી ઊભી રાખી માલ ઉતરાવી લે એવી વકી હતી. એ લોકો પર અમે નજર રાખતા ટ્રેનમાં આગળ વધતા હતા. તેમાં આ ગુમનામે એક સાહસ ખેડવાનું નક્કી કર્યું. બદમાશો સાંકળ ખેંચીને નાસી છૂટવાની પેરવી કરતા હોય ત્યારે જ એમને પકડી પાડવા. ચાલુ ગાડીએ એક પછી એક ડબા ઓળંગતો દાણચોરોના ડબા સુધી

પહોંચીને એ સંતાઈ રહેવા માગતો હતો... અમે તેને ફર્સ્ટ ક્લાસના કમ્પાર્ટમેન્ટ સુધી સરકી જતો બરાબર જોયેલો. ત્યારબાદ દેખાતો બંધ થયો હશે... સાંકળ ખેંચાઈ ત્યારે અમે અમારા ડબામાંથી કૂદીને ત્યાં ધસી ગયા પણ દાણચોરોને બદલે આ ડૉક્ટરસાહેબ ભટકાઈ ગયા. એમની પત્ની ડબામાંથી પડી ગઈ છે એવી હોહા થઈ એટલે ગુમનામને શોધવાનું મુશ્કેલ બની ગયું. અમે માન્યું કે એ કોઈ ડબામાં ચડીને ભરાઈ બેઠો હશે. આ ધાંધલધમાલનો લાભ લઈને દાણચોરો છટકી ન જાય એની પેરવીમાં પડ્યો હશે. પણ બે દિવસ સુધી તેનો પત્તો ન લાગ્યો અને છાપામાં વાંચ્યું કે એક સ્ત્રીની લાશ ઉપરાંત કોઈ જખમી આદમી પણ મળી આવ્યો છે ત્યારે અમને ભય લાગ્યો—કદાચ એ ગુમનામ તો નહીં હોય ને?

ચૅટરજીનો આ કિસ્સો સાંભળ્યા પછી તો પોલીસની ગડમથલ ઓર વધી ગઈ અને રોશનલાલની બેચેની પણ બેવડાઈ ગઈ. કોઈ મામૂલી માણસ હોત તો એને ચોર-મવાલીમાં સહેલાઈથી ખપાવી શકાય... પણ હવે શું થશે? તેમાં વળી કસ્ટમના ઉપરીએ ગુમનામને ઉગારી લેવાની દોડધામ શરૂ કરી દીધી. ગમે તેમ તો એ સરકારી માણસ હતો, ફરજ બજાવવાની ધગશમાં જીવનું જોખમ ખેડ્યું હતું. કસ્ટમના સર્વોચ્ચ અધિકારી ગાંગુલીસાહેબનો એ માનીતો માણસ હતો. કોઈ પણ ભોગે તેને ઉગારી લેવાનું દબાણ વધી ગયું. રેલવે હૉસ્પિટલમાંથી તેને તાબડતોબ કલકત્તાની સરકારી હૉસ્પિટલમાં ખસેડવાનો બંદોબસ્ત કરવો પડ્યો. ખુદ ગાંગુલીસાહેબ તેની ખબર કાઢવા આવ્યા ત્યારે મોટા ડૉક્ટરને ભલામણ કરતા ગયા: 'એને બચાવી લેવામાં કોઈ કસર ન રાખતા. પાંચેક વરસ પહેલાં જિંદગીમાં એકાએક પોતાનું સર્વસ્વ ગુમાવી બેઠેલ આ ગુમનામ હવે જિંદગી ન ગુમાવી બેસે એ જોજો...' આમ કહેતી વખતે એમનો અવાજ ગળગળો થઈ ગયો હતો.

પણ રોશન દિવસમાં દસ વખત ભગવાનને એક જ પ્રાર્થના કરતો રહ્યો: એને જીવતો ન રહેવા દઈશ. એની જિંદગીમાં મારું મોત છે અને એના મોતમાં મારી જિંદગી.

રોશનના દિમાગમાં એક ઘાતકી વિચાર પણ ઘૂમરી ખાતો રહ્યો: 'મને જો મોકો મળી જાય તો હું તેની દવા—કોઈ ઇન્જેક્શનમાં કોઈક એવી મિલાવટ કરી દઉં કે એ મોતના કાંઠેથી પાછો જ ન ફરી શકે... પણ દર્દીના કમરામાં જવાની તેને તક મળતી નહોતી. ચોવીસ કલાક પોલીસનો જાપ્તો રહેતો, કારણ કે આ કેશ માટે પોલીસનો એ બહુ કામનો માણસ બની ચૂક્યો હતો.

હજુ સુધી પોલીસખાતાએ રોશન પ્રત્યે સહાનુભૂતિ જ દાખવી હતી, તેના પર કોઈને જરાસરખી શંકા જાગી નહોતી. એટલે જ રોશનની હિંમત અને ધીરજ ટકી રહી. તે એવું કોઈ વર્તન કરવા નહોતો માગતો જેનાથી પોલીસની સહાનુભૂતિ ગુમાવી બેસે. ત્રણચાર દિવસે પણ ગુમનામ શુદ્ધિમાં ન આવ્યો ત્યારે પોલીસઉપરી સમક્ષ તેણે જમ્મુ જવા માટે સ્વાભાવિકપણે જ રજા માગેલી. અત્યારે કુટુંબીઓ વચ્ચે મારી હાજરીની વધારે જરૂર છે. માતા-પિતાનો હું એકનો એક પુત્ર છું. અનુરાધા માટે એમની એટલી બધી લાગણી હતી કે આ આઘાત એ લોકો કઈ રીતે બરદાસ્ત કરી શકશે એ વિચાર મને દિવસરાત કોરી ખાય છે. હું ત્યાં હોઉં તો એમને સાંત્વન આપી શકું. અરે ખુદ હું પોતે પણ પત્નીના આ કારમા મૃત્યુ પર દિલ ખાલી થાય એટલું રડી શક્યો નથી. અહીં મારી તાત્કાલિક જરૂર ન હોય તો મને જવા દો. ફરી બોલાવશો ત્યારે હાજર થઈ જઈશ...

પોલીસઉપરીને તેની હાલત પર પૂરેપૂરી હમદર્દી જાગી હોવા છતાં એ રોશનલાલને જમ્મુ જવાની રજા આપી શક્યા નહીં: 'ડૉક્ટર, હું તમારી હાલત સમજી શકું છું. એક તો વહાલસોયી પત્ની ગુમાવી અને ઉપરથી આ પરેશાની... પણ અમે લાચાર છીએ. જો જખમી દર્દીની હાલત વધુ બગડી હોત કે જોઈએ તેવો સુધારો થયો ન હોત તો હું સામે ચાલીને તમને કહેત કે અહીં તમારે વધારે રોકાવાની જરૂર નથી. જરૂર પડશે ત્યારે અમે તમને બોલાવી લેશું. પણ હવે બેત્રણ દિવસનો જ સવાલ છે. એક ડૉક્ટર તરીકે તમે સમજી શકો છો કે કટોકટીનો તબક્કો પસાર થઈ ચૂક્યો છે. હવે દિવસો નહીં પણ આપણે કલાકો ગણવાના છે. જેવો એ ભાનમાં આવે કે તરત જ તેનું સ્ટેટમૅન્ટ લેવાઈ જશે, બસ, પછી તમે છુટ્ટા!

છેલ્લું વાક્ય સાંભળીને રોશને હોઠ કરડ્યા. સ્ટેટમૅન્ટ લેવાયા પછી છુટ્ટા થવાનું કહેનાર આ પોલીસઉપરી તેને નફરતની નજરે જ જોવા લાગશે ત્યારે છટકી જવાનો તેની પાસે કોઈ રસ્તો નહીં રહે. હજુ સુધી તો બધું જ બરાબર — ગણતરી મુજબ ચાલ્યું હતું. અનુરાધાની પ્લાસ્ટિક સર્જરી માટે કલકત્તા આવવાનું થયું તેનો બધો જ પત્રવ્યવહાર પોલીસને તેણે દેખાડ્યો હતો. પોલીસે સર્જિકલ હૉસ્પિટલમાં તપાસ કરીને ખાતરી પણ કરી લીધી કે ડૉક્ટર યંગસ્કોટ થોડા દિવસમાં જ પ્લાસ્ટિક સર્જરીના પ્રયોગ માટે આવવાના છે અને તેમના દર્દીઓના લિસ્ટમાં શ્રીમતી અનુરાધા રોશનલાલ મહેરાનું નામ ચાર મહિના અગાઉથી લખાઈ ગયું છે. ડૉક્ટર રોશનલાલે પત્નીના ઊંઘમાં ચાલવાના રોગ વિશે ડૉક્ટર સ્કૉટના પત્રમાં ઉલ્લેખ કર્યો હતો અને તેના જવાબમાં પ્લાસ્ટિક સર્જરીના નિષ્ણાતે એમ પણ લખ્યું હતું કે સોમનાબ્યુલન્સને કારણે આ સર્જરીમાં કોઈ હરકત

નહીં આવે. પોલીસખાતાએ કલકત્તાના કેટલાક નિષ્ણાત ડૉક્ટરને કન્સલ્ટ કરીને એની પણ ખાતરી કરી લીધેલી કે ઊંઘમાં ચાલનાર ગાડીમાંથી પડી જાય તો એ અસંભવિત નથી. આવા દર્દી ઊંઘમાં ચાલતાં ઝાડ પર સુધ્ધાં ચડી જાય તોય એની તેને ખબર નથી રહેતી!

આમ પગલે પગલે પોલીસને રોશનલાલની સચ્ચાઈના પુરાવા મળતા ગયા ત્યારે તેના જેવા એક પ્રતિષ્ઠિત ડૉક્ટર માટે શંકા કેમ જાગે?

'કૉન્ગ્રેચ્યુલેશન ડૉક્ટર મહેરા!' ગુમનામના કમરામાંથી બહાર ધસી આવતાં પોલીસઇન્સ્પેક્ટર મુખરજીએ રોશનને ચમકાવ્યો: 'દર્દી સંપૂર્ણ ભાનમાં આવી ગયો.'

રોશનને ત્યારે એવો આંચકો લાગ્યો કે હોઠ વચ્ચે રાખેલી સળગતી સિગારેટ તેના ખોળામાં પડી ગઈ. ખુશખબર આપનાર મુખરજી તેને સાક્ષાત્ જમ જેવો લાગ્યો. તેની સાથે હાથ મિલાવવા માટે હાથ લંબાવ્યો ત્યારે તેની હથેળી પણ પસીનાથી ભીંજાઈ ગઈ.

'થેન્ક ગૉડ' કહેવાને બદલે તેનાથી નિસાસા સાથે 'ઓહ ગૉડ કે'વાઈ ગયું. પણ તરત જ તેણે સાવધાની સાધી લીધી:

'ઇન્સ્પેક્ટર મુખરજી! મારા તો માનવામાં જ નથી આવતું. એક ડૉક્ટર તરીકે મેં તો એની આશા છોડી દીધી હતી!'

'છતાં ભગવાને તેને બચાવી લીધો. કદાચ તમારે ખાતર જ!'

મુખરજીના એ શબ્દો કરવતની જેમ તેના કાળજા પર ફરી ગયા છતાં તેણે કળાવા ન દીધું

એ જ વખતે હૉસ્પિટલના હેડ ફિઝિશિયન બહાર આવતા દેખાયા. તેના ચહેરા પરનો ઉજાસ ચાડી ખાતો હતો કે ઇન્સ્પેક્ટરની વાત સાવ સાચી છે.

'ઇન્સ્પેક્ટર મુખરજી! નાઉ યુ કૅન રેકૉર્ડ હિઝ સ્ટેટમૅન્ટ... બટ બી કેરફુલ!' મોટા ડૉક્ટરે ચેતવણી ઉચ્ચારી: એના મગજને શ્રમ ન પડે એનું ખાસ ધ્યાન રાખજો. વચ્ચે થોડો થોડો આરામ પણ આપજો.'

રોશનલાલનું મોં ઊતરી ગયું. ઇન્સ્પેક્ટર મુખરજી સ્ટેટમૅન્ટ લેવાની અધીરાઈમાં દર્દીના કમરા તરફ જવા લાગ્યા ત્યારે એ પણ પાછળ ઘસડાયો: 'ઇફ યુ ડોન્ટ માઇન્ડ, હું અંદર આવું?'

પણ તેને નિરાશ થવું પડ્યું: 'સૉરી ડૉક્ટર મહેરા, સ્ટેટમૅન્ટ લેતી વખતે બીજા કોઈની હાજરી ન હોવી જોઈએ. ડોન્ટ ટેક ઇટ ઇલ, અમારે નિયમને વળગી રહેવું પડે છે.'

ઇન્સ્પેક્ટર મુખરજી અંદર દાખલ થયા એટલે કમરાનાં બારણાં ભિડાઈ ગયાં. રોશનને ત્યારે લાગ્યું કે પોતાના નસીબના દરવાજા બંધ થઈ ચૂક્યા છે. ધ્રૂજતા હાથે સિગારેટ સળગાવીને તેને ફરી બાંકડા પર બેસી જવું પડ્યું. મોંમાંથી નીકળતા સિગારેટના ધુમાડામાં તેને પોતાના જલતા કાળજાની ગંધ આવવા લાગી. રાખ ખંખેરતી વખતે એવું મહેસૂસ થતું હતું કે ભીતરમાં બધું જલીને ખાખ થઈ રહ્યું છે.

એ પા-અર્ધા કલાકમાં રોશન મનથી કેટલીય વાર મરી ચૂક્યો, અનેક વાર ફાંસીએ ચડી ગયો. જાતને શાપ આપ્યા, ગુમનામને ગાળો દીધી. જમ્મુના લોકો પોતાના પર થૂંકી રહ્યા હોય, મા-બાપના ચહેરા કલંકની કાલિમાથી ખરડાઈ ગયા હોય, છાપાનાં પાનાં પર હત્યારા ડૉક્ટર રોશનલાલની તસવીરો છપાતી હોય, શામલીને સમાજે હડધૂત કરીને ગામબહાર કાઢી મૂકી હોય, 'અનુરાધા ક્લિનિક'નું પાટિયું ઉતારી લેવામાં આવ્યું હોય, ઘેર-ઘેર તેના પાપની ચર્ચાઓ ચાલતી હોય એવાં જાતજાતનાં દશ્યો ભૂતાવળની જેમ રોશનના દિલ-દિમાગ ફરતો બરડો લઈ રહ્યાં હતાં.

'નહીં નહીં!' સિગારેટના ઠૂંઠાને બૂટ નીચે કચડતો રોશન ઊભો થયોઃ હજુ પણ સમય છે. મરે અહીં બેસી રહેવાની જરૂર નથી. હું નાસી જઈ શકું છું. મારી પાસે ચારેક હજાર રૂપિયાની મૂડી છે. બંગાળની સરહદ પાર કરીને પાકિસ્તાનમાં ચાલ્યો જાઉં, પણ ના, મારે મરવું નથી. જાન સલામત હશે તો નવેસરથી જિંદગી જીવી શકાશે, બીજી શામલી પણ મળી જશે.

ઝાટકા સાથે એ ઊઠ્યો. પેલા કમરાના બંધ બારણા તરફ નજર નાખીને પગ ઉપાડવા જાય છે ત્યાં પાછળથી ઊઘડતા બારણાનો અને ઉતાવળા પગલાનો અવાજ સાંભળીને તેને અટકી જવું પડ્યું. પીઠ ફેરવીને જોયા વિના તે અધ્ધરશ્વાસે ઊભો રહ્યો. તેને હતું કે હમણાં ઇન્સ્પેક્ટર મુખરજીનો હાથ પોતાના ખભા પર પડશે અને સખ્તાઈભર્યો અવાજ સંભળાશેઃ તમે છટકી જવા માગતા હતા ડૉક્ટર રોશનલાલ?

પણ એવું કાંઈ જ બન્યું નહીં. ઇન્સ્પેક્ટર મુખરજીને બદલે એમનો ઇન્સ્પેક્ટર તેની બાજુમાંથી પસાર થતો ઉતાવળા પગલે મોટા ડૉક્ટરની રૂમ તરફ ધસી જતો દેખાયો. તેની એ અધીરાઈમાં દિલના તળિયે બેસી ગયેલી રોશનની આશા ઝબકી ઊઠી. એણે અનુમાન કર્યું. કમબખ્ત ગુમનામની તબિયતે ફરી ઊથલો માર્યો લાગે છે... હવે નાસી છૂટવાની કોઈ જરૂર નથી. હું બે-ચાર મિનિટ વહેલો નીકળી ગયો હોત તો કેવી કફોડી સ્થિતિ થાત? ગુનેગારની જેમ નાસતો-ભાગતો

સરહદ પાર કરી જાત અથવા તો એમ કરવા જતાં પકડાઈ જાત અને પછી ખબર પડત કે પેલો ગુમનામ સ્ટેટમૅન્ટ આપવા માટે જીવતો જ રહ્યો નથી!

પોલીસ સબઇન્સ્પેક્ટર જેવા ગયા એવા જ ડૉક્ટરના રૂમમાંથી બહાર આવતા દેખાયા. તેમની પાછળ મોટા ડૉક્ટર અને એક આસિસ્ટન્ટ પણ ઝડપભેર રોશનની પાસેથી પસાર થતા ગુમનામના કમરામાં દોડી ગયા. એમની હિલચાલમાં દેખાતો ઉચાટ રોશનને ધરપત આપી ગયો.

ભગવાને મારી પ્રાર્થના સાંભળી, એ કમ્બખ્ત હવે પથારીમાંથી ઊભો નથી થવાનો, ડૉક્ટરોને હાથ ધોઈ નાખવા પડશે. પોલીસને કેસ સંકેલી લેવો પડશે અને હું બે દિવસમાં મારી શામલી પાસે પહોંચી જઈશ. બસ પછી તો મોજ...

માણસનું મન ચંચળ છે! ઘડીક પહેલાં તે નાસી છૂટવા માગતો હતો. ઘર, મા-બાપ અને શામલીનો વિચાર પણ ત્યારે આડે આવ્યો નહોતો અને બીજી જ પળે મન પાછું ત્યાં લટકવા માંડ્યું.

અર્ધા કલાક સુધી ડૉક્ટરો બહાર ન આવ્યા ત્યારે રોશનને ખાતરી થઈ ગઈ કે કેસ બગડી ચૂક્યો છે અને હવે ગુમનામનું ડેથ-સર્ટિફિકેટ લખવાનું જ બાકી રહ્યું હશે.

પણ આ શું? દરવાજો ઊઘડ્યો ત્યાં બન્ને ડૉક્ટરો ખુશમિજાજમાં કેમ દેખાયા?

'સમથિંગ વન્ડરફુલ!' મોટા ડૉક્ટર મલકાતા કહી રહ્યા હતા: 'આ કેસથી આપણી હૉસ્પિટલને સારી પબ્લિસિટી મળવાની...'

આ શબ્દો કાને પડ્યા ત્યારે રોશનની છાતી ફરી ભીંસાવા લાગી: શું ધાર્યું હતું અને શું થઈ ગયું? ગુમનામ જીવી ગયો, હું ડૂબી ગયો.

'જલદી કર!' રોશનને ભીતરનો પોકાર સંભળાયો: 'હજુ પણ સમય છે નાસી છૂટ. હિંમત કરીશ તો જીવવાનો ચાન્સ છે. નહીંતર...'

પણ તેને એ ચાન્સ મળ્યો નહીં. ઇન્સ્પેક્ટર મુખરજીનો હાથ ખભા પર પડ્યો ત્યારે અંગેઅંગમાં કંપારી વ્યાપી ગઈ. અપરાધીની જેમ ડોક ઝૂકી ગઈ.

'કમાલ છે ડૉક્ટર મહેરા!' મુખરજીને પાછળ ઊભા ઊભા જ કહ્યું: 'આવું તો કોઈએ ધાર્યું નહોતું.'

'ખલાસ! ખેલ ખતમ...'

મુખરજીનો હાથ ફરતો ફરતો જાણે હમણાં જ પોતાની ડોક પર આવી પડશે અને એમના મજબૂત પંજામાં ગરદન ઝડપાઈ જશે એવા ખ્યાલથી ધ્રૂજવા માંડેલા રોશનને ન ધારેલું સાંભળવા મળ્યું:

'તમે હવે છુટ્ટા છો!'

'હં!'

માનવામાં ન આવતું હોય તેમ રોશને ઝટકા સાથે ગરદન ફેરવી તો ઇન્સ્પેક્ટર મુકરજીનું મલકતું મોં દેખાયું.

શું એ તેને રમાડી રહ્યા છે?

'કુદરત પણ કેવી રમત રમાડે છે?' હસતાં હસતાં એ બોલતા હતા: 'આ તો ફિલ્મ કે વાર્તામાં આવે છે એવું બની ગયું!'

'શું?' એ એક શબ્દો બોલતાંય રોશનલાલની જીભ તાળવે ચોંટી ગઈ.

ઇન્સ્પેક્ટર મુખરજી પોતાની જ ધૂનમાં હતા. રોશનલાલના આઘાત-પ્રત્યાઘાતનું અવલોકન કરવા જેટલા સાવધ પણ નહોતા.

'આ તો કોઈ બીજો જ માણસ નીકળ્યો!'

'બીજો માણસ?' હવે રોશને થોડી સ્વસ્થતા મેળવી લીધી.' એટલે કે અકસ્માતમાં જખમી થયેલા ગુમનામને બદલે કોઈ બીજો...'

'નહીં નહીં ડૉક્ટર મહેરા!' પોલીસ ઇન્સ્પેક્ટર રહસ્ય ઘૂંટવાની મજા પડતી હોય તેમ બોલ્યા: 'મારી કારકિર્દીમાં આવો કેસ તો ક્યારેય બન્યો નથી. આ ગુમનામને અકસ્માતે નવી જિંદગી બક્ષી દીધી.'

'નવી જિંદગી?'

'નવી નહીં પણ ખરી રીતે તો જૂની જિંદગી પાછી આપી.'

'ઇન્સ્પેક્ટર!' રોશન ફરી અકળાઈ ઊઠ્યો: 'તમે નવી-જૂની જિંદગીની શું વાત કરો છો? મને તો કાંઈ સમજાતું નથી.'

'તમે ડૉક્ટર છો. એક શબ્દમાં હું તમને સમજાવી શકીશ.' કહીને ઇન્સ્પેક્ટરને થોડું અટકવું પડ્યું. પેલો શબ્દ યાદ કરવો પડ્યો.

'હં... યાદ આવ્યું? ધિસ ઇઝ એ કેસ ઑફ એમ્નેસિયા.'

'એમ્નેસિયા...' રોશનની આંખો એવી રીતે ચમકી કે જાણે અચાનક વાદળઘેર્યો સૂરજ ઝગમગી ઊઠ્યો હોય. 'ઇન્સ્પેક્ટર! તમે શું કહો છો? અકસ્માતને કારણે એ માણસ બધું ભૂલી ગયો?'

'ના, બધું નહીં.'

'તો?'

'ચાર-પાંચ વર્ષ પહેલાં તેને માથામાં ઈજા થયેલી ત્યારે આગલી જિંદગીની બધી જ યાદદાસ્ત તેના મગજમાંથી ભૂંસાઈ ગયેલી અને આ બીજા અકસ્માતને કારણે તેની પાંચ વર્ષ પહેલાંની જિંદગી તાજી થઈ, પણ વચગાળાનાં વરસોનું બધું જ એના મગજમાંથી ભૂંસાઈ ગયું.'

'સાચ્ચે?' રોશને મનોમન ભગવાનનો ઉપકાર માની લીધો. પણ તેને તરત જ ખ્યાલ આવ્યો કે પોતાની ખુશી તેણે ખુલ્લી પાડવાની નથી. હજુ ઘણું જાણવાનું બાકી છે. કદાચ ઇન્સ્પેક્ટર તેની પરીક્ષા પણ કરતા હોય. તેણે અધીરાઈથી પૂછ્યું, 'તો પછી તમારા સ્ટેટમૅન્ટનું શું થયું?'

'એની જ તો બધી ગડબડ થઈ ગઈ ને!' ઇન્સ્પેક્ટર થોડા થોથવાયા. 'પણ અહીં ઊભાં ઊભાં બધું કહેવાને બદલે ચાલો મારી સાથે પોલીસચોકીએ... રસ્તામાં તમને હું આખી રહસ્યમય ઘટના કહી સંભળાવું છું.'

પોલીસચોકીનું નામ સાંભળીને રોશનના પગ કળવા લાગ્યા. પણ તે આનાકાની કરે એ પહેલાં જ ઇન્સ્પેક્ટર મુખરજીએ ચાલવા માંડ્યું ત્યારે તેને પરાણે તેની પાછળ ઘસડાવું પડ્યું.

જીપમાં બેઠા પછી મુખરજીએ શરૂઆત કરી:

'અમે સ્ટેટમૅન્ટ લેતાં પહેલાં તેને પ્રાસ્તાવિક રીતે પૂછ્યું કે 'આજથી છ દિવસ પહેલાં ચોથી એપ્રિલની રાતે ઝાઝા અને માધોપુર સ્ટેશનની વચ્ચે હાવરા મેલમાં બની ગયેલી દુર્ઘટના બાબતમાં તમને થોડી પૂછપરછ કરવી છે.'

'ત્યારે એ માણસ બાઘાની જેમ અમારી સામે ચકળવકળ જોવા લાગ્યો. બહુ યાદ કરીને એ હસવા લાગ્યો: હાવરા મેલ... માધોપુર સ્ટેશન... દુર્ઘટના... આ બધું શું કહો છો તમે?

મેં કહ્યું: 'મિસ્ટર ગુમનામ, ચાલુ ટ્રેનમાંથી પડી જવાને કારણે તમારા માથામાં જે ઈજા થઈ તેની વાત કરું છું.' ત્યારે એ હસી પડ્યો: 'તમે મને મિસ્ટર ગુમનામ કહીને મજાક શા માટે કરો છો? તમે લોકોએ મારું નામ સરસ ઉપજાવી કાઢ્યું.'

'મેં તાજુબી અનુભવતાં પૂછ્યું: 'શું તમારું નામ ગુમનામ નથી? દાણચોરોનો પીછો કરવા જતાં તમે હાવરા મેલમાંથી પડી ગયા એ પણ યાદ આવતું નથી?'

'ત્યારે એ માણસ ખડખડાટ હસી પડ્યો. અમે પાગલ હોઈએ તેમ ઘૂરવા લાગ્યો: 'તમે મને કોઈ ભળતો જ માણસ માની લીધો લાગે છે. હું ગુમનામ-બુમનામ નથી. મારું નામ છે રવિ ચોપરા... હાવરા મેલ કે દાણચોરો સાથે મારે કાંઈ જ લાગતું-વળગતું નથી. હું મિલિટરીનો માણસ છું. તમને મારા યુનિફૉર્મ પરથી એટલી પણ ખબર ન પડી...'

એમ કહેતાં એણે ચાદર ઊંચી કરીને પોતાનાં કપડાં જોયાં. હૉસ્પિટલનો પોશાક જોઈને એણે સ્મિત કર્યું: 'ઓહ, અકસ્માત પછી મને હૉસ્પિટલમાં દાખલ કર્યો એટલે યુનિફૉર્મ ઉતારીને આ કપડાં પહેરાવ્યાં લાગે છે.'

મેં તેને પૂછ્યું, 'તમે કયા અકસ્માતની વાત કરો છો? હાવરા મેલના જ ને?'

'નહીં રે! હું તો મોટરસાઇકલ પરથી ઊથલી પડ્યો હતો. મારી મોટરસાઇકલ તમને લોકોને મળી આવી કે નહીં? જરા સ્પીડ વધારી તેવી બરફમાં વ્હીલ સ્કીડ થઈ ગયું.'

'અમને તેની વાત ધડ-માથા વગરની લાગી. કદાચ માથાના જખમને કારણે આ માણસનું ચિતભ્રમ થઈ ગયું હશે એમ માની ડૉક્ટરોને બોલાવ્યા અને તેમણે બધી પૂછપરછ કર્યા બાદ જાણવા મળ્યું કે આ માણસની પુરાણી યાદદાસ્ત તાજી થઈ છે અને નવી યાદ મગજમાંથી ભૂંસાઈ ગઈ છે.'

ઇન્સ્પેક્ટર મુખરજી એટલું કહીને અટક્યા ત્યારે રોશનનો આત્મવિશ્વાસ સંપૂર્ણપણે પાછો આવી ગયો હતો. તેણે અભિનય કરવાનું ચાલુ કરી દીધું. ઊંડો નિસાસો નાખતાં પૂછ્યું: 'એનો અર્થ તો એ થયો કે અનુરાધાના અકસ્માતનો કેસ વધુ ગૂંચવાયો. મારી હાલત વધારે કફોડી બની ગઈ.'

'નહીં, નહીં, ડૉક્ટર મહેરા!' પોલીસચોકી પાસે જીપ ઊભી રહી તેમાંથી કૂદકો મારતા ઇન્સ્પેક્ટર બોલી ઊઠ્યા: હવે તો કેસ આટોપાઈ જાય એટલી જ વાર છે. બસ, ગાંગુલીસાહેબને ફોન કરી લઉં.'

રોશનને નવાઈ લાગી: પોલીસ કેસમાં કસ્ટમ ઑફિસરને શું પૂછવાની જરૂર પડી?

સિગારેટ સળગાવીને તેણે ઇન્સ્પેક્ટરની કેબિનમાં બેઠક લીધી. ગાંગુલી સાથે મુખરજી ફોન પર બંગાળીમાં વાત કરતા હતા. તેમાંથી તેણે થોડુંઘણું તો તારવી લીધું. બાકીનું મુખરજીએ ફોન મૂકીને તેને સમજાવ્યું:

'એ માણસની વાત સાચી નીકળી. ગુમનામ તેનું અસલી નામ નથી. અસલી નામની તો કોઈને ખબર નથી પણ પાંચ વરસ પહેલાં એ તેની પાછલી જિંદગી ભૂલી ગયો હતો ત્યારે ગાંગુલીસાહેબ સાથે અચાનક ભેટો થઈ ગયેલો. તેમણે જ એનું નામ ગુમનામ પાડી દીધું અને તેને કસ્ટમ ખાતામાં નોકરીએ લગાડી દીધો.'

'થૅન્ક ગૉડ!' ખુશાલીના આવેશમાં રોશનથી બોલી જવાયું: 'આખરે મારો છુટકારો થયો ખરો.'

'બેશક!' મુખરજી પણ આનંદમાં આવી ગયા: 'તમને અમે એક અઠવાડિયું બહુ તકલીફ આપી. આજ સુધી તમારાથી મેં એક વાત છુપાવેલી એ પણ હવે તમને કહી દઉં.'

'કઈ વાત?'

'અમારા સી.આઈ.ડી. ખાતાના બે માણસોને અમે જમ્મુ મોકલેલા તમારા અંગે તપાસ કરવા.'

રોશનથી ચોંકી જવાયું.

'ડૉક્ટર મહેરા, અમારે આવું બધું કરવું પડે છે!' મુખરજી જાણે દિલગીરી દર્શાવતા હોય તેમ બોલ્યા: 'સારા માણસોનેય પહેલાં તો શંકાની નજરે જ અમે જોઈએ. જમ્મુ ગયેલા અમારા માણસોએ તમારા માટે જે રિપોર્ટ આપ્યો તેના પરથી મને તો ખાતરી થઈ ગઈ કે આમાં તમે તદ્દન નિર્દોષ છો.'

'ઓહ!' રોશને હવે બોલવામાં છૂટ લીધી: 'ત્યારે હું તો એમ જ માન્યા કરતો હતો કે તમે મને શંકાની નજરે જુઓ છો.'

'જરાય નહીં, તમે તમારી પત્ની વિશે જે કાંઈ વાત કહી તેમાં કોઈ પણ જાતની અતિશયોક્તિ કરી હોય એવું એમને કાંઈ જ ન મળ્યું. તમારી પત્નીને ઊંઘમાં ચાલવાનો રોગ હતો એ જમ્મુના અર્ધો ડઝન જેટલા ડૉક્ટરોએ પણ કન્ફર્મ કર્યું. એટલું જ નહીં, તમારી પત્નીના આ અણધાર્યા મોતથી તમને આર્થિક ફટકો પણ પડ્યો.'

'આર્થિક ફટકો?' સચેત બનીને રોશને પૂછ્યું: 'એ કઈ રીતે?'

'કેમ, પ્લાસ્ટિક સર્જરીની ખુશાલી નિમિત્તે તમારી પત્નીએ તમને એના પિતાનો બધો જ વારસો આપી દેવાનું નક્કી કરેલું કે નહીં!'

'ઓ...હ!' રોશન ફિક્કું હસ્યો: 'તમે એ પણ માહિતી મેળવી લીધી?'

'હા, કોઈ પણ માણસને ગળે ઊતરી જાય એવી આ સાદીસીધી દલીલ છે. જેને ભવિષ્યમાં પત્નીનો વારસો મળવાની શક્યતા હોય તે એનું ખૂન કેમ કરે?'

હવે રોશન વધારે પૂછવા-સાંભળવા માગતો નહોતો. ઇન્સ્પેક્ટરના છેલ્લા શબ્દો પર તેણે પોતાની આંખો છલકાવી દીધી અને ટેબલ પર માથું ઢાળી દઈને મોકળા મને રડી લીધું.

તેને થોડી વાર રડી લેવા દઈને મુખરજીએ અણધાર્યો સવાલ પૂછ્યો: 'હાં ડૉક્ટર મહેરા! એક વાત તો તમને પૂછવાનું ભૂલી ગયો.' પોતાના ખિસ્સામાંથી તેણે કાગળનું એક પડીકું કાઢીને ટેબલ પર મૂકતાં કહ્યું: 'શું આ વીંટી તમારી તો નથી ને?'

'કઈ વીંટી?' રોશને આંચકા સાથે ગરદન ઊંચી કરી. ટેબલ પર કાગળમાં રાખેલી વીંટી પર ધ્યાન જતાં જ તેની આંખો કોડાની જેમ ફાટી રહી. આટલા દિવસમાં તેને એ ખ્યાલ કેમ નહીં આવ્યો કે પોતાની વીંટી ગુમ થઈ ગઈ છે! તેના પર કોતરાયેલો 'આર' અક્ષર તેની આંખમાં ભોંકાવા લાગ્યો. હવે શું કરવું? જવાબ 'હા'માં આપવો કે 'ના'માં? એક એકાક્ષરી જવાબ પર તેનું તકદીર લટકી રહ્યું હશે તો? જરા સરખી ભૂલ કિનારે આવેલી નાવને ડુબાડી દેશે તો?

તે ઝડપથી આંસુ લૂછવા માંડ્યો:

'નહીં, નહીં, ઇન્સ્પેક્ટર?' બહુ વિચિત્ર હાવભાવ સાથે રોશનને સૂઝ્યો એ જવાબ આપી દીધો: 'આ મારી વીંટી નથી. તમને એ ક્યાંથી મળી? ઉપર 'આર' લખ્યું છે એટલે તમે માની લીધું કે મારી જ હશે?'

મુખરજીને તેનું એ વર્તન સહેજ વિચિત્ર તો લાગ્યું, પણ થોડી વાર પહેલાં આ માણસ નાના બાળકની જેમ રડતો હતો ત્યારે જ આ સવાલ મેં પૂછ્યો એથી બાઘો બની ગયો હશે. તેમણે બે આંગળી વચ્ચે વીંટીને રમાડતાં કહ્યું:

'વિચિત્ર વાત તો એ છે કે તમારી જેમ પેલા માણસનું નામ પણ 'આર'થી જ શરૂ થાય છે. એ જખમી હાલતમાં ટ્રેનના પાટા પાસેથી મળી આવ્યો ત્યારે તેની મુઠ્ઠીમાં આ વીંટી હતી.'

થોડી વાર અટકીને તેમણે રોશન સામે જોયું, જરા મલક્યા અને પછી ઉમેર્યું:

'એ વખતે આપણે એમ માનતા હતા ને કે આ ચોર-મવાલી છે એટલે કદાચ તમારી પત્નીની વીંટી ઝૂંટવી લઈને નાસવા જતાં ચાલતી ગાડીમાંથી નીચે ઝીંકલાઈ ગયો હશે... ઘણી વાર પત્ની પોતાના પતિના નામની વીંટી પહેરે છે ને?'

'હા... પણ...'

'પણ હવે એ સવાલ જ રહ્યો નહીં. એ માણસનું નામ રવિ છે એટલે વીંટી તેની પણ હોઈ શકે.'

'તેની જ હશે. તમે પૂછી જોજો ને.'

'એ જ તો મુશ્કેલી છે.' મુખરજી ખંધું હસ્યા કે પછી રોશનને તેમના હસવામાં ખંધાઈ દેખાણી: 'આ વીંટી તેને બતાવી ત્યારે એણે પણ કહ્યું કે ના, એ મારી વીંટી નથી.'

'તેણે એમ કહ્યું?'

'હા!' મુખરજી ફરી પહેલાં જેવું હસતા બોલ્યા: 'તેણે ઇન્કાર કર્યો ત્યારે અમે માન્યું કે તમારી હશે. હવે તમે કહો છો કે તમારી નથી એટલે જરા ગૂંચવણ ઊભી થઈ... તો આ વીંટી કોની?'

'એ હું કેમ જાણું?' રોશન ફરી ઉદ્વેગમાં ટટ્ટાર થઈ ગયો: 'મારી વીંટી હોય તો હું ઓળખી ન કાઢું? પેલા માણસની જેમ મારી યાદશક્તિ થોડી ખરાબ થઈ ગઈ છે!'

છેલ્લું વાક્ય મુખરજીના મગજ સોંસરવું નીકળી ગયું હોય તેમ એ રોશનલાલની સામે તાકી રહ્યા. એકબે વાર આંખો પટપટાવી બંગાળી ઢબે હસી પડ્યા:

'તમારી વાત સાચી છે! એ માણસની પુરાણી યાદદાસ્ત હજુ હમણાં જ તાજી

થઈ છે. બનવાજોગ છે કે વીંટીનો ખ્યાલ તેને હમણાં ન પણ આવે.' પછી વીંટીને કાગળમાં લપેટી ખિસ્સામાં સેરવી દીધી: 'આ મુદ્દો એટલો બધો મહત્ત્વનો નથી.'

'તો હવે મને તમારા તરફથી રજા મળી ગઈ એમ સમજી લઉં?'

રોશને ઊભા થતાં પોતાનો હાથ લંબાવ્યો અને મુખરજીએ શેકહૅન્ડ કર્યો: 'આમ તો તમને રોકી રાખવા જેવું હવે કાંઈ જ રહ્યું નહીં. બસ, થોડી લખાણપટ્ટી કરવાની છે. કાલ સવારે હું કાગળિયાં તૈયાર કરી રાખું છું. કમિશ્નરસાહેબને રિપૉર્ટ આપી દઉં અને શેરો મેળવી લઉં એટલે તમે બેધડક કાશ્મીર જઈ શકશો.'

'થેન્ક યુ વેરી મચ!' રોશને ઉષ્મા ઊભરતા હાથે ઇન્સ્પેક્ટરસાહેબનો પંજો દબાવ્યો અને સજાગપણે ધીમા પગલાં ભરતો પોલીસચોકીની બહાર નીકળી ગયો.

બીજા દિવસે બપોરે દિલ્હી જતું વિમાન કલકત્તા એરપૉર્ટની ધરતી પરથી ઊંચકાયું ત્યારે વિન્ડોસીટમાં બેઠેલો રોશનલાલ મુક્ત મને ખુશાલીના કેફમાં ગીત ગણગણવા લાગ્યો. જાણે આખું સ્વર્ગ જીતીને ઘેર જતો હોય એવો ઘમંડમાં આંખો મીંચીને નવી જિંદગીનાં સુંવાળાં સપનાં પંપાળવા લાગ્યો.

* * *

૧૩

શ્રીનગર એરપૉર્ટ પરથી ટૅક્સી કરીને જમ્મુ પહોંચેલો રોશન બંગલામાં દાખલ થયો ત્યારે, ભયાનક વાવાઝોડા પછી છવાઈ જાય એવી સૂમસામ શાંતિ ઘરમાં ઘૂમરાતી હતી. જાણી કરીને તેણે પોતાના આવવાના ખબર તારથી આપ્યા નહોતા. માળીને સામાન લઈ આવવાની સૂચના આપી ભારે પગલે પગથિયાં ચડી, ઓસરી વટાવીને તે ઓરડામાં પ્રવેશ્યો ત્યાં સુધીમાં માતા-પિતા કે વસુંધરા કોઈ જ તેને સામું મળ્યું નહીં. એકમાત્ર અનુરાધાની જ ગેરહાજરીને કારણે ઘરમાં આવો સન્નાટો છવાઈ ગયો! સમસ્ત વાતાવરણ નિર્જીવ કેમ બની ગયું?

ગૂંગળામણ અનુભવતો હોય તેમ રોશન સોફામાં બેસી પડ્યો. એક રીતે તેને આ ગૂંગળામણ ગમી. પ્લેનની સફરમાં તેણે બધું જ વિચારી રાખેલું. ઘેર પહોંચતાં પહેલાં અનુરાધાના મૃત્યુના શોકનું મહોરું પહેરી લેવું, ગમગીન બની જવું, બેચેન દેખાવું, ખાવા-પીવામાં કે કામકાજમાં કોઈ દિલચસ્પી રહી ન હોય એમ વર્તવું. અનુરાધા વગરની જિંદગીમાં અંધકાર છવાઈ ગયો હોય, સૂનકાર વ્યાપી ગયો હોય એવા સચોટ અભિનયથી સૌ કોઈને મારા 'પત્નીપ્રેમ'નું ભાન કરાવીને ગદ્ગદ કરી દેવાં.

બસ, મહિના-બે મહિનાના એ નાટક પછી ધીમે ધીમે દંભનું આ મહોરું ઉતારી નાખીશ. જિંદગીના ત્રિઅંકી નાટકમાં પહેલા બે અંકમાંથી હું આબાદ પાર ઊતરી ગયો... છેલ્લા અંકનો પરદો હવે ખૂલે છે.

'કોણ, મારો રોશન આવી ગયો?'

નિર્મળાબહેન સામાન મૂકવાનો અવાજ સાંભળી રસોડામાંથી બહાર આવ્યાં ઓરડામાં. ગુમસૂમ બેઠેલા રોશનને જોઈ ઉંબરે અટકી ગયાં. દીકરા પાસે હરખમાં

દોડી જવાનું મન થયું, પણ યાદ આવ્યું કે હજુ ઘરમાં શોક છે. વહુને ચિતા પર ચડાવીને ઘેર આવેલા દીકરાને દિલાસો આપવાનો છે.

ડોક ફેરવીને મા સામે જોવાને બદલે રોશન જડની જેમ બેસી રહ્યો ત્યારે નિર્મળાબહેન આંસુભરી આંખે પાસે આવ્યાં. હળવા હાથે રોશનના માથા પર હાથ ફેરવતાં તેમણે પોક મૂકીને આક્રંદ શરૂ કર્યું: 'મારી વહુને ક્યાં મૂકી આવ્યો, દીકરા!'

માની સાથે રોશને પણ ધ્રુસકે ધ્રુસકે રડવું શરૂ કર્યું. મા-દીકરાનું રુદન સાંભળીને ઓસરીમાં ઊભેલો વૃદ્ધ માળી પણ થાંભલાની આડશે મોં સંતાડી શોકનાં આંસુ સારવા લાગ્યો. થોડી વારમાં ઘરનું વાતાવરણ આક્રંદથી ખળભળી ઊઠ્યું. રોશનના પિતા અંદરના ઓરડામાંથી દીવાનખંડમાં આવ્યા.

તેમને જોતાં જ રોશનનાં આંસુ અને હીબકાં અચાનક થંભી ગયાં. દસ દિવસ પહેલાં જેમને સાજા-સારા જોઈને ગયો હતો એ પિતાની આવી હાલત થઈ ગઈ! અનુરાધાના આઘાતથી એમની કમર પણ વળી ગઈ? લાકડીને ટેકે ઊભેલા બાપના મુખ પર કરચલીના કાપા પડી ગયા હતા, આંખોની કીકીઓ નિસ્તેજ બની ગઈ હતી, લાકડી પકડેલો હાથ સતત ધ્રૂજ્યા કરતો હતો...

રોશને ઊભા થઈને પિતાના ખભા પર હાથ મૂક્યો, તેને બીક લાગી કે કદાચ એ વધુ વાર ઊભા રહી નહીં શકે એટલે ટેકો દઈને સોફા પર બેસાડ્યા. પત્નીના મૃત્યુ કરતાંય પિતાની હાલત જોઈને હચમચી જતો હોય તેમ રોશન ગળગળો બની ગયો:

'તમને આ શું થઈ ગયું, પિતાજી?'

છતાંય જુગલકિશોરની આંખો ભીની થઈ નહીં. શોકના ભારથી માત્ર માથું ઝૂકી ગયું.

'એમને બહુ વસમું લાગી ગયું છે, રોશન...' માએ પાલવથી આંસુ લૂછતાં કહ્યું: 'વારે વારે વહુનું નામ રટ્યા કરે છે. ભાણા પર પરાણે બેસાડું છું પણ પૂરું જમ્યા વિના ઊઠી જાય છે. હું દિલાસો આપું છું તો ક્રોધે ભરાઈને મને સંભળાવે છે કે તારો દીકરો બચી ગયો એટલે તને નિરાંત થઈ ગઈ, પણ અનુરાધા મારે મન તો સગી દીકરી જેવી જ હતી.'

રોશન નિસાસો નાખતો પિતાની બાજુમાં બેસી ગયો. તેને કલ્પના પણ નહોતી કે અનુરાધાના મોતથી બાપને આટલું બધું વસમું લાગશે. ધીમે ધીમે તેણે પિતાની બેવડ વળી ગયેલી પીઠ પર હાથ ફેરવ્યો: 'મારી ગેરહાજરીમાં કોઈએ એમનું ધ્યાન રાખ્યું નથી, કાંઈ દવા કરી લાગતી નથી...'

ત્યાં અચાનક તેને યાદ આવ્યું: 'વસુંધરા કેમ દેખાતી નથી.'

'એ વેવાણને ત્યાં રહેવા ગઈ છે.'

માનો જવાબ સાંભળીને રોશન ટટ્ટાર થઈ ગયો. અનુરાધાની માતાનો વિચાર અત્યાર સુધી પોતે કર્યો નહોતો. એની શું હાલત થવાની એવી ફિકર જાગી નહોતી.

'આવી હાલતમાં પિતાજીની દેખભાળ રાખવાને બદલે એ ત્યાં રહેવા ગઈ?'

તેના જવાબમાં રોશનની મા કંઈ બોલે તે પહેલાં પિતાએ જ કહી દીધું: 'અહીં કરતાં વસુંધરાની ત્યાં વધારે જરૂર છે. અમે તો અહીંયાં એકબીજાનું ધ્યાન રાખનારાં બે જણ છીએ, જ્યારે વેવાણ બિચારાં એકલાં... એકના એક સંતાનનું આવું કમોત એમને કેવું આકરું લાગ્યું હશે એ તો જેના પર વીતે એને જ સમજાય.'

'તમે તો હંમેશાં વેવાણની જ તરફેણ કરવાના.' રોશનની માએ વિવાદ જગાવ્યો: 'કેમ જાણે અનુરાધાના મૃત્યુની આપણા પર કંઈ અસર જ થઈ ન હોય. વસુંધરા પગાર તમારા દીકરાનો ખાય અને સેવા વેવાણની કરે!'

'એટલે શું વસુંધરા મારી ગેરહાજરીમાં પિતાની ખબર લેવા પણ અહીં નહોતી આવતી?'

'બેત્રણ વાર બિચારી આવી ગઈ.' જુગલકિશોરે ઉતાવળે બચાવ કર્યો: 'મારી ખબર કાઢવા આવેલી, તારા કાંઈ ખબર આવ્યા હોય તો પૂછવા આવેલી. મારી તબિયત માટે ડૉક્ટરને બોલવવાનોય આગ્રહ કર્યો પણ મેં જ ના પાડી: દિલના આઘાત ડૉક્ટરથી મટતા નથી.'

વસુંધરાનો બચાવ રોશનની મા સાંખી શક્યાં નહીં. 'હવે એને 'બિચારી-બિચારી' કરીને ઉપરાણું લેવું રહેવા દો ને... એ તમારી ખબર કાઢવા કે રોશનના ખબર પૂછવા નહોતી આવી, પણ પોતાની ચીજ-વસ્તુ અને કપડાંલત્તાં લઈ જવા આવેલી એમ કહો.'

'એટલે શું તે હંમેશને માટે ત્યાં રહેવા ચાલી ગઈ?' રોશને વસુંધરા પર નારાજગી વ્યક્ત કરી, કારણ કે હવે તેને એની જરૂર નહોતી. બે-ચાર મહિનામાં આ નર્સને રજા આપી દેવાનું મનમાં નક્કી જ કરી રાખ્યું હતું. એ માટે તેને બહુ જલદી બહાનું હાથ લાગી ગયું: 'પિતાજી! એનો અર્થ એ થયો કે વસુંધરાને સિર્ફ અનુરાધા સાથે જ સંબંધ હતો. અનુરાધા ગઈ એટલે આપણી સાથે રિશ્તો કાપી નાખ્યો?'

'અરે, આ તો બધા સવારથના સંબંધ છે, દીકરા!' માએ આવેશથી કહી દીધું: 'વેવાણને વહાલી થઈને એ બાઈ તેનો વારસો પડાવી લેવા માગે છે.'

'રોશનની મા!' જુગલકિશોર ધ્રૂજતા અવાજે તાડૂકી ઊઠ્યા: 'શું ફાવે તેમ બકબક કરે છે? દીકરાને દિલાસો દેવાને બદલે એ બિચારી વિરુદ્ધ કાનભંભેરણી શરૂ કરી દીધી!'

પણ રોશનની મા જુગલકિશોરની ત્રાડથી ડગ્યાં કે ડર્યાં નહીં. સ્ત્રીસહજ રીતે આંખમાં આંસુ ઉભરાવી આક્રંદભર્યા અવાજે સામનો કર્યો: 'એને બિચારી-બિચારી કહીને તમારી જીભ કેમ દુ:ખવા આવતી નથી. બે બદામની એક નર્સ માટે તમે મને વાઢી નાખો છો પણ હવે મૂંગી નહીં રહું.' સાડલાના છેડાથી થોડાંક આંસુ લૂછવા માટે રોકાઈને વધારે ઝનૂનભેર તેમણે કહી દીધું: 'અનુરાધાને લઈને રોશન કલકત્તા જવા નીકળ્યો ત્યારે એ બાઈના અમંગળ તારે જ અપશુકન કર્યા અને મારી વહુને કમોતે મરવું પડ્યું.'

તારની વાત વચ્ચે આવી એ રોશનને કઠ્યું તેણે તરત જ વચ્ચે પડવું પડ્યું: 'મા, જૂની વાત ઉખેળવાથી શું ફાયદો? અનુરાધા સાથે આપણી લેણ-દેણ પૂરી થઈ, બીજું શું!'

બે-ચાર મિનિટ શાંતિ છવાઈ ગઈ. નિર્મળાબહેન રોશન માટે પાણી લેવા અંદર ગયાં. રોશને ઊભા થઈને કોટ ઉતાર્યો. ટાઈ કાઢી અને માએ લાવી આપેલ પાણી પીધું.

'હેં રોશન, છેલ્લે-છેલ્લે વહુ સાથે શું વાતચીત થયેલી?' 'જુગલકિશોરે રૂંધાતા અવાજે પૂછ્યું: 'એ બિચારીને તો કલ્પના પણ નહીં હોય કે એની જિંદગીનો અંત આવવાનો છે.'

રોશને નિસાસો નાખ્યો: 'હા પિતાજી, અનુરાધા એટલી બધી ખુશમિજાજમાં હતી કે જાણે કલકત્તા ગયા પછી એને સ્વર્ગ મળી જવાનું હોય...'

'તેને બદલે બિચારીને કમોત મળ્યું.' પિતાએ ગળામાંથી ડૂમો હડસેલી આગળ પૂછપરછ કરવાની ઇચ્છા દર્શાવી પણ રોશનની મા વચ્ચે પડ્યાં:

'અત્યારે જ તમારે બધું પૂછી લેવું છે? એ બિચારો થાક્યો-પાક્યો, ભૂખ્યો-તરસ્યો ચાલ્યો આવે છે એનો થોડો વિચાર કરો.'

રોશનના પિતાએ ચૂપ થઈ જવું પડ્યું.

'નહીં બા, થાક કે ભૂખ-તરસનું તો કંઈ ભાન જ રહ્યું નથી. આઠદસ દિવસથી તમારા સૌના ઉચાટમાં અને અનુરાધાના ગમમાં રિબાઉં છું, પીડાઉં છું. તેમાં વળી પોલીસના લફરાએ તંગ કર્યો એ વધારામાં.'

ફરી જુગલકિશોરની જિજ્ઞાસા સળવળી:

'અરે હા રોશન, અનુરાધાના અકસ્માત વખતે જે માણસ બેહોશ હાલતમાં

ઘવાયેલો મળી આવ્યો હતો એનું શું થયું? એ કોણ હતો?'

'કોને ખબર કોણ હતો!' રોશને અણગમા સાથે હવામાં હાથ હલાવ્યા: 'કુદરત ક્યારેક કેવો ખેલ ખેલે છે પિતાજી! અકસ્માતમાં તેના માથા પર ઈજા થઈ તેમાં એ માણસ સ્મૃતિ જ ગુમાવી બેઠો.'

'અરેરે... એ બિચારાંનાં પણ કેવાં કમનસીબ!'

'નહીં, નહીં, પિતાજી, એની દયા ખાવા જેવું નથી. આપણી કમનસીબીમાં એનું નસીબ ઊઘડી ગયું.' રોશને ઉત્સાહભેર આખો કિસ્સો કહી સંભળાવ્યો અને છેલ્લે ઉમેર્યું: 'હવે તમે જ કહો, એક વાર અકસ્માતમાં પોતાની યાદદાસ્ત ગુમાવી બેસનાર માણસને અનુરાધાનું મૃત્યુ ખુશનસીબ નીવડ્યું કે નહીં.'

'પણ એ માણસનું નામ-ઠામ કે બીજી કોઈ વિગત અમે છાપામાં કેમ વાંચી નહીં?' રોશનના પિતાએ અકળાતા અવાજે પૂછ્યું: 'તારા પત્રમાં વાંચીને અમે સૌને એ પ્રમાણે વાત કરી પણ છાપામાં એવું કાંઈ જ આવ્યું નહીં એટલે સૌને જવાબ આપવો ભારે પડી ગયો.'

રોશન લુખ્ખું હસ્યો: 'એનો જવાબ હમણાં આપી પણ નહીં શકીએ. પોલીસે આ બાબત બહાર પાડવાની મનાઈ ફરમાવી છે.'

જુગલકિશોર રોશન સામે તાકી રહ્યા ત્યારે રોશને ચોખવટ કરી: 'ઘવાયેલો માણસ તેની યાદદાસ્ત ગુમાવી બેઠો એ પહેલાં મિલિટરીમાં કામ કરતો હતો. તેણે તેની જે જૂની ઓળખાણ-પિછાણ આપી એના પરથી પોલીસવાળાએ મિલિટરી ખાતાનો સંપર્ક સાધ્યો. મિલિટરી જ્યાં સુધી આ બાબતની ખાતરી કરી ન લે ત્યાં સુધી તેના વિશે કાંઈ જ બહાર નહીં પાડવાની ઉપરથી સૂચના આવી છે.'

'ઓહ...' જુગલકિશોર ગૂંચવાઈ ગયા. 'આ સરકારી લફરાથી તો તોબા!'

'પણ આપણે એની ઉપાધિ શું કામ કરવી?' રોશને ચા પીતાં પીતાં વાત આટોપી લીધી: 'હવે એનું જે થવાનું હોય તે થાય.'

ચા પીને રોશને તેના બેડરૂમ તરફ જવા પગ ઉપાડે છે ત્યાં પિતાએ કહ્યું: 'સાંજે તું બહાર નીકળે તો વેવાણને ત્યાં આંટો મારી આવજે.'

અને રોશને ચોંકીને પીઠ ફેરવી: 'ત્યાં જવાની મારે જરૂર ખરી?'

'ના, જરાય જરૂર નથી!' રોશનની મા વચ્ચે બોલી ઊઠ્યાં: 'એ ડોશીનું મગજ ચસકી ગયું છે. મનફાવે તેમ બકવાસ કરે છે. મારો દીકરો એની આંખમાં કણાની જેમ ખટકે છે. તમારે એને ગાળો સંભળાવવા ત્યાં મોકલવો છે?'

'રોશન', તારી મા ભલે ગમે તે કહે પણ લોકલાજને ખાતર તારે જવું જોઈએ.'

મા ફરી ઉશ્કેરાઈ કાંઈક કહી ઊઠશે એવી બીકથી રોશને બન્નેનાં મન

સચવાઈ જાય એવો તોડ કાઢ્યો: 'પહેલાં હું ક્લિનિક પર જઈ આવું છું. વસુંધરાને મળવા બોલાવું છું. તેની પાસેથી અનુની મા વિશે થોડી પૂછપરછ કરી લઈશ. પછી જવા જેવું લાગશે તો વિચાર કરીશ.'

એમ કહીને રોશન સિગારેટ પીવાની તલપ સાથે ત્યાંથી સરકી ગયો.

*

શામલીનો સહવાસ ઝંખતો રોશન ક્લિનિક પર પહોંચ્યો ત્યારે મનમાં ગડમથલ ચાલતી હતી. ઇચ્છા તો એવી હતી કે મળતાંની સાથે જ શામલીને આલિંગનમાં જકડી લેવી. આટલા દિવસની જુદાઈ, તંગદિલી અને માનસિક તાણનો બધો જ થાક તેની તપતી કાયાની હૂંફમાં ઓગાળી નાખવો... અનુરાધાના મોતની ખુશાલી મોકળા મને માણી લેવી.

પણ તરસ્યા મનને તેણે તરત જ ટપારી લીધું: રોશન, તારી ચાતુરી કેમ ચૂકી જાય છે? શામલીને પણ તારે ભ્રમમાં રાખવાની છે. જતાંની સાથે જ જો તું ઉત્તેજનાથી તેને જકડી લઈશ તો તારું કપટ પકડાઈ જશે. એની કાયા પર ફરનારા આ હાથ પત્નીના ખૂનથી ખરડાયેલા છે એની તેને કલ્પના પણ નહીં આવવી જોઈએ.

બાહોશ અભિનેતાની જેમ રોશને ચહેરા પર શોકનું મહોરું ચડાવી દઈ 'અનુરાધા ક્લિનિક'નો દરવાજો ખટખટાવ્યો.

'કોણ?'

શામલીનો જ અવાજ હતો એ.

જવાબ આપવાને બદલે રોશને ફરી સાંકળ ખટખટાવી.

'કોણ છે?' જરા મોટા અવાજે ફરી શામલીએ પૃચ્છા કરી ત્યારે તેણે કહેવું પડ્યું: 'હું છું.'

છતાં શામલીએ નીચે આવતાં પહેલાં ઉપરની બારીમાંથી ડોકાઈને ખાતરી કરી લીધી. રોશનને જોઈને તેણે ત્યાંથી જ કહ્યું: 'ઉઘાડું છું.'

રોશને માન્યું કે ધડ ધડ કરતી એ દરવાજા ઉઘાડવા ધસી આવશે. પણ તેને બદલે બહુ વારે શામલીએ નીચે આવી. બારણાં ઉઘાડ્યાં. બન્નેની નજર મળી છતાં તેણે 'આવો' કહીને રોશનને આવકાર પણ ન આપ્યો. માત્ર તેને અંદર આવવાનો રસ્તો આપવા પોતે એક બાજુ ખસી ગઈ.

રોશને જોયું તો રૂપાળી શામલીનો ચહેરો સુકાઈને શામળો થઈ ગયો હતો. પોતાને જોયા પછી તેની આંખોમાં આવેલો ક્ષણિક ચમકારો ખરતા તારાની જેમ

સરી પડ્યો. શામલીની પીઠ પર પથરાયેલા ચમકતા કાળા છૂટા વાળ પર હાથ ફેરવવાની ચટપટી રોશને માંડ રોકી રાખી.

દવાખાના પર ઊડતી નજર ફેરવીને તેણે પૂછવા ખાતર પૂછ્યું: 'તું એકલી જ છો?'

'મારી સાથે બીજું કોણ હોય?'

આ જવાબ સાથે દર્દનો લસરકો પણ રોશનને સંભળાયો. વાત આગળ વધારવા ખાતર તેણે પૂછ્યું:

'કેમ ભોલો પણ નથી આવતો?'

'એ એક જ આવે છે!' શામલીએ ટાઢાબોળ શબ્દોમાં જ જવાબ આપ્યો: 'બિચારો સવાર-સાંજ કામકાજનું પૂછવા આવે છે. તેની પાસે જોઈતી ચીજ-વસ્તુ મંગાવી લેતી અને એકલી એકલી આ ચાર દીવાલો વચ્ચે ગૂંગળાઈને દિવસો કાઢતી હતી.'

'પણ હવે તું એકલી નથી રહી.' રોશને કહી દીધું; પણ તરત જ સુધારી લીધું: 'બે-ચાર દિવસમાં જ દવાખાનું ચાલુ થઈ જશે.'

આગળ વાત કરવાનું કાંઈ સૂઝ્યું નહીં ત્યારે રોશને ખુરશી પર બેઠક લઈ સિગારેટ સળગાવી. થોડી વારની ખામોશીથી અકળાઈ ગયા પછી રોશને જ બોલવું પડ્યું.

'તને ક્યારે ખબર પડી?'

'બધાંને ખબર પડી ત્યારે.' શામલી સમજી ગઈ કે અનુરાધાના મૃત્યુ વિશે એ પૂછી રહ્યો છે. તેણે નિસાસો નાખતાં વાક્ય પૂરું કર્યું: 'ભોલાએ આવીને તમારા તારના ખબર આપ્યા.'

બસ એટલું બોલતાં જ તેની આંખો વરસવા લાગી. ભીંત પર કોણી ટેકવી રોશન તરફ પીઠ ફેરવીને ધ્રુસકે ધ્રુસકે રડવા લાગી. રુદનને કારણે તેની ધ્રૂજતી પીઠ પર હાથ ફેરવીને વહાલ વરસાવવાની તૃષ્ણા જાગી પણ એક વાર સ્પર્શ કર્યા પછી મનને કાબૂમાં રાખવું મુશ્કેલ બની જશે એ ગણતરીથી તે ત્યાં જ બેસી રહ્યો. શામલી ખરેખર અનુરાધાના મૃત્યુ પર ખરા હૃદયથી આંસુ વહાવતી હતી એ માટે તેને તાજુબી થઈ: જેણે મારી જેમ ખુશ થવું જોઈએ તે આંસુ સારવા બેસી ગઈ!

'શામલી! આટલા દિવસથી મારે સૌનાં આંસુ જોવાનું અને આશ્વાસનના શબ્દો સાંભળવાનું જ કામ કરવું પડ્યું છે. તારી પાસે હું રાહત મેળવવાના ઇરાદે આવ્યો છું. શું તું પણ એમ રડતી જ રહેવાની? મારા જીવને ક્યાંય શાંતિ નહીં સાંપડે?'

ત્યારે શામલીનાં ડૂસકાં એકાએક શમી ગયાં. ઝડપથી તેણે આંસુ લૂછી નાખ્યાં છતાં રોશન સાથે નજર તો ન જ મિલાવી શકી:

'શું કરું? આટલા દિવસ મેં કેવી હાલતમાં ગુજાર્યા છે એની વાત કોને કહું? દુનિયા તો એમ માનતી હશે કે શેઠાણીના મોત પર હું હરખાતી હોઈશ. કોને ખબર લોકો શું શું કેવું કેવું બોલતા હશે? એ ભયની મારી આટલા દિવસથી દવાખાના બહાર પગ નથી મૂક્યો, અરે કોઈ બારણું ખખડાવતું તોય ધ્રૂજી જતી.'

રોશને એક સિગારેટ બુઝાવીને બીજી સળગાવી.

'પેલી નર્સ કોઈ વાર અહીં ડોકાઈ હતી કે નહીં?'

'ના રે, મને એની જ બીક લાગ્યા કરતી હતી. ભોલો કહેતો હતો કે એ નાનાં શેઠાણીની મા સાથે રહેવા ચાલી ગઈ છે. એકાદ બે વાર અહીંથી પસાર થતાં તેને મેં જોઈ પણ હું પાપી હોઉં તેમ તેણે ડોક ઊંચી કરીને એક વાર મારી સામે જોયું સુધ્ધાં નહીં.'

'એ છે જ એવી!' રોશને સિગારેટના ધુમાડા હવામાં ફંગોળતાં વાત બદલી: 'શામલી', તારા હાથની ચા પીવાની ઇચ્છા થઈ છે, બનાવી આપીશ?'

શામલી પહેલી વાર સહેજ મલકી: 'હા હા? હમણાં જ બનાવી લાવું છું.'

હવે રોશનનો જીવ કાબૂમાં ન રહ્યો: 'એય! જરા ઊભી રહે.'

શામલી દાદર પાસે પહોંચીને અટકી ગઈ. છાતી પર પથરાઈ ગયેલા વાળને પાછળ લઈ જવા માટે ખભાને એક ઝાટકો આપીને તેણે રોશન સામે જોયું તો તેની આંખોમાં તૃષ્ણા તગતગવા લાગી હતી. તરત જ તેને નીચું જોઈ જવું પડ્યું.

'ઊભા રહેવાનું કહી કેમ અટકી ગયા?'

રોશને ફેફસામાં રોકી રાખેલો શ્વાસ બનાવટી નિસાસા સાથે બહાર ફૂંકી દેવો પડ્યો: 'કાંઈ નહીં, પછી નિરાંતે વાત!'

પણ એ નિરાંત મેળવવા માટે દોઢ મહિનાનો સમય રોશનને વિતાવી દેવો પડ્યો!

*

પાનખરનાં વૃક્ષોની જેમ કૅલેન્ડર પરથી તારીખનાં પત્તા ખરતાં ગયાં તેમ તેમ ડૉક્ટર રોશનલાલના મનમાં વસંત ખીલવા લાગી. તેણે પોતાના અભિનયથી સૌ કોઈ પર એવી સચોટ અસર પાડી કે લોકોને તેના પ્રત્યે અનુકંપા જાગી ઊઠી. 'અનુરાધાની યાદમાં હવે મારું બાકીનું જીવન હું દર્દીઓની સેવા પાછળ જ વ્યતીત કરવા માગું છું.' એ દંભ કરીને તે દવાખાનામાં વધુ પડતો વ્યસ્ત રહેવા

લાગ્યો. ઊંઘમાં ચાલવાના રોગથી અનુરાધાનું મૃત્યુ થયું તે પોતાને બહુ વસમું લાગ્યું હોવાનું લોકોના મનમાં ઠસાવવા માટે તેણે જમ્મુના ડૉક્ટરોને કહેવા માંડ્યું: 'આ રોગનો સચોટ ઇલાજ શોધી કાઢનાર તબીબને ભવિષ્યમાં 'અનુરાધા એવોર્ડ' આપવાનો મારો ઇરાદો છે. અત્યારે મારી પાસે એવી કોઈ મૂડી નથી, પણ હું દિવસરાત મહેનત કરીને બધી જ કમાણી આ એવોર્ડમાં આપી દેવા માગું છું.'

અનુરાધાના કરુણ મૃત્યુના આઘાત-પ્રત્યાઘાતો બહુ ઝડપથી ઓસરવા લાગ્યા. રોશનના ક્લિનિકમાં હવે પહેલાં કરતાંય દર્દીઓની વધુ ભીડ રહેવા લાગી. ગરીબ દર્દીઓની મફત સારવાર કરવા ખાતર દવાખાનામાં કામના બે કલાકનો વધારો કરી નાખ્યો. આવા દર્દીઓને તે એક જ વાત કહેતો: 'મારે તમારી દવાના પૈસા નથી જોઈતા. બસ તમે લોકો મારી અનુરાધાના આત્માની શાંતિ માટે સાચા દિલથી ભગવાનની દુઆ માગતા રહેજો.'

શામલી સાથેના સંબંધની અફવાથી લોકનિંદા પામેલો રોશન એકાએક સમાજની નજરે 'ભલો માણસ' ઠરી ગયો. અનુરાધાની દુર્ઘટનાને હજુ તો માંડ મહિનો-સવા મહિનો વીત્યો હશે ત્યાં એકબે સારા ઘરની છોકરી માટે તેનાં માગાં પણ આવવા લાગ્યાં. રોશનના પિતા અનુરાધાના સંસ્કારને યાદ કરીને જવાબ આપતા કે અનુ જેવી સંસ્કારી વહુ હવે ક્યાં મળવાની? પણ રોશનની માતા બીજી વહુ લાવવાની ઝંખનાને છાનાં છાનાં પંપાળ્યા કરતાં. લોકલાજને ખાતર બેચાર મહિના ખમી જવા પૂરતાં જ એ ધીરજ રાખીને બેઠાં હતાં. છતાં એકાદ વાર દીકરાના કાને એ વાત નાખવાનું ચૂક્યાં નહોતાં: 'બેટા રોશન, વહુ વગરનું ઘર સૂનું સૂનું લાગે છે. તારા માટે નહીં તો અમારા માટે પણ તારે બીજાં લગ્નનો વહેલાંમોડાં વિચાર કરવો જ પડશે.'

રોશને ત્યારે નિસાસો નાખીને જવાબ આપવાનું ટાળ્યું હતું. પણ આ વાતનો સહારો લઈ તેણે શામલી સાથેનો જૂનો વ્યવહાર ફરી ચાલુ કરવાનો મોકો મેળવી લીધો હતો:

'શામલી, એકબીજામાં સમાઈ જવાના સંજોગો ઊભા થયા ત્યારે જ તું મારાથી આઘી-આઘી રહેવા લાગી!'

બપોરના ખાણા માટે ઘેરથી ટિફિન મંગાવવાનું બંધ કરીને તેણે શામલીના હાથનું જમવાનું શરૂ કર્યું તેના પહેલા દિવસે જ આ વાત ઉચ્ચારી હતી:

'અનુરાધાના મૃત્યુનો આઘાત તને મારા કરતાંય વધારે લાગ્યો છે કે શું?'

'એવું તો હું કેમ કહી શકું.' શામલી, વિચારમાં ખોવાઈને બોલેલી: 'પણ મને એક વહેમ આવ્યા કરે છે.'

'શેનો?' રોશને ટટ્ટાર થતાં પૂછેલું: 'શામલી તને મારા પ્રેમ પર વહેમ આવે છે?'

'ના! એવું કદી નહીં બને.' શામલી આડું જોઈને બોલી ગઈ: 'નાનાં શેઠાણી ઊંઘમાં ચાલતાં ટ્રેનમાંથી પડી ગયાં હોય એમ મારું મન માનતું નથી.'

ત્યારે રોશન એવો ભડકી ગયેલો કે મોંમાં કોળિયો મૂકવા માટે ઊંચકેલો હાથ અધવચ્ચે જ અટકી ગયો હતો. શામલીને સંભળાવવા માટેના શબ્દો જડતાં વાર લાગી નહીંતર કદાચ તેણે પૂછી નાખ્યું હોત કે શું તને મારા પર એવો વહેમ આવે છે?

'અમંગળ શંકા કરવાનો અમને સ્ત્રીઓને સ્વભાવ પડી ગયો હોય છે, ડૉક્ટરસાહેબ.' શામલીએ અચકાતાં-ખચકાતાં કહેલું: 'નાનાં શેઠાણી જાણી કરીને ટ્રેનમાંથી કૂદી પડ્યાં હશે.'

એ સાંભળ્યા પછી રોશને રાહત અનુભવી છતાં પહેલી જ વાર એવું અનુમાન કરનાર પર તેને મનમાં હસવું પણ આવી ગયું:

'આવું વળી તને કોણે સુઝાડ્યું?'

'મારા અવળચંડા મને!'

રોશને હવામાં હાથ હલાવી શામલીના મનમાંથી એવો વહેમ ખંખેરી નાખવા ચેષ્ટા દેખાડી પણ શામલી કહ્યા વગર રહી શકી નહીં.

'ખબર સાંભળ્યા ત્યારથી મનને એ જ વાત ડંખ્યા કરે છે. તમે એમને ઑપરેશન કરવા કલકત્તા લઈ જતા હતા પણ એ તો આપઘાત કરવાનું નક્કી કરીને અહીંથી નીકળ્યાં હશે.'

'પણ શું કામ?' રોશને બનાવટી અકળામણ દેખાડી: 'એનું કોઈ કારણ ખરું?'

'એનું કારણ તમને અને મને બરાબર ખબર છે. આપણા સંબંધોથી નાનાં શેઠાણી અજાણ નહોતાં. એમને ખાતરી થઈ ગઈ હશે કે તમે કોઈ પણ ભોગે મને અહીંથી કે તમારા મનમાંથી કાઢી મૂકવાનાં નથી. તમને પોતાના કરી લેવાની કોઈ આશા રહી નહીં ત્યારે આપણા માટે તેમણે રસ્તો સાફ કરી નાખ્યો હતો.'

'આવા વિચાર કરીને તું તારા જ મોંએ આપણા સંબંધોને વગોવી રહી છે. અનુરાધાને તારા કરતાં હું વધુ સારી રીતે ઓળખતો હતો. માટે આવું વિચારીને જાતને રંજાડવાની બેવકૂફી બંધ કર.'

પણ શામલીએ વાત બંધ વાળી નહીં:

'મેં તો તમને હમણાં જ કહ્યું કે મારું મન ભારે અવળચંડું છે. અનુરાધાના હાથમાંથી તમને ઝૂંટવી લેવામાં અત્યાર સુધી છાનું-છાનું મારું મન હરખાતું રહેતું,

પણ હવે એ જ મન પાછું પસ્તાવો કરે છે કે ફટ્ ભૂંડી, કોઈકનું પચાવી પાડીને તું ક્યારેય સુખી નહીં થા.'

રોશનને તેનો એ પસ્તાવો બહુ કઠ્યો. મોજ માણવાને બદલે આ બાઈ એકાન્તને અળખામણું કરવા લાગી! પહેલાં અનુરાધાની ઈર્ષા કરતી હતી અને હવે દયા ખાવા બેઠી છે? એના મગજમાંથી મારે આ ભૂસું કાઢવું પડશે.

'કહો તો ખબર પડે ને.'

હાથ ધોઈને રોશને કહેવા માંડ્યું:

'અકસ્માતની રાત્રે અગિયાર વાગ્યા સુધી અમે જાગતાં હતાં. અનુરાધા મારાથી છૂટી જ પડવા ન માગતી હોય તેમ સાંકડી સીટમાં મને પરાણે પડખામાં જકડી રાખેલો ત્યારે હું તને યાદ કરતો હતો તેમ એ પણ તને જ યાદ કરતી હતી.'

'મને?' શામલીની ડોક ઊંચી થઈ: 'મને શું કામ યાદ કરવી જોઈએ?'

'સાંભળ તો ખરી.' રોશને આગળની વાત વિચારવા માટે થોડો સમય લેવા આરામખુરશીમાં આડા પડતાં કહ્યું:

'દોડી જતી ટ્રેનના અવાજમાં અનુરાધા ધીમું ધીમું બોલતી હતી: 'રોશન! તને ખબર છે પ્લાસ્ટિક સર્જરી માટે મેં હા શું કામ પાડી?' હું મૂંગો જ રહ્યો એટલે તેણે ખુલાસો કર્યો: 'ઑપરેશન પછી મારો ચહેરો પહેલા જેવો સુંદર થઈ જાય તો દુનિયાની કોઈ સ્ત્રી તને મારી પાસેથી છીનવી નહીં શકે... પેલી લફંગી શામલી પણ નહીં!' '

'લફંગી' શબ્દે શામલીને થથરાવી મૂકી ત્યારે ધાર્યું નિશાન લાગ્યું એથી રોશન મનમાં પોરસાયો:

'મારે તને એવા શબ્દો કહી સંભળાવવા નહોતા, પણ શું થાય? હવે સમજાશે કે અનુરાધા માટે તું ખોટો બળાપો કરતી હતી. છેલ્લી ઘડી સુધી એના મનમાં તો તારા માટે નર્યો તિરસ્કાર જ હતો.'

'અરે... રે... મરતાં મરતાંય એણે મને જ ગાળ આપી!' શામલીના એ શબ્દોમાં રોષ નહીં પણ વસવસો હતો. નિસાસો નાખતી તે ઊઠવા જતી હતી ત્યાં રોશને તેનું કાંડું પકડી લીધું: 'થોડી વાર નિરાંતે બેસ ને, હું જેને ભૂલી જવા કોશિશ કરું છું તેની જ તું વારંવાર યાદ શું કામ દેવડાવે છે?'

શામલીએ કાંડું છોડાવ્યું નહીં તેમ રોશનને વધુ છૂટ લેવા પણ ન દીધી.

સિગારેટ સળગાવવા માટે રોશને શામલીનું કાંડું છોડી દેવું પડ્યું. તેને એક વાત સમજાઈ નહીં: કલકત્તાથી આવ્યા પછી શામલીના પ્રથમ સ્પર્શમાં તેને અગાઉ જેવો ઉન્માદ કેમ વર્તાયો નહીં? એ સાવ ઠંડી કેમ પડી ગઈ? શું તેને

મારા કાવતરાની ગંધ આવી ગઈ છે? પણ એ કેમ બની શકે? મારાં વર્તન કે વાતચીતમાં હું હંમેશાં સાવધ રહ્યો છું.

સિગારેટના ધુમાડા ફંગોળતાં તેણે યાદ કરવા માંડ્યું. કલકત્તા જતાં પહેલાં પોતે શામલીને મળવા આવેલો ત્યારે શું વાતચીત થઈ હતી? આંસુ ઊભરાતી આંખે શામલીએ કહેલું: 'મને તો લાગે છે હું તમને હંમેશને માટે ગુમાવી બેસીશ. નાનાં શેઠાણીનું રૂપ પાછું આવી જશે એટલે તમને મારા મુખની માયા છૂટી જશે...'

એ વખતે તેને ધરપત આપવા પોતે બોલી ગયેલો: 'અરે ગાંડી, કલકત્તાથી આવ્યા પછી તો હું ફક્ત તારો જ બની જવાનો. મારા પરના તારા પ્રેમમાં પછી કોઈ ભાગ પડાવનારું નહીં હોય. મારા વચનમાં વિશ્વાસ રાખ.'

ત્યારે શામલી એકાએક રડતી બંધ થઈ ગયેલી. પોતે ઉતાવળમાં હતો એટલે તેના મુખભાવ જોવાની પરવા કરી નહીં, પણ હવે ખ્યાલ આવ્યો કે આ શબ્દોએ જ શામલીને શંકાશીલ બનાવી દીધી હશે. અનુરાધાના અકસ્માત વિશે મને પાકી ખાતરી હતી એટલે જ મેં તેને આમ કહ્યું છે. એ વિચાર તેને જરૂર આવ્યો હોવો જોઈએ.

અરેરે, મેં કેવી બેવકૂફી કરી નાખી!

રોશને અર્ધી પિવાયેલી સિગારેટ બુઝાવીને બીજી સળગાવી.

શામલીના મનમાં આવો કોઈ વહેમ હોય તો એને વહેલી તકે નિર્મૂળ કરવો જોઈએ નહીંતર હું ક્યારેય એનો વિશ્વાસ પાછો મેળવી શકીશ નહીં. તેના મનમાં મારા પાપનો વહેમ વધુ ને વધુ ઘૂંટાયા કરશે તો આ સ્ત્રી જ મારા માટે ખતરનાક બની જશે.

રોશને મગજ કસવા માંડ્યું, પણ કાંઈ સૂઝતું નહોતું.

શામલીએ જમતાં જમતાં એક વાર પૂછ્યુંય ખરું કે શેના વિચારમાં આટલા બધા ઊંડા ઊતરી ગયા? છતાં પોતે સાંભળ્યું ન હોય તેમ સિગારેટ ફૂંકતાં ફૂંકતાં મગજ કસવાનું ચાલુ રાખ્યું.

જમી લીધા પછી શામલીએ છણકો કરીને તેનાં બે આંગળાં વચ્ચેથી સિગારેટ છીનવીને ફગાવી દીધી: 'આટલી વારમાં આ ત્રીજી સિગારેટ થઈ. ક્યારની પૂછું છું કે શું વિચાર્યા કરો છો, પણ મારો જવાબ જ આપતા નથી... મારા પર નારાજ થઈ ગયા કે?'

શામલીનું આમ છંછેડાવું તેને ગમ્યું, કારણ કે એ બેપાંચ ક્ષણમાં જ તેના મગજમાં કોઈ અજબ કીમિયો સ્ફુરી આવ્યો હતો.

'નારાજ તો હું મારા નસીબ પર છું.' કહીને તેણે નિસાસો નાખ્યો.

'વાહ રે! તમે ક્યારથી નસીબમાં માનતા થઈ ગયા. પહેલાં તો વારંવાર મને સંભળાવતા કે માણસે પોતે જ પોતાનું નસીબ ઘડવાનું હોય છે.'

'હા શામલી!' સૂઝેલા વિચારને શબ્દોમાં ગોઠવતા જતાં તેણે કહ્યું: 'માણસને કોઈ એવો પરચો થઈ જાય છે ત્યારે નસીબ જેવું કાંઈક છે એમ માન્યા વગર છૂટકો નથી.'

'તમને વળી શું પરચો થઈ ગયો?'

'આ વાત મેં ક્યારેય તને કહી નથી, કારણ કે જ્યોતિષને હું હંમેશાં બોગસ એટલે કે બનાવટ માનતો હતો, પણ એ માણસે કરેલી બધી જ આગાહી અક્ષરેઅક્ષર સાચી પડતી આવી.'

'કોણે આગાહી કરી હતી?' શામલીની જિજ્ઞાસા સતેજ બની: 'શું આગાહી કરી હતી?'

'સાંભળ!' રોશને પાકિટમાંથી છેલ્લી સિગારેટ કાઢી, સળગાવી અને બેચાર કશ લીધા છતાં વાત સાંભળવાની ઉત્કંઠામાં શામલીએ સિગારેટ સામે વિરોધ ન કર્યો.

'હું દાક્તરીના છેલ્લા વર્ષમાં હતો ત્યારે અચાનક એક બંગાળી જોશીનો ભેટો થઈ ગયો. હૉસ્ટેલના વિદ્યાર્થીઓ ગમ્મત ખાતર તેને મારી પાસે ઘસડી લાવ્યા, પરાણે મારો હાથ ખેંચી તેની સામે ધરી દીધો.

'મારા હાથની રેખા જોઈને જોશી ગંભીર થતો ગયો. થોડી વાર વિચારમાં પડી ગયો પછી મારો હાથ છોડી દીધો: નહીં બચ્ચા! તારા હાથની રેખા બહુ વિચિત્ર છે. અત્યાર સુધીમાં મેં હજારોના હાથ જોઈ નાખ્યા પણ આવી વિચિત્ર રેખાઓ પહેલી વાર જોવા મળી. ભવિષ્ય જાણવામાં કાંઈ સાર નથી, કારણ કે જાણ્યા પછી તું એ જીરવી નહીં શકે.'

'મને તેના પર ગુસ્સે ચડ્યો. તેનું અપમાન કરવાના ઇરાદાથી મેં સંભળાવી દીધું: જોશીબાબા, તેને બદલે ચોખ્ખું એમ કહી દો ને કે તમને જોષ જોતાં આવડતું નથી... હું જીરવી નહીં શકું એવું બહાનું શું કામ કાઢો છો?'

'ત્યારે મને શું ખબર કે મેં એની જ્યોતિષવિદ્યાનું અપમાન કરીને એને ઉશ્કેર્યો હતો. ગુસ્સાથી લાલચોળ થતાં તેણે ફરી મારો હાથ ખેંચી લીધો અને મારી સામે ડોળા કાઢીને કહ્યું: તો લે તને મારી વિદ્યાનો પરચો બતાવું.'

આટલો આવીને રોશને ફરી સિગારેટના બેચાર કશ ખેંચી લીધા. શામલીથી એટલો વિલંબ ખમાયો નહીં: 'કહોને, તેણે શું આગાહી કરી હતી?'

'મારા જીવનમાં અત્યાર સુધી બનેલી મહત્ત્વની ઘટનાઓ તેણે એ વખતે

મને કહી દીધી... પહેલાં એમ કહ્યું કે તારા જીવનમાં શુભ-અશુભ ઘટનાઓ એકસાથે જ બનવાની. પછી સમજાવ્યું કે થોડા વખતમાં જ તારું લગ્ન થઈ જશે પણ તેમાં એક વિઘ્ન આવશે, જેનું પરિણામ અશુભ આવશે છતાં લગ્નમાં વાંધો નહીં આવે. લગ્ન થયા પછી તારી કારકિર્દીમાં ચડતી આવશે પણ લગ્નસુખ નહીં સાંપડે, કારણ કે પરણ્યા પહેલાં જ તારું મન બીજી સ્ત્રી તરફ ખેંચાઈ ગયું હશે.'

'એણે એમ પણ કહ્યું હતું? શામલીથી વચ્ચે પુછાઈ ગયું.

રોશને સિગારેટ પૂરી કરીને વાત આગળ ચલાવી :

'અરે, એણે શું નહોતું કહ્યું એ જ પૂછ શામલી! તેણે એટલી હદ સુધી આગાહી કરેલી કે જ્યાં સુધી બીજી સ્ત્રી તારા જીવનમાં સંપૂર્ણપણે સ્થાન નહીં પામે ત્યાં સુધી તને સાચું સુખ નહીં સાંપડે. પણ તારા જીવનમાં બીજી સ્ત્રી લખાઈ ચૂકી છે અને એની પ્રાપ્તિય તને પહેલી સ્ત્રીની દુર્ઘટનાથી જ થવાની.'

'આટલું બધું સાચું કહી દેનાર એ જોશી કોઈ મહાત્મા હોવા જોઈએ.'

'હા શામલી!' રોશને રાહતનો શ્વાસ લેતાં કહ્યું : 'પણ એ વખતે મેં તેની આગાહીને બકવાસ ગણી કાઢી હતી. અનુરાધાનો અકસ્માત થયો ત્યારે આ બધું તાજું થયું. કલકત્તામાં મેં તેની ઘણી તપાસ કરી. બસ, તેના પગે પડીને મારે એટલું જ પૂછવું હતું કે હવે તો મારા જીવનમાં શાંતિ થશે ને? પણ એનો પત્તો ક્યાંથી લાગે?'

વાત પૂરી કરીને રોશને ફરી વિચારમાં ડૂબી જવાનો દેખાવ કર્યો ત્યારે શામલીએ તેના વાળમાં હેતથી પોતાની આંગળીઓ પરોવી. તેના એ સ્પર્શમાં રોશને પહેલા જેવી જ ઝણઝણાટી અનુભવી અને મનમાં પોરસાયો : મારું અનુમાન સાચું હતું, શામલીના મનમાં મારા વિશે આવી જ કોઈ શંકા હતી... પણ શંકા દૂર કરવી એ તો મારા જેવા ખેલાડી માટે ડાબા હાથના ખેલ જેવું આસાન છે! સ્ત્રીને વશ કરવી હોય તો કપટ ખેલવું જ પડે.

તેણે ઝાપટ મારીને શામલીને પોતાની નજીક ખેંચી લીધી. શામલીએ કોઈ આનાકાની કરી નહીં એટલે રોશનનો ઉન્માદ વધી ગયો. બે મહિનાના વિયોગનું સાટું વાળતો હોય એવા આવેશ સાથે તેણે શામલીને ગૂંગળાવી નાખી.

આવેગ ઓછો થયો પછી તેણે મૂળ વાત ઉચ્ચારી :

'શામલી, આટલા વખતથી હું તને મારી બનાવવા માટે ઝૂરતો હતો. તુંયે મને સંપૂર્ણપણે પામવા માટે ઝંખતી હતી. મેં તને વચન આપ્યું હતું કે હું તારા સંતાનનો બાપ બનીશ. હવે વચન પૂરું કરવાનો વખત આવી ગયો છે.'

એ સાંભળીને તો શામલી સજાગ બની ગઈ :

'પણ એ કંઈ રીતે બને?'

'કેમ ન બને? ભગવાનની સાક્ષીએ હું તને પત્ની બનાવીશ.'

'પણ આજે નહીં તો કાલે મોટાં શેઠ-શેઠાણી તમને ફરીવાર પરણાવ્યા વિના નહીં રહે.'

'તારી વાત સાચી છે શામલી!' રોશને ઠાવકાઈથી કહ્યું: 'બાએ અત્યારથી જ એ વાત ઉચ્ચારવા માંડી છે. બિચારી માને શું ખબર કે મનથી તો હું તને જ વરી ચૂકેલો છું.'

શામલી ચૂપ રહી. રોશને તેના ગાલ પર આંગળી ફેરવતાં કહ્યું: 'કેમ કાંઈ બોલતી નથી?'

'હું શું બોલું?' તેણે હળવો નિશ્વાસ છોડ્યો: 'મારા નસીબમાં પતિનું સુખ લખાયું જ નહીં હોય.'

'તને આ શું થઈ ગયું છે શામલી? સંજોગો ઊજળા બન્યા, આપણા વચ્ચેથી નડતર હઠી ગયું છતાં નિરાશાના ઊના નિસાસા કેમ નાખે છે? મેં તો મનથી ફેંસલો કરી નાખ્યો!'

'શું?'

'આવતા રવિવારે શંકરના મંદિરે જઈને ભોળાનાથની સાક્ષીએ પરણી જવું.'

શામલીના ચહેરા પર આનંદની એક ચમક આવી અને પછી તરત જ ઊડી પણ ગઈ:

'ભગવાનની સાક્ષીને સમાજ ક્યાં માને છે?' તેણે ધારદાર નજરે રોશન સામે જોયું: 'આપણે ખાનગીમાં પરણી જઈએ તોપણ પતિ-પત્ની તરીકે ખાનગીમાં જ જીવવાનું રહેશે ને?'

'તો શું તારાં અરમાન જુગલકિશોર મહેરાની પુત્રવધૂ થઈને રહેવાનાં છે?' રોશનના અવાજમાં સહેજ ખટાશ આવી ગઈ.

'મારા નસીબમાં ક્યાંથી?' શામલી દુઃખ લગાડ્યા વગર બોલી: 'મેં ક્યારેય એવાં અરમાન સેવ્યાં નથી. હું તો તમારી પાસે મારા મનની ઉલઝન રજૂ કરું છું.'

'શું ઉલઝન છે તારા મનની?' રોશનના સવાલમાં સખતાઈ હતી.

'ખાનગીમાં પરણીને તમે મારા સંતાનના બાપ બનવા માગો છો પણ હું મા બન્યા પછી એ ખાનગી કઈ રીતે રાખી શકશો?'

ત્યારે રોશન જરા ગૂંચવાયો. શામલી પણ દલીલ કરી શકે છે એ વાત પોતે કેમ ભૂલી?

'એક વાત તું ભૂલી ગઈ... કાયદેસર તો તું પણ મને પરણી શકે એમ નથી.

તારો પતિ તને છોડી ગયો છે છતાં તું એની પત્ની મટી ગઈ નથી. એ માટે આપણે ભવિષ્યમાં બીજો કોઈ રસ્તો શોધવો પડશે. તારા ધણીથી તને કાયદેસર છૂટાછેડા અપાવી દેવા પડશે. ત્યાં સુધી રાહ જોઈને બેસી રહેવું છે તારે?'

હવે શામલી નરમ પડી ગઈ. જિંદગીમાં જે ઝંખ્યું તે હવે આપોઆપ મળી રહ્યું છે ત્યારે આવી પંચાતમાં શું કામ પડવું? તેણે ફેંસલો કરી નાખ્યો:

'ભલે! તમે કહો ત્યારે આપણે મંદિરમાં જઈને ભગવાનની મૂર્તિ સમક્ષ મનથી પરણી જશું બસ?'

ત્યારે રોશને શામલીના હોઠ ચૂમી લઈ મનની ખુશાલી ઠાલવી દીધી.

*

વસુંધરાની ઉદાસી દિવસે દિવસે ઘૂંટાયા કરતી હતી. અનુરાધાના મૃત્યુએ તેના હોઠ પરથી સ્મિત છીનવી લીધું હતું. પહેલાંની જેમ એ હવે મીઠું-મધુરું હસી શકતી નહીં. હસવાનો પ્રયાસ કરતી તોપણ હાસ્યમાં રહેલા દર્દને છુપાવી શકતી નહીં.

કહેવાય છે કે સમય મનના ઘાવને રુઝાવી દે છે. પણ વસુંધરાને ઊલટો અનુભવ થયો. અનુરાધાના મૃત્યુનો આઘાત શરૂઆતમાં તો તેણે બરદાસ્ત કરી લીધો. સાવિત્રીબાને એ વસમા આઘાતમાંથી બહાર લાવવાના ઇરાદે તે એમને ત્યાં રહેવા આવી ગઈ. દવાખાનું બંધ રહ્યું એટલા દિવસ સવાર-સાંજ તે એમને ધાર્મિક ગ્રંથો વાંચી સંભળાવતી. ખરખરો કરવા આવનાર, એમના જખમને ખોતરે નહીં એટલા ખાતર તે એમની બાજુમાં જ બેસી રહેતી. કોઈને વધુ પડતું બોલવા ન દેતી. વિદાય આપતી વખતે સમજાવતી. માજીને હમણાં ડૉક્ટરે સંપૂર્ણ આરામ લેવાનું કહ્યું છે, થોડા દિવસ લોકો બહુ મળવા ન આવે તો એમને આરામ રહેશે. એકની એક વાત ઘૂમરાયા કરશે તો ચિત્તભ્રમ જેવું થઈ જશે...

કેટલાકને તેની આ સૂચનામાં વસુંધરાનું દોઢડહાપણ દેખાતું તો કોઈ સમજદારને તેમાં એની લાગણીનું પ્રતિબિંબ દેખાતું. કોઈક તેની નિંદા કરતું તો કોઈ કોઈ તેની કદર પણ કરતાં; દૂરનાં એક-બે સગાંવહાલાં અનુરાધાના મૃત્યુથી માજીનો વારસો મેળવી લેવાની લાલચે વધુ પડતું હેત ઊભરાવવા લાગ્યાં, નજીકનાં સગાં બની જવાની પેરવી કરવા માંડ્યા... પણ સાવિત્રીબહેન તેમની દાનત કળી ગયાં હોય તેમ ઠાવકાઈથી બોલી જતાં: મારી એક એક પાઈ હું અનુરાધાના નામે ધર્માદામાં આપી દેવાની છું. મારાં જે સાચાં સગાં હોય તે હવે મને ગુજરાનનું ખરચ આપશે.

લેવાને બદલે દેવાની વાત સાંભળીને દૂરનાં સગાં ફરી દૂર તો થઈ ગયાં પણ તેમાં વસુંધરાની નિંદા વધી ગઈઃ એ નર્સ એમને પડખે ચડીને આપણા હક્ક પર પાણી ફેરવી રહી છે. ડોસીને ભોળવી-ભરમાવીને આ બાઈ બધું જ પડાવી લેવાની...

વસુંધરાને ક્યારેક થતું કે આ ગામ છોડીને ચાલી જાઉં... પણ સાવિત્રીબહેનની હાલત તેને મજબૂર કરી દેતી. બેત્રણ દિવસે એકાએક એમના મગજ પર અનુરાધાનું મોત સવાર થઈ જતું, હિસ્ટીરિયાની જેમ શરીરમાં તાણ આવવા લાગતી, સનેપાતની જેમ એ ગમે તેવું બબડવા માંડતાં. કોઈ વાર ઝનૂનથી રોઈ લેતાં તો ક્યારેક ખુન્નસથી બૂમબરાડા પાડતાં. જમાઈ રોશનલાલે મારી દીકરીને મારી નાખી એવા પોકાર સાથે માબાપને, એના ખાનદાનને, એની 'રખાત'ને શાપ સંભળાવતાં.

તેમને શાંત પાડવા જતાં વસુંધરા થાકી જતી. એમના વલોપાતથી દિલમાં દયા જાગતી અને એમના શાપથી મનને ક્લેશ થતો. ક્યારેક અનુરાધાની માતા વસુંધરાને પણ દોષ દેતાંઃ મેં તને કહ્યું હતું કે મારી દીકરીને 'ઠેકાણે' પહોંચાડી દેવા જ એ શેતાન કલકત્તા લઈ જાય છે પણ તારી ભલમનસાઈને ભરોસે તેં મને ભ્રમમાં રાખી, નહીંતર હું ક્યારેય એને જવા ન દેત.

વસુંધરા ચૂપચાપ એ સાંભળી લેતી છતાં મનમાં એક ખટકો તો રહેતો જઃ અનુબહેનના મોતમાં હું નિમિત્ત બની છું એ વાત એમની સાચી છે. બસ, હવે એના પ્રાયશ્ચિત્ત રૂપે જિંદગીભર હું એમની સેવા કરીશ! જાતને ઘસી નાખીશ.

દવાખાનું ચાલુ થયા પછી વસુંધરાની વ્યથા વધી ગઈ. ડૉક્ટરસાહેબના વર્તનમાં તેને ધીમી ધીમી કટુતા વર્તાવા લાગી. માજીને કારણે ક્યારેક દવાખાને પહોંચવામાં મોડું થઈ જતું તો બે કડવા શબ્દો સાંભળવા પડતા. એકાદ વખત તો રોશને લોકોને નામે તેને મેણુંય મારી લીધુંઃ બહારના લોકો બોલે છે એમ જો તને ખરેખર અનુરાધાની માનો વારસો મળવાનો હોય તો શું કામ નોકરીનું વૈતરું કરે છે?

વસુંધરાએ એકબે વખત નિર્ણય કરી લીધો કે હવે પોતે દવાખાનાની નોકરી છોડી દેશે, પણ તરત જ ભાન થતુંઃ હું બેઠી બેઠી સાવિત્રીબહેનનું ખાઉં તો એમાં તેમની સેવા કરી ન ગણાય, વળી સ્મિતાને ભણાવવાનો ખર્ચ પણ ઉપાડવાનો હતો... એટલે નાછૂટકે તેને નોકરી છોડી દેવાનો વિચાર માંડી વાળવો પડતો.

આ માનસિક ત્રાસમાંથી છૂટવા તેણે જમ્મુની હૉસ્પિટલમાં નર્સની નોકરી માટે અરજી કરી રાખી હતી, પણ ત્યાંથીય જગ્યા ખાલી થાય ત્યાં સુધી રાહ

જોવાનો જવાબ મળેલો. બસ, વસુંધરા એટલા દિવસ જેમતેમ કરીને ખેંચી કાઢવા માગતી હતી. ત્યાર પછી બધું થાળે પડી જશે એવી આશાએ કપરી કસોટીમાંથી નિર્વિઘ્ને નીકળી જવાની ધીરજ ધરી રાખી હતી. પતિ ગુમાવ્યા પછી પાંચ વરસમાં પહેલી વાર આ સ્થિતિમાં તેને પોતાના નિરાધારપણાનો વસવસો જાગ્યો.

'વસુબહેન, તમને કોઈક મળવા આવ્યું છે.'

એ જમતી હતી ત્યાં ગોવિંદે રસોડાના બારણે ઊભાં ઊભાં ધીમેથી કહ્યું, પણ વસુંધરાના કાને પડ્યું નહીં. રવિવારની રજાનો આખો દિવસ તે માજી સાથે ગાળતી. બપોરે એમને જમાડી, સુવડાવીને પોતે જમવા બેઠેલી. ખાતાં ખાતાં કોણ જાણે શું વિચારમાં ખોવાઈ ગઈ હતી કે સાવિત્રીબહેનના નોકર-મહારાજ ગોવિંદે ફરીવાર જરા મોટેથી કહેવું પડ્યું: 'બહેન, તમને મળવા કોઈક આવ્યું છે.'

'મને મળવા?' વસુંધરાએ ચમકીને પૂછ્યું.

'હા, પહેલાં જગન્નાથ પંડિતનું ઘર આ છે એમ પૂછ્યું અને પછી તમારું નામ આપ્યું.' ગોવિંદે આટલો ખુલાસો કરીને ઉમેર્યું: 'કપડાં પરથી પોલીસવાળા સાહેબ લાગે છે.'

'પોલીસવાળા સાહેબ!' વસુંધરા વધારે ચોંકી ગઈ: 'મને મળવા આવ્યા છે?'

જમતાં જમતાં ઊભાં થઈને બહાર ડોકાઈ લેવાની જિજ્ઞાસા થઈ, પણ એ અજુગતું લાગ્યું એટલે ગોવિંદને કહ્યું: 'એમને દીવાનખંડમાં બેસાડ અને પાણી-બાણી આપ... હું આવું છું.'

ઝટઝટ જમવા લાગેલી વસુંધરા અનુમાન કરતી રહી: કદાચ અનુરાધાના અકસ્માત બાબત ઇન્ક્વાયરી કરવા કોઈ આવ્યું હશે. પહેલાં પણ કલકત્તાના સી.આઈ.ડી.વાળા બે જણા આવેલા. ત્યારે માજીના વતી મેં જ જવાબ આપી દીધા હતા એટલે બહુ વાંધો નહોતો આવ્યો. નહીંતર માજી ડૉક્ટરસાહેબ વિરુદ્ધ ગમે તેમ બોલી નાખત તો આ લોકો ખોટા વહેમાઈ જાત અને વાત વધી પડત.

હાથ-મોં ધોઈ પાણી પીને દીવાનખંડમાં જતાં પહેલાં તેણે સાવિત્રીબહેનના સૂવાના ઓરડાનાં બારણાં બરાબર વાસી દીધાં જેથી તેમની ઊંઘમાં ખલેલ ન પડે કે પોલીસવાળા સાથેની વાતચીત પણ એમને સંભળાય નહીં.

મુખવાસ વાગોળતી વસુંધરા સ્વસ્થપણે દીવાનખંડમાં પ્રવેશ કરે છે, પણ આવનાર વ્યક્તિ પર નજર પડતાં જ એના પગ જમીન સાથે જડાઈ ગયા હોય તેમ સ્તબ્ધ બનીને ઊભી રહી જાય છે. પહોળી થયેલી આંખોની કીકીઓમાં માનવામાં ન આવે એવું અનહદ આશ્ચર્ય થીજી ગયું, મુખવાસ ચાવતાં જડબાં અચાનક અટકી જતા યંત્રની જેમ સ્થિર થઈ ગયાં, આનંદની ચિચિયારી ગળામાં

ધરબાઈ રહી, હૃદયના ધબકારાની ગતિ એકાએક એટલી બધી તીવ્ર બની ગઈ કે જોરથી ધક-ધક થતી છાતી હમણાં જ ફાટી પડશે. કપાળની નસો એટલી બધી ઊપસી આવી કે ફૂંફાડો મારતાં લોહીનો પ્રવાહ પૂરવેગે ભ્રમણ કરતો હોય.

'વસુ!' આવનાર વ્યક્તિએ આનંદમિશ્રિત ચિંતા સાથે કહ્યું: 'મને જોઈને આમ ભડકી ગઈ! માનવામાં નથી આવતું ને?'

વસુંધરાને તેના શબ્દો એવા લાગ્યા કે જાણે હવામાંથી પડઘા પડતા હોય. બારણાનો ટેકો ન લીધો હોત તો કદાચ સમતોલપણું ગુમાવીને નીચે ફસડાઈ પડત.

'વસુ! ના આ ભ્રમ નથી. તને જે દેખાઉં છું એ જ છું તારો રવિ... રવિ ચોપરા!'

કહીને એ પુરુષ તેની સામે પહોંચી ગયો. વસુંધરાના ખભા પર હાથ દાબી તેને જાગ્રત કરતો હોય તેમ ફરી બોલી ઊઠ્યો: 'હા વસુ! હું જીવતો છું... કુદરતે તારું સૌભાગ્ય ઝૂંટવી લીધું નહોતું. મને જીવંત રાખીને મારી યાદદાસ્ત ઝૂંટવી લીધી હતી.

આનંદનો પ્રત્યાઘાત વસુંધરા પર વસમી અસર કરી જશે એવો ભય લાગ્યો ત્યારે બન્ને હાથે પત્નીના ખભા દાબી એને આવેશથી હચમચાવી દીધી: 'પાંચ વર્ષે હું પાછો આવ્યો અને તું હજુ આમ જ ઊભી રહેવાની?'

ત્યારે વસુંધરાની ભ્રાંતિ જાગી. પતિના સ્પર્શની ઝણઝણાટીને, તેના અવાજના રણકાને, તેના હાસ્યના લહેકાને પૂરેપૂરી પિછાણી ગઈ હોય તેમ તેની આંખો હર્ષનાં આંસુથી છલોછલ ઊભરાતી નદીના બન્ને કાંઠાની જેમ વહેવા લાગી.

રવિના માથા પર, ખભા પર, છાતી પર હાથ ફેરવતી—તેના જીવંતપણાની ખાતરી કરતી, તેના શ્વાસોશ્વાસનો ગરમાવો અનુભવતી વસુંધરા આનંદની ચિચિયારી સાથે તેને વળગી પડી.

* * *

૧૪

'જમ્મુ હૉટેલ જવું છે... જલદી!'

ઑટોરિક્ષામાં પગ મૂકતાં જ વસુંધરાએ અધીર સ્વરે કહ્યું. અને રિક્ષા ચાલુ થાય ત્યાર પહેલાં ઊંડા વિચારમાં ડૂબકી મારી ગઈ. વાવાઝોડાની જેમ મનના સમંદર પર વિચારોનો પવન ફૂંકાતો હતો, ઊર્મિનાં મોજાંનો જુવાળ હિલોળા લેતો હતો. પાંચ પાંચ વર્ષથી જેને પોતે હંમેશ માટે ગુમાવી બેઠેલો માનતી હતી, જેના વિયોગને વફાદારીપૂર્વક જીરવી રહી હતી, જેની યાદને હોઠોનું સ્મિત બનાવી બીજાની ભલાઈ અને પુત્રીના ઉછેરમાં જીવન વ્યતીત કરી રહી હતી એ પતિનું આમ અણધાર્યું પુનર્મિલન થાય ત્યારે પાંચ જ મિનિટના ઉષ્માભર્યા એના સુખદ સ્પર્શથી વેરાન હૈયું એકાએક લીલુંછમ બની જાય તો નવાઈ શેની! ત્યારે લાગણીઓનો એવો ઝંઝાવાત જાગી ઊઠ્યો હતો, ઉત્તેજનાનો એવો વંટોળિયો ફૂંકાયો હતો કે વસુંધરાને થયું આનંદનો આઘાત પોતે જીરવી નહીં શકે, પાગલ બની જશે... પોકારો પાડીને તે સૌને કહેવા માગતી હતીઃ જુઓ, જુઓ, હું હવે વિધવા નથી રહી. મારું સૌભાગ્ય, મારા કપાળનો ચાંદલો મને ભગવાને સોંપી દીધો છે... મારો રવિ, મારી સ્મિતાનો પિતા, મારા હૈયાનો ધબકાર, મારા જીવનનો સાચો આધાર આજે મને પાછો મળી ગયો છે.

પણ પાંચ જ મિનિટમાં વસુંધરા સજાગ બની ગઈ હતી. આંચકા સાથે રવિથી અળગી થઈ ગઈ હતી. લાગણીના ઉછાળાને સંયમના ચાબુકથી કાબુમાં લઈને તેણે ઝટપટ હર્ષનાં આંસુ લૂછી નાંખ્યાં હતાં. રવિ ત્યારે હેબત ખાઈ ગયેલોઃ વસુંધરા એકાએક આમ દૂર કેમ થઈ ગઈ? મારા પર શું એને વિશ્વાસ નથી આવતો?

'વસુ! શું વિચારમાં પડી ગઈ?' તેણે નજીક જવાની કોશિશ કરતાં પૂછેલું, પણ વસુંધરા વધુ દૂર ખસી ગઈ હતી. કાંઈક યાદ આવ્યું હોય તેમ એ રસોડામાં ડોકિયું કરી આવી અને ગોવિંદે કાંઈ જોયું નથી તેની ખાતરી કરીને પાછી આવી: 'તમે બેસો, બીજાઓને તમારી ઓળખાણ આપતાં પહેલાં મારે તમારી બધી જ વાત સાંભળી લેવી છે.' પછી હસીને ઉમેર્યું હતું: 'ત્યાં સુધીમાં હું તમારા માટે ચા બનાવી લાવું.'

'નહીં વસુ, તું અહીં જ બેસ.' રવિએ જરાય ખોટું લગાડ્યા વિના સ્વાભાવિક ઢબે કહ્યું: 'સારું થયું તું સજાગ બની ગઈ. આટલા વરસે આપણું મિલન થયું તેના આવેશમાં હું પણ વીસરી ગયો કે મારેય સજાગ રહેવાનું હતું. આપણા વચ્ચે પાંચ વરસની જે લાંબી શૂન્યતા છવાઈ ગઈ હતી તેમાં તારા પર શું વીત્યું, મારી હાલત કેવી થઈ હતી એ બધું કહી-સાંભળી લેવાનું જરૂરી છે.'

વસુંધરા તેના એ શબ્દોનો અર્થ સ્પષ્ટપણે સમજી શકી નહીં. તેનું ધ્યાન તો રવિને નીરખવામાં રોકાયું હતું. પાંચ વરસ પહેલાં ગુમાવેલા રવિના દેખાવમાં, સ્વભાવમાં, બોલવાની ઢબછબમાં કે વર્તનમાં જરાસરખો ફેરફાર તેને વર્તાતો નહોતો. જાણે ગઈ કાલે જ જોયો હોય એવો જ સશક્ત દેહ, એ જ ભરાવદાર ખભા, લશ્કરી અફસરને છાજે એવી પહોળી છાતી, પાતળા હોઠ પર બારીક મૂછની લકીર, ઘાટીલું નાક, પહોળી આંખો અને માફકસરનું કપાળ બધું જ એવું ને એવું લાગતું હતું... પણ ના, માથાના વાળમાં કાન પાસે આછેરી સફેદી ચમકતી હતી અને કપાળના આ ઘાવ? એક ઝાંખો અને બીજો તાજો લાગતો હતો! શું એ લડાઈમાં ઘવાયા હશે?

'એકીટશે શું જોઈ રહી છે? શેના વિચાર કરે છે વસુ?'

'તમારા કપાળ પરના આ ઘા શેના છે?' પૂછતાં પૂછતાં વસુંધરાની પાંપણો ભીંજાઈ ગઈ: અત્યાર સુધી તો એ મારા ધ્યાનમાં જ નહોતું આવ્યું... શું લડાઈમાં ઘવાયા?

તેની લાગણીથી રવિ ભીંજાયો: 'અરે ગાંડી, પાંચ વરસ માટે તો હું લશ્કરી અફસર મટી ગયો હતો.' કહીને તેણે કપાળ પર આંગળી ફેરવી: 'આ ઘાવની નિશાનીમાં જ તો આપણા પાંચ વરસના વિરહનું રહસ્ય લખાયેલું છે. એ જ તો હું તને કહેવા માગું છું.'

'તો જલદી કહી દો.' વસુંધરાએ અધીરાઈથી કહ્યું: 'માજી હમણાં જાગી ઊઠશે... કોણ આવ્યું છે એમ પૂછશે.' બોલતાં બોલતાં એ અટકી ગઈ. ફરી ગળગળી થઈ ગઈ: 'ભગવાને પણ કેવી કસોટી કરી! તમે વીજળીની જેમ મારા

જીવનમાં ફરી ઝબકી ગયા છતાં એની ખુશાલી માણવા પર મારે કાબૂ રાખવો પડે છે. અહીં તમને કોઈ ઓળખતું નથી. તમારી સાચી ઓળખાણ આપીશ તોપણ કોઈને જલદી ગળે ઊતરશે નહીં. હજુ મનેય એમ લાગે છે કે જાણે હું સપનું જોઈ રહી છું...'

'વસુ! તું મારી સાથે બહાર આવી શકીશ?'

'બહાર!' વસુંધરા ચોંકી ગઈ: 'ક્યાં?'

'જમ્મુ હૉટેલમાં...' રવિએ સમજાવ્યું હતું: 'હું ત્યાં ઊતર્યો છું. ત્યાં આપણે નિરાંતે વાત કરી શકીશું, ખલેલ નહીં પડે.'

'પણ...' કહેતી વસુંધરા ખચકાઈ: 'રવિ, તમારી સાથે મને બહાર નીકળતી જોઈને લોકો આશ્ચર્ય અનુભવશે. મારા વિશે ભળતું-સળતું બોલવા લાગશે.'

'તો પછી હું પહેલાં જાઉં અને તું પાછળથી ત્યાં આવી પહોંચ.' રવિએ માર્ગ સુઝાડ્યો ત્યારે વસુંધરા આનાકાની કરી શકી નહીં. ખરી રીતે તો તેને રવિનો એ પ્રસ્તાવ જચી ગયો હતો. પ્રથમ મિલનનો ઊભરો એકાન્તમાં ઠાલવી દીધા વિના પોતે સ્વસ્થ નહીં થઈ શકે. પછી ત્યાંથી એમને ઘેર લઈ આવશે. માજીને ઓળખાણ કરાવી શકશે. અરે, ડૉક્ટરસાહેબ પાસે પણ તેને લઈ જઈ શકશે. બધાં કેવાં આશ્ચર્યચકિત થઈ જશે? કુદરતે મારા પર કેવી મહેર વરસાવી છે. અણધાર્યું દુઃખ આપીને, કપરી કસોટી કરીને ફરી મારું સૌભાગ્ય મને પાછું આપી દીધું એ જાણીને બધાં કેવાં ખુશ થશે?

'ભલે તમે ઊપડો.' વસુંધરાએ મરક-મરક થતા હોઠે કહ્યું હતું: 'હું તમારી પાછળ આવી પહોંચું છું.'

'વેરી ગુડ!' કહેતો રવિ ઊભો થયો. હેતભરી મીઠી નજરે પત્નીને માથાથી પગ સુધી પંપાળી લેતો હોય તેમ જોઈ લઈને દીવાનખંડની બહાર નીકળ્યો: 'કમ સૂન...' એટલું બોલ્યા પછી ડાર્લિંગ શબ્દ તેણે હોઠ પર જ રોકી રાખવો પડ્યો, કારણ કે એ જ વખતે રસોડામાં જમતા ગોવિંદ પર તેની નજર પડી હતી.

વસુંધરા જાણીજોઈને તેને દરવાજા સુધી મૂકવા નહોતી ગઈ. ત્યાં ઊભાં ઊભાં જ રવિની મોટરસાઇકલ ચાલુ થવાની ઘરઘરાટી તેણે સાંભળેલી. એક ધ્રુજારી તેના દેહમાંથી પ્રસરી ગઈ: હજુ પણ 'એણે' મોટરસાઇકલ ચલાવવાનું છોડ્યું નથી! મારે હવે એ છોડાવી દેવું પડશે.

મોટરસાઇકલનો અવાજ દૂર થતો સંભળાતો બંધ થઈ ગયો ત્યારે ક્ષણવાર માટે તેને લાગ્યું કે પોતે કોઈ સુખદ સ્વપ્નમાંથી જાગી ઊઠી છે. માજી ઘણી વાર ચિત્તભ્રમ અવસ્થામાં 'મારી અનુરાધા મને મળવા આવી હતી, મારી સાથે

ઘણી બધી વાતો કરી ગઈ' એવું બોલ્યા કરે છે તેમ મને તો ચિત્તભ્રમ જેવું થઈ નથી ગયું ને? એમનું આમ અચાનક આવવું, એમને જોઈને મારું ચોંકી જવું, એમના બાહુપાશમાં લપેટાઈ જવું, પછી અળગાં થઈને એમને નીરખ્યા કરવું અને એમનું ચાલ્યા જવું...

આ બધો મારો ભ્રમ નહોતો ને?

'કોણ આવ્યું હતું, વસુબહેન!'

ગોવિંદે સામે આવીને પૂછ્યું ત્યારે જાણે એ તંદ્રામાંથી ઝબકીને જાગી ગઈ. શું જવાબ આપવો એ જલદી સૂઝયું નહીં:

'પહેલાં તું જલદી એક રિક્ષા બોલાવી લાવ.' તેણે અવાજની સ્વસ્થતા જાળવી રાખતાં કહ્યું હતું: 'ચિંતા કરવા જેવું કાંઈ જ નથી. હમણાં આવેલા તે પોલીસવાળા નહોતા. મિલિટરીના અફસર હતા... એ બધું તને હું નિરાંતે કહીશ—પહેલાં તું રિક્ષા લઈ આવ.'

રિક્ષા આવે એટલી વારમાં વસુંધરા ઝટપટ હાથ-મોં ધોઈ, કપડાં બદલાવી, ચહેરા પર પાઉડર લગાડવા આયના સામે ઊભી રહી ત્યારે જ અચાનક ખ્યાલ આવ્યો કે એનું કપાળ સાવ કોરું હતું. તેણે કંકુની શીશી શોધવા ફાંફાં માર્યા પણ ત્યાં સુધીમાં ગોવિંદ રિક્ષા લઈને આવી પહોંચ્યો એટલે મનને મનાવી લીધું: હવે તો હું એમના હાથે જ મારા સેંથામાં સિંદુર પુરાવીશ.

'માજી પૂછે કે તમે ક્યાં ગયાં છો તો શું કહું?' વસુંધરા દરવાજે પહોંચી ગઈ ત્યારે ગોવિંદે પૂછેલું તેનો પણ તેણે અધૂરો જ જવાબ આપ્યો: 'કહેજે કે થોડી વાર માટે બહાર ગઈ છું—કોઈ મળવા આવ્યું હતું એવું કાંઈ હમણાં નહીં કહેતો.'

રિક્ષામાં બેસતી વખતે 'જમ્મુ હૉટેલ'નું નામ વસુંધરાએ ઉચ્ચાર્યું ત્યારે ગોવિંદને આશ્ચર્ય અનેકગણું વધી ગયું: ક્યારેય હૉટેલ-બૉટેલમાં નહીં જનારી સીધી-સાદી બાઈ કોને મળવા જઈ રહી છે?

જમ્મુ હૉટેલ આવી ત્યાં સુધીમાં વસુંધરા વિચારોનો જાણે મહાસાગર તરી ગઈ હોય તેમ આકળ-વિકળ થતી હતી. રવિ પાસેથી જે વાત સાંભળવા મળશે એ સાવ સાચી હશે તોપણ પોતે માની શકશે? મારા વિશે હું જે કાંઈ કહીશ તેના પર એને વિશ્વાસ બેસશે? રિક્ષા ધીમી પડી ત્યારે મગજમાં એક ઝબકારો થયો: શું આ પાંચ પાંચ વરસની જુદાઈમાં રવિ સાવ એકલો જ રહ્યો હશે? એના જીવનમાં બીજી કોઈ સ્ત્રી...

'બહેન! હૉટેલ તો આવી ગઈ, તમારે ઊતરવું નથી?'

રિક્ષાવાળાએ તેને ચમકાવી દીધી. પોતાના વર્તન પર એ છોભીલી પડી ગઈ. કોને ખબર, રિક્ષા અહીં ક્યારની આવીને ઊભી રહી હશે! સ્વસ્થ થવાના પ્રયાસ સાથે તેણે પર્સમાંથી પૈસા કાઢી આપ્યા અને પરચુરણ પાછું લીધા વિના ઉતાવળા પગલે હૉટેલમાં દાખલ થઈ. કમ્પાઉન્ડમાં પડેલી મોટરસાઇકલ પર નજર ગઈ ત્યારે રવિને મળવાની અધીરાઈ ઓર ઊછળવા લાગી.

કાઉન્ટર પર એ પૂછવા જતી હતી કે મિસ્ટર રવિ ચોપરા ક્યા રૂમમાં છે ત્યાં જ પાછળથી ધીમો અવાજ સંભળાયો: 'હું અહીં છું.' આંચકા સાથે તેણે ડોક ફેરવી તો લિફ્ટ પાસે રવિ હસતો હસતો સિગારેટ પીતો હતો: 'ચાલ ઉપર જઈએ.'

જાણે કોઈએ નજરબંધી કરી હોય તેમ વસુંધરા તેની તરફ ખેંચાતી લિફ્ટમાં દાખલ થઈ અને તેની પાછળ પાછળ ત્રીજા માળના તેત્રીસ નંબરના કમરામાં પહોંચી ગઈ. રવિએ રૂમનો દરવાજો બંધ કર્યો ત્યારે તેનું હૃદય જોશમાં ધડકવા લાગ્યું. તેને થયું કે હમણાં રવિ ફરી તેને આલિંગનમાં જકડી લેશે.

પણ એવું ન બન્યું:

'બેસ!' સિગારેટને એશ-ટ્રે માં દબાવી રવિએ સ્વાભાવિક અવાજે કહ્યું: 'આપણા માટે ચા મગાવું ને?'

વસુંધરાએ આંખોની પાંપણથી જ 'ના' કહી: 'આપણે વાતો કરી લીધા પછી ચા પીએ તો?'

'ભલે!' રવિએ દુરાગ્રહ ન કર્યો: 'અર્ધી વાત હમણાં કરીએ અને બાકીની ચા પીતાં પીતાં... બરાબર ને!'

તેનો જવાબ પણ વસુંધરાએ આંખોની પાંપણો પટપટાવીને જ આપ્યો.

'એક વાત બરાબર ધ્યાનમાં રાખજે વસુ.' રવિનો અવાજ ગંભીરતા ધારણ કરવા લાગ્યો: 'જે કાંઈ કહું છું તે નિખાલસપણે ખુલ્લા દિલે કહેવાનો છું. છતાં તારા મનમાં જ્યાં જ્યાં પ્રશ્ન ઊઠે તે તું બેધડક પૂછજે.'

ત્યારે પણ વસુંધરાએ આંખોથી જ સંમતિ દર્શાવી અને રવિએ શરૂઆત કરી:

'તને બરાબર યાદ હશે. ડિસેમ્બરની બારમી તારીખ હતી. અગિયારમીએ સાંજે મને તારો તાર મળ્યો. હું બાપ બન્યો છું એ ખુશખબર સાંભળીને વાયદો કર્યા પ્રમાણે, એક દિવસની છુટ્ટી લઈને તને મળવા—તારી દીકરીનું મોં જોવા ધસી આવતો હતો. મનમાં ઉમંગ હતો, અધીરાઈ હતી. તેજ ગતિએ મોટરસાઇકલ ભગાવતો તારી પાસે પહોંચી જવા બહાવરો-બેચેન બન્યો હતો. ઠંડો પવન ફૂંકાતો હતો, એક બાજુ બર્ફીલો પહાડ અને બીજી બાજુ ઊંડી ખીણ, એ બેની વચ્ચેથી

વાંકીચૂકી સડક પર સડસડાટ જઈ રહ્યો હતો. ઉતાવળનું બીજું પણ કારણ હતું. બરફનું તોફાન થવાની આગાહી હતી. એટલા માટે તો મને મારા ફોજી સાથીઓ એક દિવસ ઠેરી જવાનું સમજાવતા હતા પણ મારી ધીરજ રહી નહીં. જો એક દિવસ રોકાઈ જાઉં અને હિમ-પ્રપાતથી રસ્તા થીજી જાય—બરફ ખડકાઈ જાય તો કોને ખબર કેટલા દિવસનો વિલંબ વેઠવો પડે!'

રવિ થોડીવાર અટક્યો. તેણે વસુંધરા સામે જોયું. તે એકચિત્તે સાંભળી રહી. સિગારેટ સળગાવીને આગળ વાત વધારવાની ઇચ્છા થઈ પણ સિગારેટ પીવાનો વિચાર માંડી વાળ્યો.

'અચાનક હવામાન પલટાવા લાગ્યું, પવનનો મિજાજ તેજ થયો. મારે મોટરસાઇકલની રફતાર ઓર તેજ કરવી પડી. પંદર મિનિટનો માર્ગ વિકટ હતો, ત્યાર પછી ખીણ પૂરી થતી હતી અને વસ્તીવાળો પ્રદેશ આવતો હતો... પણ એ પંદર મિનિટના અંતરે આપણી બન્નેની જિંદગી વચ્ચે પાંચ વરસની જુદાઈની ખાઈ ખોદી નાખી. એક વળાંક પર હું થાપ ખાઈ ગયો. મોટરસાઇકલ ઊથલી પડી, હું ઊછળીને દૂર ફેંકાઈ ગયો. કેટલી વાર સુધી, નીચે ગબડતો રહ્યો એ ખ્યાલ નથી. માથા પર માર વાગ્યો. થોડી વારમાં આંખે અંધારાં દેખાવા લાગ્યાં. ધીમે ધીમે મગજ પર અંધકાર છવાતો ગયો અને છેવટે આંખો મીંચાઈ ગઈ. શૂન્યતા છવાઈ ગઈ.'

અટકીને તેણે વસુંધરા સામે જોયું તો એ બન્ને હાથની મુઠ્ઠીઓ વાળતી શરીરની ધ્રુજારીને કાબૂમાં લેવાની કોશિશ કરતી હતી. છતાં તેની આંખોમાં વધુ જાણવાની ઉત્સુક્તા જરાય ઓછી થઈ નહોતી.

રવિએ હવે સિગારેટ સળગાવી, એકબે કશ લીધા અને આગળ ચલાવ્યું:

'આંખો ખૂલી ત્યારે જે અનુભવ થયો તે હું શબ્દોમાં વર્ણવી શકું તેમ નથી... સાચું કહું તો અનુભવ હવે યાદ પણ રહ્યો નથી. કોઈ અજબ ઘટના બની ગઈ હતી. મને કોઈકે બચાવી લીધો હતો પણ એમણે મને પૂછ્યું ત્યારે હું કહી શક્યો નહીં કે મારું નામ શું છે, મને શેનો અકસ્માત નડ્યો છે, હું ક્યાં જવા માગું છું, મારું ઘર ક્યાં છે કે મારાં સગાંવહાલાં કોણ છે? મેં યાદ કરવાની બહુ કોશિશ કરી. બહુ ફાંફાં માર્યા છતાં અંધકારનો પડદો દિમાગ પરથી હઠ્યો નહીં ત્યારે હું ખૂબ રડ્યો. મારી હાલત પર મને જ દયા આવી, ખીજ ચડી.'

સિગારેટની રાખ ખંખેરવા અને બીજા બેચાર કશ લેવા માટે રવિ રોકાયો. વસુંધરા તેના દરેક શબ્દને ઝીલવાને ઉત્કંઠા સાથે તેની સામે તાકી રહી હતી ચૂપચાપ બેસી રહી હતી. રવિએ ઍશ ટ્રેમાં સિગારેટ દબાવી દીધી:

'ચાર-છ દિવસ યાદશક્તિની શોધમાં મારું મગજ ભટક્યા કર્યું, પણ તેમાં હું ફાવ્યો નહીં. હા, શરીરમાં થોડી શક્તિ આવી, નબળાઈ ઓછી થઈ એટલે જે ગરીબ માણસે મને આશરો આપ્યો હતો, મારી સારવાર કરી હતી એમની રજા લઈને મંજિલ વગરના મુસાફરની જેમ હું ત્યાંથી નીકળી પડ્યો.'

'પણ તમારા મિલિટરી પોશાક પરથી કોઈએ અનુમાન ન કર્યું કે તમે લશ્કરી માણસ છો?'

વસુંધરાએ પહેલો સવાલ કર્યો. તેની પૂછવાની રીતમાં આશંકા કરતાં અકળામણ વધારે હતી.

'તારી વાત સાવ સાચી છે વસુ!' રવિએ રાજીપો અનુભવતાં કહ્યું: 'હું એમ જ માનતો હતો કે છાવણીમાંથી નીકળ્યો ત્યારે મેં ખાખી વરદી પહેરી હતી પણ મારી એ માન્યતા પાછળથી ખોટી નીકળી. ઘેર જવાનું હોવાથી મેં ચાલુ પોશાક જ પહેર્યો હતો.'

'અને તમારી ડાયરી તો મોટરસાઇકલથી થોડે દૂર પડેલી મળી આવી હતી.'

'હા, એ જ તો મુસીબત થઈ. મારી ઓળખાણની એક પણ નિશાની મારી પાસે રહી નહોતી. અને બીજી મુસીબત એ થઈ કે ચાર-છ દિવસમાં જ કાશ્મીરના મોરચે ઘૂસી આવેલા ગેરીલા સામે જંગ ફાટી નીકળ્યો એ અંધાધૂંધીમાં હું અહીંથી ત્યાં ભટકતો રહ્યો. તેમાં એક બંગાળીબાબુનો ભેટો થઈ ગયો. એમનું નામ ગાંગુલીસાહેબ. પટણામાં કસ્ટમ ખાતાના ઉપરી હતા. એ જાત્રા કરવા આ તરફ આવેલા. રસ્તામાં તેમની મોટર ખોટવાઈ ગઈ હતી. કોણ જાણે કેમ પણ મને એમની મોટર રિપૅર કરવાનું સૂઝી આવ્યું. એ મારા કામ પર ખુસ થયા. મને મોટર ચલાવતાં આવડે છે એમ જાણીને મને સાથે લઈ લીધો. થોડા દિવસમાં તેમને માર પર વિશ્વાસ બેસી ગયો. મારા વિશે પૂછપરછ કરી ત્યારે મેં એટલું જ કહ્યું કે મારું કોઈ ઘરબાર નથી, કોઈ સગુંવહાલું નથી... હું બહુ ઓછું બોલતો એટલે મને દુઃખી માનીને એ બિચારા બહુ પૂછતાછ કરતા નહીં.'

ત્યાં રવિ અટક્યો. વસુંધરાને થયું કે એકધારું બોલવાને કારણે એને રોકાવું પડ્યું છે એટલે ટિપાઈ પર પડેલા જગમાંથી પાણીનો પ્યાલો ભરીને તેની સામે ધર્યો.

રવિએ હસીને પ્યાલો લીધો. પણ પીતાં પહેલાં થોડી વાર વસુંધરાને નીરખતો રહ્યો. બન્નેને પરસ્પરનું આ અંતર વિચિત્ર લાગતું હતું. પતિપત્ની હોવા છતાં, એકબીજામાં ઓતપ્રોત થઈ જવા ઝંખતાં હોવા છતાં દૂર બેસીને પાંચ વરસ પહેલાંની ઘટના ચર્ચી રહ્યાં હતાં. બન્નેને એ ખટકતું હતું. છતાં પાંચ વરસની જુદાઈની ખાઈ ઓળંગીને ફરી એકબીજા સાથે જોડાઈ જવા માટે એ જરૂરી

હતું. વિશ્વાસનો પુલ બાંધવા માટે થોડી ધીરજ રાખવી પડે તેમ હતી.

રવિ પાણીનો પ્યાલો ગટગટાવી ગયો.

'બાકીની વાત હું ઝડપથી ટૂંકમાં કહી દઉં છું.' તેણે ઘડિયાળમાં જોતાં શરૂ કર્યું: 'ગાંગુલીસાહેબના કુટુંબ સાથે હું પટણા ગયો. તેમના મનમાં હતું કે હું કાશ્મીર પાછો ફરી જઈશ. પણ મનમાં પુરાણી માયા ભૂંસાઈ ગઈ હતી, સૌ સાથેના રિશ્તાની દોરી કપાઈ ગઈ હતી. મારે મન કાશ્મીર કે પટણા બધું જ સરખું હતું. નામ-ઠામ અને મંઝિલ વગરના એક મુસાફરની જેમ ભટક્યા કરવા કરતાં જેમણે વગર ઓળખાણ-પિછાણે મારા પર વિશ્વાસ મૂક્યો તેમની સેવા બજાવીને જિંદગી શું કામ વિતાવી ન દેવી? આખરે મેં ગાંગુલીસાહેબને બધી જ વાત કહી દીધી. એ તરત જ સમજી ગયા કે હું યાદશક્તિ ગુમાવી બેઠેલો કોઈ ભણેલોગણેલો ખાનદાન ઘરનો માણસ છું. કદાચ કોઈક મારાં સગાંવહાલાં મારી રાહ જોતાં હશે, મને શોધતાં હશે એમ માનીને તેમણે અખબારમાં મારા ફોટા સાથે જાહેરખબર છપાવી કે આ વ્યક્તિને જે કોઈ ઓળખતું હોય તે નીચેના સરનામે સંપર્ક સાધે. પણ કુદરતને મારી કસોટી કરવી હશે કે પછી આપણા નસીબમાં એવો કપરો વિયોગ લખાયો હશે તે છાપાની જાહેરખબરનો કોઈ જવાબ ન મળ્યો અને ગાંગુલીસાહેબે માની લીધું કે હવે મારા માટે નવી જિંદગી શરૂ કરવા સિવાય બીજો માર્ગ રહ્યો નહોતો.

'તેમણે જ મારું નામ ગુમનામ રાખ્યું. થોડો વખત મગજના સ્પેશ્યાલિસ્ટ ડૉક્ટરની સારવાર કરાવી છતાં યાદદાસ્ત પાછી આવવાની કોઈ આશા ન રહી ત્યારે મોટરડ્રાઇવિંગનું કામ છોડાવી તેમણે મને કસ્ટમ ખાતામાં રાખી લીધો. મારી દરેક કામગીરીથી એ ખુશ થતા. હું નિશાનબાજી જાણું છું; જોખમમાં ઝંપલાવતાં ડરતો નથી—એ બધું જોયાજાણ્યા પછી તેમણે મારી બઢતી કરવા માંડી.'

રવિ શ્વાસ ખાવા રોકાયો પણ વસુંધરાની અધીરાઈ હવે તીવ્ર બની ચૂકી હતી. તેનાથી એ વિરામ ખમાયો નહીં: 'પછી શું થયું રવિ? શું આટલાં વરસ તમે એકલવાયી જિંદગી જ વિતાવી?'

'હું જાણું છું વસુ, તને શું જાણવાની સૌથી વધારે ફિકર છે.' રવિનો અવાજ ઘટ્ટ બની ગયો: 'મારા જીવનમાં બીજી કોઈ સ્ત્રીએ સ્થાન લીધું છે કે નહીં એ સવાલ તને સતાવી રહ્યો હોય એ સ્વાભાવિક છે. મારી યાદદાસ્ત પાછી આવી—હું કોણ છું અને મારે પત્ની તથા એક પુત્રી હતી એની સ્મૃતિ તાજી થતાંવેંત જ તમને મળવા ધસી આવવાની તડપ વધી ગઈ હતી. છતાં મેં ધીરજ રાખી. પત્ર લખીને તમને બોલાવવાની હિંમત ન ચાલી, કારણ કે મને પણ એક

ડર હતો... કદાચ જીવનનો બોજ તું એકલા હાથે નહીં ઉપાડી શકી હો, મારું સ્થાન હવે તારા સંસારમાં બીજા કોઈથી પુરાઈ ગયું હશે. આવા બધા વિચાર તનેય આવ્યા હતા. આમાં વિશ્વાસ-અવિશ્વાસનો સવાલ જ નહોતો. સંજોગની મજબૂરી એક વિધવાને બીજો જીવનસાથી શોધવાની ફરજ પાડે એટલે પહેલા પુરુષ તરફ તેનો પ્રેમ ઓછો હતો એવું માનનારો પુરુષ હું નથી.'

રવિ બોલતો હતો ત્યારે વસુંધરા માથું ઝુકાવી—પાંપણ ઢાળી દઈ નીચું જ જોઈ રહી હતી.

'પણ વસુ, હું આડી વાતે ચડી ગયો. પહેલાં તારા સવાલનો જવાબ આપી દઉં. તું તો એક સ્ત્રી છો. ગુમાવી બેઠેલા પુરુષની યાદમાં, એની નિશાની જેવી પુત્રીના ઉછેરમાં એકલવાયી જિંદગી જીવી જવાની હિંમત તેં તો કરી... પણ મારી પાસેથી તો કુદરતે ભૂતકાળ જ ઝૂંટવી લીધો હતો. કોઈની યાદનો સહારો જ રહેવા નહોતો દીધો છતાં મારા જીવનમાં કોઈ સ્ત્રીએ પ્રવેશ ન કર્યો હોય એમ કોઈ પણ માનવા તૈયાર ન થાય.'

અને વસુંધરાની ડોક ઝાટકા સાથે ઊંચી થઈ. તેના કાળજે જાણે ફટકો પડ્યો હોય તેમ એ થથરી ગઈ: પોતાને જે પાછું મળ્યું છે એમ માનીને મનમાં હરખાતી હતી એ શું હવે પોતાનું નથી રહ્યું? શું બીજા કોઈનો હક્ક તેના પર સ્થાપિત થઈ ગયો છે?'

તેની આંખોમાં લાચારી ઊપસી આવી, હૈયામાંથી એક ઊંડો નિસાસો નીકળી ગયો: અરે ભગવાન, તેં મને કેવી કસોટીમાં મૂકી દીધી!

રવિ તેના મનોભાવ પામી ગયો હોય તેમ ઉતાવળે બોલી ઊઠ્યો: 'પણ ના વસુ! કુદરતે આટલા બધા દુઃખમાં એટલી રાહત બક્ષી છે કે આજે હું તારો મટી ગયો નથી.'

વસુંધરાની આંખો ઉત્તેજનાથી ચમકી ઊઠી. મન પર તોળાઈ રહેલા બોજનો પહાડ જાણે ક્ષણવારમાં હઠી ગયો. તેના ચહેરા પર તાજગીની લાલી પ્રસરાવા લાગી.

'ગાંગુલીસાહેબે મારું ઘર વસાવવા બેત્રણ વાર કહેલું: ક્યાં સુધી આમ એકલવાયું જીવન જીવવું છે? એવું પૂછીને સમજાવતા: તું હા પાડે તો તારે લાયક કન્યા શોધી આપું. હજુ તું જુવાન છે. અત્યારે કદાચ મિત્રોના સહવાસમાં અને કામના જુસ્સામાં જીવનસંગાથીની ખોટ તને નહીં વર્તાય, પણ પાછલી જિંદગીની એકલતા બહુ વસમી હોય છે. રવિ! ક્યાં સુધી આમ ખેંચી શકીશ? આવા સવાલોના જવાબ હું ટાળતો રહ્યો. પણ કોણ જાણે કેમ મનમાં જીવનસાથી માટે

ઉમળકો જ જાગતો નહોતો! મિત્રો મશ્કરી કરતા ત્યારે અકળામણ અનુભવતો, કોઈક વાર કહી દેતો કે જોજો એક દિવસ કોઈ છોકરીને પરણી આવું છું કે નહીં!'

'અને છતાં તમે કોઈને પરણ્યા નહીં!' વસુંધરાએ પહેલી વાર મજાકના સૂરમાં સવાલ પૂછ્યો: 'કે પછી કોઈ છોકરી તમારી નજરે ચડી નહોતી?'

'તું આવી મજાક કરે છે એ મને ગમ્યું.' રવિએ નિરાંતનો શ્વાસ છોડતાં કહ્યું: 'આજે મને થાય છે કે કુદરતે મને બચાવી લીધો. કદાચ હું પરણી બેઠો હોત તો શું થાત?'

'બે સ્ત્રીઓના પતિ તરીકેનો અનુભવ માણવા મળત!' વસુંધરાએ મરક મરક હસતાં રમૂજ છેડી: 'ખરી રીતે તમને હવે એમ ન કરવા માટે અફસોસ થવો જોઈએ.'

'અચ્છા!' લહેકાથી કહેતો રવિ ઊભો થયો. ખૂણામાં ગોળ ટિપાઈ પર પડેલી ફૂલદાનીમાંથી એક રંગીન ફૂલ ચૂંટી કાઢ્યું. પછી ધીમા પગલે, ફૂલ સૂંઘતો સૂંઘતો વસુંધરાની ખુરશી પાછળ જઈને ઊભો રહ્યો. વસુંધરાએ ત્રાંસી નજરથી તેની હિલચાલ જોઈ છતાં ચૂપચાપ બેસી રહી. રવિએ હળવેકથી તેના અંબોડામાં ફૂલ ખોસી દીધું ત્યારે લગ્નની પહેલી રાત જેવી રોમાંચક ઝણઝણાટી તેણે અનુભવી. શરમાઈને તે નીચું જોઈ ગઈ.

'વસુ, હવે તું એમ કહે છે કે બે સ્ત્રીઓ સાથે જિંદગી જીવવાનો મને અનુભવ મળત, પણ અત્યાર સુધી તું મનમાં ફફડતી હતી એ કાંઈ મારાથી છાનું નથી રહ્યું. સાચું કહું તો મનમાં ઊંડે ઊંડે એક શ્રદ્ધા હતી.'

'શી?'

હવે જવાબ આપવા રવિ સામે આવ્યો: 'મગજના નિષ્ણાત ડૉક્ટરે એટલી આશા આપી હતી કે ફરીવાર પહેલાંની જેમ કોઈક અકસ્માત થાય અને મગજના ભાગ પર અમુક રીતે ચોટ લાગે તો કદાચ તમારી યાદશક્તિ પાછી આવે... પણ આ આશા આપીને ઉમેર્યું હતું કે આવું ભાગ્યે જ બને છે. હા, સિનેમા અને વાર્તામાં આવું વારંવાર બનતું હોય છે.

'તને કદાચ નવાઈ લાગશે વસુ, ભગવાનને હું પ્રાર્થના કર્યા કરતો કે મારા જીવનમાં કોઈ એવો અકસ્માત સર્જી દે કે જે કાં તો મને મોત આપે યા તો મારી યાદદાસ્ત પાછી મેળવી આપે... છતાંય મનમાં તલભાર પણ આશા નહોતી કે ખરેખર કુદરત આવો કોઈ ચમત્કાર સરજી જશે. સાચું કહું તો હું કસ્ટમ ખાતાના કામમાં વધુ ને વધુ જોખમોમાં એટલા માટે જ ઝંપલાવતો હતો કે મૃત્યુના ભય પર મેં મનથી વિજય મેળવી લીધો હતો. મરીને મારે કાંઈ જ

ગુમાવવાનું નહોતું એવી લાપરવાહી સાથે હું જીવતો હતો અને આવા એક જોખમે જ મને ટ્રેન-અકસ્માતમાં મૃત્યુના મુખ સુધી પહોંચાડી દીધો. ટ્રેનના પાટા પર હું અધમૂઓ પડ્યો હતો. મારા બચી જવાની કોઈને આશા નહોતી. કદાચ મને બચાવી લેવાની કોઈએ પરવા સુધ્ધાં કરી ન હોત. પણ એ જ ટ્રેનમાં મુસાફરી કરતી એક સ્ત્રીને બરાબર એ જ સમયે જીવલેણ અકસ્માત નડ્યો હોવાથી મારી સારવાર પર વધુ પડતું ધ્યાન અપાયું અને હું જીવી ગયો.'

છેલ્લું વાક્ય સાંભળીને વસુંધરાને ટટ્ટાર થતી જોઈ રવિ અટક્યો. ચકળવકળ કીકીએ વસુંધરા તેની સામે ધારદાર નજરે જોવા લાગી: 'આ અકસ્માત ક્યારે, કઈ તારીખે અને ક્યાં થયો હતો રવિ?'

રવિ લુખ્ખું હસ્યો: 'હું જાણું છું તું શેની ખાતરી કરવા માટે એ પૂછી રહી છે.'

'ના, ના, રવિ! તમે ખોટું ધારો છો.' વસુંધરાએ ઉતાવળે ખુલાસો કર્યો: 'તમારી કોઈ વાતમાં મને રતીભાર પણ શંકા ઊપજી નથી. હું તો બીજી એક બાબતની ખાતરી કરવા માટે જ અકસ્માતનું સ્થળ અને સમય જાણવા માગું છું.'

'હું પણ તને એ જ બાબતનો ઇશારો કરી રહ્યો હતો વસુ! મારા માટે શંકા જાગે કે ન જાગે એ જુદી વાત થઈ. બાકી અકસ્માતમાં જે જોગાનુજોગ સર્જાયો છે એ સાંભળીને તું આઘાતનો આંચકો અનુભવીશ જ. એ અકસ્માતે તારી એક પ્રિય વ્યક્તિને ઝૂંટવી લીધી છે તો બીજી ગુમાવેલી પ્રિય વ્યક્તિને પાછી મેળવી આપી છે!'

વસુંધરાની આંખો પહોળી થઈ, તેના હોઠ ધ્રૂજવા લાગ્યા.

'હા વસુ! તારી પ્રિય સખી અનુરાધાનું મૃત્યુ મારી સ્મૃતિ પાછી લાવી આપવાના અકસ્માતમાં નિમિત્ત બની છે.'

હેબતાઈ ગયેલી વસુંધરાના શરીરમાં ઝણઝણાટી વ્યાપી ગઈ. રોકી રાખેલાં આંસુ આંખોના કિનારા છલકાવી પુરજોસમાં ધસી આવ્યાં. તેનાં એ આંસુ અને આક્રંદે રવિના ભીતરનેય ભીંજાવી દીધું. થોડી વાર તેને રડવા દઈને એ ઊઠ્યો. નજીક જઈને તેના માથા પર હાથ પસવાર્યો. તેનાં આંસુ લૂછ્યાં. છતાંય વસુંધરાનું આક્રંદ અટક્યું નહીં ત્યારે તેનું માથું પોતાની છાતી પર દાબી દઈ રવિએ હૂંફાળું આશ્વાસન આપ્યું. વસુંધરા થોડી શાંત થઈ એટલે વાત આગળ વધારી:

'તને વધુ આઘાત લાગે એવું બન્યું કે અકસ્માત પછી હું ભાનમાં નહોતો આવ્યો ત્યાં સુધી સૌ એમ જ માનતા હતા કે અનુરાધાનું મૃત્યુ મારા હાથે થયું છે,'

આંચકા સાથે વસુંધરાની ડોક ઊંચી થઈ. તેણે આંસુ ખરડાયેલી આંખે રવિ સામે જોયું. રવિએ નિસાસો નાખ્યો: 'હા વસુ, મારી ફેવરના કેટલાક પુરાવા ન

મળ્યા હોત, મારો ક્લીન રેકોર્ડ મારી મદદે ન આવ્યો હોત અને અનુરાધાને ઊંઘમાં ચાલવાની આદત ન હોત તો કદાચ હું એક ખૂની ઠરી ચૂક્યો હોત.'

વસુંધરાને આ આઘાત પચાવી જતાં થોડી વાર લાગી. માનવામાં ન આવે એવી રીતે બની ગયેલા બનાવોની કડી મેળવવા મગજ કસવું પડ્યું. વચગાળાના એ સમયમાં રવિએ બન્ને માટે ચા મંગાવી. વસુંધરા હાથ-મોં ધોઈને સ્વસ્થ થઈ. છતાં ચા પીતાં પીતાં એ વિચારમાં જ ખોવાયેલી રહી. થોડી ગડમથલ બાદ તેણે કહ્યું:

'હવે તો ડૉક્ટરસાહેબ તમને જોતાવેંત ઓળખી જશે ને?'

'ના, એમણે મને એકે વાર જોયો નથી. હૉસ્પિટલમાં હતો ત્યારે મારા આખા ચહેરા પર પાટા વીંટેલા હતા. હું ભાનમાં આવ્યા બાદ પોલીસે મારું બયાન લીધા પછી બીજા દિવસે એ કલકત્તા છોડી ગયા હતા એટલે મને એ ઓળખી નહીં શકે.'

ફરી વસુંધરા વિચારમાં પડી ગઈ.

'પણ આમ પૂછવાનો તારો હેતુ શું છે, વસુ!'

વસુંધરાએ ઊંડો શ્વાસ લઈને છોડાતાં કહ્યું: 'હું તમને એમની પાસે ઓળખાણ કરાવવા લઈ જવાનું વિચારતી હતી. અનુબહેનનાં માતાજીનેય આ ખુશખબર આપવા માગતી હતી.'

'ના વસુ, આ વખતે એ રહેવા દે.' કહીને રવિએ તેની સામે એક ડાયરી ધરી: 'તું પહેલાં આ ડાયરીનું લખાણ બરાબર વાંચી લેજે. વચગાળાનાં પાંચ વર્ષમાં જે કાંઈ બની ગયું તેની નોંધ આમાં મેં રાખી છે. બીજા અકસ્માત પછી એ પાંચ વર્ષની બધી જ યાદ હવે હું ખોઈ બેઠો છું. ડાયરી લખવાની આદત રાખી હતી એટલે તને આ બધું કહી શક્યો.'

રવિ થોડું અટક્યો. વસુંધરાએ હજુ તેના હાથમાંથી ડાયરી લીધી નહોતી.

'ટ્રેનના અકસ્માતમાં શું બન્યું હતું તે પોલીસના રિપોર્ટ પરથી અને કસ્ટમખાતાના મારા સાથીઓ પાસેથી જાણીને મેં તને કહ્યું. ડાયરીમાં ગાંગુલીસાહેબનું સરનામું છે. હું ઇચ્છું છું કે એક વાર તું પટણા જઈને એમને અને એમનાં ઘરનાંઓને મળી આવ. મારા વિશે ઘણી બધી વાત તેમની પાસેથી તને જાણવા મળશે.'

'તમે જે કહ્યું એથી વિશેષ કાંઈ જાણવાનું બાકી રહે છે ખરું?'

વસુંધરાએ હસીને પૂછ્યું, પણ રવિ હજુય ગંભીર હતો: 'જાણવા કરતાંય એમને મળીને તને આ બધી વાતની ખાતરી મળી રહેશે.'

'મને ખાતરી થઈ ચૂકી.' વસુંધરાએ રવિના હાથમાંથી ડાયરી લઈને બાજુમાં

મૂકતાં કહ્યું: 'હવે તો તમારે મારું એક જ કામ કરવાનું બાકી છે.'

'શું?' રવિએ ઉત્સુકતાભેર પૂછ્યું: 'જે કહેશે તે કરીશ.' કાંઈક શોધતી હોય તેમ વસુંધરાએ આસપાસ નજર કરી, પછી હળવેકથી રવિના પગ પાસે આવીને બેસી ગઈ: 'જરા મૅનેજરને ફોન કરીને એક ચીજ મંગાવી આપશો?'

રવિએ તેના ચહેરા તરફ ડોક ઝુકાવી લાગણીભર્યા અવાજે પૃચ્છા કરી: 'કઈ ચીજ વસુ?'

'કંકુની એક શીશી...' વસુંધરાનો અવાજ પણ ભીંજાવા લાગ્યો: 'મારા આ કોરા કપાળ પર આજે તમારા હાથે ચાંદલો કરાવવો છે.'

બોલતાં બોલતાં તેની પાંપણ પર હર્ષનાં આંસુ ચમકી ગયાં. રવિ લાગણીનીતરતી નજરે તેના કપાળ તરફ ઝૂક્યો. તેના હોઠ પોતાના મુખ નજીક આવી ગયા એટલે વસુંધરાએ આંખો મીંચી દીધી અને બીજી જ પળે રવિના હોઠ તેના કપાળ પર ચંપાઈ ગયા. લાગણીભર્યા એ ચુંબને વસુંધરાના આત્માને ચંદનના તિલક જેવી ટાઢક બક્ષી.

'વસુ, અત્યારે તો આ ચાંદલો બસ છે!' રવિએ મુખ ઊંચું કરતાં કહ્યું: 'ફરી મળીશું ત્યારે કંકુથી નહીં પણ મારા જમણા હાથના અંગૂઠાના રક્તથી હું તારા કપાળમાં કુમકુમ પૂરીશ.'

વસુંધરાની બિડાયેલી પાંપણો ઊઘડી ગઈ. આંખોમાં ફિકર ફરકી ગઈ: 'એટલે શું તમે આજે જ જવા માગો છો!'

'માત્ર આજે નહીં, કલાકમાં જ મારે નીકળી જવું પડશે.' રવિએ એના વાળની લટને રમાડતાં કહ્યું: 'મારી જ વાત કરવામાં મેં ઘણો સમય લીધો. તારી કથની તો સાંભળી નહીં.'

'મને લાગે છે કે તમે મારા વિશે બધું જાણી-સંભાળીને જ અહીં આવ્યા છો. હવે મારી પાસેથી શું સાંભળવું છે!'

'જુદાઈનાં આ વર્ષમાં તેં અનુભવેલી વ્યથા-વેદના તારા સિવાય બીજું કોણ કહી શકવાનું હતું... આપણી સ્મિતાએ પણ એના પપ્પા વિશે પૂછપરછ કરીને તને ખૂબ પજવી હશે.'

'સ્મિતા?' જાણે મિલનમાં પહેલી જ વાર દીકરી યાદ આવી હોય તેમ વસુંધરા ચમકી ગઈ: 'તમે એનું નામ પણ જાણી લીધું!'

'અરે હું એને જોઈ પણ આવ્યો!' રવિએ તેને વધારે વિસ્મયમાં નાખી દીધી. 'પહેલાં ગુલમર્ગમાં આપણું બંધ ઘર બહારથી જોઈ આવ્યો. આડોશીપાડોશી તો મને જોઈને એવાં ભડકી ગયેલાં કે જાણે ભૂત આવ્યું હોય! જ્યારે ખાતરી થઈ

કે ખરેખર હું જીવતો-જાગતો સાજો-સારો પાછો આવ્યો છું ત્યારે આખી શેરીના લોકો વીંટળાઈ વળ્યા. પૂછપરછ કરવા લાગ્યા પણ સ્મિતા વિશે જ જાણવું હતું એ જાણીને હું ત્યાંથી સરકી ગયો. સૌને કહેતો આવ્યો કે હવે વસુંધરાને લઈને આવીશ ત્યારે નિરાંતે બધું કહી સંભળાવીશ.'

'શું તમે સ્મિતાને મળવા ગયા હતા? એ બિચારી તો તમને જોઈને હેબતાઈ ગઈ હશે... ફોટામાં તેણે તેમને જોયા છે એટલે તમને ઓળખી તો ગઈ હશે...'

એકીશ્વાસે વસુંધરાએ બધું જાણી લેવા પૂછ્યું. જેના જવાબમાં રવિએ માથું ધુણાવ્યું: 'ના, મેં સ્મિતાને દૂરથી જ જોઈ લીધી. પૂછપરછ કરીને એટલું જાણી લીધું કે સ્મિતા કોણ છે? સ્કૂલના ચોગનમાં એ નાચતીકૂદતી સ્ફૂર્તિથી રમતી હતી. મને થયું કે બસ એને જોયા જ કરું, નજીક જઈને તેને છાતીએ ચાંપી દઉં, તેના ગુલાબી ગોળમટોળ ગાલને ચૂમીઓ ભરી લઉં, તેને ખભે બેસાડીને આનંદથી નાચું-કૂદું... પણ ના વસુ, મેં એવું કાંઈ જ કર્યું નહીં. મારે લાગણીના ઊભરાને દાબી રાખવો પડ્યો, દૂરથી જ આંખ ઠારીને હું પાછો ફરી ગયો.'

બન્નેની આંખો ત્યારે ફરી ભીની થઈ. ગળું ખંખેરીને રવિએ આગળ કહ્યું: 'કારણ કે મારે હોહા નહોતી કરવી... હવે સ્મિતા સાથે તું જ મારી ઓળખાણ કરાવજે.'

'પણ તમે મને હવે અહીં એકલી મૂકીને શું કામ જવા માગો છો?' વસુંધરાએ ઊભાં થઈને સામે બેઠક લીધી. તેના અવાજમાં મીઠો ઠપકો હતો: 'પાંચ વરસ મને જુદાઈમાં રિબાવ્યાં છતાં તમને ધરવ નથી થયો? આજની રાત રોકાઈ જાવ. કાલે સવારે હું તમારી સાથે ચાલી નીકળું છું. જમ્મુ સાથેની મારી લેણ-દેણ હવે પૂરી થઈ ગઈ. આમેય તે મારું મન હવે અહીં લાગતું નથી... અનુરાધાબહેન ચાલ્યા ગયા પછી અહીંથી મન ઊઠી ગયું છે એટલે જ ભગવાને જુઓને લેવા માટે તમને મોકલી આપ્યા.'

'તારી હાલત હું જાણું છું—સમજું છું વસુ!' રવિએ નિસાસો નાખ્યો: 'પણ આપણા મિલન આડે હજુ એક વિઘ્ન બાકી છે. મારે મારી જાતને હજુ અહીંયાં જાહેરમાં ખુલ્લી કરવાની નથી. તારે પણ કોઈને કહેવાનું નથી કે હું પાછો આવી ગયો છું.'

વસુંધરાને એ ખટક્યું: 'એવું શું કામ?'

રવિ થોડી વાર ખામોશ રહ્યો. તેના મૌને વસુંધરાને ઉચાટમાં નાખી દીધી. એવું કયું વિઘ્ન છે જે મારાથી તે છાનું રાખવા માગે છે? શું હજુ પણ મારી કોઈ કસોટી બાકી છે?

'ચિંતા કરવા જેવું કાંઈ જ નથી વસુ!' રવિએ તેને ધરપત આપતાં કહ્યું: 'મિલિટરી અને પોલીસ તરફથી મને કહેવામાં આવ્યું છે કે મારે હજુ થોડો વખત જમ્મુમાં જાહેર ન થવું.'

'પણ જમ્મુમાં જ શું કામ?'

'તેનું કારણ તને કહું.' રવિએ પેન્ટના ખિસામાં હાથ નાખ્યો. બહાર કાઢીને તેની સામે મુઠ્ઠી ઉઘાડતાં કહ્યું: 'જો આ વીંટી!'

વસુંધરાની આંખો ફાટી રહી. કપાળમાં કરચલી વળવા લાગી: 'અરે આ તો ડૉક્ટરસાહેબની વીંટી છે. તમારી પાસે ક્યાંથી આવી?'

રવિ મલક્યો: 'તને ખાતરી છે કે આ ડૉક્ટર રોશનલાલની જ વીંટી છે?'

'હા! હા! કાયમ તે આ વીંટી પહેરે છે. સગાઈ વખતે તેમને અનુબહેનના ઘર તરફથી એ ભેટ મળેલી.' કહેતી અચાનક વસુંધરા અટકી ગઈ. ચકળવકળ આંખે વીંટી જોયા કરતી રહી: 'પણ કલકત્તાથી આવ્યા પછી એમના હાથમાં આ વીંટી ફરી દેખાઈ નથી.'

'એની પણ તને ખાતરી છે?' ઉત્સાહભેર રવિએ પૂછ્યું.

'હા-હા! મને ઘણી વાર પૂછવાનું મન થતું કે સાહેબ, તમે વીંટી પહેરવાનું કેમ બંધ કરી દીધું? પણ પૂછી શકતી નહીં. મેં અનુમાન કર્યું કે અનુબહેનના અવસાન પછી તેમણે એ સાચવીને મૂકી રાખી હશે.'

રવિએ હસતાં હસતાં સાચવીને વીંટી ખિસ્સામાં સેરવી દીધી. ત્યારે વસુંધરા ધારદાર નજરે તેનો ચહેરો તાકવા લાગી:

'પણ રવિ, તમારી પાસે એ ક્યાંથી આવી? તમે આમ રહસ્યમય ઢબે વીંટી દેખાડીને પાછી ખિસ્સામાં કેમ મૂકી દીધી? શું બાબત છે... મને નહીં કહો!'

વસુંધરા હાંફવા લાગી. રવિને થોડીવાર ખામોશ રહેવું પડ્યું. શું શું કહેવું — કઈ રીતે કહેવું એનો વિચાર કરી લીધો, પછી ગંભીર થઈ ગયો:

'ઘવાયેલી હાલતમાં રેલવેલાઇન પરથી હું બેહોશ મળી આવ્યો ત્યારે મુઠ્ઠીમાં આ વીંટી પડી હતી. પોલીસ એમ માનતી હતી કે એ મારી છે. મારું નામ રવિ ચોપરા કહ્યા પછી એમને ખાતરી થઈ કે 'આર' અક્ષર કોતરેલી વીંટી મારી જ હોઈ શકે. મેં સમજાવ્યું કે એ વીંટી મારી નથી... પણ તેમણે એ માન્યું નહીં. કદાચ મારી યાદદાસ્ત પાછી આવી તેમાં આટલી અધૂરપ રહી ગઈ હશે એવી દલીલ કરી અને મને પરાણે આ વીંટી વળગાડી.'

'લાવો હું ડૉક્ટરસાહેબને એ આપી દઈશ. વીંટી જોઈને એ બહુ ખુશ થશે.'

'ના... ના!' રવિએ ઉગ્ર અવાજે ઇન્કાર કર્યો: 'તને મેં આ વાત કરી છે

પણ તારે કોઈની સમક્ષ વીંટીનો ઉલ્લેખ સુધ્ધાં કરવાનો નથી. ડૉક્ટરસાહેબને તો એનો જરા સરખો વહેમ પણ ન આવવો જોઈએ.'

વસુધરા છંછેડાઈ ગઈ: 'રવિ! તમે મારાથી કાંઈક છુપાવો છો. તમને મારા પર વિશ્વાસ નથી. આ બધું શું છે મને સમજાવો. આ રહસ્ય મારું કાળજું કોરી ખાશે. મને જંપવા નહીં દે.'

રવિના હોઠ ભિડાયા. વસુંધરાને આ બધું ન કહેવાનું નક્કી કરીને એ આવ્યો હતો પણ હવે તેનું મન પીગળવા લાગ્યું. જે સ્ત્રીએ પોતાના વિયોગમાં પાંચ પાંચ વરસની એકલવાયી જિંદગી બીજા કોઈ પણ પુરુષના સહારા વિના વિતાવી, પોતે કદી પાછો આવવાનો નથી એમ જાણવા છતાં માત્ર મારી યાદના આધારે આ બોજ ખેંચતી રહી તેનાથી કાંઈ પણ છાનું રાખતાં તેનો જીવ ડંખ્યો. ન કહેવાથી વસુંધરાનો સંતાપ વધી જશે. ભલે એ સ્ત્રી છે છતાં એ મનને મક્કમ રાખી શકે છે. તેની સાથે આવો અન્યાય કેમ થઈ શકે?

'વસુ! હું જે કહું તે જાણ્યા પછી તું એને જીરવી શકીશ? ઝેરને પચાવવું બહુ મુશ્કેલ હોય છે. કોઈની પાસે આનો ઉલ્લેખ કરીશ અથવા તારા ચહેરા પરથી પણ જો કોઈ એ રહસ્ય વાંચી લેશે તો હું અને તું જિંદગીભર પસ્તાયા કરશું.'

વસુંધરાને હવે ખ્યાલ આવ્યો કે ખરેખર બાબત બહુ ગંભીર છે. મનને પૂછવા માટે એ થોડું થંભી ગઈ. દ્વિધામાં પડી ગઈ. ન જાણીને મૂંઝાયા કરીશ અને જાણી લીધા પછી તેને છુપાવી રાખવાના ઉચાટમાં ગભરાયા કરીશ. થોડી વારની ઉલઝન પછી તેણે ફેંસલો કરી લીધો:

'જો તમારી હયાતી વિશે હું બધાથી છાનું રાખી શકું તો પછી આ વીંટીનું રહસ્ય કેમ જીરવી ન શકું? રવિ! તમને સ્મિતાના સોગંદ પર ખાતરી આપું છું કે ઝેર હશે તોપણ હું હસતાં હસતાં પચાવી જઈશ... બોલો!'

'આ વીટીમાં અનુરાધાના ખૂનનું રહસ્ય છુપાયેલું છે.'

જાણે પગમાં સાપ વીંટળાયો હોય તેમ વસુંધરા ભડકીને અર્ધી ઊભી થઈ ગઈ: 'અનુબહેનનું ખૂન? તમે શું વાત કરો છે!'

ધડક ધડક થતી છાતી તેને જોરથી દાબી રાખવી પડી.

'વસુંધરા, આ વાત તને નહોતી કરવાની છતાં મેં કહી છે. તારી સખીનું મૃત્યુ ઊંઘમાં ચાલવાથી થયું હોય એમ માનવા પોલીસ તૈયાર નથી.'

'તો શું ડૉક્ટરસાહેબ...' વસુંધરાના હોઠ કાંપવા લાગ્યા. એ પૂરું બોલી શકી નહીં.

'એ હજુ નક્કી થઈ શક્યું નથી. કેટલાક સજ્જડ પુરાવા મેળવવાના બાકી છે.

અને એ પુરાવા મળી ગયા પછી પતિ-પત્ની તરીકે આપણું મિલન થઈ જશે.'

પાંચ-દસ મિનિટ સુધી વસુંધરા આઘાતની અસરમાં વલોવાતી રહી. તેની જીભ સુકાઈ ગઈ. મગજમાં શૂન્યતા છવાઈ ગઈ. અનુરાધાની માના શબ્દો તેના કાન પર હથોડાની જેમ અફળાવા લાગ્યાઃ મારી દીકરીને એણે જ મારી નાખી છે. તમે બધાં ભલે ન માનો પણ ઈશ્વર તેને એનો બદલો આપ્યા વિના નહીં રહે...

એ શબ્દોના પડઘા સહેવાયા નહીં ત્યારે વસુંધરા સડાક કરતી ખુરશી પરથી ઊભી થઈ ગઈઃ 'રવિ, હવે તમે ખાતરી રાખજો કે આ વાત મારા મનમાં જ ભંડારી રાખીશ. એટલું જ નહીં, પોલીસ જે પુરાવાની શોધમાં છે એની કોઈ કડી હાથ કરવા માટે પણ હું સતત સજાગ રહીશ.'

રવિએ નજીક જઈને તેનો હાથ પકડી લીધોઃ 'પણ તું એ માણસથી બહુ સાવધ રહેજે.'

'તમે મારી ફિકર ન કરતા.' વસુંધરાએ તેને હાથ દાબીને ધરપત આપીઃ 'અનુબહેનનું સાચે જ ખૂન થયું હોય તો અપરાધીને હાથકડી ન પડે ત્યાં સુધી હું આ તમારો હાથ ફરી હાથમાં નહીં લઉં.'

અને વસુંધરાએ રવિથી જુદા પડતાં પહેલાં એક નજર નાખીને પગ ઉપાડ્યા. રૂમમાંથી બહાર નીકળવા માટે તે બારી પાસેથી પસાર થતી હતી ત્યાં તેના પગ અચાનક અટકી ગયા. તેની નજર બારી બહાર સામેની ટેકરી પર જડાઈ ગઈ. બે આકૃતિ ટેકરી પરના મંદિરમાંથી બહાર આવતી દેખાઈ... એ દૃશ્યે તેને પગથી માથા સુધી ધ્રુજાવી દીધી. તેના હોઠ ભિડાયા, મનમાં રોષ ભભૂકી ઊઠ્યોઃ

ડૉક્ટરસાહેબ ખરા બપોરે શામલી સાથે મંદિરમાં દર્શન કરવા શું કામ આવ્યા?

'ત્યાં શું જોઈ રહી છે?'

રવિના સવાલે તેને સજાગ કરી ત્યારે આંખો સામેનું એ દૃશ્ય ખંખેરી નાખતી વસુંધરાએ માથું ધુણાવ્યુંઃ 'જે પુરાવાની આપણે વાત કરતા હતા તેમાંનો એક પુરાવો ત્યાં દેખાય છે. તમે પણ જોઈ લો.'

કહીને વસુંધરા ઉતાવળા પગલે રૂમની બહાર નીકળી ગઈ. જતાં જતાં તેણે રવિ સામે છેલ્લી નજર પણ ન નાખી, કારણ કે તેના ભીતરમાં જ્વાળામુખી ભભૂકી રહ્યો હતો.

* * *

૧૫

એ રવિવાર વસુંધરા માટે જિંદગીનો સૌથી યાદગાર દિવસ બની ગયો. વાદળઘેર્યા ઘનઘોર આકાશમાં મધરાતે એકાએક સૂરજ ઊગી નીકળે અને બધો જ અંધકાર વીખરાઈ જાય તેમ રવિના અણધાર્યા પુનર્મિલનથી તેની જિંદગીમાં સર્વત્ર ઉજાસ-ઉજાસ ફેલાઈ ગયો. કોઈના માનવામાં ન આવે એવું સદ્‌ભાગ્ય તેને સાંપડ્યું હતું. દુનિયા આખીમાં ઢંઢેરો પીટવાનું મન થાય એવો આનંદ ઊછળતો હોવા છતાં તેને એ બધું છાનું રાખવાનું હતું! જાણે સપનામાં આવીને રવિ ચાલ્યો ગયો તેમ, જાણે કાંઈ જ બન્યું નથી એ રીતે તેણે વર્તવાનું હતું, કારણ કે રવિના મેળાપે તેને અનહદ આનંદ સાથે એક ઘેરો વિષાદ પણ આપ્યો હતો. અનુરાધાનું મોત ડૉક્ટર રોશનલાલના હાથે થયું હોવાની દૃઢ આશંકાએ તેના કોમળ દિલને હચમચાવી દીધું હતું. અનુરાધાનું ખૂન કરવાના ડૉક્ટરના કાવતરામાં પોતે અજાણતાં નિમિત્ત બની હોય એવો અજંપો તેના જીવને પજવી રહ્યો હતો.

માજી કેટલીય વાર કરગર્યાં હતાં કે મારી અનુ હવે કલકત્તાથી ક્યારેય જીવતી પાછી નહીં આવે—જમ જેવો જમાઈ પ્લાસ્ટિક ઑપરેશનના બહાને તેનું કાસળ કાઢી નાખશે... પણ જનેતાની એ અંતરવાણીને પૂર્વગ્રહપ્રેરિત વહેમ ગણીને મેં ધ્યાન ન આપ્યું. ડૉક્ટર રોશનલાલનું અસલી સ્વરૂપ હું ઓળખી ન શકી. અરે અનુરાધાનેય હું ખોટાં આશ્વાસન આપતી રહી, ડૉક્ટરસાહેબનાં ખોટાં વખાણ કરતી રહી... મેં જરા સરખી આનાકાની દેખાડી હોત, જો પ્લાસ્ટિક સર્જરી માટે પ્રોત્સાહન આપ્યું ન હોત તો અનુબહેન કદાચ એ વિચાર માંડી વાળત.

આનંદ અને શોક વચ્ચે ભીંસાતા હૈયે વસુંધરા ઘેર પહોંચી ત્યારે માજી બપોરની ઊંઘ લઈને ઊઠી ગયાં હતાં. વસુંધરાને ઘરમાં પગ મૂકતી જોઈને

સાવિત્રીબાએ હિંડાળો ધીમો પાડ્યો.

'ખરા બપોરે ક્યાં ચાલી ગઈ હતી, વસુ?'

વસુંધરાએ જવાબ વિચારી રાખ્યો નહોતો એટલે સૅન્ડલનાં બકલ છોડવાને બહાને નીચાં નમીને મોં છુપાવી દીધું. માજીથી બધું જ છાનું રાખવાનું નક્કી તો કર્યું પણ એ કેટલું મુશ્કેલ હતું તેનો ખ્યાલ હવે આવ્યો:

'પાણી પીને આવું છું.' કહેતી એ સીધી રસોડામાં ચાલી ગઈ. કાંઈ કહેતાં પહેલાં ગોવિંદને પૂછી લેવાની તેની ગણતરી હતી. તેણે માજીને શું અને કેટલું કહ્યું છે એ જાણી લેવું હતું, પણ ગોવિંદ દેખાયો નહીં ત્યારે પાણી પીને તેને માજીનો સામનો કરવો પડ્યો. હસતી હસતી એ હિંડોળા પર તેમની બાજુમાં બેસી ગઈ:

'આજે તમે ઊંઘ ઓછી લીધી કે શું?' વસુંધરાએ હીંચકો ચગાવતાં કહ્યું: 'ક્યારનાં જાગી ગયાં?'

'આજે ઊંઘ જ ક્યાં આવી છે... બારણાં બંધ કરીને આંખો મીંચી રાખવાથી ઊંઘ થોડી આવી જાય છે! રવિવારે તું ઘેર હોય છે એટલે તારું મન મનાવવા પથારીમાં પડી રહું છું.'

વસુંધરા માજીને બોલતાં રાખીને વાતનો કોઈક વિષય શોધી રહી હતી. પણ તેમાં એ ફાવી નહીં. સાવિત્રીબા પેલો સવાલ વિસર્યાં નહોતાં:

'મોટરસાઇકલનો અવાજ સાંભળ્યા પછી થોડી વારે હું ઓરડામાંથી બહાર આવી, પણ તું ઘરમાં દેખાઈ નહીં. ગોવિંદને પૂછ્યું ત્યારે ખબર પડી કે કોઈક તને મળવા આવેલું.'

હજુ સુધી જવાબ જડતો ન હોય તેમ વસુંધરા ચૂપ રહી.

'વસુ, કોણ મળવા આવ્યું હતું? ગોવિંદ કહેતો'તો કે કોઈ પોલીસવાળા સાહેબ હતા!' પૂછતાં પૂછતાં માજીએ તેની સામે જોયું. વસુંધરાએ ચહેરા પર સ્વસ્થતા જાળવી રાખીને સાંભળ્યા કર્યું: 'ગોવિંદ એમ પણ કહેતો'તો કે રિક્ષા મંગાવીને તું કોઈને મળવા બહાર ગઈ છો.'

'માજી!' વસુંધરાને થયું કે હવે મૂંગા રહેવાથી એમનો જીવ કોચવાશે: 'હું તમને બધી જ વાત કરીશ પણ હમણાં નહીં—પછી.'

'પછી!' સહેજ ચમક્યાં હોય તેમ માજીની આંખો પહોળી થઈ: 'વસુ, હું પૂછ-પૂછ કરું એટલે તારે કહેવું જોઈએ એવું નથી... ન કહેવા જેવું હોય તો પછી પણ નહીં કહેતી.'

'નહીં-નહીં માજી, તમારાથી મારે શું છાનું રાખવાનું હોય,' વસુંધરાનો અવાજ ગળગળો થઈ ગયો: 'કોઈ પણ વાત સૌ પહેલાં મારે તમને જ કરવાની

હોય. પણ દરેક વાતને માટે કોઈક અનુકૂળ સમય હોય છે.' માજીએ હળવો નિસાસો નાખ્યો: 'મને તો હતું કે પોલીસવાળા સાહેબ આવ્યા છે એટલે અનુના અકસ્માત બાબત પૂછપરછ કરવી હશે.'

વસુંધરા ફરી ખામોશ થઈ ગઈ એટલે માજીને પોતાનું અનુમાન સાચું લાગ્યું: 'હું જાણું છું, પોલીસવાળા પાસે હું ગમે તેમ બોલી ન નાખું એટલે તું મને એનાથી આઘી રાખે છે... પણ દીકરી, મારી જગ્યાએ તું હોતને તો તારાથી પણ વસમો ઘા સહન ન થાત... મારી આંતરડી કેવી કકળે છે એની બીજાને શું ખબર પડવાની.'

'મને બધી જ ખબર પડે છે, માજી.'

'તારું એ જ તો દુઃખ છે, વસુ!' માજીએ રોષ નહીં પણ દર્દભર્યા અવાજે કહ્યું: 'તું સૌનું ભલું ઇચ્છતી ફરે છે. અહીં સગી દીકરીની જેમ મારી સેવા કરે છે અને ત્યાં ડૉક્ટરના દવાખાનામાં સાચા દિલથી કામ કરે છે. અહીંની લાગણી અને ત્યાંની ફરજ વચ્ચે તારી જાતને તું બરાબર સમતોલ રાખવા મથે છે; પણ દીકરી, એ ડૉક્ટરને તું બરાબર ઓળખતી નથી એટલે વફાદારીનું વધુ પડતું મૂલ ચૂકવી રહી છે.'

'તમારી વાત સાચી છે.' વસુંધરાની જીભ તો કચરાઈ ગઈ પણ તરત જ સજાગ બની ગઈ: 'ઘણી વાર મને થાય છે કે દવાખાનાની નોકરી છોડી દઉં. મારા વગર ત્યાં હવે બધું બરાબર ચાલવાનું છે. તમને કહ્યું નથી, પણ હું બીજી નોકરીની તલાશમાં જ રહું છું. એક જગ્યાએ અરજી પણ કરી આવી.'

આનો અર્થ માજીએ એ કર્યો કે વસુંધરા અત્યારે એ માટે જ કોઈકને મળવા ગઈ હતી અને બધું પાકું કરીને જ તે પોતાને જાણ કરવા માગે છે... તેમણે છણકો કર્યો:

'એનો અર્થ એ થયો કે તું મને તારી સગી મા જેવી માનતી નથી.' અવાજમાં રૂંધામણ આવી ગઈ: 'અને વાત પણ સાચી છે. તને મારા માટે દયાની જ લાગણી છે. જાણે અનુરાધા પ્રત્યેનું ઋણ તું એની માની સેવા કરીને ચૂકવી રહી હોય એ રીતે તારે આ ઘરમાં રહેવું છે.'

વસુંધરા ચોંકીને તેમની સામે જોવા લાગી. પણ માજીના કહેવાનો મતલબ તેને પાછળથી સમજાઈ:

'જો વસુ, તારે હવે બીજી કોઈ નોકરી કરવાની નથી. તારે આ ઘરમાં રહેવું હોય તો મારી દીકરી થઈને રહે. જે કાંઈ મારું છે તેને જો તું તારું ન માનવાની હો તો મારે તને દીકરી માનવાની પણ જરૂર નથી.'

'પણ માજી, મારી વાત તો સાંભળો.' વસુંધરા તેમને કાંઈક સમજાવવા જતી હતી પણ માજી કાંઈ જ સાંભળવા તૈયાર ન થયાં:

'નોકરી માટે જ્યાં અરજી કરી આવી હો ત્યાં જઈને એ અરજી પાછી લઈ આવ. હવે મારી મરજી વિના તને હું આવું કાંઈ જ કરવા દેવાની નથી.'

એમની એ લાગણીએ વસુંધરાની આંખો છલકાવી દીધી. તેમને વળગી પડીને, એમના ખોળામાં માથું મૂકીને ખૂબ ખૂબ રડી લેવાની ઇચ્છા જાગી, પણ તેણે સંયમ રાખવો પડ્યો. આંસુ લૂછી નાખવાં પડ્યાં.

'તને કહી દઉં છું વસુ, કાલે જઈને તારે તારા ડૉક્ટરનેય કહી દેવાનું છે કે હવેથી તેં એની નોકરી છોડી દીધી.'

'પણ મને થોડો સમય તો આપો.' વસુંધરા કરગરી: 'એમ એકાએક નોકરી છોડી દઉં તો દવાખાનાને ફટકો પડશે. ગમે તેમ તો એ ક્લિનિક સાથે અનુરાધાબહેનનું નામ સંકળાયેલું છે.'

'મારે તારી કોઈ વાત સાંભળવી નથી. મેં આપણા વકીલને કાલ સવારે ઘેર મળવા બોલાવ્યા છે. કાલથી મારી મિલકતનો બધો જ વહીવટ તારે સંભાળવાનો છે.'

'નહીં માજી, મને તમે એ બોજામાં નહીં નાખતાં.' હાથ જોડતી હોય તેમ વસુંધરા બોલી ઊઠી: 'મારી એવી અગ્નિપરીક્ષા ન કરતાં. હું તમારા પગે પડું છું.'

ત્યારે માજી હિંડોળા પરથી ઊભાં થઈ ગયાં.

વસુંધરા તેમની પાછળ પાછળ ગઈ: 'મારી એક વિનંતી સાંભળો. હમણાં નોકરી છોડાવવાની જીદ ન કરો. મને એકાદ મહિનાનો સમય આપો. હું તમને ખાતરી આપું છું—અનુબહેનના સોગંદ પર કહું છું કે મને મારું એક કામ પતાવી લેવા દો ત્યાર પછી હું આપોઆપ ત્યાંથી છૂટી થઈ જઈશ.'

માજી ધારદાર નજરે તેની સામે જોઈ રહ્યાં. વસુંધરાનું એક વાક્ય તેમણે આબાદ પકડી રાખેલું: 'ત્યાં રહીને તું કયું કામ પતાવવા માગે છે, વસુ?'

વસુંધરાને પોતાની ભૂલ સમજાઈ ગઈ. પોતાનો ચહેરો ચાડી ખાઈ જશે એવી બીક લાગી. આડું જોઈને તે એટલું જ બોલી: 'મારે એક ફરજ પૂરી કરવાની છે. સમય આવશે એટલે હું તમને બધું જ કહી દઈશ.'

માજી પામી ગયાં કે વસુંધરા કંઈક છુપાવી રહી છે. છાનું રાખવાનું તેના સ્વભાવમાં નથી એટલે કોઈ ખાસ વાત હોવી જોઈએ.

'ભલે, એક મહિનો ત્યાં કામ કરી લે... પણ કાલે દવાખાને જઈને તારા ડૉક્ટરને જાણ કરી દેજે કે એક મહિના પછી તું નોકરી છોડી દેવા માગે છે.'

'અત્યારથી એ કહેવું જરૂરી છે?'

'કહેવા સામે તને કાંઈ વાંધો છે?'

વસુંધરા પાસે એમની દલીલનો કોઈ જવાબ નહોતો એટલે નમતું જોખવું પડ્યુંઃ 'ભલે ડૉક્ટરસાહેબ પાસે બહાનું કાઢીશ કે એક મહિના પછી હું જમ્મુ છોડી જવા માગું છું.'

ત્યારે માજી મલક્યાંઃ 'પણ હું તને જમ્મુ છોડવા દેવાની નથી એ યાદ રાખજે.'

વસુંધરા સામું મરકીઃ 'ભલે, યાદ રાખીશ.'

*

ડૉક્ટર રોશનલાલ બેહદ ખુશ હતો. જિંદગીની સૌથી મોટી ઝંખના આગલી સાંજે પરિપૂર્ણ થઈ ચૂકી હતી. શામલીના જોબનને પોતે સંપૂર્ણપણે કબજે કરી લીધું હતું. શંકરના મંદિરમાં જઈને મનથી પરણી ગયા પછી શામલીએ વિના સંકોચે તેનું સર્વસ્વ પોતાને અર્પણ કરી દીધું હતું. અત્યાર સુધી તેના દરેક દાવ સવળા પડતા હતા. તેમાં શામલીને હાથ કરી લીધા પછી તો તેને થયું કે પૂરેપૂરી બાજી પોતે જીતી ચૂક્યો છે. લોકો ધીમે ધીમે અનુરાધાના મૃત્યુને વીસરી રહ્યા છે. તેમ હળવે હળવે શામલી તરફનો અણગમો પણ ઓસરી જશે... શામલી મા બનવા અધીરી થઈ છે તેમ ઘેર મા પણ નવી વહુ લાવવા વલખાં મારે છે. હા, એક પિતાજી એવા છે કે અનુરાધાની યાદને વળગી બેઠા છે. એના જેવી વહુ હવે કોઈ મળશે નહીં—એમ કહીને અનુરાધાનું રટણ કર્યા કરે છે... અને બીજી પેલી વસુંધરા!

વસુંધરાને યાદ કરતાં જ રોશનની આંખોમાં તણખા ઝર્યા. અહીં હવે તેનું કોઈ કામ નથી, હું તેને બહુ મહત્ત્વ આપતો નથી છતાં એ જવાનું નામ કેમ લેતી નથી! કામ કરે છે ક્લિનિકમાં અને રહે છે અનુરાધાની મા સાથે... સાદીસીધી દેખાતી એ સ્ત્રી અંદરખાનેથી ઘણી ઊંડી નીકળી! મારી સામે એ કોઈ ચાલ ખેલતી હશે તો તેને ભારે પડી જવાની. તેને ખબર નથી કે મારા માર્ગમાં જે કાંટો બનીને વિઘ્ન ઊભું કરવા મથે છે તેને હું નિશ્ચિંતપણે ઉખેડી નાખું છું! માત્ર આ ક્લિનિકમાં જ નહીં, અનુરાધાના પિયરમાંથીય હું તેનો પગ કઢાવીશ. બદનામ કરીને તેને જમ્મુ છોડાવીશ.

'ગુડમૉર્નિંગ, ડૉક્ટરસાહેબ!'

રણકા સાથે વસુંધરા ક્લિનિકમાં દાખલ થઈ ત્યારે રોશન ઓછપાઈ ગયો... આજે પોણા આઠ વાગ્યામાં એ આવી ગઈ! તેણે પરાણે હસીને ગુડમૉર્નિંગ કહેવું પડ્યું. ત્રાંસી આંખે તેણે વસુંધરાનો ચહેરો નીરખી લીધોઃ

'સિસ્ટર, આજે કાંઈ તું બહુ ખુશમિજાજમાં દેખાય છે!'

ડૉક્ટરની ટકોર સાંભળીને અંદર જતી નર્સના પગ અટક્યા. રોજ કરતાં એ જરા વધારે મીઠું હસી: 'ડૉક્ટરસા'બ, આજે તમે ખુશમિજાજમાં છો, એટલે કદાચ હું તમને એવી દેખાતી હઈશ... બાકી મારું તો રોજના જેવું છે. સુખ-દુઃખમાં સમથલ!'

બોલી ગયા પછી વસુંધરાને ખ્યાલ આવ્યો કે પોતે જરૂર કરતાં વધુ કહી નાખ્યું. ડૉક્ટરસાહેબને પોતાના વર્તનમાં નજીવોય ફેરફાર વર્તાવા દેવો નહોતો: મનથી હું આ માણસને નફરત કરું છું, પણ ઉપરથી મારે આદર દેખાડવાનો છે.

થોડી વાર પછી ટેબલ પરથી દર્દીઓના કેસપેપરનો થોકડો લેવા તે પાછી આવી ત્યારે તેનો લાંબાયેલો હાથ આંચકા સાથે અધ્ધર રહી ગયો. ડૉક્ટર રોશનલાલના જમણા હાથની ત્રીજી આંગળી પર વીંટી જોઈને તે એવી તો ભડકી કે ગમે તેટલા પ્રયાસ છતાં ચહેરા પરનો થરકાટ છુપાવી ન શકી. વીંટી પર કોતરેલો 'આર' અક્ષર લોહચુંબકની જેમ તેની કીકીઓમાં ચોંટી ગયો: 'આ વીંટી તો ગઈ કાલે મેં રવિ પાસે જોઈ હતી અને અત્યારે ડૉક્ટરની આંગળીમાં ક્યાંથી આવી ગઈ?'

'આમ બાઘાની જેમ શું જોયા કરે છે?

રોશને તેને તંદ્રામાંથી જગાડી ત્યારે વસુંધરાએ માથું હલાવી વીંટીના વિચારને ખંખેરી નાખવો પડ્યો. તેને પોતાની ભૂલ સમજાઈ ગઈ. હસતાં હસતાં જે સૂઝ્યું તે કહી દીધું: 'સૉરી ડૉક્ટરસાહેબ, બે દિવસથી માથામાં અણધાર્યો આંચકો લાગે છે. કામ કરતાં કરતાં અચાનક ક્ષણવાર માટે મગજમાં શૂન્યતા છવાઈ જાય, શરીર ખોટું પડી જાય અને હાથપગમાં જડતા આવી જાય.'

ડૉક્ટર રોશનલાલને નવાઈ લાગી: 'સિસ્ટરને એકાએક આ દર્દ ક્યાંથી લાગુ પડી ગયું? માનસિક રોગ તો નથી વળગ્યો ને?'

ડૉક્ટરના બોલમાં કટાક્ષ હતો છતાં વસુંધરાએ કેસપેપર્સ લેતાં સીધો જ જવાબ આપ્યો: 'શરીર છે, ક્યારે શું થઈ જાય તે કેમ કહેવાય?'

'પણ અહીં તું રોજ સંખ્યાબંધ લોકોને દવા આપે છે અને તારી પોતાની તબિયતનું ધ્યાન કેમ નથી રાખતી?' પછી હળવેકથી ઉમેર્યું: 'તને વાંધો ન હોય તો હું તપાસી જોઉં.'

'ના રે ના!' વસુંધરા એવી રીતે બોલી ગઈ કે જાણે રોશન હમણાં જ તેને તપાસવા અંદર લઈ જવાનો હોય; 'થૅન્ક્સ, ડૉક્ટરસાહેબ, પણ આપણને શરીરની આવી આળપંપાળ પરવડે નહીં. થોડા દિવસમાં સરખાઈ આવી જશે.'

કહીને વાતનો અંત લાવવા એ અંદર જવા લાગી, પણ રોશનલાલ તેને એમ કહી છટકી જવા દેવા માગતો નહોતો: 'સિસ્ટર, ઇફ યુ ડોન્ટ માઇન્ડ... વગર તપાસ્યે હું એક ઉપાય સૂચવી શકું એમ છું.'

ત્યારે વસુંધરા અટકીને પ્રશ્નસૂચક દૃષ્ટિએ તેની સામે જોઈ રહી. ઉપાય જાણવાની તેની ઉત્કંઠાને ચગાવતો હોય તેમ રોશને સિગારેટ સળગાવવાને બહાને થોડી ઢીલ કરી. પાછી ધુમાડા ફંગોળતાં કહી દીધું: 'તને વિધવા થયાને કેટલાં વરસ ગયાં હશે સિસ્ટર?'

વસુંધરા આ સવાલ માટે તૈયાર નહોતી. ડૉક્ટરને પોતાની ક્રૂર મજાક કરવાનું સૂઝ્યું તે એને ડંખ્યું. પોતે હવે વિધવા રહી નથી એ સંભળાવી દેવાનું મન થયું, પણ તરત જ જીભ સંભાળી લીધી: 'ડૉક્ટરસાહેબ, તમે તો એ જાણો છો. મારી સ્મિતાને હમણાં જ પાંચ પૂરા થયાં.'

હવે તેને ડૉક્ટરનો ઇલાજ જાણવાની ઉત્કંઠા રહી નહોતી. એ શું કહેવા માગે છે તે સમજી ગઈ હતી. છતાં વિવેક ખાતર ઊભી રહી જે સંભળાવે તે હસતાં હસતાં ઝીલી લેવાની તૈયારી કરી લીધી.

'તારી રહેણી-કરણી અને ખાણી-પીણી એટલી સંયમિત છે સિસ્ટર કે તને કોઈ શારીરિક રોગ થવાનો સંભવ નથી. તારો સ્વભાવ પણ શાંત અને નિરુપદ્રવી છે એટલે માનસિક રોગ પણ ન થવો જોઈએ... છતાં લાંબા સમયની એકલતા-અતૃપ્ત રહેલી ઝંખના જ્યારે બોજ બની જાય છે ત્યારે માનસિક સંતુલન—આઇ મીન, મેન્ટલ બૅલેન્સ ગુમાવી બેસવાનો ભય રહે છે.' તેણે અટકીને ફરી સિગારેટના એકબે કશ લીધા અને સ્મિતને દબાવી રાખતાં ઉમેર્યું: 'એટલે તને મારી સલાહ છે કે કોઈક જીવનસાથી શોધી કાઢ... હું તારી જગ્યાએ હોઉં તો આટલાં વરસ ખેંચી ન શકું.'

વસુંધરા તેની સામે ધારદાર નજરે જોઈ રહી ત્યારે રોશનને ભાન થયું કે છેલ્લું વાક્ય ઉચ્ચારવામાં પોતે ભૂલ કરી બેઠો હતો. એમ કહેવાની શી જરૂર હતી કે તારી જગ્યાએ હું હોઉં તો આટલા વરસ ખેંચી ન શકું?

'ડૉક્ટરસાહેબ, મારી અને તમારી વાત જુદી છે.' વસુંધરાએ ઠાવકાઈથી સંભળાવી દીધું: 'તમે રહ્યા પુરુષ, જ્યારે હું સ્ત્રી છું. અમે કોઈની યાદને એમ સહેલાઈથી ખંખેરી શકતાં નથી.'

જવાબ સંભળાવીને વસુંધરા પોતાના કામે ચડી ગઈ. જોકે આખો દિવસ તેના મગજમાં પેલી વીંટી ઘૂમરાયા કરી. તેને થોડી ફિકર પણ થવા લાગી. રવિ પાસેથી એ વીંટી ડૉક્ટર સુધી કઈ રીતે પહોંચી હશે? કલકત્તાથી આવ્યા પછી

આજ પહેલી વાર તેમના હાથમાં એ વીંટી જોઈ. તો શું પોતે રવિને હૉટેલમાં મળી આવ્યા પછી કાંઈક એવું બની ગયું હશે? રવિ અને ડૉક્ટરની મુલાકાત થઈ હશે? કે પછી ડૉક્ટરસાહેબે અગાઉ જેવી જ બીજી વીંટી બનાવડાવી લીધી હશે? પોતે વીંટી જોઈને ચોંકી ગઈ એ વાત ડૉક્ટરસાહેબે પકડી પાડી હશે તો? કોઈ દિવસ નહીં ને આજે જ તેમણે મને નવો જીવનસાથી શોધી લેવાની સલાહ શા માટે આપી?

ઘણાબધા સવાલો વચ્ચે મન ગૂંચવાઈ ગયું ત્યારે વસુંધરાએ હોઠ ભીડીને જાતને ઠપકો આપ્યો: તું શંકા-કુશંકાઓ કર્યા કરીશ તો ડૉક્ટર તારું રહસ્ય પકડી પાડશે. અનુરાધાના ખૂનના પુરાવા મેળવવામાં રવિને સાથ આપવો હોય તો મન મક્કમ કરી લે, કાંઈ જ બન્યું નથી એ રીતે નિર્લેપ થઈ જા. બનાવટ કરતાં શીખી જા... સીધી-સાદી સ્ત્રી રહીશ તો તારું કર્તવ્ય પૂરું નહીં થઈ શકે. એક કપટી પુરુષ સાથે તારે કામ પાડવાનું છે.

અને વસુંધરા ફરી જુસ્સામાં આવી ગઈ.

*

'વસુબહેન, તમારો પત્ર!'

વસુંધરા બાથરૂમમાંથી નાહીને નીકળી એટલે ગોવિંદે એક પરબીડિયું ધર્યું. તેણે ઉતાવળે કવર હાથમાં લઈ લીધું. ઉપર પોતાનું જ નામ લખ્યું છે તેની ખાતરી કરીને એ ફોડવા જતી હતી ત્યાં સામે ઊભેલા ગોવિંદ પર નજર પડી એટલે તે અટકી ગઈ. તેનો સંકોચ સમજી ગયેલો નોકર રસોડા તરફ જવા લાગ્યો ત્યાં વસુંધરાને ખ્યાલ આવ્યો કે આજે તો રવિવાર છે, રજાને દિવસે ટપાલ ક્યાંથી આવી? ફરી પરબીડિયાની આગળપાછળ નજર ફેરવી. ના, એ એક્સ્પ્રેસ ડિલિવરી નહોતી. અરે, તેના પર ટિકિટ કે ટપાલની છાપ પણ ક્યાંય દેખાઈ નહીં.

'ગોવિંદ ઊભો રહે, આ કવર કોણ આપી ગયું?'

નોકર જરા ખચકાયો હોય તેમ ઊભો તો રહ્યો પણ પાછળ ફર્યા વિના જ જવાબ આપી દીધો: 'તમે નહાતાં હતાં ત્યારે કોઈ છોકરો તમારું નામ લેતો આવેલો અને કવર આપીને ચાલ્યો ગયો.'

'કોણ હતો એ છોકરો?'

ત્યારે પણ ગોવિંદે પાછું જોયા વિના જ કહ્યું: 'ખબર નહીં, કોઈ અજાણ્યો છોકરો લાગ્યો.'

હવે વસુંધરાનું કુતૂહલ કૂદવા લાગ્યું. તેના મગજમાં ઝબકારો થયો, શું રવિએ તો ચિઠ્ઠી નહીં મોકલી હોય? શું એ ફરી પાછા જમ્મુ આવ્યા હશે?

ઝટપટ પોતાના ઓરડામાં જઈને તેણે પરબીડિયું ફોડ્યું અને અધ્ધર શ્વાસે ટચૂકડો પત્ર વાંચી ગઈ:

'પ્રિય વસુ,

ગયા રવિવારે આપણે મળ્યાં હતાં ત્યાં હમણાં જ આવી પહોંચ. હૉટેલનો રૂમ નંબર તને યાદ હશે, યાદ ન હોય તો નીચે રમેશ વર્માના નામે પૂછપરછ કરી લેજે. તાકીદનું કામ છે; વિલંબ કરતી નહીં.'

ચાર લીટીની એ ચિઠ્ઠી વસુંધરા ફરી ફરીને અનેક વાર વાંચી ગઈ. રવિએ નીચે પોતાનું નામ લખ્યું નહોતું એટલે ખાતરી થઈ ગઈ કે એ રવિનો જ પત્ર છે. અક્ષરમાં તેને તફાવત લાગ્યો પણ પાંચ વરસની વિસ્મૃતિ દરમિયાન કદાચ તેના અક્ષર બદલાઈ ગયા હશે. હૉટેલમાં તેણે પોતાનું નામ સુધ્ધાં બદલી નાખ્યું હતું.

વસુંધરાનો આનંદ ઊછળવા લાગ્યો. રવિનો આટલો જલદી મેળાપ થવાનું તેણે ધાર્યું નહોતું. સાથે સાથે ઉચાટ પણ જાગ્યો: એવું તે શું તાકીદનું કામ આવી પડ્યું? ડૉક્ટરસાહેબ વિશે જ કાંઈક હશે... કદાચ ખૂનના પુરાવા મળી ગયા હશે! કદાચ...

કપડાં બદલતાં બદલતાં પણ તે જુદાં જુદાં અનુમાનો ઉથલાવતી રહી. માજી પૂજામાં બેઠાં હતાં એટલે તેમને પૂછવા-કહેવાની જરૂર ન લાગી. માત્ર ગોવિંદને એટલી જાણ કરતી ગઈ કે હું હમણાં જ બહાર જઈને આવું છું, માજી પૂજામાંથી ઊઠે એટલે કહેજે કે આવીને રામાયણ સંભળાવીશ, બહુ વાર નહીં લગાડું...

ઑટોરિક્ષામાં જમ્મુ હૉટેલ પહોંચી ત્યાં સુધીમાં તેણે મગજ કસી જોયું. ગયા રવિવારે રવિને પોતે કયા રૂમમાં મળેલી એ યાદ કરી જોયું પણ તેમાં ફાવી નહીં. પછી ખ્યાલ આવ્યો કે તે રવિ ત્યારે તેની રાહ જોતાં નીચે જ ઊભેલા અને પોતે પૂછપરછ કરે એ પહેલાં તો પાછળથી સાદ દઈને મને બોલાવેલી. પછી તેમની સાથે લિફ્ટમાં મને ઉપર લઈ ગયેલા. હું તેમની પાછળ પાછળ રૂમમાં ગઈ હતી. કદાચ અત્યારેય જો રવિ નીચે રાહ જોતા ઊભા હશે તો પૂછપરછ કરવી નહીં પડે.

પણ હૉટેલમાં દાખલ થયા પછી ચારે બાજુ નજર કર્યા છતાં રવિ ક્યાંય દેખાયો નહીં ત્યારે તેને કાઉન્ટર પર રિસેપ્શનિસ્ટને પૂછવું પડ્યું: 'રમેશ વર્માસાહેબ કયા નંબરમાં ઊતર્યા છે?'

'રૂમ નંબર ૩૧૨—ત્રીજા માળે.' પેલાને યાદ હોય તેમ રજિસ્ટર ખોલ્યા

વિના જ કહી દીધું અને ચાવીના ખાનામાં જોઈને ઉમેર્યું: 'અહીં ચાવી દેખાતી નથી એટલે સાહેબ અત્યારે રૂમમાં જ હશે.'

વસુંધરાને એ બધું સાંભળવાની ધીરજ ક્યાં હતી? થૅન્ક્સ કહેવાનો વિવેક સુધ્ધાં વીસરીને તે સીધી લિફ્ટમાં ઘૂસી ગઈ.

ત્રીજે માળે પહોંચીને ૩૧૨ નંબરનો રૂમ શોધી કાઢ્યો. તેને યાદ આવ્યું: ગયા રવિવારે આ જ રૂમમાં અમે મળેલાં... તેનાં અંગેઅંગમાં રોમાંચની ઝણઝણાટી જાગી ઊઠી: ગઈ વખતે નીકળતી વેળાએ હું તેમને સરખું મળી શકી નહોતી. જુદા પડતી વખતે તેનો સ્પર્શ પામવાનુંય ભૂલી ગયેલી, આજે હવે તૃપ્તિ મેળવીને જ પાછી જવાની.

આજુબાજુ જોઈ લેતી વસુંધરાએ કપડાં ઠીકઠાક કર્યાં. ચહેરો લૂછવા જતાં ઉત્તેજનાની લાલી વધારે ઊપસી આવી. દરવાજે ટકોરા મારતી વખતે હૃદય એક-બે ધબકારા ચૂકી ગયું.

ટકોરા મારીને એ અર્ધી મિનિટ જવાબની રાહ જોતી—બારણું ઊઘડવાની આશાએ ઊભી રહી, છતાં અંદર કોઈ હિલચાલ થતી લાગી નહીં ત્યારે તેણે અધીરાઈભર્યા જુસ્સાથી ટકોરા માર્યા.

'યસ, કમ ઇન!' અંદરથી અવાજ સંભળાયો: 'બારણું ખુલ્લું છે.'

વસુંધરાએ ઝાટકા સાથે દરવાજો હડસેલ્યો અને સાચે જ એ ઊઘડી ગયો. પગ ઊપડે એ પહેલાં તો નજર નાના બાળકની જેમ અંદર દોડી ગઈ: સામે સોફા પર એ છાપું વાંચતા બેઠા હતા. પહોળાં કરેલાં અખબારનાં પાનાં આડે તેમનો ચહેરો ઢંકાયેલો હતો. જે મુખ જોવા માટે પોતે તલસે છે તેને રવિ જાણી-કરીને છુપાવી રહ્યા છે. એમની એ શરારત તેને ગમી. પોતાને પણ ગમ્મત સૂઝી હોય તેમ તેણે સૅન્ડલવાળો પગ પછાડીને તેનું ધ્યાન ખેંચવા કોશિશ કરી. છતાં તેણે છાપું મોં પરથી હઠાવ્યા વિના જ કહ્યું: 'કમ એલોંગ સિસ્ટર!'

'સિસ્ટર!' વસુંધરાના પગ ધ્રૂજી ઊઠ્યા. હવે એ અવાજ પણ ઓળખાઈ ગયો હતો: ડૉક્ટરસાહેબ અહીં ક્યાંથી?

ભડકીને ભાગી જવા માગતી હોય તેમ વસુંધરા પીઠ ફેરવે છે ત્યાં રોશનલાલે છાપું બાજુમાં મૂકીને હાક મારી: 'અહીં સુધી આવી છે તો હવે મળતી જા, વસુંધરા!'

ઝાટકા સાથે તેણે ગરદન મરડી. રોશનલાલની નજર સાથે નજર મેળવી. ડૉક્ટરનું લુચ્ચું સ્મિત તેનું કાળજું વીંધી ગયું... જાળમાં ફસાયેલા શિકારને જોઈને ખુશ થતા શિકારીની જેમ રોશન મલકતો રહ્યો:

‘સિસ્ટર, રૂમનું બારણું ખુલ્લું છે, આપણને બન્નેને એકલાં આ હૉટેલમાં કોઈ જોઈ જશે તો વિના કારણ બદનામી થશે.’

છતાં વસુંધરા જડની જેમ ઊભી રહી ત્યારે રોશન ઊભો થયો. ખંધું હસતો હસતો તેની પાસે ગયો. વસુંધરાને ડર લાગ્યો: એ શું કરવા માગે છે? મને અહીં ખોટા બહાને શા માટે બોલાવી હશે? એમનો કોઈ મેલો ઇરાદો તો નહીં હોય ને?

અને રોશને ધક્કો મારીને બારણું બંધ કરી દીધું ત્યારે જાળમાં ફસાયેલી મૃગલીની જેમ વસુંધરા ફફડવા લાગી.

* * *

૧૯

રોશને હૉટેલના કમરાનું બારણું બંધ કર્યું ત્યારે વસુંધરા ભય અને રોષથી તરફડી ઊઠી: આ રીતે મને ફસાવીને એ શું કરવા ધારે છે! બંધ બારણા તરફ ધસી જઈને બહાર ભાગી છૂટવાનો વિચાર આવ્યો, પણ રોશન હસતો હસતો રસ્તો રોકીને ઊભો હતો: 'ના સિસ્ટર, જે કામ માટે બોલાવી છે એ પતાવ્યા વિના નહીં જવા મળે...'

વસુંધરાને કંપારી વછૂટી ગઈ. એ કાંઈક પૂછવા માગતી હતી પણ ધ્રૂજતા હોઠ પરથી શબ્દો ખર્યા નહીં.

'હું પણ ઇચ્છતો નથી કે આપણી મુલાકાતની બીજા કોઈને જાણ થાય.' વસુંધરાએ છટકી જવાનો વિચાર માંડી વાળ્યો છે એવી ખાતરી થઈ ગઈ હોય તેમ રોશને સોફા પર બેઠક લેતાં કહ્યું: 'મને તારા માટે હંમેશાં માન રહ્યું છે.'

'તો પછી આ રીતે અહીં બોલાવવાનો...'

'શું હેતુ હતો એ જાણવું છે ને તારે?' રોશને હસતાં હસતાં કહ્યું: 'તો પહેલાં સોફા પર બેસ... મારા તરફથી તારે બીજી કોઈ બીક રાખવાની જરૂર નથી.'

બેચાર ક્ષણ વસુંધરા તેને નીરખતી રહી. ડૉક્ટરસાહેબના શબ્દો પર વિશ્વાસ કરતાં પહેલાં તેણે એની આંખોમાં ડોકિયું કરી જોયું. તેના ઇરાદા વિશેની શંકા સહેજ ઓછી થઈ, થોડીક ધરપત આવી છતાં સાવધ રહેવાનો સંકલ્પ કરીને જ વસુંધરાએ સામેના સોફા પર બેઠક લીધી: 'બોલો, શું કહેવું છે તમારે?'

'કહેવું નથી, કાંઈક પૂછવું છે.'

હવે વસુંધરા સજાગ થઈ ગઈ. મગજને સતર્ક બનાવી દીધું. મન મક્કમ કરી લીધું: 'પૂછો.'

'સાંભળીને તને હસવું આવશે.' રોશન પોતે જ હસતો હતોઃ 'માત્ર ગમ્મત ખાતર તને આ તકલીફ આપવી પડી.'

વસુંધરા એ વાત માનવા તૈયાર નહોતી છતાં ઠાવકાઈ દેખાડીને ખામોશ રહી.

'યાદ છે સિસ્ટર, થોડા દિવસ પહેલાં જ તેં મને સંભળાવ્યું હતું કે પુરુષોની જેમ અમે સ્ત્રીઓ કોઈની યાદને આટલી જલદી ખંખેરી શકતી નથી?'

વસુંધરા નીચે જોઈ ગઈ.

'એમાં શરમાવાની જરૂર નથી.' રોશને મરકતા હોઠે કહ્યુંઃ 'હું બધું જ જાણું છું.'

અને વસુંધરાની ગરદન ટટ્ટાર થઈ, આંખોનાં ભવાં તણાયાંઃ બધું જાણું છું એનો શું અર્થ કરવો? જ્યાં સુધી એ ખુલાસો ન કરે ત્યાં સુધી પોતે ચૂપ રહેવું. ફરી તેણે ડોક ઝુકાવી દીધી.

'સિસ્ટર, તને કોઈની સાથે પ્રેમ થઈ ગયો છે ને?'

છતાં વસુંધરાએ ડોક ઊંચી ન કરી.

'તારા ચહેરા પરની લજ્જા કહી દે છે કે મારું કહેવું ખોટું નથી.' રોશને સિફતથી વાત આગળ વધારીઃ 'અને એમાં કાંઈ જ ખોટું નથી. મને નવાઈ તો એ લાગી કે તેં ફરી મિલિટરીનો જ માણસ કેમ પસંદ કર્યો?'

હવે વસુંધરાએ એની સામે જોવું પડ્યું. એટલી તો નિરાંત થઈ કે રવિ વિશે હજુ તેને કાંઈ જ જાણ થઈ નથી. એકાએક તેનામાં જુસ્સો પ્રગટ્યો હોય તેમ બધો જ સંકોચ ફગાવીને તેણે એકરાર કરી લીધો. 'તમારી વાત સાચી છે ડૉક્ટરસાહેબ, આટલા વરસ પછી એકલવાયા જીવનનો થાક વરતાવા લાગ્યો.'

'પણ એ માણસનું નામ શું છે?'

વસુંધરાએ મીઠું મલકીને જવાબ શોધી કાઢ્યોઃ 'કેમ ડૉક્ટરસાહેબ, તમે તો એમના નામે ચિઠ્ઠી લખી હતી?'

રોશન ઓછપાઈ ગયો. છતાં ચાલાકી વાપરીઃ મને એમ કે એ કદાચ તેનું બનાવટી નામ હોય... પ્રેમીઓ મોટા ભાગે ખોટા નામે જ હૉટેલમાં રહેતાં હોય છે. પણ તું કહે છે એટલે માની લઉં છું કે તેનું નામ રમેશ વર્મા છે.'

વસુંધરાને ફરી વહેમ જાગ્યોઃ આ માણસ મને ફોસલાવીને વાત કઢાવવા તો નહીં માગતો હોય! તેણે ઊઠવાનો દેખાવ કર્યોઃ 'તો હવે હું જાઉં.'

'નહીં નહીં સિસ્ટર, ઉતાવળ શું છે! આજે આપણું દવાખાનું બંધ છે. આવી વાત ફરી જાહેરમાં તો થઈ નહીં શકે.'

'પણ હવે બાકી શું રહ્યું?'

'આ બધું કેમ બની ગયું એ મારે જાણવું છે. એની ઓળખાણ ક્યાંથી થઈ?'

વસુંધરા વિમાસણમાં પડી ગઈ. ડૉક્ટરસાહેબની શંકાનું પૂરેપૂરું સમાધાન નહીં થાય ત્યાં સુધી પોતાને છુટકારો નહીં મળે, તેનો સાચો ઇરાદો જાણવા નહીં મળે. ઝડપથી તેણે મગજ કસવા માંડ્યું. ખોટું બોલવાની આદત ન હોવા છતાં જીભને આપોઆપ સ્ફુરણા મળી ગઈ:

'એ અને મારા પતિ મિલિટરીમાં સાથે જ હતા. દોસ્તી તો નહીં પણ સારી એવી પિછાણ ધરાવતા હતા.'

'પણ તું તો ચારેક વર્ષથી જમ્મુમાં છો. તારી અને એની મુલાકાત કેવી રીતે—ક્યાં થઈ?'

વસુંધરા ફરી મૂંઝાણી. એ અવારનવાર જમ્મુ આવતા હતા. એમ કહેવાથી જૂઠાણું પકડાઈ જવાનો ડર હતો એટલે બીજું કાંઈક શોધી કાઢવું પડ્યું:

'સ્મિતા પાસે હું દર વર્ષે ગુલમર્ગ જાઉં છું ને ત્યાં એમની મુલાકાત થઈ ગઈ. એ પણ મારી જેમ ઘરભંગ થયેલા છે, એમની પત્ની એક પુત્ર મૂકીને ત્રણેક વર્ષ પહેલાં અવસાન પામી છે. એમનો પુત્ર પણ સ્મિતાની હૉસ્ટેલ સ્કૂલમાં ભણે છે. એ છોકરાને માની જરૂર છે અને મારી સ્મિતાને બાપની...'

'અને તમને બન્નેને એકબીજાની જરૂર છે!' રોશને મજાકની ઢબે બોલીને પૂછ્યું: 'પણ તું એને બરાબર ઓળખે તો છે ને? આઇ મીન, એનું ચારિત્ર્ય, એનો સ્વભાવ વગેરે બરાબર ચકાસી જોયાં છે ને?'

વસુંધરાએ પાંપણના પલકારાથી હા કહી: 'એ ચકાસવા માટે તો નિર્ણય લેવામાં એક વરસ કાઢી નાખ્યું. છેવટે મન માની ગયું. બાકીનું નસીબ પર છોડી દીધું.'

'તો પછી હવે ખાનગીમાં હળવા-મળવાનું શું કામ?' રોશને તીરછી નજરે જોતાં કહ્યું: 'આજે જ આપણા સર્કલમાં હું ખુશખબર ખુલ્લા કરી દઈશ.'

'નહીં નહીં, ડૉક્ટરસાહેબ!' વસુંધરા વ્યાકુળ થઈ ગઈ: 'એવી ઉતાવળ ન કરશો. એ માટે હજુ સમય પાક્યો નથી.'

તેની આનાકાની પર રોશન હસ્યો: 'આવી વાત જાહેર થઈ જાય એટલે આપોઆપ સમય પાકી જાય છે સિસ્ટર! જો ને, મેં તારી ચોરી પકડી પાડી તેનાથી તારો સંકોચ ઊડી ગયો કે નહીં.'

'પણ આ વાત હમણાં તમારા સિવાય કોઈને જણાવશો નહીં... પ્લીઝ ડૉક્ટરસાહેબ.'

રોશનને તેની લાચારી ગમી: 'તો પછી તારે મને છાનું રાખવાનું સાચું કારણ પણ જણાવી દેવું જોઈએ. એ હું કોઈને કહીશ નહીં, બસ!'

પણ વસુંધરાને કહેવા જેવું કારણ જડ્યું નહીં ત્યારે ઠાવકાઈ વાપરવી પડી: 'ડૉક્ટરસાહેબ, પહેલાં તમે મને એ તો કહો, આ વાત તમે કેવી રીતે જાણી ગયા?'

તેની ચાલાકી પર રોશન મલક્યો. હવે તેનેય ઉલઝન થઈ. બાતમી ક્યાંથી મળી એનો વસુંધરાને વહેમ સુધ્ધાં આવવા દેવો નહોતો. છતાં કાંઈ જ ન કહીને તે એની જિજ્ઞાસાને તીવ્ર બનાવવા માગતો નહોતો એટલે ખંધું હસ્યો: 'છાનું રાખવા બધા જ પ્રયાસ છતાં પ્રેમમાં પડેલી સ્ત્રીનો ચહેરો ચાડી ખાઈ જાય છે એ વાત તું ભૂલી ગઈ, સિસ્ટર!'

ડૉક્ટરસાહેબે ઉડાઉ જવાબ આપ્યો છે એ વસુંધરા પામી ગઈ છતાં દલીલ ન કરી. બન્ને એકબીજાને ભ્રમમાં રાખવાની રમત રમી રહ્યાં હતાં. વસુંધરા બને એટલી જલદી હૉટેલના કમરામાંથી બહાર નીકળી જવા અધીરી થઈ હતી એટલે પોતાનું 'પ્રેમપ્રકરણ' છાનું રાખવાનું કારણ તેણે શોધી કાઢ્યું.

'સાહેબ, વાત એમ છે કે સ્મિતા તેના સ્વર્ગવાસી ડેડીને બેહદ ચાહે છે. તેણે એમને કદી જોયા નથી પણ એમનો ફોટો હંમેશાં પોતાની સાથે જ રાખે છે, તેના બાળમાનસ પર એમની છાપ બહુ સજ્જડપણે અંકાઈ ગઈ છે... હવે એકાએક એના ડેડીના સ્થાને બીજાને ખસેડવા એ તૈયાર નહીં થાય. રમેશ તેની સાથે હળીમળીને તેનો પ્યાર જીતી લે ત્યાર પછી જ મારાથી લગ્નનું પગલું ભરી શકાય. નહીંતર બીજાને પામવા જતાં હું મારા એકના એક સંતાનનો પ્યાર ગુમાવી બેસું...'

રોશન સિગારેટ પીતો વિચારમાં પડી ગયો. વસુંધરા હજુ દિલ ખોલીને વાત કરતી નથી, એ તેને ખટક્યું. હવે તેને આઘાત આપવાની જરૂર લાગી. સિગારેટના ધુમાડા ફંગોળીને તેણે ધારદાર નજરે વસુંધરા સામે જોયું.

'તારી અંગત બાબતમાં માથું મારવાનો મારો ઇરાદો નહોતો સિસ્ટર, પણ મારી અંગત બાબતમાં કોઈ માથું મારે તેય મને પસંદ નથી.'

'તમારી અંગત બાબતમાં?' વસુંધરા ચોંકી ગઈ.

'હા, તારો રમેશ કે જે હોય તે, ગયા રવિવારે હૉટેલના આ કમરામાં સામેની બારીમાંથી અમારા પર દૂરબીન માંડીને જોતો હતો.'

વસુંધરા ફફડવા લાગી: શું પોતે હૉટેલમાંથી ચાલી ગયા પછી રવિએ દૂરબીનમાંથી ડૉક્ટર અને શામલીની હિલચાલ જોઈ હશે? ઝડપભેર તેણે ચહેરાના હાવભાવને વ્યવસ્થિત કરી દીધા. પરાણે અજાણી થઈને હસતી બોલી:

'તમારા પર દૂરબીન માંડીને જોવાનું કોઈને શું કારણ હોય ડૉક્ટરસાહેબ? કદાચ એ જમ્મુનું સૃષ્ટિસૌન્દર્ય નિહાળતા હશે. એમને પક્ષીશાસ્ત્રમાં બહુ રસ છે.'

'ત્યારે તો તેં પણ દૂરબીનમાંથી પંખીઓ નિહાળ્યાં હશે?'

તેના સવાલે વસુંધરાને વધારે સજાગ બનાવી દીધી. રોશન શું જાણવા માગે છે એની કડી મળી ગઈ હોય તેમ એ હસી: 'નહીં રે ડૉક્ટરસાહેબ, મને એવો કોઈ શોખ જ નથી. દૂરબીનથી એ કાંઈક જોતા હતા એની જાણ પણ તમે જ કરી, ત્યારે હું અહીં હતી જ નહીં ને.'

રોશનને તેની વાતમાં બનાવટ ન લાગી, કારણ કે તેણે જાતે જ એની ખાતરી કરી લીધી હતી. પોતાને દૂરબીનથી કોઈ જોઈ રહ્યું છે એ જાણી ગયા પછી શામલીને ઝટપટ રવાના કરી પોતે હૉટેલ પર આવી પહોંચ્યો હતો. આ જ કમરાનું બારણું ખટખટાવીને ખોલાવ્યું હતું. પેલાએ દરવાજો ઉઘાડ્યો ત્યારે ઝડપભેર અંદર નજર ફેરવીને બારણું ઉઘાડનારની માફી માગી લીધી હતી: આઇ ઍમ સૉરી, હું બીજી કોઈ રૂમમાં આવી ચડ્યો, કહીને તે સરકી ગયો હતો.

'તો ડૉક્ટરસાહેબ હું જાઉં?' કહેતી વસુંધરા ઊભી થઈ. 'ઘેર માજીને કહ્યા વિના જ નીકળી આવી છું. બહુ મોડું થશે તો પૂછતાછ કરશે.'

'એક મિનિટ!' રોશને સિગારેટને ઍશ... ટ્રેમાં દબાવતાં કહ્યું: 'તેં માજીનો ઉલ્લેખ કર્યો એટલે એક વાત યાદ આવી ગઈ.'

'શું?' વસુંધરાએ ઊભાં ઊભાં જ પૂછ્યું, પણ રોશને તેને ફરી બેસી જવા ઇશારત કરી: 'પહેલાં બેસ તો ખરી.'

'છતાં વસુંધરા ઊભી જ રહી.

'તારા આ પ્રેમપ્રકરણની તેં અનુરાધાની માતાનેય જાણ નથી કરી કે?'

'ના. કોઈને જ નહીં.'

'તો કહી દેજે.'

'કેમ?' વસુંધરાને નવાઈ લાગી: 'એમને હમણાં જાણ કરવાની શી જરૂર છે? એ બિચારાં તો ભગવાનનાં માણસ છે.'

'હા, ભગવાનના માણસને શંકા જાગતાં વાર નથી લાગતી.'

'શેની શંકા?' વસુંધરા સહેજ અકળાઈને પૂછી બેઠી: 'ડૉક્ટરસાહેબ, તમે શું કહેવા માગો છો! સાફ સાફ કેમ નથી કહી દેતા?'

'તારે ઊભાં ઊભાં જ સાંભળવું છે?'

'હા!' તેણે મક્કમપણે કહ્યું: 'તેનાથી કોઈ ફેર નથી પડતો. તમતમારે કહી દો.'

'મેં સાંભળ્યું છે કે અનુની મા તેનું વિલ બનાવી રહ્યાં છે.'

હવે વસુંધરા ટટ્ટાર થઈ ગઈ. આ માણસ મારી પાસેથી શી વાત કઢાવવા માગે છે? હા કે ના—માં જવાબ ન આપવો પડે એમ તેણે કહેવું પડ્યું: 'પણ

ડૉક્ટરસાહેબ, એ વાતને અને મારા પ્રેમ-પ્રકરણને શું લાગે-વળગે?'

'ઘણું લાગેવળગે!' ખંધું હસીને રોશન તેની સામે જોઈ રહ્યો: 'એ વિલમાં પોતાની મિલકતનો બધો વહીવટ તને સોંપવાનાં છે ને!'

'પણ હું હવે અહીં ક્યાં ઝાઝું રહેવાની છું? મારે એવી જવાબદારી શા માટે લેવી જોઈએ!'

'હું તને એ જ કહેવા માગું છું... ધાર કે...'

કહીને રોશન જાણી કરીને અટકી ગયો. તેની ધારદાર નજર વસુંધરાને વીંધી ગઈ: ડૉક્ટરસાહેબ, અર્ધાથી અટકી કેમ ગયા? ધાર કે શું?'

'ધાર કે વિલમાં તને જ બધો વહીવટ સોંપી જાય અને પછી થોડા જ દિવસમાં અણધાર્યું તેમનું મૃત્યુ થઈ જાય તો?'

'હેં!' વસુંધરા આઘાતના ધક્કાથી સોફા પર બેસી પડી. ગુસ્સાથી તેનો ચહેરો રાતોચોળ થઈ ગયો. માજીના મૃત્યુનો વિચાર તેનાથી જિરવાયો નહીં: 'ડૉક્ટરસાહેબ, મહેરબાની કરીને તમે એવી અમંગળ વાણી ન ઉચ્ચારો.'

'મેં તો માત્ર ધારી લેવાની જ વાત કરી હતી. હું રહ્યો ડૉક્ટર... જુવાન માણસનું અણધાર્યું મોત થાય છે, ત્યાં તો અનુરાધાની માતા તો હવે ખર્યું પાન જેવાં છે. દીકરીના મૃત્યુના આઘાતે એમના શરીરને સાવ કથળાવી નાખ્યું છે. મારા કરતાં તું એ વધારે સારી રીતે જાણે છે.'

વસુંધરાએ દાંત નીચે હોઠ દબાવ્યો. કહેવાનું મન થઈ આવ્યું કે તમારે કારણે જ એમની આ હાલત થઈ. અનુરાધાબહેનનું મોત અણધાર્યું થયું ન હતું એ વાત હવે થોડા દિવસોમાં જ ઉઘાડી પડી જવાની છે અને તે પણ માજીની હયાતીમાં જ...

'શું વિચારમાં પડી ગઈ સિસ્ટર?' તેણે એને ચમકાવી: 'મારી કહેવાની મતલબ તને ટૂંકામાં સમજાવી દઉં. સાંભળ... વિલમાં તને વહીવટ સોંપ્યા બાદ અનુની માનું મૃત્યુ થાય તો સૌથી પહેલી શંકા તારા પર જાગશે.'

'શેની શંકા!' હવે વસુંધરા ધ્રૂજી ઊઠી.

'કે માજીની મિલકત હજમ કરી જવા માટે તેં અને તારા મિલિટરીવાળા પ્રેમીએ ભેગાં મળીને એમને ઠેકાણે પાડી દીધાં.'

'ડૉક્ટર!' આંચકા સાથે ઊભી થતી વસુંધરાની આંખોમાંથી અંગારા વરસવા લાગ્યા: 'તમે... તમે આટલી હદે મને હલકટ ધારો છો?!'

ક્રોધના આવેશમાં તેના ગળે ડૂમો ભરાઈ આવ્યો ત્યારે રોશને સંભળાવ્યું: 'હું તને એક સ્ત્રી માનું છું. આ બધું તારી ભલાઈ માટે સમજાવી રહ્યો છું. તારે

ન સાંભળવું હોય તો તું જઈ શકે છે.'

વસુંધરા હોઠ ભીડીને તેના હાવભાવ નીરખવા લાગી. જવા માટે પગ ઉપાડ્યા નહીં. 'હવે વાત પૂરેપૂરી સાંભળીને જ જવું છું, જરાય સ્વસ્થતા ગુમાવ્યા વિના બધું જ સાંભળી લેવું છે.'

'આઈ ઍમ સૉરી ડૉક્ટરસાહેબ, અધૂરી વાતે મારે આમ ઉશ્કેરાઈ જવું ન જોઈએ. તમારું અનુમાન કદાચ સાચુંય હોય. માજી પોતે જ ઘણી વાર કહે છે કે હવે મારી જિંદગીનો ભરોસો નથી. કદાચ એટલે જ વિલ બનાવવાની અધીરાઈ કરતાં હશે.'

રોશનની આંખો હસી ઊઠી. ફરી એક સિગારેટ સળગાવીને તેણે વસુંધરાને શબ્દોના ડામ દેવાની કોશિશ કરી.

'એટલે જ તો હું કહું છું કે તારા પ્રેમી-પ્રકરણની તું માજીને જાણ કરી દે. તારા પર જે આટલો બધો વિશ્વાસ મૂકે છે તેનાથી તું આ કેમ છાનું રાખી શકે?'

'તમારી વાત સાચી છે, હું થોડા દિવસમાં એમને બધું જ કહી દઈશ.'

રોશન માટે એ અણધાર્યો જવાબ હતો. વસુંધરા કબૂલ થશે એવું તેણે માન્યું નહોતું, પોતાનો દાવ અવળો પડ્યો એટલે તેણે વાત પલટાવી: 'અને તને મારી બીજી પણ એક સલાહ છે.'

'શી?'

'કે જ્યાં સુધી લગ્ન ન થઈ જાય ત્યાં સુધી વિલમાં વહીવટકર્તા તરીકે તારું નામ ન મુકાવતી.'

'હું તો પરણ્યા પછી પણ એ જવાબદારી લેવા માગતી નથી.'

'છતાં તારી ઇચ્છા વિરુદ્ધ માજી તને એ જવાબદારી સોંપે તો?'

'તોપણ હું સ્વીકારીશ નહીં.'

ફરી પાછી વાત વીંખાઈ જતી લાગી ત્યારે રોશને જુદી રીતે રજૂઆત કરી: 'તને ખબર નથી સિસ્ટર, વિલ બનાવનાર પોતાની ઇચ્છા મુજબ લખાણ કરે છે. એમાં તેણે કોઈની સંમતિ લેવાની જરૂર હોતી નથી. ધાર કે એવું વિલ થઈ જાય; અને એની જાણ ન હોય અને પાછળથી એમનું અણધાર્યું મોત નીપજે તો તું ફસાઈ જઈશ.'

વસુંધરા રોશનની ચાલ સમજી ગઈ. વિલમાં પોતાના નામે વહીવટ ન સોંપાય એવું આ માણસ ઇચ્છે છે. મારી પાસેથી એવી ખાતરી લેવા માગે છે. ત્યાં સુધી એને ધરપત નહીં થાય અને મારો છુટકારોય નહીં થાય.

'સારું થયું ડૉક્ટરસાહેબ, તમે મને ચેતવી દીધી. હવે અહીંથી સીધી હું

વકીલકાકાને ઘેર જઈશ. તેમને સાફ-સાફ કહી દઈશ, અરે લખીને આપી દઈશ કે હું આવી કોઈ પંચાતમાં પડવા માગતી નથી. મારા પર પરાણે જવાબદારી નાખવામાં આવશે તો એ માટે હું જવાબદાર નહીં ઠરું.'

અને વસુંધરા ઊભી થઈને સડસડાટ દરવાજા તરફ ધસી ગઈ. બારણાનું હૅન્ડલ ફેરવતી હતી ત્યાં રોશનનો અવાજ પીઠ પર અફળાયો:

'પણ એક વાત યાદ રાખજે આમાં મારું નામ ક્યાંય વચ્ચે લાવતી નહીં.'

'ભલે!' કહેતી વસુંધરા સડસડાટ બહાર નીકળી ગઈ.

વસુંધરાનો રોશન પ્રત્યેનો રોષ ઉગ્ર બની ગયો: મારી અંગત બાબતમાં જાસૂસી કરીને એ મારી પાસે પોતાનું ધાર્યું કરાવવા માગે છે!

સાથે સાથે ઉચાટ પણ વધી ગયો: હવે જો એકાદ ખોટું પગલું ભરાઈ જશે તો હું ગૂંચવાઈ જઈશ. રવિની મહેનત પર પાણી ફરી જશે અને અનુબહેનના ખૂનનું રહસ્ય હાથ નહીં લાગે.

તેની સૌથી મોટી પરેશાની એ હતી કે ડૉક્ટરસાહેબને મારા વિશેની બાતમી ક્યાંથી મળી? રવિ પોતાને મળવા આવ્યો હતો એ વાત તો માજી સુધ્ધાં જાણતાં નથી. ગોવિંદને એટલી જ ખબર છે કે કોઈ મિલિટરીવાળા મને મળવા આવેલા...

અને તેના મગજમાં ઝબકારો થયો: કદાચ ગોવિંદે જ ડૉક્ટરને આ બાતમી આપી હોય! પણ એવી શંકા સામે દલીલ જાગી: ગોવિંદે એવું કરવાની શું જરૂર? એમાં એને શું લાભ?

ફરી શંકાનો કીડો સળવળ્યો: સવારે હું બાથરૂમમાંથી નાહીને નીકળી ત્યારે એણે જ મને પેલું પરબીડિયું આપ્યું હતું. કોઈક છોકરો તમારો આ પત્ર આપી ગયો એમ કહેલું... તો શું ખરેખર ડૉક્ટરે ગોવિંદને જ કામ સોંપીને શિખવાડ્યું હશે કે સિસ્ટર બાથરૂમમાંથી નીકળે એટલે તારે આ પત્ર તેને આપી દેવો?

એ શંકાએ તેને સજાગ બનાવી દીધી. આવું કપટ કરવા પાછળ એમનો ઇરાદો શું હશે?

હૉટેલમાં ડૉક્ટરસાહેબ સાથે થયેલી વાતચીતના તાંતણા મેળવી જોયા: હજુ સુધી એ એમ જ માને છે કે હું કોઈક બીજા પુરુષના પ્રેમમાં પડી છું. આ ખાનગી વાત પોતે જાણે છે એમ દેખાડીને એ મારી પાસેથી શું કામ કઢાવવા માગે છે? માજી એમની મિલકતનો વહીવટ મને સોંપવાના છે એ વાતની જાણ તેમને ક્યાંથી થઈ ગઈ? કદાચ વકીલકાકાએ ડૉક્ટરને માહિતી આપી હશે? પણ ના, વકીલકાકાને ડૉક્ટર માટે એવું માન નથી તો પછી આ બાતમી ગોવિંદ મારફત જ ડૉક્ટરે મેળવી હશે ને?

તેણે યાદ કરી જોયું: માજી સાથેની ચર્ચા દરમિયાન ગોવિંદ ઘરમાં જ હતો. વફાદાર નોકર માનીને આજ સુધી ક્યારેય એની હાજરીની સાવધાની રાખી નથી. નક્કી ગોવિંદ ડૉક્ટરનો મળતિયો બની ગયો છે.

પણ ડૉક્ટરે મને ચેતવણી શું કામ આપી? વિલમાં મને વહીવટ સોંપાય અને માજીનું અણધાર્યું અવસાન થાય તો મારા પર આળ ચડશે એ કલ્પના તેમણે શેના પરથી ઉપજાવી કાઢી? હું આવી જવાબદારી ન લઉં એમાં એમને શું લાભ?

વસુંધરા મગજ કસતી રહી. જેમ જેમ વિચારતી ગઈ તેમ ગૂંચ ઉકેલવા લાગી: હવે કાંઈક સમજાય છે. ડૉક્ટરસાહેબનો ડોળો માજીની મિલકત પર હશે. એ મરતાં પહેલાં કોઈ વિલ બનાવી ન જાય તો નજીકનાં સગાં તરીકે અનુરાધા અને માજીની મિલકત પર પોતાનો હક્ક જમાવી શકે. આપોઆપ કાયદેસર તેને બધું મળી જાય!

પણ માજીના અણધાર્યા મોતની આગાહી તેમણે કેમ કરી?

એ મુદ્દાએ તેને ગૂંચવી દીધી. હૉટેલથી ઘેર પહોંચ્યા પછી પણ મનને કામમાં પરોવી શકી નહીં. માજીને દર રવિવારે રામાયણ વાંચી સંભળાવવાનો નિયમ પણ યાદ રહ્યો નહીં. તેમણે ‘ક્યાં જઈ આવી’ એમ પૂછ્યું તોય સરખો જવાબ ન આપી શકી. માથું ચડ્યું છે એવું બહાનું બતાવી પોતાના ઓરડામાં ભરાઈ ગઈ.

વિચારના ચકરાવામાં સાચે જ તેનું માથું ફરવા લાગ્યું. અનુરાધાના મોતનું રહસ્ય હાથ કરવાનો સંકલ્પ કર્યો ત્યારે ખબર નહોતી કે આવી કપરી કસોટીમાં ઊતરવું પડશે. જે માણસ પોતાની પત્નીનું ખૂન કરી શકે એ ગમે તેવું ક્રૂર કે કપટી પગલું ભરતાં અચકાતો નથી. કોને ખબર, હવે પછીની તેની ચાલમાં પોતે અને રવિ પણ શિકાર થઈ જાય તો?

‘વસુબહેન!’ ગોવિંદે તેના ઓરડાનો દરવાજો ખટખટાવ્યો: ‘માજી જમવા માટે તમારી રાહ જુએ છે.’

વસુંધરાને પહેલાં તો થયું કે કહી દઉં: મને ખાવાની ઇચ્છા નથી. માજીને કહે જમી લે... પણ એ અજુગતું લાગ્યું એટલે અટકાવેલું બારણું ઉઘાડીને બહાર આવી. ગોવિંદ સામે તીરછી નજરે જોઈ લીધું છતાં પોતાની શંકાનો કોઈ અણસાર તેના હાવભાવમાં દેખાયો નહીં.

‘આજ તને શું થયું છે, વસુ!’ માજીએ જમવાની શરૂઆત કરતાં પહેલાં પૂછ્યું છતાં એમને સંતોષકારક ખુલાસો ન આપી શકી. નિયમ મુજબ માજી થાળીની બધી સામગ્રી ભગવાનની સામે ધરીને પછી જમવાનું શરૂ કરતાં અને પોતે ત્યાં રાહ જોતી, પણ આજે એય ખ્યાલમાં ન રહ્યું કે પોતે વહેલું જમવાનું

ચાલુ કરી દીધું છે.

'અરે, દાળમાં મીઠું નથી છતાંય તું બોલતી નથી?' માજીએ પહેલો કોળિયો મોંમાં મૂકતાં તેનું ધ્યાન ખેંચ્યું: 'તારું મગજ ક્યાં ભટકે છે!'

વસુંધરાએ સજાગ થઈને દાળ ચાખી જોઈ ત્યારે માજીની વાત સાચી લાગી: 'ગોવિંદ, મારી જેમ આજે તારું મગજ પણ ઠેકાણે નથી લાગતું.' એમ કહેવામાં સહેજ ખટાશ આવી ગઈ: 'મીઠું નાખવાનું જ ભૂલી ગયો!'

માજીને ત્યાં નિયમ હતો જમતાં પહેલાં રસોઈ ચાખવાની નહીં. છતાં ગોવિંદથી કોઈ વાર આવી ભૂલ થઈ નહોતી એટલે એ ચોંકી ગયો. તેમાં વસુંધરાની ટકોરે તેને એવો ભોંઠો પાડી દીધો કે દાળમાં મીઠું ભભરાવતો તેનો હાથ ધ્રૂજવા લાગ્યો. તેનો આ ગભરાટ વસુંધરાની નજરે પકડી પાડ્યો. જમવાનું પૂરું થયું ત્યાં સુધી તેની નજર સામે વારે વારે એ જ દૃશ્ય ઊપસતું રહ્યું: ધ્રૂજતા હાથે ગોવિંદ દાળમાં મીઠું ભભરાવી રહ્યો છે... આવી નાનકડી વાત પોતાને કેમ પરેશાન કરી ગઈ? જમી રહ્યા પછી પણ એ ઘટનાએ તેનો પીછો ન છોડ્યો. ગોવિંદ પરની શંકા તેને વધુ ને વધુ અસ્વસ્થ કેમ બનાવી રહી છે? શા માટે પોતે મગજનું સમતોલપણું ગુમાવી રહી છે?

સવાલના સોયાથી મનને તેણે ખોતર્યા જ કર્યું ત્યારે એક ભયાનક સંકેત તેને સૂઝી આવ્યો: દાળમાં નિમકને બદલે ગોવિંદ બીજું કાંઈક ભેળવી રહ્યો છે! એ ધ્રૂજી ઊઠી: એક શંકાએ પોતાને કેટલી હદે કલ્પના બહારનું વિચારતી કરી મૂકી? ગોવિંદ મીઠાને બદલે રસોઈમાં ઝેર ભેળવી રહ્યો છે એ ભ્રમ કેવો ભયાનક હતો!

તેનું મગજ ભમવા લાગ્યું: શું કોઈ અમંગળ ઘટનાની આ આગાહી હતી? મનમાંથી એને ફગાવી દેવી જોઈએ તેને બદલે એ વધુ ને વધુ કેમ ઘૂંટાયા કરે છે!

ઇલેક્ટ્રિકનો શૉક લાગે તેમ વિચારના આંચકાએ વસુંધરાને હચમચાવી દીધી. ડૉક્ટરે કહેલા શબ્દો હથોડાની જેમ મગજ પર ટિપાવા લાગ્યા: ધારો કે આ એક મહિનામાં અનુરાધાની માનું અણધાર્યું મોત થાય અને પછી સૌને ખબર પડે કે તું કોઈકના પ્રેમમાં હતી તો એમાંથી એવો જ અર્થ નીકળશે કે એમની મિલકત પચાવી પાડવા માટે તેં કાંઈક કાવતરું કર્યું છે!

વસુંધરાના કાળજામાં કાંઈક ચૂંથાવા લાગ્યું... દાળમાં મીઠું જ નાખ્યું હોવાની ખાતરી હતી છતાં ઉબકા જેવું થવા લાગ્યું. વહેમની આ તે કેવી વિપરીત અસર! આંખમાં ગોવિંદનું દૃશ્ય અને કાન પર ડૉક્ટરના શબ્દો બન્ને એકબીજા સાથે વણાવા લાગ્યા.

'બહેનબા! હું થોડી વાર બહાર જઈ આવું?' ગોવિંદે આવીને તેના વિચારમાં ખલેલ પાડી ત્યારે તેનાથી ધારદાર નજરે જોવાઈ ગયું. પૂછવાનું મન થયું: અત્યારે ક્યાં જવું છે? પણ તરત જ સચેત બની ગઈ ગઈ: 'ભલે, જઈ આવ અને કલાક વારમાં પાછો આવી જજે.'

વસુંધરાએ યાદ કરી જોયું: પોતે દવાખાનેથી બપોરે ઘેર જમવા આવ્યા પછી ગોવિંદ મોટા ભાગે રોજ બહાર જાય છે, અને પોતે દવાખાને જવા નીકળે એ પહેલાં તે અચૂક પાછો આવી જાય છે! કદાચ ક્લિનિક પર ડૉક્ટર તેને મળવા તો નહીં બોલાવતો હોય? અહીં જે વાતચીત થાય છે એ બધી ત્યાં જઈને એ કહી આવતો નહીં હોય?

અચાનક એ ઊભી થઈ. દરવાજે જઈને હળવેકથી બારણું ઉઘાડ્યું અધખુલ્લા બારણામાંથી નજર નાખીને જોયું તો ગોવિંદ ઝડપભેર રસ્તો વટાવી રહ્યો. એકાદ વાર તેણે એવી રીતે પાછળ જોઈ લીધું કે જાણે પોતાની હિલચાલ છુપાવવાની ચેષ્ટા કરતો હોય! વસુંધરાનો વહેમ હવે વધી ગયો. ખાતરી કર્યા વિના હવે મનનું સમાધાન નહીં થાય, ઉલઝનનો ઉકેલ નહીં આવે એમ લાગ્યું ત્યારે એ પણ ચંપલ પહેરીને બહાર નીકળી પડી.

ગોવિંદ વળાંક લીધા પછી સાવચેતીભેર તે રસ્તો વટાવી ગઈ અને પેલો પાછળ ફરીને જોઈ ન જાય એ માટે એક મકાનની આડશે થોડી વાર રોકાઈ ગઈ. ગોવિંદ દવાખાનાના રસ્તે જ જઈ રહ્યો હતો તે જોયા પછી છેવટ સુધી પીછો લેવાનો ફેંસલો કરી લીધો.

એક મામૂલી નોકરની જાસૂસી કરવાનો ખ્યાલ વસુંધરાને ખટક્યો પણ મનમાં ભ્રમનો જે ભમરડો ફર્યા કરતો હતો તેનો ખટકો આના કરતાં વધારે પીડાકારક બન્યો હતો. જેમ જેમ એ ક્લિનિકના રસ્તે આગળ વધતી ગઈ તેમ તેમ તેના પગલે પગલે ગોવિંદની વફાદારી કચડાતી રહી. છેવટે તેને ક્લિનિકનું બારણું ખટખટાવતો જોયો ત્યારે વસુંધરાનો ચહેરો ગુસ્સાથી લાલચોળ થઈ ગયો: હરામખોર, આવો નિમકહરામ નીકળ્યો!

વસુંધરાએ ધારી ધારીને જોયું તો દવાખાનાના છોકરા ભોલાએ હળવેકથી બારણું ઉઘાડી કાંઈ પણ પૂછપરછ વિના ગોવિંદને અંદર આવવા દીધો ત્યારે એ હેબતાઈ ગઈ: શું એ છોકરોયે આ સંતલસમાં ભળેલો છે?

તેને છેક ક્લિનિક સુધી પાછળ જઈને બધાને ચમકાવી દેવાનું મન થયું, પણ એમ કરવા જતાં બાજી ઉઘાડી પડી જવાની બીક લાગી. અજાણ્યા હોવાનો દેખાવ કરીને રમત જોતા રહેવાની ચાલાકી વાપરવામાં વધારે ડહાપણ હતું. પોતે

હવે પૂરેપૂરી સાવધ રહેવાનું નક્કી કરીને ઘર તરફ પાછી ફરી ગઈ:

'વળી પાછી અત્યારે ક્યાં બહાર જઈ આવી?'

વસુંધરાએ ધાર્યું નહોતું કે માજી અણધાર્યા જાગીને તેને આવતી જોઈ જશે: શું એ પણ મારી હિલચાલ પર નજર રાખે છે!

જવાબ ન આપવાને બદલે કોણ જાણે કેમ, તેનાથી જૂઠું બોલાઈ ગયું: 'ગોવિંદ બહાર નીકળ્યા પછી યાદ આવ્યું કે માથાના દુખાવાની ટીકડી બજારમાંથી મંગાવી લઉં. પણ એ બહુ આઘો નીકળી ગયો હતો... કાંઈ નહીં, સાંજે મંગાવી લઈશ.'

'પણ બેટી, માથાની ટીકડી તો ઘરમાં ઘણી ભરી છે.' માજીએ તેને ચમકાવી: 'તું આજે વાતવાતમાં ભૂલી કેમ જાય છે?'

માજીના અવાજમાં તીખાશ તો નહોતી છતાં તીક્ષ્ણતા જરૂર વર્તાઈ. જાણે એમ કહેતાં હોય: તું આજે વાતવાતમાં ખોટું કેમ બોલે છે?

અંદર જઈને એ ટીકડી લઈ આવી અને પાણી સાથે ગળે ઉતારી ગઈ. માજી તેની એ હિલચાલ એકીટશે નિહાળી રહ્યાં છે એવું ધ્યાન ગયું ત્યારે એ ચૂપ ન રહી શકી: 'તમે કેમ અચાનક જાગી ગયાં?'

'આજે મને કાંઈક અસુખ થાય છે, વસુ!'

તેના એ શબ્દોએ વસુંધરાને ભડકાવી દીધી: મારી જેમ તેમનેય કેમ અસુખ થવા લાગ્યું? ફરી પાછું દાળમાં મીઠું ભભરાવતા ગોવિંદવાળું દૃશ્ય તાજું થયું. તેનાથી પુછાઈ જવાયું: 'જમ્યા પછી પેટમાં કાંઈ ગડબડ તો નથી થઈ ને?'

'ના દીકરી, ગડબડ તો માથામાં થઈ છે અને તે પણ જમ્યા પહેલાં!'

માજી એવી ઢબે બોલી ગયાં કે વસુંધરાને એમાં કટાક્ષ વર્તાયો. હવે ખુલાસો નહીં કરું તો ગેરસમજ વધી જશે અને અરસપરસના વિશ્વાસમાં વિક્ષેપ ઊભો થશે.

'મા, હું સવારે અચાનક બહાર જઈ આવી અને એ વિશે તમને કાંઈ કહ્યું નહીં એથી નારાજ થયાં કે?'

'ના, દીકરી, તું ગયા પછી વકીલ આવ્યા હતા.' માજીએ સ્વસ્થ અવાજે કહેવા માંડ્યું: 'મેં જ એમને બોલાવેલા. રવિવારે તું ઘેર હઈશ એટલે તારી હાજરીમાં વારસાખતનું બધું પાકું થઈ જશે એમ માન્યું હતું... પણ તને ક્યાંથી ખબર પડી ગઈ કે તું એ વખતે જ છટકીને બહાર ચાલી ગઈ.'

વસુંધરાને આ જોગાનુજોગે વધારે ચોંકાવી દીધી:

'શું વકીલકાકા આવેલા? મને તો એની ખબર જ નહીં.' પછી સચ્ચાઈના રણકા સાથે ઉમેર્યું: 'સાચું કહું છું માજી, એટલા માટે હું બહાર નહોતી ચાલી

ગઈ, મને અચાનક એક કામ આવી પડેલું... વકીલકાકાને મળવાની તો મનેય બહુ ઇચ્છા હતી.'

'પણ તું અહીં હાજર નહોતી એથી એ તો રાજી થયા.' માજી નિખાલસ ભાવે બોલ્યાં: 'તારી ગેરહાજરીમાં મને ખાસ વાત કહેવા આવેલા.'

'ખાસ વાત!' વસુંધરાને એ રહસ્યમય લાગ્યું: 'મારી હાજરીમાં ન કહી શકાય એવી તે શું વાત...' પણ પાછી અધવચ્ચે અટકી ગઈ. તેને આવું પૂછવાનો કોઈ અધિકાર નહોતો એવું ભાન થયું એટલે સુધારી લીધું: 'કાંઈ નહીં જવા દો, મારે ન જાણવા જેવું હોય તે ન પૂછવું જોઈએ.'

'પણ મારે તારાથી છાનું ન રાખવું હોય તો?' માજીએ છીંકણીનો સડાકો લેતાં કહ્યું: 'તને દીકરી માન્યા પછી કાંઈ પેટમાં રાખું તો પાપ કર્યું ગણાય.'

માજીની લાગણીએ વસુંધરાને ભીંજવી દીધી. સાથે સાથે પોતે એવી ભાવનામાં પાછી પડી તેનો પસ્તાવોય અનુભવ્યો: એ મારાથી કાંઈ છાનું રાખવા માગતાં નથી અને હું તેમને બધું કહી શકું તેમ નથી!

'દુનિયા બહુ કપટી હોય છે દીકરી!' માજીએ આ શબ્દો કોના સંદર્ભમાં ઉચ્ચાર્યા હતા એ તેને સમજાયું નહીં છતાં સાંભળતી રહી: 'વસુ, મેં તો એવું રાખ્યું છે કે સાંભળવું બધાંનું. કાળજું ઠેકાણે રાખીને સાંભળવું... તનેય કહી રાખું છું. વકીલકાકાએ જે કહ્યું તે સાંભળીને તારા સ્વભાવ પ્રમાણે જાતને રંજાડવાનું શરૂ નહીં કરી દેતી. આપણા બન્ને વચ્ચે કોઈ તડ નહીં પડાવી શકે એટલું યાદ રાખજે.'

'પણ વાત શું છે એ કહેશો?' વસુંધરા સાંભળ્યા પહેલાં જ અકળાઈ ઊઠી: 'આપણા વચ્ચે તડ પડવા જેવું તે શું છે?'

'તો સાંભળ!' સાવિત્રીબહેને ગંભીર અવાજે ચાલુ કર્યું: 'વકીલને કોઈનો ફોન આવ્યો હતો. તારા વિશે એ ભળતુંસળતું બોલતો હતો. તું મારો વારસો પડાવી જવા માટે કપટ કરે છે. એવી વકીલની કાનભંભેરણી કરીને એ બદમાશે એમ પણ કહ્યું કે તું કોઈકની સાથે સંબંધ બાંધી બેઠી છો!'

વસુંધરાને ઝાળ લાગી: 'વકીલકાકાએ આમ કહ્યું!'

'જો તું ઉશ્કેરાઈ ન જા... વકીલકાકાને કોઈએ આમ કહ્યું, અને ઉમેર્યું પણ ખરું કે અત્યારે એ નર્સ કોઈકને ખાનગીમાં મળવા બહાર જવાની છે. તમને માનવામાં ન આવતું હોય તો જગન્નાથ પંડિતને ઘેર જઈને ખાતરી કરી આવો.'

'અને વકીલકાકા અહીં ખાતરી કરવા આવેલા?'

'ના, મેં તને પહેલાં જ કહેલું કે એમને મેં બોલાવ્યા હતા પણ જોગાનુજોગ

એ આવ્યા ત્યારે તું હાજર નહોતી. તું કહ્યા વગર ગયેલી એટલે એમને પેલા માણસના શબ્દો સાચા લાગ્યા. છતાં હું કે એ બેમાંથી કોઈ એમ માનતાં નથી કે તારા મનમાં કોઈ કપટ હોય... મારો ફેંસલો અફર છે કે તને જ મારી મિલકતનો વહીવટ સોંપવાનો.'

વસુંધરાનું માથું ઝૂકી ગયું. મગજમાં વિચારનો વંટોળ ફૂંકાવા લાગ્યો: આજે આ બધું એકાએક શું બનવા લાગ્યું છે? ફૂટબૉલની જેમ સૌ મારા મનને અહીંથી ત્યાં લાત કેમ ફટકારે છે? મેં કોઈનું શું બગાડ્યું છે? મારા વિરુદ્ધ આવી કાનભંભેરણી કોઈએ શું કામ કરવી જોઈએ?

તેના હોઠ ભિડાયા: ડૉક્ટરસાહેબની જ આ ચાલ લાગે છે. એમણે મને બનાવટી કાગળ લખીને હૉટેલમાં મળવા બોલાવી. બીજી બાજુથી તેમણે જ નામ છુપાવીને ફોનમાં વકીલકાકાની કાનભંભેરણી કરી હશે. છેલ્લે મને તેણે ખાસ ભલામણ કરી હતી કે આ વાતમાં મારું નામ વચ્ચે ન આવે તેનું ખાસ ધ્યાન રાખજે... તેમણે એમ માન્યું હશે કે હું માજીને કાંઈ નહીં કહું અને વકીલકાકા માજીને જે કહેશે તે મારા કાન સુધી નહીં પહોંચે. આ રીતે અમારા વચ્ચે તંગદિલી ઊભી થાય, અમે ઝઘડી પડીએ અને માજીની મિલકતનો ફેંસલો અધ્ધર રહે તો આખરે ડૉક્ટરસાહેબને જ લાભ મળી જાય...

પણ એમની બાજીને હવે હું પલટાવી નાખીશ.

'કેમ મૂંગી થઈ ગઈ, વસુંધરા!' માજીએ તેના વાંસા પર હેતાળવો હાથ ફેરવ્યો: 'તું મારી ફિકર ન કરતી. તારા વિશે મારા મનમાં ક્યારેય કોઈ વહેમ નહીં જાગે એની તને અનુરાધાના સોગન પર ખાતરી આપું છું. બીજા ભલે ગમે તે બોલે, હું તારા વિરુદ્ધની કોઈ વાત સાચી નહીં માની લઉં.'

'પણ હું કોઈને મળવા ગઈ હતી એ વાત સાવ ખોટી તો નથી!' વસુંધરાએ થઈ શકે એટલો ખુલાસો કર્યો: 'કોઈકની સાથે મારે સંબંધ બંધાયો છે એ સાચું છે.'

સાંભળીને માજીની વળી ગયેલી કમર એકાએક ટટ્ટાર થઈ ગઈ. તેમના માનવામાં આવતું ન હોય તેમ આંખો ફાટી રહી.

'હા, માજી, મારા જીવનમાં કાંઈક એવું બની ગયું છે જે કહેવા છતાં માનવામાં ન આવે અને એટલે જ હું તમને બધું અત્યારે કહેતી નથી...' તેનો અવાજ લાગણીથી ભીંજાઈ ગયો: 'છતાં એક વાતની ખાતરી રાખજો, હું કોઈ એવું પગલું ક્યારેય નહીં ભરું જેનાથી મારામાં મૂકેલા વિશ્વાસ બદલ તમારે નિઃશ્વાસ નાખવો પડે.'

'મારા ખોળિયામાંથી જીવ જશે તોય તારા પરનો વિશ્વાસ નહીં છૂટે.' માજીએ

મક્કમ અવાજે કહ્યું: 'એટલે જ મેં વકીલને કહી દીધું છે કે મારી મિલકતનું વસિયત બનાવી નાખો.'

'નહીં માજી!' વસુંધરા સામી મક્કમ થઈ: 'એમ કરવા જશો તો આપણી બાજી ઊંધી વળી જવાની.'

'કઈ બાજી?' સાવિત્રીબાએ ચોંકીને પૂછ્યું ત્યારે વસુંધરાને ભાન થયું કે જીભ કચરાઈ ગઈ છે. તેણે તરત જ વાળી લીધું:

'માજી, તમે મને પૂછવાને બદલે હું કહું એ કરવા તૈયાર થશો તો સરવાળે સૌનું સારું થવાનું. હમણાં વસિયતનામું બનાવવાની જીદ છોડી દો. બસ, એકાદ બે મહિના ખમી ખાવ.'

'પણ શું કામ? તેનાથી શું ફેર પડવાનો!'

'ઘણો ફેર પડવાનો—બધો જ ફેર પડવાનો.' વસુંધરા ખુલાસાવાર સમજાવી શકે તેમ નહોતી એટલે મોઘમમાં કહ્યું: 'પહેલાં તો આપણા વચ્ચે ઝઘડો થયો છે એવો દેખાવ કરવાનો. બીજું ઘરમાં જેને વફાદાર નોકર તરીકે રાખ્યો છે તેને રજા આપી દેવાની. એને બદલે બીજી કોઈ વિશ્વાસુ બાઈને રાખી લેવાની... જે તમારી સાર-સંભાળ રાખે તો મને કોઈ જાતની ફિકર ન રહે.'

'એટલે શું તું અહીં મારી સાથે નથી રહેવાની?'

'ના!' જરાય ખચકાયા વિના તેણે કહી દીધું: 'કાલ બપોરથી હું ડૉક્ટરસાહેબના ત્યાં રહેવા ચાલી જઈશ. એમને કહીશ કે આપણા બન્ને વચ્ચે અંટસ પડી ગઈ છે. તમારું થોડું વાંકું પણ બોલવું પડશે.'

'પણ એ બધું શા માટે?' માજી આકળ-વિકળ થઈ ગયાં: 'આમ કરીને તું છટકી જવા માગે છે?'

સાંભળીને વસુંધરાની આંખો પહોળી થઈ. પણ તેમાં કરડાકીને બદલે કુમાશ હતી: 'છટકી જવાને બદલે માજી હું વધારે ઊંડા પાણીમાં ઊતરવા તૈયાર થઈ છું... એટલા માટે કે તમને અન્યાય કરનાર, તમારા જીવને સંતાપ આપનાર એની સજામાંથી છટકી ન જાય.'

'શેની સજા?' માજીની ગડમથલ વધી ગઈ: 'તું મને અધુંપધું કહેવાને બદલે બધું સાફ-સાફ કેમ કહી દેતી નથી!'

વસુંધરા કેવા ધર્મસંકટમાં સપડાઈ ગઈ હતી! વારે વારે જીભ બોલી નાખવા માટે અધીરી થતી, પણ અનુરાધાના ખૂનની વાત સાંભળ્યા પછી માજીના પ્રત્યાઘાતનો વિચાર તેને રોકી રાખતો હતો. આવી ભયાનક વાત સાંભળીને એ મૂંગાં રહી નહીં શકે અને સમય પાક્યા પહેલાં કોઈને જરાસરખી ગંધ આવી

ગઈ તો પુરાવા મળવા મુશ્કેલ થઈ જશે. તેને મક્કમ થઈ જવું પડ્યું:

'તમે મને દીકરી ગણી છે તો માની જેમ મોટું મન રાખીને મારા પર દબાણ ન કરો માજી! માજી મને જ્યારે બધું સાફ-સાફ દેખાશે ત્યારે તમારાથી રતીભાર પણ હું છાનું નહીં રાખું એટલામાં સમજી જાવ.'

તેણે માનેલું કે માજી જિદ્દ નહીં છોડે પણ તેને બદલે એ મલકી ગયાં: 'ભલે દીકરી, તારી બધી વાત હું માથે ચડાવી લઉં છું. હવે તને કંઈ જ પૂછીશ નહીં. ઠીક લાગે ત્યારે તારી મેળે જ મને બધું કહી દેજે, બસ!'

'બસ!' વસુંધરાની છાતી પરથી જાણે મોટા પર્વત જેટલો ભાર હઠી ગયો હોય એવી હળવાશ અનુભવી: 'હવે પછી આ ગોવિંદ પર ભરોસો ન મૂકતાં. આપણી વચ્ચે ઝઘડો થયો છે એવો દેખાવ કરીને હમણાંથી જ તમે અતડાં રહેવા માંડજો. એની હાજરીમાં મને બે-ચાર કડવા શબ્દો સંભળાવજો. હું છેડાઈ પડીશ. હવે આ ઘરમાં એક દિવસ પણ રહેવાની નથી એમ કહીને સંભળાવીશ કે કાલથી હું પહેલાં, જ્યાં રહેતી હતી ત્યાં ચાલી જવાની છું...'

હજુ વસુંધરા બોલવાનું પૂરું કરે એ પહેલાં તો માજી વરસી પડ્યાં: 'તું તારા મનમાં શું સમજે છે? આટલા દિવસથી મારી આંખમાં ધૂળ નાખતી રહી, તું એમ માનતી હતી કે આ ડોશીને કાંઈ ખબર નહીં પડે. તને હું ભલી-ભોળી સીધી-સાદી સારા ઘરની સ્ત્રી માનતી હતી અને તું આવી નીકળી...'

માજીના આ પલટાએ વસુંધરાને હચમચાવી દીધી. દાંત ભીંસીને એ કાંઈક કહેવા જતી હતી ત્યાં સાવિત્રીબાએ ત્રાંસી આંખે તેને સંકેત કર્યો કે પેલો પાછો આવી ગયો છે!

ત્યારે વસુંધરાને સમજ પડી કે માજીએ ખરેખર નાટક શરૂ કરી દીધું હતું. હવે તેણેય સામો અભિનય આપવાનો હતો.

ગોવિંદ તો એ બન્નેની ટપાટપીથી ડઘાઈ ગયો. વાત એટલી હદે ઉગ્ર બની ગઈ કે વસુંધરાએ ઘર છોડીને ચાલ્યાં જવાની ધમકી સુધ્ધાં ઉચ્ચારી અને ગોવિંદને જ હાંક મારી: 'ગોવિંદ, મારા કપડાલત્તાં બધું તૈયાર કરી રાખજે. કાલ બપોર પછી હું અહીંથી ચાલી જવા માગું છું. આ ઘરમાં મારે હવે રહેવું નથી. પહેલાં દીકરી બનાવી અને હવે મારા પર આવાં આળ નાખે છે!'

ગોવિંદને નજીક આવતો જોઈને માજીનો ઉશ્કેરાટ વધી ગયો. 'હા-હા, કાલે શું કામ હમણાં જ અહીંથી ચાલી જા! અને ગોવિંદ, સાથે સાથે તું પણ તારો રસ્તો પકડી લેજે. તમે બન્ને વારાફરતી ઘરમાંથી ગાયબ થઈને કોણ જાણે શુંય રમત રમી રહ્યાં છો.'

ગોવિંદ તો ધ્રૂજવા લાગ્યો. હાથ જોડીને કરગરવા જતો હતો પણ વસુંધરાએ તેને મોકો જ ન આપ્યો: 'અરે ગોવિંદ, એમાં હાથ જોડીને ભીખ માગવાની શી જરૂર છે? આ ડોશી કામ કરાવીને પૈસા આપે છે. તારા ઉપર ઉપકાર નથી કરતી... બીજી ઘણી નોકરી મળી રહેશે. તારા વતી હું ડૉક્ટરસાહેબને સિફારશ કરીશ. એમને ઘેર તને નોકરી અપાવી દઈશ. મૂંઝાય છે શા માટે!'

'હા-હા, જાવ બેય જણાં જઈને ડૉક્ટરના પડખામાં ભરાઈ જાવ. જેવા સાથે તેવાને વધારે ફાવશે.' કહીને ડોશીમાએ હાંફતાં હાંફતાં બીજા કમરામાં જઈ ધડાંગ કરતાં અંદરથી બારણાં બંધ કરી દીધાં.

થોડીક વાર સુધી ગોવિંદ અને વસુંધરા અવાક બેસી રહ્યાં. પછી પેલાએ માથું ખંજવાળતાં પૂછ્યું: 'એકાએક એમના મગજમાં આ શું ભૂત ભરાઈ આવ્યું? મારા માટે તો ઠીક, તમારા બારામાં આવું બોલી ગયાં! એવું તે શું બની ગયું?'

વસુંધરા ગોવિંદની ચાલાકી સમજી ગઈ. ડૉક્ટરને બાતમી આપવા માટે એ પૂછી રહ્યો હતો. તેને પણ એટલું જ જોઈતું હતું: 'વાતમાં કાંઈ માલ નથી. એનું મગજ ચસકી ગયું છે. બધાંને વહેમની નજરે જુએ છે. આજે મારા ચારિત્ર્યની શંકા કરી તો કાલે તારી વફાદારી પર અવિશ્વાસ કરશે કે તું મને ખાવામાં ઝેર ભેળવીને મારી નાખવા માગે છે!'

સાંભળી ગોવિંદના ટાંટિયા ધ્રૂજવા લાગ્યા. જાણે ભૂત વળગ્યું હોય એમ એ ત્યાંથી ભાગ્યો: 'અરે બાપ રે, હવે તો હું કલાક સુધી રોકાવાનીય રાહ નથી જોવાનો. આ ડોશી મને ડાકણ જેવી લાગે છે!'

કપડાં લીધા વિના ઉઘાડા પગે તેને ભાગી છૂટતા જોઈને વસુંધરાને હસવું આવી ગયું. એ જાણતી હતી કે ગોવિંદ સીધો દવાખાને પહોંચી જઈને ડૉક્ટરસાહેબને અમારા અણબનાવના ખુશખબર આપશે... કાલ સવારે મારે રોશનલાલને વધારે કહેવું નહીં પડે.

થોડી વાર રહીને વસુંધરાએ સાવિત્રીબહેનના ઓરડાનો દરવાજો ખટખટાવ્યો: 'માજી, પેલો તો હાલ ને હાલ નાસી છૂટ્યો...' પછી લહેકા સાથે પૂછ્યું: 'હવે કહો સાંજને માટે શું રસોઈ બનાવવી છે?'

ત્યારે માજી મરક મરક હસતાં બહાર આવ્યાં. એમના ચહેરા પરની દરેક કરચલી હાસ્યનો પડઘો પાડતી હતી.

* * *

૧૭

બીજા દિવસે વસુંધરા ક્લિનિક પર ગઈ ત્યારે પોતે ધાર્યું હતું એમ જ બન્યું. ડૉક્ટર રોશનલાલને 'ગુડમૉર્નિંગ' કરતી વખતે રોજનો ખુશમિજાજી રણકો દેખાડ્યો નહીં. થોડી વહેલી આવી હોવા છતાંય જતાંવેંત કામે લાગી ગઈ—કામે લાગી જવાનો દેખાવ કર્યો. ડૉક્ટરસાહેબે એકાદ કેસના બારામાં પૂછપરછ કરી ત્યારેય જરૂર પૂરતી જ વાત કરી. આખરે રોશનલાલે પૂછવું પડ્યું:

'સિસ્ટર, આજ તું મૂડમાં નથી દેખાતી...' રોશને સિગારેટ સળગાવતાં પૂછ્યું: 'કાલ સવારે હૉટેલમાં બોલાવી એથી મારા પર નારાજ થઈ ગઈ કે શું?'

વસુંધરા આવા સવાલની રાહ જોતી હતી. એ જાણતી હતી કે ગોવિંદ મારફત ડૉક્ટરસાહેબને બધી જ ખબર પડી ગઈ છે છતાં અજાણ્યા રહીને મારી પાસે બધું બોલાવવા માગે છે.

'મારા સવાલનો જવાબ ન આપ્યો, સિસ્ટર! મેં બનાવટી પત્ર લખીને મળવા બોલાવી એમાં મારો ઇરાદો સાફ હતો. તારું અહિત કરવાથી મને શું લાભ થવાનો? આ તો તું અનુરાધાની ખાસ બહેનપણી અને ક્લિનિકમાં ઘરના માણસની જેમ કામ કરે છે એટલે તને સાચી સલાહ આપી... અને એટલા ખાતર બનાવટી પત્ર લખવો પડ્યો.'

મને બનાવટી પત્ર લખ્યો, વકીલસાહેબને નનામો ફોન કર્યો અને કાલ સવારે બનાવટી તાર પણ કરશે...

વસુંધરા વિચારતી અટકી ગઈ. તેના મગજમાં ઝબકારો થયો. સ્મિતાની માંદગીનો બનાવટી તાર ડૉક્ટરસાહેબે તો નહીં કર્યો હોય? પણ તાર તો ગુલમર્ગની પોસ્ટ ઑફિસેથી કરેલો. ડૉક્ટરસાહેબ તાર કરવા ત્યાં સુધી થોડા ગયા હશે?

તેણે બરાબર યાદ કરી જોયું. એ તાર એપ્રિલફૂલનો હતો. બીજી એપ્રિલે અનુરાધાબહેનને કલકત્તા લઈ જવા માટે જમ્મુથી નીકળવાનું હતું. તેના બે દિવસ અગાઉ ડૉક્ટરસાહેબ ક્યાં ગયા હતા? ક્લિનિક તો ચાર દિવસ અગાઉથી જ બંધ રાખ્યું હતું, જવાની તૈયારી ચાલતી હતી...

અને તેના કપાળની નસ ઊપસી આવી: ડૉક્ટરસાહેબ ખાસ કામસર શ્રીનગર ગયેલા બરાબર એપ્રિલફૂલના આગલા દિવસે જ! જતી વખતે કહેતા ગયેલા, સમય મળશે તો પાછા ફરતાં ગુલમર્ગ એક આંટો મારી આવીશ. અનુરાધાએ કહ્યું છે, મારા વતી સ્મિતાને મળતા આવજો...

પણ ડૉક્ટરસાહેબે આવો તાર શું કામ કર્યો? એમાં એમને શું લાભ થયો?

વસુંધરાએ જેમ જેમ દિમાગનું ખોદકામ કરવા માંડ્યું તેમ તેમ એક પછી એક કડીઓ મળતી આવી. તાર મળે એટલે હું ગુલમર્ગ દોડી જઈશ, તેમની સાથે કલકત્તા જવાનું માંડી વાળવું પડે. પછી અનુબહેન અને ડૉક્ટરસાહેબ બે જણા સફરમાં રહે, ખૂનના કાવતરામાં વિઘ્ન ન નડે...

વસુંધરા સમસમી ગઈ. રોષમાં દાંત હોઠ વચ્ચે કચડાઈ ગયો. લોહીનો ટશિયો ફૂટી આવ્યો.

'તને આ શું થઈ ગયું વસુંધરા!' રોશનલાલ અકળાઈને બોલી ઊઠ્યો: ''ક્યારની મૂંગી મૂંગી ઊભી છે. ગુસ્સાના આવેશમાં તેં હોઠ કરડી ખાધો. ચાલ તને દવા લગાડી આપું... અને આજ તબિયત બરાબર ન હોય તો જા, ઘેર જઈને આરામ કર.'

તેને ડૉક્ટર તરફ ઘૃણા જાગી. હોઠ પર ફૂટી આવેલું લોહી તેના સામે થૂંકવાનું મન થયું. કેવો કઠોર માણસ છે આ! જીભમાં ભારોભાર મીઠાશ અને મનમાં હળાહળ ઝેર... પણ પોતે હજુ સમય સાચવી લેવાનો છે. મૂળ વાત પર આવી જવાનું છે:

'કોને ઘેર જઈને આરામ કરવા કહ્યું, ડૉક્ટરસાહેબ?'

'કેમ કોને ઘેર એટલે? તું જ્યાં રહે છે ત્યાં... એટલે કે અનુરાધાના પિયરમાં. હવે તો તારું પણ પિયર જ ગણાય ને!'

વસુંધરાએ આંસુથી આંખો છલકાવવી દીધી:

'એ મારો ભ્રમ હતો... એ ઘર સાથેનાં અંજળપાણી ખૂટ્યાં, લેણદેણ પૂરી થઈ.'

'તું આ બધું શું બકે છે?'

'હું બકતી નથી ડૉક્ટરસાહેબ, તમે મને સવારે હૉટેલમાં બોલાવીને ચેતવી

દીધી એ સારું કર્યું. વસિયતનામામાં મિલકતનો વહીવટ મારા નામે લખાવ્યો હોત તો તો કોણ જાણે મારું શું થાત!'

'પણ શું થયું એ તો કહે.'

વસુંધરાએ પર્સમાંથી રૂમાલ કાઢી આંસુ લૂછી નાખ્યાં. હોઠ પર લગાડેલી દવાની બળતરા અનુભવતી બધું બોલી ગઈ. ગોઠવી રાખ્યા પ્રમાણે ગુસ્સાના આવેશ સાથે કડકડાટ સંભળાવી દીધું. છેલ્લે ગોવિંદને પણ તેમાં સાંકળી લીધો: 'અરે ડૉક્ટરસાહેબ, બિચારો ગોવિંદ તો ભગવાનનો માણસ છે, એનેય આ ડોશીએ દગાખોર કહ્યો. એ મારા ખોરાકમાં ઝેર રેડીને મને મારી નાખવા માગે છે એટલી હદે આક્ષેપ કર્યો!'

રોશને ડોળ ખાતર નિસાસો નાખ્યો: 'વસુ, આ સાંભળીને મને જરાય આશ્ચર્ય થતું નથી. તારા પહેલાં મને મારી સાસુના બહુ વસમા અનુભવ થઈ ચૂક્યા છે... મને લાગે છે કે વહેલામોડી ડોશીને પાગલખાનામાં ધકેલવી પડશે.'

'જો તમે જેલખાનામાં નહીં ગયા હો તો!' વસુંધરા મનમાં બોલી ગઈ. પછી મૂળ વાતનો તંતુ સાંધી લીધો:

'હું તો માજીને કહી આવી છું, બપોરે મારાં કપડાં-સામાન લઈને હું ડૉક્ટરસાહેબના આઉટહાઉસમાં રહેવા ચાલી જવાની.. હવે તમારી સાથે એક દિવસ પણ નહીં.'

ત્યારે ડૉક્ટરે કહેવું પડ્યું: 'હા હા, તું તારે બેધડક ચાલી આવજે. તારે ક્યાં હવે જમ્મુમાં ઝાઝા દિવસો કાઢવાના છે!'

વસુંધરા ચમકી ગઈ: ડૉક્ટરે બરાબર યાદ રાખ્યું કે મહિના-દિવસ પછી નોકરીમાંથી છૂટાં થવાની મેં અરજી કરી છે.

'ડૉક્ટરસાહેબ, મારે તમને બીજીય રિક્વેસ્ટ કરવાની છે.'

'બોલ બોલ!'

'આવતા રવિવરે ગુલમર્ગ જવું છે.' જરા શરમાઈને કહ્યું: 'વર્મા ત્યાં મળવા આવવાના છે. સ્મિતા સાથે તેમની ઓળખાણ કરાવવી છે.'

'જજેને, રવિવારે તો ક્લિનિક બંધ રહે છે.'

'પણ બસમાં જાઉં તો રાત્રે પાછાં ન ફરી શકીએ.' તેણે સિફતથી કહી દીધું: 'સુલેમાન શેઠની ગાડીની ગોઠવણ કરી આપો તો અમે ત્રણે જણાં થોડું હરીએ-ફરીએ.'

રોશન બધી જ સગવડ કરી આપવાના મૂડમાં હતો: 'જા ગાડીની પણ ગોઠવણ કરી આપીશ, બસ!'

'થેન્ક્સ ડૉક્ટર!' કહીને વસુંધરા કામે લાગી ગઈ.

રોશનલાલના આઉટ હાઉસમાં અચાનક તે રહેવા આવી ત્યારે નિર્મળાબહેને પહેલાં તો કહ્યું: 'વેવાણને વહાલી થવા ગઈ હતી પણ ધક્કો ખાઈને પાછી હતી ત્યાં આવી ગઈ.'

રોશનની માતા વસુંધરાને આઉટ હાઉસમાં રહેવા દેવા રાજી નહોતાં, પણ સાવિત્રીબહેન સાથે બગાડીને આવી એટલે વિરોધ ન કર્યો. દુશ્મનનો દુશ્મન માણસને સહેજે વહાલો લાગવા માંડે એ રીતે વસુંધરા તરફ એમનું હેત ઊભરાઈ આવ્યું: અમે તો તને જવાનું કહ્યું જ નહોતું. ખરખરો કરવા ગઈ તે ગઈ અને રોકાઈ ગઈ. એક રીતે સારું થયું. અમને વગોવતાં વેવાણના સ્વભાવનો તનેય પરચો મળી ગયો.

સાવિત્રીબહેને છૂટો કરેલો ગોવિંદ પણ રોશનના ઘરમાં જ નોકર મહારાજ તરીકે નોકરીએ ગોઠવાઈ ગયો. વસુંધરાને માજીનું વાંકું બોલવું ગમતું નહીં પણ રોશનની માતા તેને સાંજે ઘરમાં બોલાવીને ગમે તે બહાને વેવાણની જ વાત ઉખેળતાં. વસુંધરાના મોંએથી સાવિત્રીબહેનની નિંદા સાંભળવામાં એ દિવસ સુધરી ગયા જેવો આનંદ અનુભવતાં. સાથે સાથે પોતાના દીકરાનો પોરસ કરવાનુંય એ ચૂકતાં નહીં: 'વહુ ગુજરી ગયાને ચાર મહિના થઈ ગયા. તારા ડૉક્ટરસાહેબને કેટલું સમજાવીએ છીએ કે તને ભલે જરૂર ન હોય, અમારે ખાતર ઘરમાં વહુ લઈ આવ... પણ રોશન ચોખ્ખી ના સંભળાવી દે છે. બિચારાને અનુરાધાનો આઘાત બહુ લાગ્યો છે.'

આ સાંભળીને વસુંધરા આડું જોઈ જતી: દીકરાનાં બેસુમાર વખાણ કરતી માને સાચી વાતની જાણ થશે ત્યારે એની શી હાલત થશે?

વસુંધરા ત્યાંના વાતાવરણમાં ગૂંગળાઈ જતી: કોને ખબર અહીં કેટલો વખત કાઢવો પડશે! સાવિત્રીબહેનને મળવા જીવ બેચેન બની જતો. એમને એકલાં મૂકીને અહીં આવવું પડ્યું એનો ઉચાટ રહ્યા કરતો. છતાં પોતે મજબૂત હતી. ગોવિંદની જાસૂસી, માજીના અણધાર્યા મોતની ડૉક્ટરસાહેબે ઉચ્ચારેલી ચેતવણી અને પુરાવા મેળવવા માટે આ લોકો વચ્ચે રહેવાની જરૂરિયાતે તેને આ પગલું ભરાવ્યું હતું.

પહેલું કામ તેણે બનાવટી તારનું રહસ્ય મેળવવાનું કર્યું. રોશનના કહેવાથી ગુલમર્ગ જવા માટે સુલેમાન શેઠની ગાડીની સગવડ થઈ ગઈ. શેઠના જૂના ડ્રાઇવરને જોઈને મનમાં પોતે હરખાયેલી. ગુલમર્ગ પહોંચ્યા પછી એકાએક યાદ આવ્યું હોય તેમ કહ્યું:

'ઇસ્માઇલ, કોઈને પૂછી જોને અહીંની પોસ્ટ ઑફિસ ક્યાં આવી. મારે એક તાર કરવો છે.' (પોતે ગુલમર્ગમાં ઊછરી હતી એટલે જાણતી હોવા છતાં પૂછેલું.)

'પોસ્ટ ઑફિસ ક્યાં આવી એ કોઈને પૂછવાની જરૂર નથી. નર્સબહેન, મેં જોઈ છે.'

'એમ!' વસુંધરાએ વિસ્મય વ્યક્ત કર્યું: 'મને એમ કે તારે ગુલમર્ગ આવવાનું થતું નથી. એટલે પોસ્ટ ઑફિસની જાણ ક્યાંથી હોય!'

'કેમ ભૂલી ગયાં. હજુ ચાર મહિના પહેલાં તો ડૉક્ટરસાહેબને લઈને આવેલો.'

'અહીંયાં? મને એમ કે સાહેબ શ્રીનગર ગયેલા.'

ડ્રાઇવર બધું બકી ગયો: 'મને પણ ત્યારે નવાઈ લાગી, સમજાયું નહીં, ગુલમર્ગમાં કેમ આવેલા?! પોસ્ટ ઑફિસ પાસે રોકાયા પછી એક હૉટેલમાં જઈને ખાધું-પીધું અને પાછા ફરી ગયા.'

'ઓહ! ત્યારે પોસ્ટ ઑફિસનું કોઈક ખાસ કામ હશે?' વસુંધરાએ સિફ્તથી ઊલટતપાસ લઈ લીધી: 'ડૉક્ટરસાહેબની ઓળખાણ-પિછાણવાળા બધે જ હોય.'

'નહીં રે, પોસ્ટ ઑફિસનું કામ તો તેમણે મને સોંપેલું.' ઇસ્માઇલ ડ્રાઇવર હસી ગયો: 'ખાલી એક તાર કરવાનો હતો.'

વસુંધરા ચોંકીને ટટ્ટાર થઈ ગઈ. આગળના આયનામાંથી ડ્રાઇવર પોતાના ચહેરાના ભાવ પારખી ન જાય એટલે સાવધ રહીને પૂછપરછ ચાલુ રાખી: 'ત્યારે તો તને તાર કરતાંય આવડે છે. અંગ્રેજી જાણતો લાગે છે!'

'તમે પણ શું અભણ માણસની મશ્કરી કરો છો. નર્સબહેન, અંગ્રેજી ભણ્યો હોત તો તમારા બધાની જેમ ગોટ-પીટ ન કરત... આ તો સાહેબે પોસ્ટ ઑફિસ પાસે ગાડી ઊભી રખાવી, પહેલાં મને તારનું ફૉર્મ લેવા મોકલ્યો. પછી તાર લખીને આપ્યો ત્યારે હું ચિઠ્ઠીના ચાકરની જેમ પૈસા ભરીને તાર કરી આવ્યો.'

ડ્રાઇવરે બ્રેક મારીને પોસ્ટ ઑફિસ પાસે મોટર થંભાવી: 'લ્યો, આવી ગઈ તાર ઑફિસ, સામે પેલી બારીમાંથી તાર થાય છે. કહેતાં હો તો હું કરી આવું.'

હવે વસુંધરાએ ફેરવી તોળવું પડ્યું: 'કાંઈ નહીં, એવી ઉતાવળ નથી. પહેલાં હું બેબીને મળી લઉં.'

સ્મિતાની બૉર્ડિંગ સ્કૂલમાં પહોંચીને વસુંધરાએ ડ્રાઇવરને બહાર જમી લેવા રવાના કરી દીધો. સ્કૂલમાં મધરને તારની કૉપી આપી રાખેલી તે પાછી મેળવી લીધી અને રવિ પર એક પત્ર લખી નાખ્યો. સાથે તારનો કાગળ બીડીને જાતે જ પોસ્ટ કરી આવી.

કામ આટલું જલદી આટોપાઈ જશે એ ધાર્યું નહોતું. તેને ખાતરી હતી કે

ડૉક્ટરસાહેબ ડ્રાઇવરને અહીંની બધી જ પૂછપરછ કરવાના. વાત વાતમાં જો બોલકો ડ્રાઇવર તારનો ઉલ્લેખ કરશે તો ડૉક્ટર સાવધ થઈ જશે. તેને પોતાની ભૂલ સમજાઈ. હવે જમ્મુ જતાં પહેલાં એ સુધારી લેવી પડશે એમ નક્કી કર્યું અને બે કલાક સ્મિતાને મોટરમાં ફેરવી જમ્મુ પાછી ફરી ગઈ.

'ગુડમૉર્નિંગ, સિસ્ટર!'

સવારે બગીચામાં લટાર મારવા નીકળેલા રોશને આઉટ હાઉસની બારીમાં ડોકાઈને ચા પીવા બેઠેલી વસુંધરાને સામેથી ગુડમૉર્નિંગ કર્યું ત્યારે એ ચમકી ગયેલી.

'ગુડમૉર્નિંગ, ડૉક્ટર?' વસુંધરા વિખરાયેલા વાળ સરખા કરતી બોલી: 'આવોને ડૉક્ટરસાહેબ, આજે મારા હાથની ચા પિવડાવું.'

રોશન પણ મૂડમાં હતો. 'ઓકે!' કહીને એ અંદર આવ્યો ત્યાં સુધીમાં વસુંધરા રસોડામાંથી વધારાનાં કપ-રકાબી લઈ આવી.

'આજે ઊઠવામાં મોડું થઈ ગયું.' કીટલીમાંથી ચા રેડતાં તેણે શરૂઆત કરી.

'થાય જ ને!' રોશન મીઠું મરક્યો: 'એક તો રાતે મોડી આવી હોઈશ પછી મીઠાં સપનાં પંપાળવામાં બાકીની રાત જાગતી રહી હોઈશ.'

વસુંધરા હસી નહીં. ગંભીર ભાવે નીચું જોઈ ગઈ:

'નહીં ડૉક્ટરસાહેબ, ઉચાટનો ઉજાગરો હતો.'

'ઉચાટનો!' ચાનો ઘૂંટ લેતાં દાઝ્યો હોય તેમ રોશને હેઠેથી કપ હઠાવી લીધો: 'શું થયું સિસ્ટર?'

વસુંધરાએ ચહેરા પર ઉદાસી ઘૂંટાવા દીધી. પછી અવાજમાં હતાશા પ્રગટ કરતી બોલી ગઈ: 'એ ગુલમર્ગ આવ્યા જ નહોતા.'

'રમેશ વાયદો કરીને મળવા જ ન આવ્યો?' તેના બોલમાં કટાક્ષ હતો: 'આખરે તો મિલિટરીવાળો રહ્યો ને!'

'નહીં ડૉક્ટરસાહેબ, રવિ પણ મિલિટરીના જ હતા ને! એ વાયદાના પાક્કા હતા.'

'કદાચ રમેશને આવવાની રજા નહીં મળી હોય.'

'ના, એમ હોય તો મને અગાઉથી પત્ર લખીને જાણ કરી દેત ને!'

'તો કદાચ તેણે તારા જૂના સરનામે કાગળ લખ્યો હોય.' 'રોશન તેને ચકાસી રહ્યો હતો: 'બનવા જોગ છે કે મારાં સાસુએ તારા નામનો પત્ર ફોડીને વાંચી લીધો હોય અને તને પહોંચાડવાને બદલે તારા પરની ખીજમાં એ ફાડી નાખ્યો હોય.'

'ના, એ શક્ય નથી.'

'એટલે અનુની મા પરથી હજુય તારો ભરોસો ગયો નથી?'

'નહીં ડૉક્ટરસાહેબ, ગયા રવિવારે જ મેં એમને પત્ર લખીને ઠેકાણું બદલ્યાની જાણ કરી દીધી હતી, મારું નવું સરનામું લખી મોકલ્યું હતું પછી એમનો પત્ર માજીને ત્યાં કેમ આવે?'

રોશનને એ દલીલ ગળે ઊતરી ગઈ. વસુંધરા પ્રત્યે થોડી સહાનુભૂતિ જાગી: 'તો પછી મળવા ન આવવાનું કારણ શું હોઈ શકે? તને શું લાગે છે?'

'કાંઈ જ ખબર પડતી નથી.' વસુંધરાએ બનાવટી નિસાસો નાખ્યો: 'મારો તો જીવ ફફડી રહ્યો છે. મારાં નસીબ જ વાંકાં લાગે છે.'

વસુંધરાએ પાંપણ પલાળી દીધી. ડૉક્ટરને તેની દયા આવી એટલે આશ્વાસન આપનાનો પ્રયાસ કર્યો: 'એમ હિંમત ન હારી જા. પ્રેમનો મારગ તો શૂરાનો ગણાય.'

'શૂરાનો હોય તો સારું. મને ક્યારેક એ માર્ગ બૂરાનો હોય એવું થયા કરે છે.'

એ કટાક્ષ રોશન માટે હતો, પણ વસુંધરાએ કળાવા દીધું નહીં: 'ડૉક્ટરસાહેબ, સારું છે ને કે મેં હજુ સ્મિતાને આવી કોઈ વાત કરી નથી. નહીંતર દીકરીને મોં બતાવવા જેવું ન રહેત.'

'અને મારા સિવાય અહીં બીજું કોઈ જાણતું નથી એટલે તારે એ ચિંતા કરવાની જરૂર નથી. હવે એ સામે ચાલીને અહીં આવે તો જ આગળ વધજે.' પછી ઊભા થતાં ઉમેર્યું: 'અને એક વખત મારી સાથે એનો ભેટો કરાવી દેજે... બે મિનિટમાં હું એનું માપ કાઢી લઈશ.'

'અહીં આવવાની તો મેં એમને મનાઈ કરી છે.' વસુંધરાએ જે કહેવાનું હતું તે સંભળાવી દીધું: 'પણ ગુલમર્ગથી તાર કરીને જણાવી દીધું છે કે જો ઇચ્છા થાય તો પંદર દિવસ પછીના રવિવારે સ્મિતાની બૉર્ડિંગ સ્કૂલમાં મળવા આવી જજો, નહીંતર હું વાયદો ફોક થયો એમ માની લઈશ.'

રોશન તેની સામે જોઈ રહ્યો: 'એટલે તું આવતા રવિવાર પછીના રવિવારે પાછી જવા માગે છે?'

'હા, છેલ્લી વાર!' તેણે આજીજીભર્યા સ્વરે કહીને ઉમેર્યું: 'પણ આ વખતે ગાડીની જરૂર નથી, બસમાં જ જઈ આવીશ.'

'ભલે જઈ આવજે, મનનું સમાધાન કરી લેવું સારું!' કહીને રોશન બહાર નીકળી ગયો, જતાં જતાં યાદ આવ્યું: 'અને સિસ્ટર, તું અર્ધો દિવસ આરામ

કરીને બપોર પછી જ ક્લિનિક પર આવજે.'

વસુંધરાએ પણ આનાકાની કરી નહીં: 'સો કાઇન્ડ ઑફ યુ.' કહીને અર્ધા દિવસની રજા લઈ લીધી. તેને થોડુંક વિચારવું હતું. થોડોક આરામ પણ કરવો હતો.

અને વસુંધરાની અર્ધા દિવસની રજા ફળી.

નાહીધોઈને એ રસોડામાં કામે લાગી હતી ત્યાં બુઢ્ઢો માળી દોડતો આવ્યો: 'બહેનબા, કનૈયાની માને ગભરામણ થાય છે. ડિલ ધગે છે.' ગળગળો થઈને એ કહેવા લાગ્યો: 'તમે જરા આવીને જોઈ જાવ ને!'

વસુંધરા તરત જ ઊભી થઈ. ઘરમાં દવાનો પરચૂરણ સામાન રાખતી હતી તે પેટી લઈને માળીની પાછળ પાછળ બંગલા પછવાડેના ઝૂંપડામાં પહોંચી ગઈ.

દર્દીના કપાળ પર હાથ મૂકતાં જ પાછો ખેંચી લેવો પડ્યો: 'અરે, આને તો માથું ફાડી નાખે એટલો તાવ છે.' પેટીમાંથી થરમૉમિટર કાઢીને તાવ માપવા લાગી: 'કેટલા દિવસથી બીમાર છે?'

'ચાર દિવસ થયા.'

'અને છતાં અમને કહ્યું નહીં?!' વસુંધરા ખફા થઈ ગઈ: 'ડૉક્ટરસાહેબને વાત કરતાં શું થતું'તું?'

'એ બિચારી તો બે દિ'થી કહ્યા કરે છે. સાહેબને પૂછીને દવા લઈ આવો.' માળીએ મજબૂરી વ્યક્ત કરી: 'પણ આવડા મોટા ડૉક્ટરસાહેબને આ ગરીબની ઝૂંપડીમાં આવવાનું કહેતાં જીભ ન ઊપડી.'

'તો આને દવાખાને લઈ આવવી હતી.'

'એ વિચાર આવેલો, પણ ઊઠવાની તેવડ નહોતી.'

દરદીનાં લક્ષણ જોતાં વસુંધરાને વહેમ પડ્યો: 'આને ચાર દિવસ પહેલાં ક્યાંય વાગ્યું હતું ખરું?'

માળીએ માથું ખંજવાળ્યું પણ તેના પહેલાં એના દીકરા કનૈયાને યાદ આવી ગયું: 'હા બહેનબા, પગમાં ખીલો વાગ્યો હતો.'

'ઓહ!' કહીને વસુંધરાએ ઉચાટ સાથે માળણના પગનો ઘાવ જોયો. જખમ પાકી ગયેલો દેખાયો. તેને ખાતરી થઈ ગઈ કે ધનુર્વાની અસર છે.

પહેલાં વિચાર્યું: 'ડૉક્ટરસાહેબને બોલાવી લઉં. ઍન્ટિસેપ્ટિકનું ઇન્જેક્શન આપી દેશે. પછી થયું: એમને શું કામ તકલીફ આપવી, ઇન્જેક્શન તો હું આપી શકું.

'એને તત્કાલ ઇન્જેક્શન આપવું પડશે. કનૈયાને હું ચિઠ્ઠી લખી આપું છું.

દવાખાને જઈને સાહેબ પાસેથી ઇન્જેક્શન લઈ આવે.'

'હા-હા! હું હમણાં જ દોડીને લઈ આવું છું.' કનૈયો એટલો ઉત્સાહભેર બોલી ગયો કે જાણે માને ઇન્જેક્શન અપાતું જોવાની મજા પડવાની હોય!

'ખમી જા!' વસુંધરાને કાંઈક યાદ આવ્યું: 'પહેલાં હું સાહેબના ઘરમાં તપાસ કરી જોઉં. દવાની એક બૅગ એ ઘરમાં પણ રાખે છે. તેમાંથી મળી આવે તો હું લઈ આવું.'

તેની પાછળ પાછળ કનૈયો પણ દોડ્યો. વસુંધરા રોશનના પિતાની રજા લઈ ડૉક્ટરના કમરામાંથી બૅગ લઈ આવી. કનૈયાએ તેના હાથમાંથી બૅગ ઝડપી લીધી અને 'ચાલો નર્સબહેન!' કહેતો બૅગ ઊંચકીને આગળ થયો.

ઇન્જેક્શન આપવાની વિધિ કનૈયો એકીટશે જોઈ રહ્યો. 'સાંજ સુધીમાં રાહત થઈ જશે.' વસુંધરા બૅગમાં ઇન્જેક્શનની સિરિંજ મૂકતી કહી રહી હતી: 'બપોર સુધી હું ઘેર જ છું. જરૂર લાગે તો મને બોલાવી લેજે.'

માળી કૃતજ્ઞતાથી ગળગળો થઈ ગયો: 'ભગવાન તમારું ભલું કરે.'

વસુંધરા બૅગ ઊંચકીને ઊઠવા જતી હતી ત્યાં કનૈયો બોલી ઊઠ્યો: 'બહેનબા, ઇન્જેક્શનની ખાલી શીશીઓ મને આપશો?'

વસુંધરા હસી. તેને યાદ આવ્યું: 'પોતે ઉતાવળમાં નકામી ચીજ બૅગમાં મૂકી દીધી હતી: 'તારે શીશીઓને શું કરવી છે?' બૅગ ખોલતાં ખોલતાં તેણે અમસ્થું જ પૂછ્યું.

'બહેનબા, આ ગાંડિયાને શીશીઓ ભેગી કરવાનો ભારે ચસકો છે.' માળીએ દીકરાને ટાપલી મારતાં કહ્યું: 'નાનાં શેઠાણી બીમાર રહેતાં હતાં ત્યારે દાક્તરસા'બ ઇન્જીક્શન આપતાં એની ખાલી શીશીઓ કચરાની ટોપલીમાંથી વીણીવણીને લઈ આવતો.' પછી ઉમેર્યું: 'શીશીઓ ભેગી કરીને એક રમકડું બનાવે છે.'

'એમ!' વસુંધરાએ ડિસ્ટિલ્ડ વૉટરની કાચની ટ્યૂબ અને ઇન્જેક્શનની નાની શીશી કનૈયાને આપતાં કહ્યું: 'તું કેવું રમકડું બનાવે છે એ તો મને બતાવ.'

કનૈયો શરમાઈ ગયો: 'બહેનબા, હજુ પાંચ-સાત શીશીઓ ખૂટે છે. દવાખાનાનો ભોલો મને આપવાની ના પાડે છે એટલે રમકડું અધૂરું રહી ગયું.'

પછી હોંશભેર દોડીને ખૂણામાં પડેલી એક ટોપલી લઈ આવ્યો: 'જુઓ મેં આટલી શીશીઓ ભેગી કરી છે. તમે મને બીજી વધારે મેળવી આપો તો સ્મિતાબહેન માટે એક સરસ રમકડું બનાવી આપીશ.'

'સ્મિતા માટે શું કામ?' વસુંધરા ઇન્જેક્શનની ખાલી ટ્યૂબ અને બૉટલો પર નજર નાખતી બોલી ગઈ: 'તારું બનાવેલું રમકડું તારે જ રાખવું જોઈએ.'

'તમે મારી માને ઇન્જેક્શન આપ્યું ને,' કનૈયો નીચું જોઈને બોલ્યો: 'એટલે સ્મિતાબહેનને એ રમકડું આપી દઈશ.'

અચાનક વસુંધરાની આંખો પહોળી થઈ. કનૈયાએ ભેગી કરેલી શીશીઓમાં ચાર-પાંચ જુદી તરી આવતી હતી. તેમાંથી એક હાથમાં લઈને તેનું લેબલ વાંચ્યું ત્યારે આંચકો અનુભવ્યો: આ તો ઘેનના ઇન્જેક્શનની શીશી છે!

ભીતરમાં ખળભળાટ મચી ગયો: અનુબહેનને પ્લાસ્ટિક સર્જરીની ટ્રીટમેન્ટ માટે આ ઇન્જેક્શન આપવાનું ડૉક્ટર સ્કૉટના પ્રિસ્ક્રિપ્શનમાં તો હતું નહીં! શું અનુબહેનનો ઊંઘમાં ચાલવાનો રોગ ઉપજાવી કાઢવામાં આવેલો?

એ ધ્રૂજી ઊઠી ત્યારે માળી અને કનૈયો વિમાસણમાં પડી ગયા. વસુંધરાએ સજાગ બની જવું પડ્યું: 'કનૈયા, આ શીશીઓ બધી જ તેં અહીંથી ભેગી કરેલી? કે પછી થોડીક બહારથી લઈ આવેલો?'

'નહીં બહેનબા!' માળીએ ખુલાસો કર્યો: 'આમાંથી કોઈ બહારથી લાવ્યો નથી મારો કનૈયો.'

'આ શીશીઓ સાચવી રાખજે. હું તારા માટે દવાખાનેથી ઘણી બધી શીશીઓ લાવી આપીશ.'

એમ કહીને બૅગ ઊંચકીને બહાર નીકળતી હતી, ત્યાં કનૈયાએ તેના હાથમાંથી બૅગ લઈ લીધી: 'ચાલો હું મૂકી જાઉં છું.'

કનૈયો ખુશ હતો પણ વસુંધરા ગડમથલમાં ગૂંચવાઈ ચૂકી હતી. વિચારમાં ને વિચારમાં એ સીધી પોતાના આઉટ હાઉસમાં ગઈ. કનૈયાએ વચ્ચે પૂછ્યું કે બૅગ સાહેબને ત્યાં મૂકી આવવી છે ને? તોપણ તેણે સાંભળ્યું નહીં.

યંત્રવત્ બારણું ઉઘાડી વસુંધરા પલંગમાં બેસી પડી. પાછળ પાછળ કનૈયો પણ દાખલ થયો. નર્સબહેનને ગડમથલમાં જોઈને એ બિચારો બૅગ ઊંચકીને ચૂપચાપ ઊભો જ રહ્યો. ઘણી વારે વસુંધરાનું ધ્યાન ખેંચાયું ત્યારે વિચારના આવેશમાં તેનાથી ઊંચા સાદે કહેવાઈ ગયું: 'બૅગ પકડીને ઊભો છો શું, મૂકી દે!'

'શેનો અવાજ આવ્યો!' કહેતી વસુંધરાએ બૅગ ઊંચકીને પલંગ પર મૂકી: 'સાહેબનાં કોઈ સાધન તૂટીફૂટી ગયા હશે તો મને ઠપકો મળશે.'

ઉચાટ સાથે તેણે બૅગ ખોલી. અંદરથી ઇન્જેક્શનની સિરિંજની ડબી બહાર કાઢી: ના, એ સલામત હતી! નીચે કાચની કોઈ ચીજ ફૂટી તો નથી ને એ જોવા માટે અંદર હાથ નાખ્યા. બૅગના તળિયે હાથ પહોંચ્યો તો લોઢાની કોઈ ચીજનો ઠંડો સ્પર્શ અનુભવ્યો. તેની જિજ્ઞાસા સતેજ થઈ. બૅગ ખાલી કરીને નીચેથી એક પડીકું કાઢ્યું. ખોલીને જોયું તો જુદી જુદી સાઇઝનાં લોઢાનાં

પાનાં, સ્ક્રૂ-પક્કડ ડ્રાઇવર!

તેની આંખો ફાટી રહી: મિસ્ત્રીનાં હથિયાર ડૉક્ટરસાહેબની બૅગમાં ક્યાંથી? શું કામ?

કનૈયો પણ તાજ્જુબીથી એ જોઈ રહ્યો છે, એવો ખ્યાલ આવ્યો ત્યારે વસુંધરાએ ઝડપથી એ હથિયારોને કાગળમાં લપેટી લીધાં: 'ચાલ સારું થયું, અંદર કાંઈ ફૂટ્યું-તૂટ્યું નથી.' પછી હસવાનો દેખાવ કર્યો: 'મેં તને નકામો ધમકાવ્યો, કનૈયા!'

ઝટપટ બૅગમાં ચીજવસ્તુઓ ભરવા જતાં તેના હાથમાં બે ટિકિટો આવી. જોયું તો પઠાણકોટથી કલકત્તાની ફર્સ્ટ ક્લાસની ટિકિટો હતી!

તેના મગજમાં ઝબકારો થયો: તો શું ડૉક્ટરસાહેબ કલકત્તા સાથે લઈ ગયેલા તે આ જ બૅગ છે?

તેને પસીનો વળાવા લાગ્યો. કનૈયાની હાજરીમાં આ બધું જોયું એ ઠીક ન થયું, પણ હવે આ છોકરાને પટાવી લેવો પડશે.

'જા કનૈયા, આ બૅગ સાચવીને સાહેબના કમરામાં મૂકી આવ.' પછી તેને સમજાવ્યું: જો મોટા શેઠને કહીને મૂકવા જજે.'

'ભલે બહેનબા!' કનૈયાએ ધરપતના ભાવ સાથે સાચવીને બૅગ ઊંચકી લીધી.

'અને બીજી વાત!' વસુંધરાએ હવે સ્વસ્થતા ધારણ કરી લીધી હતી: 'ખાલી શીશીઓનું રમકડું બનાવવાની તારે બહુ ઉતાવળ નથી ને?'

કનૈયો સામું જોઈ રહ્યો.

'હું એટલા માટે કહેતી હતી કે સ્મિતા સ્કૂલની છુટ્ટીમાં અહીં રહેવા આવવાની છે ત્યારે તેની નજર સામે જ રમકડું બનાવજે. એને પણ શિખવાડજે... ત્યાં સુધીમાં હું તારા માટે ઘણીબધી શીશીઓ ભેગી કરી રાખીશ... બે રમકડાં બને એટલી!'

'તો તો બહુ સારું' કહેતો કનૈયો બૅગ લઈને ત્યાંથી રવાના થયો.

તેના ગયા પછી ક્યાંય સુધી વસુંધરા બેચેન જીવે પલંગ પર આળોટતી રહી: ઘેનનાં ઇન્જેક્શન, ઊંઘમાં ચાલવાનો રોગ અને કલકત્તાની બે ટિકિટ સાથે બૅગમાંથી નીકળેલાં ઓજારો.

અધૂરી રસોઈ પૂરી કરવાની રુચિ જ ન રહી. મનનો અવઘોળાટ સહેવાયો નહીં ત્યારે ટેબલમાંથી પૅડ કાઢીને રવિ પર પત્ર લખવા બેસી ગઈ.

*

'આજેય પાછો ગાજરનો હલવો!' પિરસાતી થાળી સામે જોઈને રોશનને ટકોર કરી.

શામલીએ સાંભળવાની પરવા રાખ્યા વિના હલવો વધારે પીરસ્યો: 'કેટલા દિવસે કર્યો છતાં એવી રીતે બોલો છો જાણે કાલે જ હલવો ખાધો હોય. તમારા હિસાબે ગળ્યું ખાવાની મારી આદત પણ છૂટી જશે.'

'સારું ને, બહુ ખાંડ ખાવાથી ચરબી વધી જાય છે.'

'તમને ડૉક્ટરોને આવું જ સૂઝ્યા કરે.' શામલીએ પોતાની થાળીમાં ગાજરનો હલવો લેતાં કહ્યું: 'બચપણથી ખાંડ ખાતી આવી છું. છતાંય તમને મારા શરીરમાં ચરબી દેખાય છે!'

'બેચાર વરસ ખમી જા, પછી કેવી ફૂલી જઈશ એ જોજે. બેચાર મહિનામાં જ ફૂલી જવાની છું...' પણ એવી રીતે નહોતું કહેવું.

મરક મરક હસતી એ જમવા લાગી. રોશન પણ થોડીક વાર ખાવામાં મગ્ન થઈ ગયો.'

'પેલીને શું થયું?' શામલી અચાનક પૂછી બેઠી: 'મહિનો તો પૂરો થઈ ચૂક્યો.'

'કોને શું થયું? શેનો મહિનો પૂરો થયો!'

'પાછા અજાણ્યા થાવ છો. હું પેલી નર્સનું કહી રહી છું. મહિના પછી દવાખાનામાંથી છૂટી થવાની હતી. પણ હવે જવાનું નામ નથી લેતી.'

'તને એને ધકેલી દેવાની બહુ ઉતાવળ છે કાંઈ?'

'પહેલેથી એ મને ગમતી નથી. તેમાં વળી તમારે ઘેર રહેવા આવી.'

'કેમ ઈર્ષા થાય છે?'

'ઈર્ષા કરે મારી બલા!' શામલીએ છણકો કર્યો: 'તમે એના પ્રેમમાં પડી જાવ એની મને ચિંતા નથી.'

'એમ એ સાવ કાઢી નાખવા જેવી તો નથી.' રોશને તેને છેડવા માટે કહ્યું: તને ખબર છે, એક પુરુષ તેના પ્રેમમાં પડી ચૂક્યો છે.'

'કોણ?' શામલીની આંખો પહોળી થઈ, જાણે પૂછતી હોય: એ પુરુષ તમે તો નથી ને?'

રોશને વસુંધરાનું પ્રેમપ્રકરણ કહી સંભળાવ્યું. શામલી એકચિત્તે સાંભળતી રહી. છેલ્લે જ્યારે રોશને હમદર્દીનો સૂર સંભળાવ્યો કે 'બિચારી બીજી વાર પણ ગુલમર્ગથી ખાલી હાથે અને ભારે હૈયે પાછી આવી. તેનો પેલો પ્રેમી હાથતાળી આપી ગયો લાગે છે!'

ત્યારે શામલી વધારે છેડાઈ પડી: 'હવે તમને એનું આટલું બધું કેમ લાગી

આવે છે? પાત્ર જોઈને પ્રેમમાં પડતાં ન આવડે તો પસ્તાવુંય પડે.'

'જવા દે એ વાત. બીજી કોઈ સારી વાત કર!' રોશનનું અપરાધી માનસ છંછેડાયું. કહેવાનું મન થયું કે તું જે પાત્રના પ્રેમમાં પડી છો એનેય ક્યાં હજુ સાચી રીતે ઓળખવા પામી છે!

'કોઈ સારી વાત સાંભળવાનું મન થયું છે?' શામલીએ લહેકાથી કહ્યું: 'તો પહેલાં આ મીઠાઈ પૂરી કરો, પછી કહી સંભળાવું.'

'તારે ખરેખર મોં મીઠું કરાવવું છે?' રોશનને શરારત સૂઝી. શામલીએ નજરના ઉલાળાથી હા ભણી ત્યારે રોશને હોઠ પર જીભ ફેરવતાં ઇશારત કરી: 'જરા નજીક આવ જોઈએ.'

'કેમ, કાનમાં કાંઈ કહેવું છે?' શામલીએ કાન ધરીને પૂછ્યું: 'કાનમાં કહેવાનું તો મારે છે.'

'તું નજીક તો આવ.' કહીને રોશને તેનું કાંડું ઝડપી લીધું. 'કાનમાં નહીં, હોઠમાં કહેવાની વાત છે.'

'હોઠમાં!' શામલીએ ડોક પાછી ખેંચી લીધી: 'જમતાં જમતાંય તમને એવા જ વિચાર આવે છે?' તેણે બનાવટી છણકો કર્યો: 'હું મીઠાઈ ધરું છું અને તમે હોઠ માગો છો?'

'કારણ કે તારા હોઠ જેવી મીઠાશ કોઈ જ મીઠાશમાં નથી હોતી, શામલી!' રોશને તેના કાંડા પર ભીંસ વધારતાં ઉમેર્યું: 'અને બીજી ખૂબી એ છે કે હોઠની મીઠાશથી શરીરમાં ચરબી વધતી નથી.'

શામલી થોડી વાર મરક મરક હસતી રહી. રોશને જમવાનું પતાવી હાથ-મોં ધોયાં અને પાણી પીને આરામખુરશીમાં લંબાવ્યું ત્યારે એ હળવેકથી પાછળ આવી. રોશન હોઠ વચ્ચે સિગારેટ મૂકીને સળગાવવા જતો હતો ત્યાં તો તેના હોઠમાંથી શામલીએ સિગારેટ ઝૂંટવી લીધી.

'હમણાં નહીં, થોડી વાર પછી પીજો.'

રોશને પાછળ જોયા વિના જ પાકીટમાંથી બીજી સિગારેટ કાઢી: 'જમીને મારે સિગારેટ પીધા વગર ચાલતું નથી એ તું જાણે છે.'

શામલીએ પોતાના બન્ને હાથ રોશનના ખભા પર ટેકવ્યા અને તેના પર ઝળૂંબી ગઈ: 'તમારે ખુશખબર નથી સાંભળવા?'

અને તેણે એના કાનમાં ફૂંક મારી દીધી. હોઠ વચ્ચે દબાવી રાખેલી વણસળગેલી સિગારેટ રોશનના ખોળામાં પડી ગઈ. તેના ચહેરાના હાવભાવ પલટાઈ ગયા. શામલીએ આપેલા ખુશખબર બહુ ખટક્યા.

'કેમ સાંભળીને બાઘા જેવા બની ગયા?' શામલી ગેલમાં બોલતી રહી: 'હવે સમજાય છે ને કે તમારા હોઠની મીઠાશથી મારા શરીરની ચરબી ઝડપથી વધી જવાની!' પછી તેના ગળા ફરતાં બન્ને હાથ વીંટાળી વહાલ કર્યું: 'ડૉક્ટરસાહેબ, છ-સાત મહિનામાં એ ચરબી ઉતારી નાખવાનો બંદોબસ્ત કરવો પડશે. એક ઘોડિયું પણ વસાવવું પડશે.'

રોશને કડવો ઘૂંટડો ગળે ઉતારી જવો પડ્યો. શામલીને શું જવાબ આપવો? આટલું જલદી આમ કેમ બની ગયું!

'જો શામલી! છ-સાત મહિનામાં જ નહીં, છ-સાત દિવસમાં જ હું એનો નિકાલ લાવી દેવા માગું છું.'

'શું કહ્યું?' શામલીનું દિલ એકબે ધબકારા ચૂકી ગયું: 'આટલા વખતે મારા અંતરમાં મમતાનો પોકાર પડઘાયો ત્યારે તમે એ સાદને ગૂંગળાવી દેવા માગો છો!' ગુસ્સાના ધક્કાથી શામલી દૂર હઠી ગઈ: તેની આંખો ઊભરાઈ આવી: 'તમે જ તો કહ્યું'તું કે હું તારા સંતાનનો જ બાપ બનવાનો છું. એટલા ખાતર તો ભગવાનની સાક્ષીએ આપણે પરણી ગયાં.'

રોશને તરત જ સાવધ બની જવું પડ્યું! ખોટું વેણ બોલી નાખવા બદલ જાતને ઠપકો આપ્યો. શામલી મા બને તેની સામે એને વાંધો નહોતો. પણ પોતે શામલીના સંતાનનો બાપ બની શકે તેમ નહોતું. તેને હવે શામલીના ઇરાદા માટે શંકા જાગી. એ મા બની જઈને જલદી મારી પત્નીનું સ્થાન મેળવી લેવા માગે છે. અમારા સંબંધને જગજાહેર કરવાની તેને અધીરાઈ જાગી છે, પણ એ માટે હું હજુ તૈયાર નથી. આટલી ઉતાવળ મને પાલવે તેમ નથી. આની સાથે પણ મારે કોઈ ચાલ ખેલવી પડશે. આખરે તો હું ડૉક્ટર છું, સહેલાઈથી રસ્તો સાફ થઈ જશે.

'શામલી!' તેણે અવાજમાં મીઠાશ ઘોળી: 'નજીક આવ જોઈએ. આ ખુશખબર મારે જુદી રીતે સાંભળવા છે. મારા કહેવાનો મતલબ તું સમજી નહોતી.'

શામલીમાં એકાએક ચેતન ઊભરાવા લાગ્યું, છતાં એ પાછળથી નજીક પહોંચીને તેને વળગી પડી નહીં, પોતાનો ડંખ છુપાવી શકી નહીં: 'તમે છ-સાત દિવસમાં નિકાલ લાવવાની વાત કરીને મને હેબત ખવડાવી દીધી.'

રોશને પોતાના હાથ ઊંચા કરીને પાછળ ઊભેલી શામલીને તેમાં સમાવી લેવાની ચેષ્ટા દેખાડી: 'નિકાલ કરવાનો અર્થ એ હતો શામલી કે મારે તારા માટે હવે કોઈ ઘર લેવું પડશે.'

શામલી હવે તેની લગોલગ આવી ગઈ. રોશનના હાથ તેને વીંટળાવા લાગ્યા.

'જુદું ઘર લેવાની જરૂર છે? મને તો અહીંયાં બહુ ફાવી ગયું છે.'

'તું સમજી નહીં... જ્યાં સુધી આપણા પ્રેમનું પુષ્પ સંપૂર્ણપણે પ્રગટે નહીં ત્યાં સુધી આપણે કોઈને જાણ કરવી નથી.' રોશને શબ્દોના જાદુથી તેને જકડવા માંડી: 'મેં બધું વિચારી રાખ્યું છે. તું મા બની જા એટલે કે હું બાપ બની જાઉં. પછી આપણા બાળક સાથે હું તને ઘેર લઈ જઈશ કે લ્યો, તમારું ઘર હવે બાળકના કિલકિલાટથી ગુંજી ઊઠશે. અમને ત્રણેને આશીર્વાદ આપો!'

'ખરેખર!' શામલી તેના ખભા પર ઝૂકી ગઈ.

'હા શામલી! હવે કહે કે તું મારું મોં મીઠું કરાવવા માગે છે કે નહીં!' રોશને જવાબ સાંભળવા માટે ડોક ઊંચી કરી અને શામલીએ પોતાના હોઠની મીઠાશથી તેના મોંમાં અધરરસનું ગળપણ પીરસી દીધું.

વસુંધરાના પગ થંભી ગયા. ક્લિનિકમાં દાખલ થઈ ત્યારે ભોલો ઊંઘતો હતો. બારણું અમસ્તું જ અટકાવેલું હતું. એ અંદર આવી છતાં ભોલાની તંદ્રા તૂટી નહીં એટલે ઉપર પહોંચી જવા પગથિયાં ચડવા લાગી, પણ દૃશ્ય જોઈને બધાં જ પગથિયાં ઊતરી જવાં પડ્યાં.

ઘડીક તો થયું આવી હતી એ જ ઝડપે પાછી ફરી જાઉં... પણ કામ અગત્યનું હતું. વિલંબ કરવો પાલવે તેમ નહોતો.

ઝોકા ખાતા ભોલાને જગાડવાનો વિચાર કરતી હતી ત્યાં સીડી પાસે લટકતી ઘંટડીની દોરી પર નજર પડી. તેણે ઝાટકા સાથે દોરી ખેંચી. ઘંટડી રણઝણી ઊઠી. ભોલો ઝબકીને જાગી ગયો: વસુંધરાને આવેલી જોઈને સાહેબને ચેતવી દેવા માટે આદત મુજબ ઘંટડી વગાડવા સરક્યો, પણ વસુંધરાએ તેને છોભીલો પાડી દીધો: 'તારે બદલે મેં ઘંટડી વગાડી હતી. તું તારે ઊંઘી જા.'

જરૂર કરતાં વધારે અવાજ કરીને તે પગથિયાં ચડી. તેની ધારણા મુજબ બન્ને વિખૂટાં પડી ગયાં હતાં. શામલી રસોડામાં કાંઈક ઠીકઠાક કરવા લાગી પડી હતી.

'સિસ્ટર, કેમ અત્યારમાં? હજુ તો અઢી પણ નથી વાગ્યા.'

'સોરી ડૉક્ટરસાહેબ, આરામમાં તમને ખલેલ પાડી. કહેતી વસુંધરા ત્યાં જ ઊભી રહી ગઈ. ધડકતી છાતીએ તેણે કારણ કહ્યું, 'આપે હમણાં જ ઘેર આવવું પડશે.'

રોશને આંચકા સાથે ખુરશીમાંથી ઊઠી જવું પડ્યું:

કેમ શું થઈ ગયું! તું ગભરાયેલી કેમ દેખાય છે? ફાધરની તબિયત અચાનક બગડી તો નથી ને?

'નહીં નહીં. એવું નથી.' વસુંધરાએ ચહેરા પર સ્વસ્થતા ધારણ કરી લીધી: 'ઘેર આપને કોઈ મળવા આવ્યું છે.'

'કોણ?'

'કલકત્તાથી કોઈ મુખરજી કરીને આવ્યા છે. કાંઈક તાકીદનું કામ હોય એવું લાગ્યું!'

'મુખરજી!' નામ સાંભળતાં જ તેણે ધ્રુજારી અનુભવી. હોઠ વચ્ચે દબાયેલી સિગારેટ નીચે ખરી પડી. કલકત્તાના પોલીસ ઉપરી મુખરજી અચાનક કેમ આવી ચડ્યા. ગુસ્સામાં તેણે બૂટ નીચે સિગારેટ કચડી નાખી. વસુંધરા પોતાના હાવભાવ ધારીધારીને નીરખી રહી છે એનું ભાન થયું ત્યારે રોશને ચહેરા પર સિફતથી આત્મવિશ્વાસનું મહોરું ચડાવી દીધું: 'ઓહ, પેલો મુખરજી આવ્યો હશે! કલકત્તામાં અમે હૉસ્ટેલમાં સાથે હતા. એ બાબુમોશાય હવે ખરેખર મોટો માણસ બની ગયો છે. અહીં આવવાને બદલે મને ઘેર બોલાવ્યો?'

તેની ચાલાકી પામી ગયેલી વસુંધરા મનમાં બબડી. એ તો તમે મુખરજી સામે જઈને ઊભા રહેશો એટલે સમજાઈ જશે કે તમારો મિત્ર મુખરજી આવ્યો છે યા દુશ્મન મુખરજી!

'સિસ્ટર તું જા! હું હમણાં જ આવી પહોંચું છું.'

એ સૂચના પાછળનું સાચું કારણ પણ વસુંધરા સમજી ગઈ. તેણે પગથિયાં ઊતરતાં કહ્યું: 'હું નીચે આપની રાહ જોઉં છું. તમારા મિત્ર મુખરજીએ આપને લેવા માટે ગાડી પણ મોકલાવી છે. હું તેમાં બેસીને જ ઘેરથી આવી.'

એનો શબ્દેશબ્દ રોશનનું હૈયું વીંધતો ગયો.

'એ વસુડીને આજે જ રજા આપી દો.' શામલી ધૂંધવાતી બહાર આવી: 'એની દાનત મને સારી દેખાતી નથી. ઘેર કોઈ મળવા આવ્યું એમાં તેણે અહીં દોડી આવવાની શી જરૂર હતી? માળીના છોકરાને મોકલી આપ્યો હોય તોય ચાલત.'

પણ રોશન બાઘાની જેમ વિચારમાં ડૂબી ગયો હતો. શામલીની વાત સાંભળવાની કે જવાબ આપવાનીય તેણે પરવા દેખાડી નહીં.

'તમે ઊંડા વિચારમાં કેમ પડી ગયા?' શામલીના અવાજમાં ઉચાટ ઊભરાયો: 'એ મુરખજી કોણ છે?'

'મુરખજી નહીં મુખરજી!' રોશનથી ગુસ્સામાંય હસી જવાયું: 'તારી વાત સાચી છે. કોણ જાણે વસુંધરા ક્યારની આવીને નીચે ઊભી હશે. તેણે આપણી પેલી વાત સાંભળી લીધી હશે. એનો ચહેરો ચોરીની સાફ સાફ ચાડી ખાતો હતો.'

કહીને રોશન સીડી તરફ આગળ વધ્યો. શામલીને તેના બોલવામાં બનાવટની ગંધ આવી ગઈ હોય તેમ એ રોશનના ચહેરાને તાકી રહી. પેલો પણ એ સમજી ગયો. મોં ફેરવી લઈને જતાં જતાં તેણે કહ્યું:

'હું થોડી વારમાં જ આવું છું—મીઠાશનો પૂરેપૂરો સ્વાદ માણવા માટે.'

પણ આમ બોલતી વખતે તેનું મોં કડવું ઝેર જેવું થઈ ચૂક્યું હતું.

* * *

૧૮

મુખરજીએ લેવા મોકલેલી મોટરમાં ક્લિનિકથી ઘેર પહોંચતાં તો પાંચ-સાત મિનિટ જ લગી, પણ એટલી વારમાં રોશનનું મન ભયના ભરડાથી ભીંસાઈ ગયું. પાસે બેઠેલી વસુંધરાને વહેમ ન પડે એ રીતે ત્રણચાર વાર પૂછી લીધું: મુખરજીની સાથે કોણ કોણ છે? ક્યારે આવ્યા? ઘેર જતાં પહેલાં ક્લિનિક પર કેમ પૃચ્છા નહીં કરી? બોલાવવા માટે તને જ કેમ મોકલી?

વસુંધરા ટૂંકાટચ જવાબ આપીને બારી બહાર જોઈ રહી. એકાએક રોશનને ખ્યાલ આવ્યો કે—મુખરજીની મોટર હંકારતો ડ્રાઇવર આગળના અરીસામાંથી પોતાના હાવભાવ નિહાળી રહ્યો છે એટલે તેને પરાણે સ્વસ્થતા જાળવી લેવી પડી.

'હલ્લો મિસ્ટર મુખરજી!' કહેતો રોશન દીવાનખંડમાં દાખલ થયો: 'પ્લીઝ ટુ સી યુ અગેન' એવા શબ્દો સાથે ઉમળકાભેર શેકહૅન્ડ કર્યા છતાં મુખરજીએ તેની ભીની હથેળી દ્વારા ભીતરનો ગભરાટ માપી લીધો.

'હેલ્લો ડૉક્ટર રોશનલાલ!' મુખરજીએ બંગાળીઓની ભરમાવનારી મીઠાશ સાથે કહ્યું: 'આમ અચાનક આવી ચડીને તમને ડિસ્ટર્બ તો નથી કર્યા ને?'

'નહીં રે, ઑન ધ કોન્ટ્રરી ઇટ્સ માય પ્લેઝર.' વળતો વિવેક ઠાલવતાં રોશનની નજર સામે બેઠેલી એક વ્યક્તિ પર જડાઈ ગઈ: અરે, આ તો વસુંધરાનો પ્રેમી રમેશ વર્મા... મુખરજી સાથે એ ક્યાંથી? વસુંધરાએ મને આ વાતો કેમ કરી નહીં.

'તમે શું જોઈ રહ્યા છો, ડૉક્ટર?' મુખરજીએ તેને સજાગ કરતાં કહ્યું, 'હું એમની ઓળખાણ કરાવું. મીટ માય ફ્રેન્ડ મિસ્ટર ચોપરા. એ તમારા કાશ્મીરના જ છે.' પછી ચોપરા તરફ ફરીને રોશનની પિછાણ કરાવી: 'ઍન્ડ હી ઇઝ

ડૉક્ટર રોશનલાલ. વેલનોન ફિઝિશિયન ઑફ જમ્મુ!'

પેલાએ લંબાવેલો હાથ રોશનને પરાણે પોતાના પંજામાં લઈને કહેવું પડ્યું, 'ગ્લૅડ ટુ મીટ યુ.'

પણ રોશનની નજરમાંથી શંકાશીલ અચંબો હજુ અદશ્ય થયો નહોતો: 'મને લાગે છે કે મેં તમને પહેલાંય ક્યાંક જોયા છે.'

'મને પણ એવું કાંઈક ફીલ થાય છે. આપણે ક્યાંય અગાઉ મળ્યા છીએ.' ચોપરાએ ચહેરા પરના ભાવમાં જરાસરખો ફેરફાર થવા દીધા વિના મોઘમમાં જ કહ્યું.

એ જ વખતે વસુંધરા ચાની ટ્રે લઈને આવી ત્યારે રોશનથી તેની સામે કતરાયા વિના રહેવાયું નહીં: 'આ લોકોને માત્ર ચા જ પાવાની છે? જમવાની પૂછપરછ કરી કે નહીં?'

'ડૉક્ટર, એમણે પૂછપરછ તો કરી.' મુખરજી વચ્ચે બોલી ઊઠ્યા: 'પણ અમે જમીને જ આવ્યા છીએ.'

રોશન પોતાની અસ્વસ્થતા છુપાવી રાખવા કાંઈ ને કાંઈ બહાનું શોધતો રહ્યો: 'તમે મારાં મધર-ફાધરને મળ્યા કે નહીં?'

'એ પણ પતી ગયું.' મુખરજી એવી રીતે બોલ્યા કે ચાનો કપ પકડેલો રોશનનો હાથ સહેજ ધ્રૂજ્યો: 'તમારા ફાધરને અનુરાધાબહેનના મૃત્યુનો બહુ વસમો આઘાત લાગ્યો હોય એમ જણાય છે.'

અનુરાધાના મૃત્યુના ઉલ્લેખની રોશન પર ધારી અસર થઈ. હાથમાં પકડેલા કપમાંથી ચાની છાલક ઊડી. પેન્ટ પર ચા ઢોળાઈ. કપ ટિપાઈ પર મૂકીને ઊઠવું પડ્યું: આઇ ઍમ સૉરી, આ ડાઘ ધોઈને હમણાં જ આવ્યો.'

તેની પીઠ પર તાકીને મુખરજી મલક્યા: ગમે તેવો કાબેલ ગુનેગાર પણ અણધાર્યા આક્રમણથી અર્ધો તો ભાંગી જ પડવાનો... આસપાસ નજર કરીને તેમણે ચોપરાને બહુ ધીમા અવાજે કહ્યું: 'તમે પેલી વીંટી હવે તમારી આંગળીએ ચડાવી દો. તેની નજર ખેંચાય એવી રીતે હાથ હલાવતા રહેજો.'

રોશન પાછો ફર્યો ત્યારે મુખરજીએ ધ્યાનથી જોયું તો એ માત્ર પેન્ટ પરનો ડાઘ જ નહીં, મોં પણ ધોઈ આવ્યો હતો—ચહેરા પરની અસ્વસ્થતા લૂછીને આવ્યો હતો.

'ચાના ડાઘ જો જલદી સાફ ન કરીએ તો કાયમને માટે રહી જાય છે.' તેણે ભીના પેન્ટ પર હાથ ફેરવતાં વિના કારણ ખુલાસો કર્યો.

'હા, ડૉક્ટર, કેટલાક ડાઘ એવા છે કે ભૂંસાઈ ગયા હોય એવો આપણને ભ્રમ

થાય પણ હકીકતમાં તો દિવસો જતાં એ ડાઘ વધુ ને વધુ ઊઘડતા જાય છે.'

મુખરજીના એ કટાક્ષનો ભાવાર્થ સમજવા છતાં રોશન હસતી નજરે ચાના ઘૂંટ સાથે મેણું ગળે ઉતારી ગયો. હજુ સુધી તેની આંખ ચોપરાની આંગળીમાં પરોવાયેલી વીંટી તરફ ખેંચાઈ નહોતી. મુખરજીને એ કહેવા જતો હતો કે તમે પોલીસ ઇન્સ્પેક્ટરને બદલે ફિલૉસોફર જેવું બોલો છો, પણ ત્યાં તો વસુંધરા વચ્ચે ટપકી પડી.

'ડૉક્ટરસાહેબ, વૉશ બૅસિન પર હાથ ધોતાં તમે આ વીંટી ભૂલી આવ્યા!'

રોશન ભડકીને અર્ધો ઊભો થઈ ગયો. મુખરજીને હવે ખ્યાલ આવ્યો કે ચાનો ડાઘ ધોવા ગયેલો રોશન આંગળી પરથી વીંટી ઉતારીને આવ્યો હતો!

'સિસ્ટર, થૅન્ક્યુ વેરી મચ!' દાંત ભીંસીને રોશને તેના હાથમાંથી અધીરાઈભેર વીંટી ઝૂંટવી લીધી, પણ આંગળીમાં ચડાવવાને બદલે ખિસ્સામાં સરકાવી દેવી પડી.

મુખરજીને થયું કે વસુંધરાએ તેનું કામ આસાન કરી નાખ્યું છે. હવે વિલંબ કરવાનો કોઈ અર્થ નથી.

'ડૉક્ટર! કેટલાક લોકોને વીંટી ભૂલી જવાની આદત હોય છે!'

રોશને આંખની પાંપણ પટપટાવી વિસ્મય ખંખેરી નાખ્યું: 'હા ઇન્સ્પેક્ટર, ખરી રીતે અમારે ડૉક્ટરોએ વીંટી પહેરવી જ ન જોઈએ, વારે વારે હાથ ધોવામાં વીંટી નડતરરૂપ થાય છે.'

'કારણ કે તમને ડૉક્ટર લોકોને હાથ ચોખ્ખા રાખવાની ટેવ ખરી ને!'

આ કટાક્ષ રોશનને હાડોહાડ લાગી આવ્યો. છતાંય તેણે લુખ્ખું હસવાનો પ્રયાસ કર્યો: 'ઇન્સ્પેક્ટર મુખરજી, તમારે કાશ્મીર તરફ કેમ આવવાનું થયું એ તો કહ્યું નહીં! અગાઉથી જણાવ્યું હોત તો આપણે પિકનિકનો પ્રોગ્રામ બનાવત ને!'

'હું પિકનિક પર નથી આવ્યો ડૉક્ટર!' મુખરજીના બોલવામાં પોલીસનો રુઆબ છલકાયો: 'એક કેસની તપાસ માટે કલકત્તાથી અહીં સુધી ધક્કો ખાવો પડ્યો.'

'કેસની તપાસ માટે?' રોશન હોઠ ભીડીને તેની સામે તાકવા લાગ્યો.

'હા ડૉક્ટર, તમારી પેલી વીંટી બતાવો તો.'

મુખરજીના લંબાયેલા હાથ પરથી રોશને નજર ખસેડી લીધી. પણ એમ કરવા જતાં આંખને બીજો આંચકો લાગ્યો. ચોપરાની આંગળી પર 'આર' અક્ષરવાળી વીંટી નજરે ચડી ગઈ. મૂંગો બેસી રહેલો એ માણસ તેને કાળ જેવો બિહામણો લાગ્યો. વારાફરતી બન્ને તરફ જોઈ લઈને રોશને પૂછવાની હિંમત કરી:

'ઇન્સ્પેક્ટર, તમે અનુરાધાના અકસ્માત બાબત તપાસ કરવા આવ્યા છો એમ સાફ સાફ શું કામ નથી કહી દેતા.'

'વેલ ડૉક્ટર!' મુખરજી ટાઢા ડામ જેવું હસ્યાઃ 'તમે મારો ઇરાદો બહુ જલદી સમજી ગયા.'

તેમણે રોશન તરફ ધરેલો હાથ વધારે લંબાવ્યોઃ 'પેલી વીંટી જોવા આપશો કે?'

રોશનનો જીવ ચૂંથાવા લાગ્યો. તેને વસુંધરા પર દાઝ ચડીઃ એ સાલી ખોટે વખતે વીંટી આપવા આવી... પણ હવે આનાકાની કરવાથી બાજી બગડી જશે. ખચકાટ ખંખેરીને તેણે ખિસ્સામાં હાથ નાખ્યોઃ 'લ્યો મુખરજીસાહેબ, તમારી ઇચ્છા પૂરી કરો.'

'ઇચ્છા નહીં. જિજ્ઞાસા કહો, ડૉક્ટર!' મુખરજીએ વીંટી નિહાળતાં કહ્યુંઃ 'કમાલ છે, બે વીંટી કેટલી મળતી આવે છે!'

'બે વીંટી!' રોશને અજાણ થતાં પૂછ્યુંઃ 'તમે બીજી કઈ વીંટીની વાત કરો છો, ઇન્સ્પેક્ટર?'

'બીજી વીંટી આ!' અત્યાર સુધી મૂંગા રહેલા ચોપરાએ જમણો હાથ લંબાવીને તેનું ધ્યાન ખેંચ્યુંઃ 'જુઓ આના પર પણ 'આર' અક્ષર કોતરાવ્યો છે ને...'

રોશને ઝાટકા સાથે તેના તરફ ડોક ફેરવી. તેની આંખોમાં ક્રોધ ફૂંફાડા મારવા લાગ્યોઃ 'મિસ્ટર, આ વાતમાં તમે વચ્ચે ન બોલો તો સારું...' પછી અવાજમાં બનાવટી નરમાશ લાવીને કહેવું પડ્યુંઃ 'મારા કહેવાનો મતલબ એ કે 'આર' અક્ષર કોતરાવેલી એકસરખી વીંટીઓ તો બજારમાં અનેક મળી આવશે. એમાં તમારી વીંટી સાથે સરખાવવાની કેમ જરૂર પડી!'

'એ એમની વીંટી નથી ડૉક્ટર!' મુખરજીએ રોશનને પહેલો આઘાત આપ્યોઃ 'હકીકતમાં એ પણ તમારી જ વીંટી છે.'

'મારી!?' રોશને આશ્ચર્યનો આંચકો ઉછાળ્યોઃ 'મારી વીંટી એમના હાથમાં ક્યાંથી આવી? ઇન્સ્પેક્ટર મુખરજી, તમે આ ભુલભુલામણીની શી રમત લઈ બેઠા છો?'

મુખરજીએ આજુબાજુના બન્ને ઓરડા તરફ નજર ઘુમાવી લીધીઃ 'ડૉક્ટર રોશનલાલ, ક્યાં સુધી તમે અજાણ્યા થવાની કોશિશ કરવાના? આપણે જે વાતની ચર્ચા કરવાની છે તે તમારા ઘરના બીજા કોઈ સાંભળી જાય તો વાંધો નથી ને?'

'મને કોઈ વાંધો નથી!' રોશને કહી તો દીધું પણ સત્વરે સુધારી લેવું પડ્યુંઃ 'છતાં બારણાં બંધ કરી દેવાં હોય તોય મને કોઈ હરકત નથી.'

આજ્ઞાંકિતપણે ચોપરા ઊભો થયો, પણ રોશને અવાજના આંચકાથી તેને રોક્યોઃ 'નહીં મિસ્ટર, બારણાં ભલે ઉઘાડાં રહ્યાં.'

તેની હાંકથી ચમકીને ચોપરા અટકી ગયો. વિચિત્ર હાવભાવથી તેના તરફ જોઈને ખભા ઉછાળતો પાછો પોતની જગ્યાએ ગોઠવાઈ ગયો: 'એઝ યુ પ્લીઝ.'

થોડી વાર કોઈ કાંઈ બોલ્યું નહીં. રોશનને એ ખામોશી અકળાવવા લાગી: 'બોલો ઇન્સ્પેક્ટર, તમારે શું ચર્ચા કરવાની છે?'

મુખરજીએ ગળું ખંખેર્યું: 'મને આશા છે કે તમે મારા પ્રશ્નોના નિખાલસ જવાબ આપશો.'

'તમને મારી નિખાલસતા પર શંકા જાગી છે?'

'એ તો તમારા જવાબ સાંભળ્યા પછી જ નક્કી કરી શકું.'

'તો પછી પૂછવા માંડો.'

મુખરજીએ રોશન પાસેથી લીધેલી વીંટી બુશકોટના ખિસ્સામાં મૂકીને ચોપરાવાળી વીંટી ડૉક્ટરના હાથમાં ધરી: 'આ વીંટી તમારી નથી?'

'ના.

'તમને યાદ છે કે તમારા મિસિસના અકસ્માત વખતે એક વીંટી મળી આવી હતી?'

'હા.'

'તો આ એ જ વીંટી છે.'

'હશે.'

'હશે નહીં, છે!' મુખરજીએ તીખા અવાજે કહ્યું: 'ત્યારે પણ મેં તમને પૂછ્યું હતું... તમે ઇન્કાર કર્યો હતો.'

'બરાબર છે.'

ત્યારે મુખરજીએ બુશકોટના ખિસ્સામાંથી બીજી વીંટી કાઢીને બતાવી: 'તો હવે એ કહો કે આ વીંટી તમે ક્યારથી પહેરો છો?'

'મારાં લગ્ન થયાં ત્યારથી.' રોશને નરમ અવાજે ખુલાસો કર્યો: 'અનુરાધાના ઘર તરફથી મને લગ્નમાં આ વીંટી મળેલી.'

'તમે આ કાયમ પહેરો છો?'

'હા.'

'તો પછી કલકત્તા જતી વખતે જ તમારા હાથમાં કોઈ વીંટી ન હોય તે કેમ બને?'

'કારણ કે અનુરાધા ઘણી વાર કહ્યા કરતી: આ વીંટી કેટલી ઝાંખી પડી ગઈ છે. એને પૉલિશ કેમ કરાવી લેતા નથી! કલકત્તા જતાં પહેલાં હું જાતે જ સોનીને ત્યાં પૉલિશ માટે આપી આવેલો. પછી તો જવાની ધાંધલમાં વીટી લઈ

આવવાનું ભુલાઈ ગયું.'

કાબેલ મુખરજી કળી ગયો કે રોશને આ જવાબ ઉપજાવી કાઢ્યો છે છતાં તેની હાજરજવાબી પર તેમનાથી મરકી જવાયું: 'એટલે જ તો મેં પહેલાં કહ્યું કે તમને વીંટી ભૂલી જવાની આદત છે.

સાંભળ્યું ન સાંભળ્યું કરીને રોશને કાંડાઘડિયાળમાં જોઈને દવાખાને જવાનું મોડું થતું હોય એવા હાવભાવ વ્યક્ત કર્યા. મુખરજી પણ મામલો જલદી આટોપી લેવા માગતા હતા: ધાર્યા કરતા શરૂઆતમાં જ ઘણો સમય વેડફાઈ ગયો.

'ડૉક્ટર, તમને મેં આ ચોપરાની અધૂરી ઓળખાણ આપી. તમારી પત્નીના કહેવાતા અકસ્માત વખતે જે આસામી રેલવેલાઇન પરથી જખમી હાલતમાં મળી આવેલો તે આ પોતે જ છે.'

રોશનને ઝાટકો લાગ્યો. ભીતરનો ફફડાટ માંડ માંડ છુપાવી શક્યો: 'ઓહ! આ મિસ્ટર એ જ છે ને કે જેની યાદશક્તિ ભૂંસાઈ ગઈ હતી.

'હા, ડૉક્ટર, એ તો એમ ખાતરીપૂર્વક કહે છે કે આ વીંટી તેની નથી.'

'જેની યાદશક્તિ ભૂંસાઈ ગઈ હતી એની વાત પર તમે વધુ પડતો ભરોસો મૂકતા હો એવું નથી લાગતું ઇન્સ્પેક્ટર?' કહીને રોશન ખંધું હસ્યો: 'છતાંય એને વીંટી ન રાખવી હોય તો તમારા પોલીસખાતામાં જમા કરાવી દો ને! એવી મામૂલી બાબતને ચોળીને ચીકણી કરવાથી શો લાભ?'

હવે ચોપરાની જીભ સળવળી ઊઠી:

'તો પછી એ તમારી નથી એમ કહેવાથી તમને શો લાભ?'

રોશનને તેના સવાલે છંછેડી મૂક્યો: 'એ મિસ્ટર, એક વાર મેં તમને કહ્યું છતાં વચ્ચે બોલીને તમારું ડહાપણ શું કામ ડહોળો છે.'

મુખરજીએ વચ્ચે પડવું પડ્યું.

'એક સજ્જન માણસને તેનો અભિપ્રાય આપતાં રોકવાનું તમારા જેવા ડૉક્ટરને શોભારૂપ ન ગણાય.'

'સજ્જન માણસ?' રોશને ક્રોધ ઉછાળ્યો: 'ઇન્સ્પેક્ટર, અત્યાર સુધી તમે મને ઘણા સવાલો પૂછ્યા... હવે હું તમને એકબે ક્વેશ્ચન કરી શકું?'

'બેધડક.'

'તમે કહ્યું કે આ ચોપરા તમારા મિત્ર છે... હમણાં પાછું કહ્યું કે એ સજ્જન છે. તો પછી એનું અસલી નામ શું છે એ જરા મને કહેશો?'

'અસલી નામ?' મુખરજીની આંખો પહોળી થઈ: 'એ તો મેં તમને પહેલાં જ કહી દીધું. એનું નામ ચોપરા છે, રવિ ચોપરા!'

'એ સિવાય બીજું કોઈ નામ નથી એની ખાતરી છે તમને?'

'ઓહ તમે ગુમનામ નામની વાત કરતા લાગો છો.'

'ના ઇન્સ્પેક્ટર, અનુરાધાના અકસ્માત પછીના તેના બીજા નામની વાત કરું છું.'

મુખરજીએ પ્રશ્નસૂચક દૃષ્ટિએ ચોપરા સામે જોયું. પણ તેના તરફથી કોઈ રિસ્પોન્સ ન મળ્યો ત્યારે રોશનનો જુસ્સો ઉગ્ર બન્યો.

'એમની સામે જોવાની જરૂર નથી ઇન્સ્પેક્ટર, એનું અસલી નામ રમેશ વર્મા છે.'

ચોપરાના ચહેરા પર વિહ્વળતા દેખાઈ. રોશનને થયું હવે બાજી પોતાની તરફેણમાં પલટાવા લાગી છે એટલે ઉશ્કેરાટમાં આગળ ચલાવ્યું: 'તમારો આ રમેશ વર્મા એક વિધવા નર્સ સાથે પ્રેમની રમત રમી રહ્યો છે એ પણ તમે નહીં જાણતા હો.' આ સાંભળીને ચોપરા નીચું જોઈ ગયો.

મુખરજીના મુખ પર આશ્ચર્ય ઘૂંટાવા લાગ્યું. રોશનનો જુસ્સો જોર પકડવા માંડ્યો.

'તમારો આ કહેવાતો મિત્ર પેલી વિધવા નર્સને એની જાળમાં શું કામ ફસાવવા માગે છે તે પણ તમે સાંભળવા માગો છો?'

'હા!' મુખરજી નરમ અવાજે બોલ્યા: 'કોઈના વિશેનો ભ્રમ ભાંગવો હોય તો કડવી સચ્ચાઈ સાંભળવી જોઈએ.'

'તો સાંભળો. એ નર્સે જે શ્રીમંત ડોશીનો વિશ્વાસ સંપાદન કરી લીધો છે એની બધી મિલકત આ માણસ પચાવી જવા માગે છે.'

'પ્લીઝ ડૉક્ટર, સ્ટૉપ ઇટ!' ચોપરા આજીજી કરતો હોય તેમ હાથ જોડતો ઝૂકી ગયો: 'તમે મારા વિશે મુખરજી કરતાં ઘણું વધારે જાણો છો. પણ હવે મારી ઇજ્જત તમારા હાથમાં છે. તમે કહેતા હો તો હું અહીંથી હમણાં જ ચાલ્યો જાઉં. તમે કહેતા હો તો આ વીંટી મારી છે એ કહી દઉં.'

રોશનને થયું કે આ માણસ ગુલામ બની ગયો છે. મુખરજીનું મોં લેવાઈ ગયું છે. બાજી જિતાઈ ચૂકી છે. હવે માત્ર એક છેલ્લા સચોટ અભિનયની જ જરૂર છે.

'મિસ્ટર ચોપરા ઉર્ફે રમેશ વર્મા, હું તમને એમ છટકી જવા નહીં દઉં. મેં જે કાંઈ કહ્યું તેનો પુરાવો હું મુખરજીસાહેબ સમક્ષ પેશ કરવા માગું છું, કહીને રોશન ઓરડાની બહાર નજર ફેંકતો બબડ્યો: 'ક્યાં ગઈ વસુંધરા?'

ચોપરા સોફામાંથી ઊભો થઈ ગયો: 'નહીં ડૉક્ટરસાહેબ, એને અહીં ન બોલાવતા. એ અહીં છે એવી ખબર હોત તો હું મુખરજીસાહેબ સાથે આ ઘરમાં

પગ મૂકવા તૈયાર ન થાત. તેને જોયા પછી માંડ માંડ હું જાત સંભાળીને અહીં બેસી શક્યો છું.'

હવે મુખરજીથી ચૂપ ન રહેવાયું. ઊભા થઈને તેમણે ચોપરાનો ખભો પકડી લીધો: 'મિસ્ટર, હવે તો મારે આ નાટક પૂરેપૂરું જોવું છે. બેસી જાવ છાનામાના.' કહીને ચોપરાને હડસેલો મારી સોફામાં બેસાડી દીધો: 'ડૉક્ટર, તમતમારે બોલાવો એ નર્સને.'

રોશન પૂરેપૂરો ખીલી ઊઠ્યો હતો. તેણે આવેશમાં હાંક મારી: 'વસુંધરા, અહીં આવ તો.'

એ હાંક અને તેના જવાબમાં અંદરથી 'આવી ડૉક્ટરસાહેબ'નો અવાજ સાંભળીને ચોપરાને ટાઢ ચડી હોય તેમ એ ધ્રૂજવા લાગ્યો. આંખની કીકીઓ ચકળવકળ થવા માંડી, કપાળ પરથી પસીનો દોડવા લાગ્યો.

વસુંધરા ઉંબરે આવીને ઊભી એટલે રોશને મીઠાશથી કહ્યું: 'કમ ઇન સિસ્ટર, તારા દગાખોર પ્રેમીને હું ખુલ્લો પાડવા માગું છું.'

'વેઇટ ડૉક્ટર!' મુખરજી આવેશમાં બોલી ઊઠ્યા: 'આ ચોપરાને શું થઈ ગયું! જુઓ તો એ બેહોશ થઈ ગયો છે કે શું?'

રોશને જોયું તો ચોપરાએ માથું ઢાળી દીધું હતું. તેનું શરીર જડ થઈ ગયેલું હતું. રોશનની આંખોમાં ખુન્નસનો ચમકારો થયો: 'ઇન્સ્પેક્ટર મુખરજી, એ માણસ ઢોંગ કરે છે, એને એક અડબોથ લગાવું એટલે હમણાં ભાનમાં આવી જશે.'

રોશને ખરેખર તમાચો મારવા ઉગામેલો હાથ મુખરજીએ ઝપટ મારીને પકડી લીધો: 'નહીં ડૉક્ટર, હું પોલીસઉપરી છું અને તમે ડૉક્ટર છો. પહેલાં એની સારવાર થવી જોઈએ. એ કહેતો હતો કે અકસ્માત પછી અવારનવાર તેના દિમાગમાં શૂન્યતા છવાઈ જાય છે.'

રોશને અણગમા સાથે તેનું કાંડું હાથમાં લઈ નાડી તપાસી, પછી હાથ તરછોડીને કહ્યું: 'મુખરજીસાહેબ, એ બેવકૂફ ઢોંગ કરે છે. એના પડખામાં તમારા ડાબા હાથનો એક ઠોંસો લગાવો એટલે હમણાં જવાબ આપશે.'

'પ્લીઝ ડૉક્ટર, તમે મારી વાત માનો. તમારી પાસે અહીં ઘરમાં દાક્તરી સાધનો હોય તો મંગાવો અને બરાબર તપાસી જુઓ, સાચેસાચ એને કાંઈ થઈ ગયું તો આપણે વગર મફતના ઉપાધિમાં આવી પડશું.'

ડૉક્ટર રોશનલાલ પોતાની વિનંતી પર ધ્યાન આપવા માગતો નથી એમ સમજી ગયેલા મુખરજીએ સીધું વસુંધરાને જ કહ્યું: 'સિસ્ટર, તમે જરા ડૉક્ટરસાહેબની બૅગ લઈ આવી આપશો. પ્લીઝ!'

અને રોશન તેને રોકે એ પહેલાં તો બેબાકળી બની ગયેલી વસુંધરા રૂમમાંથી બહાર નીકળી ગઈ: 'હું હમણાં જ લઈ આવું છું.'

'ચિંતાતુર દૃષ્ટિએ ચોપરાને જોઈ રહેલા મુખરજીના ખભા પર રોશને હાથ મૂક્યો:

'ઇન્સ્પેક્ટર, તમને શિકારનો શોખ તો હશે. બંગાળના છો એટલે અમારી જેમ શરાબના પણ શોખીન હશો જ...'

ત્યાં હાંફળીફાંફળી વસુંધરા બૅગ લઈને અંદર દાખલ થઈ: 'લ્યો ડૉક્ટરસાહેબ' કહીને રોશન સામે બૅગ ધરીને ઊભી રહી.,

રોશનને તેની ખલેલ ખટકી હોય તેમ જોરથી બોલાઈ ગયું: 'આમ બાઘાની જેમ બૅગ પકડીને શું ઊભી છે? નીચે મૂક...'

તેના અણધાર્યા ગુસ્સાનો આંચકો લાગ્યો હોય તેમ વસુંધરા થથરી ગઈ. એ ધ્રુજારીને કારણે હાથમાંથી બૅગ સરકીને નીચે પડી.

ખણ...ણ...ણ

અવાજ સાંભળીને રોશનના ચહેરા પરથી લોહી ઊડી ગયું. મુખરજીના કાન પણ ચમક્યા: 'અરે, કાંઈક તૂટવાનો અવાજ સંભળાયો.'

'કાંઈ વાંધો નહીં.' રોશને ઝડપભેર વાંકા વળીને બૅગનો કબજો લઈ લીધો: 'કાચની કોઈ ચીજવસ્તુ ફૂટી હશે.'

બૅગમાંથી સ્ટેથોસ્કોપ કાઢીને સાવચેતીપૂર્વક બંધ કરી દીધી. હજુય વસુંધરા પરનો તેનો રોષ ઓસર્યો નહોતો. કતરાતી આંખે તેના તરફ જોઈને તેણે સ્ટેથોસ્કોપની ભૂંગળી કાનમાં ભરાવી.

'હું નહોતો કહેતો ઇન્સ્પેક્ટર, કે આ માણસ ઢોંગ કરે છે. પલ્સની જેમ હાર્ટબિટ્સ પણ નૉર્મલ છે.'

કહેતો રોશન પીઠ ફેરવીને જુએ છે તો મુખરજી ઉભડક બેસીને એમની બૅગ વીંખતો હતો! તેનાથી રાડ પડાઈ ગઈ:

'તમે શું શોધો છો?'

મુખરજીએ જવાબ આપવાને બદલે બૅગમાંથી મળી આવેલ ઓજાર દેખાડ્યાં: ડૉક્ટર, તમારાં સાધનો સાથે આ સ્ક્રૂ-ડ્રાઇવર, પક્કડ, પાનાં વગેરે કેમ રાખ્યાં છે?'

'અરે!' રોશને હેબતાઈને વસુંધરા તરફ મોં ફેરવી લીધું: 'આ શું? મારી બૅગમાં આવું બધું કોણે ભરી દીધું?'

'મને શું ખબર સાહેબ!' વસુંધરા ગભરાટમાં બોલી ગઈ: 'આ બૅગ તમે કલકત્તા સાથે લઈ ગયેલા, ત્યાર પછી...'

'શટ અપ!' રોશન દાંત કચકચાવતો બરાડ્યો: 'હું પૂછું છું એનો જવાબ આપવાને બદલે પાછી વાતને વધારે છે?!'

'ડૉક્ટર, તમે એ બિચારીને નકામી ધમકાવો છો.' બૅગમાંથી મળી આવેલી બે ટિકિટો બતાવતાં મુખરજીએ કહી દીધું: 'જુઓ, પઠાણકોટથી કલકત્તાની ફર્સ્ટ ક્લાસની ટિકિટો પણ આમાં જ છે.'

'ઓહ!' પોતે એક વાત ટાળવા જતો ત્યાં બીજી શંકા ઊભી થતી હોવાથી રોશન અકળાયો: 'મારી અને અનુરાધાની બે ટિકિટો અંદર પડી રહી હશે.'

'પણ તમારા બન્નેની ટિકિટો તમે મને અકસ્માત વખતે જ સોંપી દીધેલી, તો પછી એ જ ટ્રેઇનની બે ટિકિટો અહીં ક્યાંથી?'

મુઠ્ઠીઓ વાળતો રોશન સોફામાં બેસી પડ્યો. તેની ધીરજ હવે ખૂટવા લાગી હતી: 'મુખરજીસાહેબ, તમે મારા ઘરમાં મહેમાન તરીકે આવ્યા હતા અને હવે પોલીસઉપરીની જેમ વર્તવા લાગ્યા કે?'

મુખરજીએ આરામથી સામેના સોફા પર બેઠક લીધી:

'ડૉક્ટર અને પોલીસઉપરી કોઈને ઘેર ડ્યૂટી પર સારા કામ માટે કદી જતા નથી એ વાત તમને તો જલદી સમજાઈ જવી જોઈએ.'

'એમ વાત છે!' રોશન ટટ્ટાર થયો: 'તો પછી તમે મને પૂછપરછ કરવા માટે તમારી સત્તાનો ઉપયોગ કરીને જ્યાં બોલાવવો હોય ત્યાં બોલાવજો; હું બેધડક આવીશ.'

'એટલે કે તમે કાયદાની ભાષામાં વાત કરવા માગો છો?' મુખરજીએ જરાય ઉગ્ર થયા વિના કોટના અંદરના ખિસ્સા તરફ હાથ વાળ્યો, પણ ત્યાં યાદ આવ્યું કે વસુંધરા હજુ ઓરડામાં ઊભેલી છે. 'સિસ્ટર, તમે જરા બીજા ઓરડામાં જશો.' વસુંધરા જવા લાગી એટલે એક સૂચના પણ આપી, 'ઇફ યુ ડોન્ટ માઇન્ડ, જરા બારણું અટકાવતાં જજો.'

રોશનને થયું કે પોતાને માટે જાળ બિછાવાઈ ચૂકી છે. હવે તેમાંથી છટકવા માટે સતર્ક રહેવા સિવાય બીજો કોઈ ઇલાજ નથી.

'હં તો ડૉક્ટર, લ્યો આ વાંચી જુઓ.' ખિસ્સામાંથી કાગળ કાઢીને મુખરજીએ તેના હાથમાં સોંપ્યો.

કાગળના લખાણ પર નજર ફરતાં જ રોશનના હાથ કાંપવા લાગ્યા:

'આ શું... મારા નામનું વૉરન્ટ!' તેના કપાળે પરસેવો ફૂટવા લાગ્યો: 'ઇન્સ્પેક્ટર મુખરજી, તમારી કાંઈ ભૂલ તો થતી નથી ને. મારા જેવા એક પ્રતિષ્ઠિત ડૉક્ટરની તમે ધરપકડ કરવા આવ્યા અને તે પણ તેની પત્નીના ખૂન માટે!'

'યસ ડૉક્ટર રોશનલાલ જુગલકિશોર મહેરા.' મુખરજીએ ટાઢાબોળ અવાજે કહ્યું: 'શ્રીનગરના વડા ન્યાયમૂર્તિ કપૂરસાહેબની સહીવાળું વૉરંટ બનાવટી તો નથી જ.'

રોશનના દિમાગમાં કપૂરસાહેબના શબ્દો ઘૂમરાવા લાગ્યા. અનુરાધા ક્લિનિકનું ઉધ્ઘાટન કરતી વખતે એમણે કહેલું: અમારા ન્યાયધીશો કરતાં ડૉક્ટરો સમાજની વધુ સેવા કરે છે. અમારું કામ લોકોને સજા કરવાનું હોય છે જ્યારે ડૉક્ટરો તો બીમારોને સાજા કરે છે... શું એ કપૂરસાહેબે જ મારા નામનું વૉરન્ટ કાઢી આપ્યું!

એ જ વખતે સોફામાં જડની જેમ પડેલો ચોપરા સળવળ્યો. રોશનનું ધ્યાન તેના તરફ ખેંચાયું. મુખરજીને બીજે રસ્તે વાળી લેવા માટે કાંઈક સૂઝી આવ્યું: 'ઇન્સ્પેક્ટર, મને લાગે છે કે તમે આ માણસની વાતમાં ભરમાઈને મારા પર આ વૉરન્ટ કઢાવ્યું હશે... પહેલાં તમે એની અસલિયત તો જાણી લો. નામ બદલનારો એ ઠગ તમને બનાવી રહ્યો નથી ને એની તો ખાતરી કરી લો.'

મુખરજી ખંધુ હસ્યો: 'રોશનલાલ, હકીકતમાં તો તમે જ એની અસલિયતથી અજાણ છો. આ ચોપરા તમારી નર્સ સાથે પ્રેમનું નાટક ખેલીને કોઈની મિલકત પચાવી પાડવા માગે છે એવું તમને કોણે કહ્યું?'

'મારી નર્સ વસુંધરાએ કહ્યું,' રોશનની હિંમત પાછી આવવા લાગી: 'એટલા માટે તો મેં એને બોલાવેલી પણ એ જ વખતે આ માણસે બેહોશ બની જવાનું તરકટ કર્યું.'

'તો હવે તમે સાંભળી લો!' મુખરજી ટટ્ટાર થયા: 'આ ચોપરા તમારી નર્સનો પતિ છે.'

'વસુંધરાનો પતિ?' રોશન ખડખડાટ હસી પડ્યો: 'જે સ્ત્રી પાંચ વરસથી વિધવા થઈ છે અને ફરી પરણી નથી તેની તમે આબરૂ લેવા માગો છો?'

'ડૉક્ટરસાહેબ, તમારી નર્સ કોઈ ચોપરાની પત્ની હતી એ વાત તમને કેમ યાદ આવતી નથી?'

'પણ એ તો ક્યારનો મરી પરવારેલો.'

'ના, એ ગુમ થયેલો અને અકસ્માતમાં તેની યાદશક્તિ ગુમાવી બેઠેલો. પાંચ વર્ષે તમારી પત્નીના અકસ્માત વખતે એ હડફેટમાં આવી ગયો અને તેની યાદશક્તિ પાછી ફરી.'

'ઇમ્પૉસિબલ!' રોશને સોફાના હાથા પર મુઠ્ઠી પછાડી: 'આ પણ એક બનાવટ છે. હવે મને સમજાય છે કે પેલી નિમકહરામ નર્સ આ માણસ સાથે

ભળી જઈને મને બદનામ કરવા માગે છે. મારા પર ખોટો આરોપ ચઢાવી એણે અનુરાધાની મિલકત હડપ કરી જવાનું કાવતરું ઘડી કાઢ્યું છે.'

'કાવતરું તો તમે ઘડી કાઢેલું—તમારી પત્નીના ખૂનનું!'

'નો! નો!' રોશન બરાડી ઊઠ્યો: 'ડોન્ટ ટૉક નોનસેન્સ.'

'ડૉક્ટર, તમે આટલા મોટેથી અવાજ કરીને તમારા ઘરના માણસોને મારા આગમનનો સાચો ઇરાદો જણાવી દેવા માગતા હો તો મને વાંધો નથી.'

રોશનને પોતાની ભૂલ સમજાઈ ગઈ. ભયમિશ્રિત ક્રોધને કાબૂમાં લેવા માટે મુઠ્ઠીઓ ભીડીને એ બબડ્યો: 'આઇ ઍમ સૉરી... મારે આમ ઉશ્કેરાઈ ન જવું જોઈએ.' તેણે ખિસ્સામાંથી સિગારેટ કાઢી મુખરજી સામે ધરી. ઇન્સ્પેક્ટરે 'થૅન્ક્સ' કહીને ઇન્કાર કર્યો એટલે રોશને પોતાના માટે સિગારેટ સળગાવી બે-ચાર કશ લીધા. ઉશ્કેરાટને કારણે પોતે જલદી ફસાઈ જશે એવું મનને સમજાવીને શક્ય એટલી સ્વસ્થતા ધારણ કરી લીધી. પોતાની ચાલાકી પર આત્મવિશ્વાસ મેળવી લીધો:

'બાય ધ વે ઇન્સ્પેક્ટરસાહેબ, તમે કયા આધારે એમ માની લીધું કે અનુરાધાનું ખૂન થયું છે?'

ત્યારે મુખરજી ગંભીર બની ગયા: 'હવે તમે કંઈક સરખી વાત કરી. તમારે એ જ જાણવું છે ને કે મારી પાસે શા પુરાવા છે?'

રોશને હકારમાં ડોકું હલાવ્યું: 'યસ.'

'પુરાવા આપતાં પહેલાં મારે તમારી યોજનાશક્તિને દાદ આપવી જોઈએ ડૉક્ટર!' મુખરજીના બોલવામાં કટાક્ષ નહોતો: 'મેં અત્યાર સુધીમાં ઘણા ખૂનકેસ ઉકેલ્યા છે પણ તમારા જેવું પ્લાનિંગ મને પહેલી વાર જોવા મળ્યું.'

'એ મારું પ્લાનિંગ નહોતું.'

ઇન્સ્પેક્ટર ચમક્યા: 'તો કોનું પ્લાનિંગ હતું?'

'તમે માનો છો તેમ ખરેખર ખૂન થયું હોય તો ખૂન કરનારનું પ્લાનિંગ હશે.'

'ઓહ!' મુખરજી તેની ચાલાકી પર મુસ્કુરાયા: 'ચાલો, આપણે એ રીતે આગળ વધીએ. ખૂન કરનાર માણસ ભારે બુદ્ધિશાળી હોવા ઉપરાંત એ ડૉક્ટર પણ છે એમાં ના પાડી શકાય એમ નથી.'

રોશનના ગળામાં ધુમાડો અટવાઈ ગયો હોય તેમ એકબે ઠસકા ખાધા: 'એ વળી તમે શેના પરથી ધારી લીધું?'

'એ ડૉક્ટર ન હોત તો એની પત્નીને ઊંઘમાં ચાલવાનો રોગ લાગુ પાડી શક્યો ન હોત.'

'પણ અનુરાધાને તો બચપણમાંય ઊંઘમાં ચાલવાની ટેવ હતી.' કહીને રોશને સુધારો કર્યો: 'આઈ મીન, ઊંઘમાં ચાલવાનો રોગ હતો.'

'અને એ રોગ વર્ષો પછી અચાનક ફરી લાગુ પડ્યો?'

'કેમ એમાં ન માનવા જેવું શું છે?'

'અનુરાધા ડૉક્ટરની પત્ની ન હોત અને એનું ખૂન કરવાનું જ ન હોત તો આ રોગ ફરી લાગુ ન પડત.'

'એટલે?' રોશને સવાલ પૂછતાં સિગારેટ બુઝાવી દીધી: 'તમે ગોળ-ગોળ વાત નહીં કરો.'

'તો સાફ સાફ કહું કે તમારી પત્નીને ઊંઘમાં ચાલવાનો રોગ હતો જ નહીં. તેને ઊંઘનાં ઇન્જેક્શન આપવામાં આવતાં હતાં.'

રોશન ભડકી ગયો છતાં પ્રત્યાઘાત ઝડપથી છુપાવી દીધો: 'તમે વળી એ ક્યાંથી ઉપજાવી કાઢ્યું.'

'ઉપજાવી નથી કાઢ્યું. ઘેનના ઇન્જેક્શનની શીશીઓ તેના મકાનમાંથી જ મળી આવી છે.'

'હેં!' રોશનથી ઊંચા અવાજે પુછાઈ જવાયું: 'ઘરમાંથી કોને મળી આવી, ક્યારે મળી આવી?'

મુખરજી તેની અર્ધકબૂલાતથી ખુશ થયા: 'એક ખાલી શીશી તો અત્યારે તમારી આ બૅગમાં જ પડેલી છે. જે બૅગ તમે કલકત્તા સાથે લઈ ગયા હતા અને જે શીશીનું ઇન્જેક્શન અનુરાધાબહેનને ખૂન કરતાં પહેલાં અપાયું હતું!'

'ખોટી વાત!' રોશન ફરી ઉશ્કેરાવા જતો હતો પણ મુખરજીએ તેને મોકો ન આપ્યો:

'કલકત્તા જવા માટે તમે પઠાણકોટ એક્સપ્રેસની ચાર સીટ રિઝર્વ કરાવેલી.'

'ચાર નહીં ત્રણ.' રોશન વચ્ચે બોલી ઊઠ્યો: 'બે અમારી અને ત્રીજી વસુંધરાની—જે છેલ્લી ઘડીએ અમારી સાથે આવી શકી નહીં, કારણ કે...'

'અટકી કેમ ગયા? બોલો ડૉક્ટર.'

હવે કહ્યા સિવાય છૂટકો નહોતો: 'અમે નીકળતા હતા ત્યારે જ વસુંધરાની બેબી સિરિયસલી બીમાર હોવાનો તેના પર તાર આવ્યો.'

'જે તાર બનાવટી હતો.'

સાંભળીને રોશનની આંખ ફાટી રહી:

'હા, કોઈએ એપ્રિલ-ફૂલની મજાક કરેલી.'

'ના, એ બનાવટી તાર તમે જ કરાવ્યો હતો.'

'મેં?'

'હા, કલકત્તા જવાના બે દિવસ અગાઉ તમે જમ્મુની બહાર ગયા હતા. ગુલમર્ગ જઈને તમે એ બનાવટી તાર કર્યો હતો.'

'એવું કોણે કહ્યું?'

'જે મોટરમાં તમે ગયેલા તેના ડ્રાઇવરે!'

આંચકો છુપાવવા માટે રોશને ઝાપટ મારીને સિગારેટનું પાકીટ ઉપાડી લેવું પડ્યું.

'અને ડૉક્ટર, તમે ડ્રાઇવરને તાર કરવા લખી આપેલા સંદેશાનો તમારા હસ્તાક્ષરવાળો કાગળ સદ્ભાગ્યે હજુ ગુલમર્ગની પોસ્ટ ઑફિસમાં સચવાઈ રહ્યો છે.'

'પણ એવો તાર કરવાની મારે જરૂર શું!'

'ખૂન કરવા માટે મુસાફરીમાં વસુંધરાની હાજરી તમને નડતી હતી એ કારણ સાવ ઉઘાડું છે.'

'પણ ફર્સ્ટ ક્લાસના કમ્પાર્ટમેન્ટમાં બીજા પૅસેન્જરોય હોય તો ખરા ને?'

'ના, એ માટેય તમે સારો બંદોબસ્ત કરી લીધેલો.' મુખરજીએ પેલી બે ટિકિટોને હાથમાં રમાડતાં કહ્યું: 'તમે ત્રણ નહીં ચાર ટિકિટો બુક કરાવેલી જેમાંની બે કલકત્તા પોલીસચોકીમાં છે અને બીજી બે અત્યારે તમારી પાસેથી મળી આવી. ચારે ટિકિટના સિરિયલ નંબર ક્રમવાર છે.'

'પણ મેં તો ત્રણ જ ટિકિટો બુક કરાવી હતી એની પઠાણકોટના બુકિંગ ક્લાર્કને પૂછીને તમે ખાતરી કરી શકશો.'

'ચોથી ટિકિટ પઠાણકોટની હૉટેલના મૅનેજર મારફત મલ્હોત્રાને નામે તમે બુક કરાવી અને તે પણ તમારા ચાર બર્થવાળા કમ્પાર્ટમૅન્ટની જ.'

રોશને પૂછ્યું નહીં કે આ તમે ક્યાંથી જાણ્યું, છતાં મુખરજીએ કહી દીધું: 'તમારો ફોટો હૉટેલના મૅનેજરને દેખાડીને તેની પાસેથી અમે પાકી ખાતરી કરી લીધી કે એ ટિકિટ પણ તમે જ બુક કરાવી હતી.'

રોશનનું ભીતર ભડકે બળવા લાગ્યું. ઘૂંટાતા શ્વાસે તેણે સિગારેટના ધુમાડા હવામાં ફંગોળ્યા. મુખરજી પુરાવાની એક પછી એક કડીઓ મેળવતા જતા હતા અને રોશન આરોપની સાંકળમાં જકડાતો જતો હતો. છતાં તેણે છેવટ સુધી મક્કમ રહેવાનો સંકલ્પ કરી લીધો: ભાંગી પડીશ તો ખૂની ઠરીશ. ઇન્કાર કરતો રહીશ તો એકાદ નબળી કડીથી છટકી જવાનો ચાન્સ મેળવી શકીશ. માત્ર પુરાવા મળવાથી માણસ ગુનેગાર ઠરી જતો નથી, તેને ગુનેગાર પુરવાર કરવો પડે છે...

'હાં તો ઇન્સ્પેક્ટરસાહેબ, તમારી વાતો આગળ વધારો. સાંભળવાની મજા પડે છે.'

'કેવી મજા પડે છે એ હું જાણું છું રોશન!' મુખરજીએ મનમાં બબડીને વાતને વહેતી કરી.

'પઠાણકોટથી ગાડી ઊપડી ત્યારે તેના એક ફર્સ્ટ ક્લાસ કમ્પાર્ટમેન્ટમાં ચારને બદલે બે જ પ્રવાસીઓ હતા, પત્ની ખુશ હતી, કારણ કે એ બિચારી એમ માનતી હતી કે તેનો પતિ હવે તેને સાચા દિલથી ચાહવા લાગ્યો છે. એટલા માટે તો પ્લાસ્ટિક સર્જરી કરાવવા છેક કલકત્તા સુધી લઈ જાય છે... પણ પતિની દાનત કલકત્તા પહોંચ્યા પહેલાં જ તેને ખતમ કરી નાખવાની હતી.'

રોશનના હાથે ઝાટકો લાગ્યો.

'શું થયું ડૉક્ટર?'

'કાંઈ નહીં... તમારી મજેદાર વાર્તા સાંભળવામાં સિગારેટ પૂરી થઈ છતાં ભાન ન રહ્યું અને આંગળી દાઝી ગઈ.'

'નહીં ડૉક્ટર, અત્યારે તો તમારું દિલ દાઝી રહ્યું છે' એમ બબડીને મુખરજી મલકાયા: 'પતિદેવ મુસાફરીમાં ટાઇમટેબલનો અભ્યાસ કરતા હતા. કયા સ્ટેશન પછી પત્નીને ચાલુ ગાડીએ બહાર ફેંકી દેવી તેની યોજના ઘડતા હતા.'

'તમે તો કમાલ કરો છો ઇન્સ્પેક્ટર!' રોશન ડંખીલા અવાજે બોલી ગયો: 'હમણાં કહેતા હતા કે ડબામાં બે જ પ્રવાસીઓ હતા છતાં તમને કોણે કહ્યું કે પતિ ટાઇમટેબલનો અભ્યાસ કરતો હતો! શું તમે અનુરાધાના પ્રેતાત્મા પાસેથી આ માહિતી મેળવી કે?' પછી હસીને ઉમેર્યું: 'કોઈ વાંધો નહીં, તમતમારે ચલાવો, વાર્તામાં તો આવું બધું ચાલે.'

'તમે ભૂલી ગયા ડૉક્ટર; દિવસના ભાગમાં બીજા મુસાફર એ કમ્પાર્ટમેન્ટમાં હતા. તમે પેલા સરદારજીને તો ભૂલી નહીં જ ગયા હો. તમારો ફોટો જોઈને એણે કહ્યું કે આ સાહેબ કોઈ સનસનાટીભરી વાર્તા વાંચતા હોય એવી રીતે રેલવેનું ટાઇમટેબલ વાંચવામાં મશગૂલ થઈ ગયા હતા!'

રોશન હોઠ ભીંસીને ખામોશ જ રહ્યો.

'ત્યાર પછી તમે માધોપુર સ્ટેશને છેલ્લી ઘડીએ ગાડીમાંથી ઊતરીને માસ્તરને ફરિયાદ કરવા ગયા કે ડબાની સેફ્ટી સ્ટૉપર તૂટી ગઈ છે... હકીકતમાં તો આ ઓજારોથી તમે એ સ્ટૉપરનું એક પાંખિયું કાઢીને બહાર ફગાવી દીધું હતું, જે મહામહેનતે અમે રેલવે ટ્રેક પરથી હાથ કર્યું છે.'

'તમે ધારો તો સ્ટૉપરનાં એવાં બેચાર પાંખિયાં પુરાવા તરીકે રજૂ કરી

શકો, એથી શું વળવાનું?'

'પણ ડૉક્ટર, તમને એક વાતની ખબર નહીં હોય, દર મહિનાની આખરે રેલવેના બધા ડબાનાં બારી-બારણાં ચેક કરીને કાંઈ ખામી હોય તો સુધારી લેવાનો વરસો જૂનો શિરસ્તો છે. તમારા કમ્પાર્ટમેન્ટનું ચેકિંગ આગલા દિવસે જ થઈ ચૂક્યું હતું એટલે સ્ટૉપર ખરાબ હોવાનો સવાલ રહેતો નથી.'

રોશન કાંઈક બોલવા જતો હતો પણ મુખરજીએ હાથ આડો ધરીને તેને રોક્યો: 'અને બીજી વાત, તમે સ્ટૉપર વિશે ફરિયાદ કરી તેની આગલી રાત તો એ જ ડબામાં તમે વિતાવી હતી. ખરેખર જો સ્ટૉપર ખરાબ હોય તો સફરની પહેલી રાતે ફરિયાદ કેમ ન કરી?'

હવે રોશનને ઝાટકો લાગ્યો, તેની ગરદન ઝૂકી ગઈ.

'વાર્તાના હીરોએ બીજી ભૂલ શું કરી એ સાંભળો... પત્નીને ઘેનનું ઇન્જેક્શન આપી ચાલુ ટ્રેનમાંથી ફગાવી દીધા પછી તેને ખ્યાલ આવ્યો કે પેલીના સૅન્ડલ તો અંદર રહી ગયા છે! ખૂન કર્યા પછી અને તે પણ પોતાની પ્રેમાળ પત્નીને ઠંડે કલેજે ખતમ કર્યા પછી ગમે તેવા કઠણ કાળજાનો માણસ ગભરાટ અનુભવે તેમાં કાંઈ નવાઈ નથી. આ ગભરાટમાં તેણે સૅન્ડલ બહાર ફગાવી દીધા... મરનારે જો ખરેખર સૅન્ડલ પહેરીને ઊંઘમાં ચાલુ ટ્રેનમાંથી પડતું મૂક્યું હોત... તો એ સૅન્ડલ તેના શબ પાસે કે તેનાથી આગળ મળવા જોઈતા હતા. તેને બદલે અનુરાધાબહેનનાં સૅન્ડલ અકસ્માતના સ્થળથી એકાદ માઈલ દૂર પડેલા મળી આવ્યાં.'

'ઓહ માય ગૉડ!' રોશનથી બોલાઈ ગયું: 'મેં એવી મોટી મૂર્ખાઈ કરી!'

'હં! હવે તમે સાચું બોલ્યા.' મુખરજીએ તેની ભૂલ પકડી પાડી:

'નહીં... નહીં... નહીં.' રોશન ગલ્લાંતલ્લાં કરવા લાગ્યો. પણ મુખરજીએ ધ્યાન ન આપ્યું: 'તમે બીજી મોટી ભૂલ વીંટી બાબતમાં કરી. મેં કલકત્તામાં વીંટી દેખાડી ત્યારે તમે ઇન્કાર કર્યો કે એ તમારી નથી. ત્યારે અમે માની લીધું કે કદાચ આ ચોપરાની હશે. પણ ચોપરા ક્યારેય વીંટી પહેરતો નહોતો. પોતાનું નામ રવિ છે એનીય તેને અકસ્માત પહેલાં ખબર નહોતી. પછી 'આર' નામની વીંટી તેની પાસે ક્યાંથી આવે? બસ, એ મુદ્દાએ મારા મનમાં શંકા જગાડી અને તેમાંથી તમારા કાવતરાની એક એક કડી મેળવી લીધી!'

'પણ એ વીંટી ચોપરાની ન હોય તો તેની મુઠ્ઠીમાંથી કઈ રીતે મળી?

'એનો પણ જવાબ તૈયાર છે. તમને યાદ હશે કે અકસ્માતની ઘટના વખતે તમારા જમણા હાથના પોંચા પર ઉઝરડા પડેલા એ માટે તમે એવો ખુલાસો

કરેલો કે આ શેના ઉઝરડા છે તેનો તમને ખ્યાલ રહ્યો નથી. હકીકતમાં તો
આ ચોપરાના નખના ઉઝરડા હતા. તમે અનુરાધાને ઊંચકીને બારણા બહાર
ફગાવતા હતા એ જ વખતે આ ચોપરા તમારા જ કમ્પાર્ટમેન્ટના ફૂટબોર્ડ પર
પગ મૂકવા જતો હતો એ માણસ તમારું ઘાતકી કૃત્ય જોઈ ગયો એટલે તમે એને
પણ ચાલુ ટ્રેનમાં હડસેલી દેવાની કોશિશ કરી એ વખતે તેણે તમારો જમણો
હાથ પકડી લીધો. વીંટીવાળી તમારી આંગળી તેના હાથમાં આવી. તમે એનો
હાથ છટકાવ્યો અને ચોપરાના હાથમાં તમારી વીંટી રહી ગઈ.

રોશને બન્ને હાથમાં મોં છુપાવી દીધું.

'અને ડૉક્ટર, આ બીજી વીંટી તમે હમણાં જ કરાવી હોવાની કબૂલાત
તમારા સોની પાસેથી અમે મેળવી લીધી છે. બીજા બધા જ જડબેસલાક પુરાવા
હાથ કર્યા પછી હું તમારી પાસે આવ્યો છું. તમારા માળીના છોકરા પાસે ઘેનનાં
ઇન્જેક્શનની ખાલી શીશીઓ છે જે તમારા બેડરૂમની કચરા ટોપલીમાંથી તે
હંમેશાં વીણી લેતો હતો. રમકડું બનાવવાની તેની ઘેલછાએ તમારી રમત ઉઘાડી
પાડી દીધી. તમે જ્યાંથી ઇન્જેક્શન ખરીદ્યાં હતાં એ કેમિસ્ટ પાસેથીય એની નોંધ
મળી આવી છે. વસુંધરા પર જાસૂસી કરવા તમે નોકર ગોવિંદને ફોડ્યો હતો
એવી કબૂલાત પેલાએ અમને આપી દીધી છે. રમેશ વર્માને નામે ચિઠ્ઠી લખીને
તમારી નર્સને તમે જમ્મુ હૉટેલમાં મળવા બોલાવેલી તે પત્રમાં તમારા અક્ષર
મોજૂદ છે. તમે સાવિત્રીબહેનની વીલ બાબતમાં એક તરફથી વસુંધરાને ડરાવી
હતી તો બીજી બાજુથી તેમના સોલિસિટર પર નનામો ફોન કરીને વસુંધરાના
પ્રેમપ્રકરણની ફૂંક મારી હતી.' એકશ્વાસે બોલી ગયા પછી થોડી વાર અટકીને
મુખરજીએ પૂછ્યું: 'બોલો આટલા પુરાવા બસ છે કે બીજા વધુ કહી સંભળાવું?'

ધીમે ધીમે રોશને હાથ આડેથી મોં ઊંચું કર્યું. મુખરજીને તેના ચહેરા પર
ગુનાના એકરારની છાપ સ્પષ્ટ કળાવા લાગી.

'પણ ઇન્સ્પેક્ટર, દરેક અપરાધ પાછળ કોઈ ઇરાદો હોવો જરૂરી છે.
અનુરાધાનું ખૂન કરવાનો ઇરાદો...'

'ઇરાદો શામલી!' મુખરજી અધવચ્ચે બોલી ઊઠ્યા: 'જે સ્ત્રીને તમે ક્લિનિક
ઉપર રાખી છે, જેની સાથે મંદિરમાં જઈને ભગવાનની સાક્ષીએ તમે પરણી
ચૂક્યા છો! તમારા એ સ્ત્રી સાથેના સંબંધ વિશે તમે માગશો તો આખું ગામ
જુબાની આપવા આવશે.'

ખલાશ! રોશનના હાથ હેઠા પડી ગયા. હુકમનાં બધાં જ પાનાં સામા માણસ
પાસે હોય તો પછી બાજી ખેલવાથી શું લાભ? ધીમે ધીમે તેણે પાકીટમાંથી

સિગારેટ કાઢીને સળગાવી. થોડી વાર સુધી ચૂપચાપ સિગારેટ પીધા કરી. એ ચાર-પાંચ મિનિટ મગજમાં અનેક દશ્યો ઝડપભેર ઊપસીને અદશ્ય થઈ ગયાં.

'હવે તમે શું કરવા માગો છો ઇન્સ્પેક્ટર?'

મુખરજીની ધારદાર આંખો થોડી વાર માટે બુઠ્ઠી થઈ ગઈ. નિસાસો નાખતાં એ ઊભા થયાઃ 'બસ! તમારી મહેમાનગતિ માણીને હવે બદલામાં તમને મારા મહેમાન બનાવવા માટે સાથે લઈ જવા આવ્યો છું.'

'હમણાં જ!'

'હા, અત્યારે જ... અહીંથી શ્રીનગર અને ત્યાંથી પ્લેનમાં કલકત્તા!'

રોશને એશટ્રેમાં સિગારેટ દબાવી દીધીઃ 'ઇન્સ્પેક્ટર, તમે મને ખૂની પુરવાર કરો ત્યારની વાત તો ત્યારે, પણ અત્યારે મારી રિક્વેસ્ટ છે.'

'બોલો.'

'અહીં કોઈને ખબર ન પડવી જોઈએ કે તમે મને ગિરફ્તાર કરીને લઈ જવા આવ્યા છો... બસ, એટલું કહેજો શ્રીનગરમાં કોઈ દર્દીનો કેસ તપાસવા મને લઈ જાવ છો. માનાં આંસુ અને પિતાનો આઘાત હું જોઈ નહીં શકું.'

'મારો ઇરાદો પણ એવો જ હતો ડૉક્ટર, એટલા ખાતર તો હું અહીં પોલીસના યુનિફૉર્મમાં આવ્યો નથી. અહીં કોઈને ખબર નહીં પડવા દઉં, બસ!'

'થૅન્ક્સ!' કહેતો રોશન ઊભો થયોઃ 'તમને વાંધો ન હોય તો હું કપડાં બદલી આવું?'

'બેશક!' મુખરજીએ તેના પર જરાય વહેમ દેખાડ્યો નહીં. ગંભીર વાતાવરણ ખંખેરી નાખવાની શરૂઆત કરતા હોય તેમ હસી પડ્યાઃ 'ત્યાં સુધીમાં ડૉક્ટર, અમને બીજી વાર ચા પીવા મળે એવું કાંઈક કરજો—આ ચોપરા ઢોંગ કરવા જતાં સાચેસાચ ઊંઘમાં લપેટાઈ ગયો લાગે છે. ચાની ખુશબો સુંઘાડ્યા વિના તેની ઊંઘ નહીં ઊડે.'

રોશન ફિક્કું હસ્યોઃ 'વળી પાછી એ ચા એની પત્નીએ જ બનાવેલી હશે એટલે ખુશબો વધારે મીઠી લાગશે.' પછી બાજુના ઓરડામાં જતાં ઉમેરતો ગયો, 'જો ખરેખર તમારા કહેવા પ્રમાણે એ તેનો પતિ હોય તો!'

મુખરજી તેની પીઠ તાકી રહ્યાઃ કમાલ છે આ માણસ, હજુ સુધી તેણે પોતાનું રૂંવાડુંય ફરકતું હોય એવું દેખાવા નથી દીધું!

તૈયાર થઈને આવતાં રોશનને પંદરેક મિનિટ લાગી છતાં મુખરજી ધરપત રાખીને બેઠા હતા. ટિપાઈ પર ચાનો એક ખાલી અને બે ભરેલા કપ જોઈને રોશને પૂછ્યુંઃ 'પેલા મિસ્ટર ચોપરા ક્યાં?'

'ચા પીને ચાલ્યા ગયા.' મુખરજીએ ચાનો કપ હાથમાં લેતાં કહ્યું: 'એને ઉતાવળ હતી. હવે એની અહીં જરૂર પણ નહોતી.'

'એકલા જ ગયા કે એની કહેવાતી પત્ની સાથે?'

'બન્ને ગયાં... વસુંધરાને ક્લિનિક પર પહોંચાડવામાં મોડું થતું હતું એટલે સાથે જ નીકળી ગયાં.'

ગળાની ટાઈ ઠીકઠાક કરતો રોશન વિચારમાં પડી ગયો: ક્લિનિક પર પહોંચવાની તેને હવે ઉતાવળ શું હતી! ચોપરા અને મુખરજીએ સાથે મળી જઈને મને ફસાવ્યો. હું માનતો હતો કે એ સાદી-સીધી બાઈને ઠેકાણે પાડી દઈશ એને બદલે...

'ડૉક્ટર, ચા ઠરી જવા આવી. મુખરજીએ કપ હોઠે માંડતાં ઉતાવળ કરાવી. રોશને ઊભાં ઊભાં જ ગળી ચા કડવી દવાની જેમ ગટગટાવી જવી પડી.

'કમ ઑન ઇન્સ્પેક્ટર, આપણે ઊપડીએ.'

ખરેખર ક્યાંક પિકનિક પર જવાના હોય એવા રણકા સાથે રોશને પગ ઉપાડ્યા.

'તમારે મધર-ફાધરને મળવું નથી?'

'મધરને મળી લીધું અને ફાધર સૂતા છે. એમની નીંદરમાં શું કામ ખલેલ પાડવી!

બન્ને જણા બહાર નીકળી ગયા.

ડ્રાઇવરે મોટર ચાલુ કરી એટલે રોશને ધીમા અવાજે પૂછ્યું: 'ઇન્સ્પેક્ટર, તમે બધા જ આરોપી પર આટલો બધો ભરોસો રાખો છો? તૈયાર થતાં પંદર મિનિટ લાગી છતાં તમે નિરાંતે બેસી રહ્યા! ધારો કે કોઈ ભાગી જાય તો?'

'સૌથી વધારે વિશ્વાસ હું આના પર રાખું છું.' મુખરજીએ ખિસ્સામાંથી રિવૉલ્વર કાઢીને દેખાડી. પછી સંભાળીને ખિસ્સામાં પાછી સરકાવી દેતાં ઉમેર્યું: 'અને તમે ભાગીને ક્યાં જવાના હતા? એ પગલાંથી તો તમારો ગુનો સાબિત કરવાનું અમારા માટે સહેલું થઈ જાય.'

'તમને મારી બીજી એક રિક્વેસ્ટ છે.' રોશને ક્લિનિકનું મકાન દેખાતાં કહ્યું: 'બે મિનિટ મને ક્લિનિકમાં જઈ આવવા દો.'

'શામલીને મળવા માટે?'

'હા!' રોશને વિના સંકોચે કહી દીધું એટલે મુખરજીએ ક્લિનિક પાસે ગાડી રોકાવી: 'જાવ, ખુશીથી મળી આવો.'

'થૅન્ક્સ!' કહેતો રોશન ગાડીમાંથી ઊતર્યો. એકબે પગલાં જરા ઢીલાં

પડ્યાં પણ તરત જ જાતને સંભાળી લીધી. દવાખાનામાં દાખલ થતાં વસુંધરાને જોઈ. તેની પર મનમાં ઝેર ઘૂંટાતું હોવા છતાં હોઠ પરથી મીઠાશ વેરી: 'ગુડ આફ્ટરનૂન, સિસ્ટર!'

પણ ડઘાઈ ગયેલી વસુંધરાના ગળામાંથી જવાબ ન નીકળ્યો એણે તો ધાર્યું હતું કે રહસ્ય ઉઘાડું પડ્યા પછી કોઈ ભયાનક ધડાકો થશે, ડૉક્ટર ધૂંઆપૂંઆ થઈ જશે, પોતાના પર ક્રોધ ઉછાળશે. ગાળો સંભળાવશે અને જતાં પહેલાં અહીંથી ધક્કો મારીને બહાર હડસેલી દેશે. તેને બદલે...

રોશનને ઉપરથી પાછા ફરતાં દશેક મિનિટ લાગી એ વખતેય તેના ચહેરા પર વસુંધરાને કોઈ થથરાટ દેખાયો નહીં. ઘડીક તો એમ થયું ડૉક્ટરસાહેબ ગુનેગાર નથી, નહીંતર કોઈ માણસ આમ સ્વસ્થ રહી શકે ખરો!

'સિસ્ટર, હું બહારગામથી પાછો ન આવું ત્યાં સુધી ક્લિનિક બંધ રાખજે.' કમ્પાઉન્ડરની કૅબિનમાં દાખલ થતાં રોશને વસુંધરાને ચમકાવી: 'અને બહાર જઈને મુખરજીને કહે કે હું બે મિનિટમાં આવું છું. જતાં જતાં એકબે સિરિયસ કેસનું પ્રિસ્ક્રિપ્શન લખી આપું.'

વસુંધરા કહીને પાછી આવી ત્યારે ડૉક્ટર કૅબિનમાંથી બહાર નીકળતા હતા. બન્નેની નજર અફળાણી. વસુંધરાએ આંખ વાળી લીધી. રોશન ખિસ્સામાં કાંઈક સરકાવતો સડસડાટ ક્લિનિકનો ઉંબરો ઓળંગી ગયો.

વસુંધરાની આંખો ઊભરાઈ આવી: આ તે કેવો જોગાનુજોગ! મારી દીકરી સ્મિતાને આજ તેના પપ્પા પાછા મળે છે ત્યારે જુગલકિશોર મહેરાનો એકનો એક પુત્ર છિનવાઈ રહ્યો છે...

મોટર સ્ટાર્ટ થવાનો અવાજ સંભળાયો અને વસુંધરાને કાંઈક સૂઝયું હોય તેમ એણે દોટ મૂકી.

'એક મિનિટ સાહેબ!' સાદ પાડીને ચાલુ થતી મોટર રોકી. મુખરજી અને રોશન તેની રોતી સુરત જોઈને ચોંક્યા: 'શું છે સિસ્ટર?'

'ડૉક્ટરસાહેબ!' મોટરની બારીમાં ડોકાઈને આજીજી કરી; 'આપના ખિસ્સામાં દવાની એક બૉટલ રહી ગઈ છે, પાછી આપશો?'

મુખરજીને કાંઈ સમજાયું નહીં, પણ રોશનનો ચહેરો ઊતરી ગયો હોય તેમ કરતાં તેણે ખિસ્સામાં હાથ નાખ્યો અને મુઠ્ઠી વાળેલા હાથે વસુંધરાના પંજામાં બૉટલ સેરવી દીધી:

'ગૉડ બ્લેસ યુ, સિસ્ટર?'

મોટર ચાલી ગયા પછી રસ્તા પર જડની જેમ ઊભેલી વસુંધરાએ ઘણી

વારે હથેળી ઉઘાડી. નાનકડી બૉટલ પર ચોડેલા લેબલના લાલ અક્ષરો તેની આંખમાં ભોંકાયા:

'પૉઇઝન!'

સાથે સાથે કાન પર ડૉક્ટરસાહેબના શબ્દો પડઘાતા હતા: ગૉડ બ્લેસ યુ સિસ્ટર!'

* * *

ઉપસંહાર

સારા દેશમાં ચકચાર જગાડનાર 'અનુરાધા ખૂનકેસ' એક વર્ષમાં કલકત્તાની સેશન્સ કોર્ટ, કાશ્મીરની હાઈકોર્ટ અને દિલ્હીની સુપ્રીમ કોર્ટ સુધી ફરી વળ્યો છતાં આરોપી ડૉક્ટર રોશનલાલ જુગલકિશોર મહેરાની ફાંસી કાયમ રહી. રાષ્ટ્રપતિને મોકલેલી દયાની અરજીનો પણ નિકાલ આવી ગયો: ફાંસી માફ નહીં થાય!

દરેક અદાલતના ચુકાદા વખતે રોશનની માતાને હાર્ટએટૅક આવતો. રાષ્ટ્રપતિએ દયાની અરજી નામંજૂર કરી ત્યારે એ વસમો આઘાત એમનું ઘસાઈ ગયેલું હૃદય બરદાસ્ત કરી શક્યું નહીં. પુત્રના પહેલાં જ માએ પરલોકનો રસ્તો લઈ લીધો.

રોશન જમ્મુ છોડી ગયો એ રાતે જ શામલી ક્યાં અદૃશ્ય થઈ ગઈ એની કોઈને હજુ સુધી જાણ થઈ નથી. સૌએ માની લીધું કે એ પણ મરી પરવારી હશે.

અનુરાધાની માતાએ વસુંધરાને પુત્રી તરીકે પોતાને ત્યાં જ રાખી લીધી છે. અનુરાધાની મિલકતનું ટ્રસ્ટ બનાવીને ક્લિનિકની જગ્યા પર 'અનુરાધા હૉસ્પિટલ' બંધાવવા માટે માજી સંમત થયાં છે. વસુંધરાને ઘણો આગ્રહ કરવા છતાં માજીની મિલકતમાં પોતાનો હક્ક રાખવા કબૂલ થઈ નથી. સ્મિતા હવે જમ્મુની સ્કૂલમાં દાખલ થઈ ગઈ છે. રવિ મિલિટરીમાંથી છુટ્ટી પર આવે છે ત્યારે વસુંધરા એ વાત ટાળતી જ રહી છે. 'અનુરાધા ક્લિનિક' બે વરસથી બંધ પડ્યું હોવા છતાં એ દરરોજ સવારે ત્યાં જાય છે. બંધબારણે લટકતા બૉર્ડના અક્ષરો પર લાગેલી ધૂળ સાડીના પાલવથી લૂછીને ઉદાસ આંખે પાછી ફરે છે.

રોશનના પિતા આટઆટલા વસમા આઘાત સહીને મોટા ઘરમાં સાવ એકલા જીવી રહ્યા છે. સવાર-સાંજ વસુંધરા આવીને તેમને માટે રસોઈ બનાવી આપે છે, દીકરી જેવી લાગણીથી એમને જમાડે છે. આંખે ઝાંખપ આવી હોવાથી એમને છાપાં-પુસ્તકો વાંચી સંભળાવે છે. ક્યારેક જુગલકિશોરની આંખો ભીની થઈ આવે છે, પણ દરેક વખતે એ અચૂક કહે છે: 'વસુ, હું દીકરાના દુઃખ પર નથી રડતો. મને તો વહુના ઘાતકી મોતનાં આંસુ આવે છે. રાષ્ટ્રપતિના સ્થાને તેનો આ સગો પિતા બેઠો હોય તોપણ અનુરાધાના મોત માટે તેને કદી માફ ન કરત...' દીકરાને ફાંસીમાંથી બચાવવા માટે ઘરમાં હતું એ બધું જ વકીલોની ફીમાં ખરચી નાખ્યું છતાં એકેય વાર એ તેનું મોં જોવા ગયા નહોતા.

છતાં પણ પુત્રની ફાંસીની આગલી રાતે એ ચોધાર આંસુએ રડતા રહ્યા. વહેલી સવારે કોઈકે ઓરડાનો દરવાજો ખટખટાવ્યો ત્યારે લથડતા પગે બારણું ઉઘાડવા આવ્યા. આજે વસુંધરા વહેલી આવી હશે એમ માનીને આંસુથી ખરડાયેલો ચહેરો સાફ કરી નાખ્યો.

પણ બારણાં ઉઘાડીને જોયું તો દરવાજે કોઈ ઊભું નહોતું: શું એમને ભણકારા સંભળાયા હતા! બહાર ઓસરીમાં જઈને જોવા માટે પગ ઊંચકે છે ત્યાં ઉંબરા પર એમનું ધ્યાન પડ્યું:

'અરે! આ કોણ મૂકી ગયું?'

સફેદ કપડામાં વીંટેલું એક બાળક ઊંઘતું હતું. તેની બાજુમાં એક પરબીડિયું હતું...

ઝૂકી ગયેલી કમ્મરને વધારે ઝુકાવી તેમણે ધ્રૂજતા હાથે પરબીડિયું ઊંચકી લીધું. કાંપતી આંગળીએ એ ફાડ્યું અને ફફડતા જીવે અંદરથી કાગળ કાઢ્યો.

પણ પછી યાદ આવ્યું કે એમની આંખ હવે કામ કરતી નથી.

હતાશાનો ધક્કો લાગ્યો હોય એમ એ નીચે બેસી પડ્યા. ઉંબરામાં ઊંઘતા બાળકના મુખ પર ટાંપીને કાગળનો અર્થ ઉકેલવાની મિથ્યા કોશિશ કરી ત્યાં કાન પર અવાજ અફળાયો:

'બાપુજી, અહીં કેમ બેઠા છો!

વસુંધરાના પરિચિત શબ્દો હોવા છતાં એમની કથળી ગયેલી કાયા થથરી ઊઠી. ઊંચું જોયા વિના તેમણે વસુંધરાના હાથમાં કાગળ સોંપી દીધો: 'દીકરી, જરા વાંચી સંભળાવ તો.'